ಅಜರಾಮರ ಅಯೋಧ್ಯೆ

ರಾಧಾಕೃಷ್ಣ. ಕೆ.ವಿ.

ಸಮನ್ವಿತ
ಬೆಂಗಳೂರು

ಅಜರಾಮರ ಅಯೋಧ್ಯೆ ಕೃತಿಯು ಕೆ.ವಿ. ರಾಧಾಕೃಷ್ಣ ಅವರು ಬರೆದಿರುವ ರಾಮಾಯಣ ಮತ್ತು ರಾಮನ ಕುರಿತು ಬರೆದ ಲೇಖನಗಳು. ಸಮನ್ವಿತದಿಂದ ಪ್ರಕಟಣೆಯಾಗಿದೆ.

Ajaramara Ayodhye in Kannada ,a collection of Articles on Ramayana and Rama written by K.V. Radhakrishna, published by Samanvitha Bangalore

ಪ್ರಥಮ ಮುದ್ರಣ : 2019

ಮರುಮುದ್ರಣ : 2020

ಬೆಲೆ ರೂ. : 130/-

ಹಕ್ಕುಗಳು : ಕೆ.ವಿ. ರಾಧಾಕೃಷ್ಣ ಅವರು ಕಾಪಿರೈಟ್ ಕಾಯಿದೆ ಪ್ರಕಾರ ಈ ಪುಸ್ತಕದ ಲೇಖಕರೆಂದು ಗುರುತಿಸಿಕೊಳ್ಳಲು ನೈತಿಕಹಕ್ಕು ವ್ಯಕ್ತಪಡಿಸಿರುತ್ತಾರೆ.

ಲೇಖಕರು : ಕೆ.ವಿ. ರಾಧಾಕೃಷ್ಣ

ಮುಖಪುಟ, ವಿನ್ಯಾಸ : ಡಿ. ಮಹೇಂದ್ರ

ಪುಟ ವಿನ್ಯಾಸ : ಬಿ.ವಿ. ನಾಗೇಂದ್ರ

ಮುದ್ರಕರು : ರಾಷ್ಟ್ರೋತ್ಥಾನ ಮುದ್ರಣಾಲಯ
ಚಾಮರಾಜಪೇಟೆ, ಬೆಂಗಳೂರು–560 018
✆ : 080 - 29741676
e-mail : rmudrana@gmail.com

ಪ್ರಕಾಶಕರು : ಸಮನ್ವಿತ, ಬೆಂಗಳೂರು.

ಅಧಿಕೃತ ಮಾರಾಟಗಾರರು : ಆಗರ, ಬೆಂಗಳೂರು
ಮೊಬೈಲ್ : 98441 92952
www.facebook.com/aagara01

ಲೇಖಕರ ಮಾತು

ಶ್ರೀರಾಮ ರಾಮ ರಾಮೇತಿ ರಮೆ ರಾಮೇ ಮನೋರಮೆ, ಸಹಸ್ರ ನಾಮ ತತ್ತುಲ್ಯಂ ರಾಮ ನಾಮ ವರಾನನೇ ಎಂದು ಪರಮೇಶ್ವರನು ಪಾರ್ವತಿಗೆ ವಿಷ್ಣು ಸಹಸ್ರನಾಮ ಪಠಿಸಲಾಗದವರಿಗೆ ನೀಡುವ ಸರಳ ಮಂತ್ರ. ಅಂದಿಗೂ, ಇಂದಿಗೂ ದಾಸರು, ಸಂತರು, ಸಜ್ಜನರು ರಾಮನನ್ನು ಸಾಮಾಜಿಕ ಮೌಲ್ಯವಾಗಿಯೇ ಪರಿಗಣಿಸುತ್ತಾರೆ.

ಇಂತಹ ರಾಮನ ಜನ್ಮಸ್ಥಾನವನ್ನು ಶತಶತಮಾನಗಳ ಆಕ್ರಮಣದಿಂದ ಮುಕ್ತಗೊಳಿಸಿದ ಪ್ರಜಾಸತ್ತಾತ್ಮಕ ನ್ಯಾಯದಾನ ವ್ಯವಸ್ಥೆಯು ಸುಧೀರ್ಘ ವಿಚಾರಣೆಯ ನಂತರ ಸರ್ವೋಚ್ಚ ನ್ಯಾಯಾಲಯದ ಪಂಚಪೀಠವು ಸರ್ವಾನುಮತದಿಂದ ರಾಮ ಜನ್ಮಸ್ಥಾನವೆಂಬ ಪ್ರಜಾಪ್ರಭುಗಳ ನಂಬಿಕೆಗೆ ಗೌರವವನ್ನಿತ್ತು, ಪ್ರಭು ರಾಮಚಂದಿರನ ಹೆಸರಿಗೆ ವಿವಾದಿತ ನಿವೇಶನವನ್ನು ತೀರ್ಪಿತ್ತಿದ್ದಾರೆ.

ಈ ಸಂದರ್ಭದಲ್ಲಿ ರಾಮಾಯಣದ ವಿಶೇಷ, ರಾಮನ ವನವಾಸ ಪಥ, ಸುಗ್ರೀವನ ಭೂಗೋಳದ ಜ್ಞಾನ, ವಿವಾದಗಳು, ಹೋರಾಟಗಳು, ಸಂಧಾನಗಳು, ದಾಖಲೆಗಳು, ವ್ಯಾಜ್ಯಗಳು ಅಧ್ವಾನಿಯವರು ರಾಮ ಯಾತ್ರೆಯಾಗಿ ಸೋಮನಾಥದಿಂದ ಅಯೋಧ್ಯೆಯವರೆಗೆ ರಥಯಾತ್ರೆ ಕೈಗೊಂಡ ಪರಿ, ತೀರ್ಪುಗಳು, ಮೇಲ್ಮನವಿಗಳು ಎಲ್ಲವನ್ನೂ ದಾಖಲಿಸಬೇಕೆಂಬ ಮಹತ್ತರ ಆಶಯದ ಫಲವಾಗಿ ರಚನೆ ಆಗಿದ್ದು ಈ ಕೃತಿ. ದಾಖಲಿಸಿದ್ದು ಅಣುವಿನಷ್ಟು. ದಾಖಲಿಸದೆ ಉಳಿದದ್ದು ಸುಮೇರುವಿನಷ್ಟು. ಈ ಜಗತ್ತಿನ ಸಮಸ್ತವನ್ನು ಒಳಗೊಂಡ ರಾಮಚಂದಿರನನ್ನು ಕೆಲವು ಪುಟಗಳಲ್ಲಿ ತರುವುದು ಸುಲಭದ ಕೆಲಸವಲ್ಲ. ಈ ಕೆಲಸವನ್ನು ರಾಮಸೇವೆ ಎಂದು ಮಾಡುವ ಪ್ರಯತ್ನ ಮಾಡಿದ್ದೇನೆ.

ಈ ಕೆಲಸದಲ್ಲಿ ಶುಭ ಹಾರೈಕೆಗಳು ಬಂದದ್ದು ಕೆಲವು ಸ್ನೇಹಿತರು ಮತ್ತು ಹಿರಿಯರಿಂದ. ಮೊದಲಿಗೆ ಅಗತ್ಯತೆಯ ಮಾತನಾಡಿದ್ದು ಗೆಳೆಯರಾದ ಸಂತೋಷ ಜಿ.ರಾಜಾ ಮತ್ತು ರಮೇಶ ದೊಡ್ಡಪುರ. ಒತ್ತಾಸೆಗೆ ನಿಂತವರು ವಿಘ್ನೇಶ್ವರ ಭಟ್, ವೃಷಾಂಕ ಭಟ್, ರೋಹಿತ ಚಕ್ರತೀರ್ಥ.

ಕೆಲಸ ಮಾಡುತ್ತಾ ಸಾಗಿದಂತೆ ತಮ್ಮದೆ ಕೆಲಸವೆಂಬಂತೆ ಪ್ರತಿ ಹಂತದಲ್ಲಿಯೂ ಮಾರ್ಗದರ್ಶನ ಮಾಡಿದವರು ಸದ್ಯೋಜಾತ ಮತ್ತು ಜಯಪ್ರಕಾಶ ನಾರಾಯಣ, ಅಗತ್ಯ ಮಾಹಿತಿಗಳನ್ನು ಒದಗಿಸಿ ನೆರವಾದವರು ಶ್ರೀ ಸುಬ್ಬರಾವ್ ಅವರು. ಬರೆಯುತ್ತ ಸಾಗಿದರೆ ಹಿತೈಷಿಗಳ ಪಟ್ಟಿಯೇ ಒಂದು ಅಧ್ಯಾಯವಾದೀತು.

ಪ್ರತ್ಯಕ್ಷ, ಪರೋಕ್ಷವಾಗಿ ಹಲವರು ಬೆನ್ನಿಗೆ ನಿಂತು ನೆರವಾಗಿದ್ದಾರೆ. ಶ್ರೀ ಬಿ.ನರಸಿಂಗರಾವ್ ಅವರು ಮತ್ತು ಪ್ರಚೇತ ಬುಕ್ ಹೌಸ್‌ನವರು ತಮ್ಮ ಆಕರದ ಮಾಹಿತಿಯನ್ನು ಬಳಸಲು ಅನುಮತಿ ನೀಡಿದ್ದಾರೆ. ಎಲ್.ಕೆ.ಅಢ್ವಾನಿ ಅವರ ಕೃತಿಯ ಸಂಗ್ರಹಾನುವಾದವನ್ನು ವಿಷಯದ ಮಹತ್ವದ ದೃಷ್ಟಿಯಿಂದ ಸಂಗ್ರಹವಾಗಿ ರೂಪಿಸಿ ಬಳಸಿಕೊಳ್ಳಲಾಗಿದೆ.

ಚಂದದ ರಕ್ಷಾಪುಟವನ್ನು ರಚಿಸಿಕೊಟ್ಟ ಗೆಳೆಯ ಮಹೇಂದ್ರ, ಅತಿ ಕಡಿಮೆ ಸಮಯದಲ್ಲಿ ಚಂದವಾಗಿ ಪುಟ ವಿನ್ಯಾಸ ಮಾಡಿಕೊಟ್ಟ ಗೆಳೆಯ ನಾಗೇಂದ್ರ, ಎಂದಿನಂತೆ ಅಚ್ಚುಕಟ್ಟಾಗಿ ಮುದ್ರಿಸಿಕೊಟ್ಟ ರಾಷ್ಟ್ರೋತ್ಥಾನ ಮುದ್ರಣಾಲಯದ ಸಿಬ್ಬಂದಿ ವರ್ಗದವರಿಗೂ ಆತ್ಮೀಯ ಧನ್ಯವಾದಗಳು.

ಕೆ.ವಿ.ರಾಧಾಕೃಷ್ಣ

ಮುನ್ನಡಿಯಿಡುವ ಮುನ್ನ

ಆರಾಮ ಕುರ್ಚಿಯಲ್ಲಿ ಒರಗಿ ಪತ್ರಿಕೆ ಹರಡಿಕೊಂಡು ಕುಳಿತಿದ್ದ ಅನಂತೇಶ್ವರ ಚತುರ್ವೇದಿಗಳ ಕಣ್ಣಲ್ಲಿ ಒಂದೇ ಸಮನೆ ನೀರು. ಪಕ್ಕದಲ್ಲೇ ಗ್ರೀನ್ ಟೀ ಹೀರುತ್ತಾ ಟ್ರೆಡ್ ಮಿಲ್ ಮೇಲೆ ಓಡುತ್ತಿದ್ದ ಮೊಮ್ಮಗ ಚಿರಂಜೀವಿಗೆ ಅಜ್ಜನನ್ನು ಕಂಡು ಅಚ್ಚರಿ, ದುಗುಡ.

ಪತ್ರಿಕೆಯನ್ನು ಕೈಲಿ ಹಿಡಿದು ಕಣ್ಣೀರು ಹಾಕುತ್ತಿದ್ದ ಅಜ್ಜನ್ನು ಕಂಡು ಟ್ರೆಡ್ ಮಿಲ್ ನಿಲ್ಲಿಸಿ, ಇಳಿದುಬಂದು ಅಜ್ಜನ ಕಣ್ಣೊರೆಸಿ ಏನಾಯಿತು ಅಂತ ಕೇಳಿದ. ಅಜ್ಜನಿಗೆ ಮನಸ್ಸಿನ ತುಂಬಾ ಹಳೆಯ ನೆನಪುಗಳ ವರ್ಷಧಾರೆ. ಸ್ವಲ್ಪ ಹೊತ್ತು ಏನೂ ಮಾತನಾಡದೆ ಸುಮ್ಮನೆ ಕುಳಿತವರು ನಂತರ ಮಾತಿಗೆ ಆರಂಭಿಸಿದರು.

ಈ ಸುಪ್ರೀಂಕೋರ್ಟ್ ಅಂತ ಇದ್ಯಲ್ಲಾ? ಭಾರತದ ನ್ಯಾಯಾಂಗ ವ್ಯವಸ್ಥೆಯಲ್ಲಿ ಇದೇ ಸುಪ್ರೀಂ. ನ್ಯಾಯಧೀಶರ ಸಂಖ್ಯೆ ಹೆಚ್ಚು ಕಡಿಮೆ ಆಗಬಹುದೆ ಹೊರತು, ಭಾರತದಲ್ಲಿ ಮಾನವ ಸಹಜ ವ್ಯಾಜ್ಯ ಮನಸ್ಥಿತಿಯ ಎಲ್ಲರಿಗೂ ನ್ಯಾಯದಾನಕ್ಕೆ ಸುಪ್ರೀಂಕೋರ್ಟ್ ನಂತರ ಯಾವುದೇ ವ್ಯವಸ್ಥೆ ಲಭ್ಯವಿಲ್ಲ ಅಂದರು.

ಚಿರಂಜೀವಿ ಮಧ್ಯದಲ್ಲೇ ತಡೆದ, ಇಲ್ಲ ಅಜ್ಜ, ಸುಪ್ರೀಂಕೋರ್ಟ್ ತೀರ್ಪು ನೀಡಿದ ನಂತರವೂ, ಮರಣದಂಡನೆ ಮರುಪರಿಶೀಲನೆಗೆ ಕ್ಷಮಾದಾನ ಕೇಳೋಕೆ ಅಂತ ರಾಷ್ಟ್ರಪತಿಗಳ ಬಳಿ ಹೋಗಬಹುದು. ಸುಪ್ರೀಂ ಕೋರ್ಟ್ ಅಂತಿಮವಲ್ಲ.

ಚತುರ್ವೇದಿಗಳು ನಕ್ಕರು. ರಾಷ್ಟ್ರಪತಿಗಳು ಮರುಪರಿಶೀಲನೆ ಅಂತ ವಿಚಾರಣೆ ಎಲ್ಲ ಮಾಡೋದಿಲ್ಲ. ಈ ದೇಶದ ಅಂತಸ್ಸತ್ವದಲ್ಲಿ ಕಾಲ ಕಾಲದಿಂದಲೂ ಒಳಗೂಡಿರುವ ಕ್ಷಮಾ ಪರಂಪರೆಯ ನೆಲೆಯಲ್ಲಿ ಅಪರಾಧದ ಗುರುತರತೆ ಮತ್ತು ಅಪರಾಧಿಯ ನಡವಳಿಕೆಗಳ ಆಧಾರದಲ್ಲಿ ಕ್ಷಮೆ ನೀಡುವ ಸಾಧ್ಯತೆ ಬಗ್ಗೆ ಬಂದ ಮನವಿ ಪರಿಶೀಲಿಸ್ತಾರೆ ಅಷ್ಟೇ.

ಈ ದೇಶದಲ್ಲಿ ಪ್ರಜಾಪ್ರಭುತ್ವ ಇದ್ಯಲ್ವಾ, ಇಲ್ಲಿ ಎಲ್ಲರೂ ಸಮಾನರೇ. ಆದರೆ ದಾರಿಹೋಕನೊಬ್ಬ ತಾನೂ ಸಮಾನ ಅಂತ ಹೇಳಿ ನ್ಯಾಯಪೀಠದಲ್ಲಿ ಕುಳಿತು ತೀರ್ಪು ಹೇಳಲಾರ, ವಿಧಾನಸಭೆಯಲ್ಲಿ ಒಳನುಗ್ಗಿ ಶಾಸನ ಮಾಡಲಾರ. ಸಮಾನ ನೆಲೆಯ ಪರ್ಯಾಯ ಅಧಿಕಾರ ಕೇಂದ್ರಗಳನ್ನು ಇಲ್ಲಿನ ವ್ಯವಸ್ಥೆ ರೂಪಿಸಿದೆ.

ಕಾರ್ಯಾಂಗ, ಶಾಸಕಾಂಗ, ನ್ಯಾಯಾಂಗ, ಮತ್ತಿತರ ಸಮಾನ ನೆಲೆಯ ಸ್ವಾಯತ್ತ ಕೇಂದ್ರಗಳನ್ನು ಕಾಲಕಾಲಕ್ಕೆ ರೂಪಿಸುತ್ತ ಬಂದಿದೆ, ಮಾಹಿತಿ ಹಕ್ಕು, ಚುನಾವಣೆ

ಆಯೋಗಗಳು ಇಂತಹವೆ. ಇವೆಲ್ಲಕ್ಕೂ ಕಲಶಪ್ರಾಯವಾಗಿ ರಾಷ್ಟ್ರಪತಿಗಳು ಇರುತ್ತಾರೆ. ಪ್ರಜಾ ಸರ್ಕಾರವು ಅವರ ಹೆಸರಿನಲ್ಲಿ ಬಹುತ್ವದ ಪ್ರಜ್ಞೆ ನೆನಪಿನಲ್ಲಿ ಇಟ್ಟುಕೊಂಡು ಆಡಳಿತ ಮಾಡುತ್ತದೆ.

ರಾಮ–ಭರತಗ ಕಾಲದಲ್ಲಿ ಸಹ ಮಂತ್ರಿಗಣವೇ ನಿಂತು ರಾಜ್ಯ ದೈನಂದಿನ ಆಳ್ವಿಕೆ ನಡೆಸುತ್ತಿತ್ತು. ಅಷ್ಟೇ ಏಕೆ ದಶರಥನ ಕಾಲದಲ್ಲಿ ಅಷ್ಟ ದಿಗ್ಗಜರು ದಶರಥನ ರಾಜ್ಯದಲ್ಲಿ ಯಾವುದೇ ಅನ್ಯಾಯ, ಶತ್ರುಕಾಟ, ಅರಾಜಕತೆ ತಲೆದೋರದಂತೆ ರಾಜ್ಯ ಆಳ್ವಿಕೆ ನಡೆಸುತ್ತಿದ್ದರು.

ಈಗಲೂ ಅಷ್ಟೇ. ನೈತಿಕತೆ ಮೀರಿದ ತಲೆಮಾರಿಗೆ ಕಾನೂನುಗಳ ನಡುವೆ ಕಾಣುವ ಮಿತಿಗಳಲ್ಲೇ ತಪ್ಪಿಸಿ ಹೊರ ನಡೆಯಲು ಯತ್ನಿಸುತ್ತಾರೆ. ಇಲ್ಲವಾದರೆ ಐದುನೂರು ವರ್ಷ ಒಂದು ಜಾಗದ ವ್ಯಾಜ್ಯ ನಡೆಯಬೇಕೆ? ಕಾನೂನನ್ನು ತಮ್ಮ ಅನುಕೂಲಕ್ಕೆ ಬೇಕಂತೆ ವ್ಯಾಖ್ಯಾನಿಸಿ ಜನವರ್ಗದ ನಡುವೆ ಇದನ್ನೊಂದು ಬಿಕ್ಕಟ್ಟನ್ನಾಗಿ ಮಾಡಿದ ಶ್ರೇಯ ಬಹುಪಾಲು ಬುದ್ಧಿವಂತ ತಜ್ಞರದ್ದೇ.

ಜನರ ಮನೆ ಮನದಲ್ಲಿ ನೆಲೆಗೊಂಡಿದ್ದ ರಾಮನನ್ನು ವ್ಯಾಜ್ಯವಾಗಿ ಹೋರಾಟದ ಬಿಂದುವಾಗಿ ರೂಪಿಸಿದ್ದೇ ವ್ಯಾಜ್ಯದ ಮನಸುಗಳು. ಕಾಲಕಾಲಕ್ಕೆ ಸಾಮಾನ್ಯರಿಗೆ ರಾಮ ಎಂದೂ ಅಪಥ್ಯನಾಗಿರಲಿಲ್ಲ. 1500–2000ದ ನಡುವೆ ಸುಮಾರು ಐದು ಶತಮಾನಗಳು ಎಷ್ಟು ತಲೆಮಾರುಗಳ ಶಕ್ತಿ ಇದಕ್ಕಾಗಿ ವಿನಿಯೋಗವಾಗಿದೆ.

ಕಡೆಗೂ ರಾಘವೇಂದ್ರ ಎಂದು ಲೋಕವೆಲ್ಲ ಕೊಂಡಾಡಿದ, ಗಾಂಧೀಜಿಯವರ ಆದರ್ಶವಾಗಿದ್ದ ರಾಮನ ಜನ್ಮಸ್ಥಾನ ಇಂದಿಗೆ ವಿವಾದಾತೀತ. ಎಲ್ಲ ಕಣ್ಣೀರಿಗೆ ಕೊನೆ. ಆ ಕಾರಣಕ್ಕೆ ಇದು ಸಂತಸದಿಂದ ಉಕ್ಕಿದ ಆನಂದ ಭಾಷ್ಪ.

ರಾಘವೇಂದ್ರ ಅಂದರೇನಜ್ಜ ಅಂದ ಮೊಮ್ಮಗ. **'ರಘೂನಾಂ ಇಂದ್ರ ಇತಿ ರಾಘವೇಂದ್ರಃ'**, ರಘು ಕುಲದ ಇಂದ್ರ ಪ್ರಾಯನಾದವ, ರಘು ಕುಲಕ್ಕೆ ತಿಲಕಪ್ರಾಯನಾದವ ರಾಮ ಅಂತ. **ರಾಮೋ ವಿಗ್ರಹವಾನ್ ಧರ್ಮಃ** ಅಂತಾರೆ. ಅಂದರೆ ರಾಮ ಧರ್ಮದ ಮೂರ್ತರೂಪ. ರಾಮ ಎಂದೂ ವಿವಾದಕ್ಕೆ ಎಡೆಯಾಗಬಾರದಿತ್ತು. ಇಂದಾದರೂ ಸುಪ್ರೀಂಕೋರ್ಟ್ ಇದಕ್ಕೆ ಒಂದು ಅಂತಿಮ ತೀರ್ಪು ನೀಡಿದೆ. ಇನ್ನೆಂದೂ ಭಾರತದ ಜನತೆಗೆ ರಾಮ ಅಥವ ರಾಮ ಜಸ್ಮಸ್ಥಾನಗಳಿಗಾಗಿ ಹೋರಾಟ ಮಾಡಬೇಕಾದ ಪ್ರಮೇಯ ಬರುವುದಿಲ್ಲ.

ನನ್ನ ಜೀವಿತಾವಧಿಯಲ್ಲಿ ಇಂತಹುದೊಂದು ಮಂಗಳಾಚರಣ ಆದೀತೆಂದು ನಾನು ಭಾವಿಸಿರಲಿಲ್ಲ. ನೀನು ಹುಟ್ಟುವ ಮುನ್ನ ಸುಮಾರು 1986– 1990ರ ದಶಕಗಲ್ಲಿ ರಾಜಕಾರಣದ ಹಲವು ಆಯಾಮುಗಳು ಇದರ ಒಳಸೇರಿದವು. ತುಷ್ಟೀಕರಣ ರಾಜಕಾರಣದ ಹಲವು ಪ್ರಯತ್ನಗಳು ನಡೆದ ಕಾರಣ ರಾಮಜನ್ಮಸ್ಥಾನದ ವಿವಾದ ರಾಜಕೀಯ ವಿವಾದವೂ ಆಯಿತು.

ನವೆಂಬರ್ 09, 2019 ಎರಡನೆಯ ಶನಿವಾರ, ಸಾಮಾನ್ಯವಾಗಿ ಶನಿವಾರಗಳಂದು ಕಾರ್ಯ ನಿರ್ವಹಿಸದ ಸುಪ್ರೀಂಕೋರ್ಟ್ ಪೀಠ ಅವತ್ತು ಬೆಳಗ್ಗೆ 10.30ಕ್ಕೆ ಮುಖ್ಯ ನ್ಯಾಯಮೂರ್ತಿ ರಂಜನ್ ಗೊಗೊಯ್, ನ್ಯಾ ಶರತ್ ಅರವಿಂದ ಬೊಬ್ಡೆ, ನ್ಯಾ ಡಿ.ವೈ.ಚಂದ್ರಚೂಡ್, ನ್ಯಾಅಶೋಕ ಭೂಷಣ ಮತ್ತು ನ್ಯಾ ಅಬ್ದುಲ್ ನಜೀರ್ ಅವರನ್ನೊಳಗೊಂಡ ಪಂಚ ನ್ಯಾಯಾಧೀಶರ ಪೀಠ ಸರ್ವಾನುಮತದ ತೀರ್ಪು ನೀಡಿತ್ತು.

ಇರಲಿ ಮಂಗಳಕರವಾಗಿ ವಿವಾದ ಪೂರ್ಣಗೊಂಡಿದೆ. ಇನ್ನಾದರೂ ಭಕ್ತರು ಮತ್ತು ರಾಮನ ನಡುವೆ ವಿವಾದಗಳು ತಲೆದೋರದಂತಾಗಲಿ. ವಾಲ್ಮೀಕಿ ರಾಮಾಯಣದ ಕಥೆಯನ್ನು ಇಂದು ಇನ್ನೊಮ್ಮೆ ಓದಬೇಕು ಎಂದು ಚತುರ್ವೇದಿಗಳು ಕುರ್ಚಿಯಿಂದ ಮೇಲೆದ್ದರು. ರಾಮಾಯಣ ಗೂಗಲ್ ಸರ್ಚ್ ಮಾಡಿದರೂ ಸಿಗುತ್ತದೆ ಎನ್ನುತ್ತ ಮೊಮ್ಮಗ ಮತ್ತೆ ಟ್ರೆಡ್‌ಮಿಲ್ ಮೇಲೆರಿ ಓಡಲಾರಂಭಿಸಿದ. ಅಜ್ಜ ವಾಲ್ಮೀಕಿ ರಾಮಾಯಣದ ಪುಟ ತೆರೆಯಲಾರಂಭಿಸಿದರು.

ಹುಲಿಯೂರು ದುರ್ಗದ ಕೆಂಪನಂಜೇಗೌಡರು ಕೈಯ್ಯಲ್ಲಿ ಸಿಹಿ ಡಬ್ಬ ಹಿಡಿದೇ ಬಂದರು. ಬಿಸಿ ಬಿಸಿ ಕಾಫಿ ಹೀರುತ್ತ ಚತುರ್ವೇದಿಗಳ ಜೊತೆ ಮಾತಿಗಾರಂಭಿಸಿದ ಅವರು ಅಂತೂ ನಮ್ಮೂರ ರಾಮೋತ್ಸವದಲ್ಲಿ ಪೂಜೆ ಮಾಡುವ ರಾಮನಿಗೆ ಅವನು ಹುಟ್ಟಿದ ಸ್ಥಳದಲ್ಲಿಯೂ ಪೂಜೆ ಮಾಡುವ ಹಂಗಾಯಿತು ಶಾಸ್ತ್ರಿಗಳೇ. ಭಾಳಾ ಗಲಾಟೆ ಆಗತ್ತೆ ಅಂದುಕೊಂಡಿದ್ವಿ. ಜನರಿಗೂ ಸಂತೋಷವಾಗಿದೆ. ಒಂದಷ್ಟು ಜನ ಹುಳುಕು ಹುಡುಕಿ ಕಾದಾಡುವವರನ್ನು ಬಿಟ್ರೆ, ಗಲಾಟೆ ಅಂತ ಎಲ್ಲೂ ಆಗಲಿಲ್ಲ ನೋಡಿ ಅಂದರು.

ಮೊಮ್ಮಗ ಅಂದ ಹೌದೌದು, ಫೇಸ್ಬುಕ್, ಟ್ವಿಟರಲ್ಲೂ ಬಹಳ ಜಾಸ್ತಿ ಕೆಟ್ಟ ಸಂದೇಶಗಳೇನೂ ಹೋಗಲಿಲ್ಲ. ಪೋಲೀಸ್ ಬಂದೋಬಸ್ತು ಕೂಡ ಬೇಕಿರಲಿಲ್ಲ. ಸುಮ್ಮನೆ 144 ಹಾಕಿದ್ದು ವೇಸ್ಟು. ಈಗೀಗ ಜನ ಇಂತಹ ವಿಷಯಕ್ಕೆಲ್ಲ ಗಲಾಟೆ ಮಾಡುವ ಹಂತ ಮೀರಿದ್ದಾರೆ ಅಂದ.

ನಕ್ಕ ಗೌಡರಿಗೆ ತಮ್ಮ ಊರಿನಲ್ಲಿ ಕಾಲದಿಂದ ನಡೆದು ಬಂದು ಪ್ರೀತಿಯ ಒಡನಾಟ, ರೋಷಾದ್ವೇಷಗಳ ಕದನ ಕಣ್ಣ ಮುಂದೆ ಕಟ್ಟಿ ಬಂದಿತ್ತು. ಕಾಲವನ್ನು ಮೀರಿ ಒಟ್ಟಿಗೆ ಶಾಲೆಯಲ್ಲಿ ಆಡಿ ಬೆಳೆದಿದ್ದ ರಫೀಕು, ಅನ್ವರ್, ರಾಬರ್ಟ್, ತಿಮ್ಮ, ಚಲ್ಲಯ್ಯ, ನಿಂಗಿ, ಗಾಯತ್ರಿ, ರೋಸಿ, ಎಲ್ಲರನ್ನೂ ವೀರಭದ್ರಯ್ಯ ಮೇಷ್ಟ್ರು ಕೂರಿಸಿ ರಘುಪತಿ ರಾಘವ ರಾಜಾರಮ್, ಪತಿತ ಪಾವನ ಸೀತಾರಾಮ್, ಈಶ್ವರ ಅಲ್ಲಾ ತೇರೋ ನಾಮ್ ಭಜನೆ ಹೇಳಿಸುತ್ತಿದ್ದದ್ದು ನೆನಪಾಯಿತು.

ರಾಮನ ಜನನ-ಬಾಲ್ಯ

ಇಕ್ಷ್ವಾಕು ವಂಶಸಂಭೂತ ಅಜನ ಮಗನಾದ ದಶರಥನು ಸರ್ವ ಲೋಕಗಳಲ್ಲಿ ದಾನಶೀಲನೆಂದೂ, ಸತ್ಯಪ್ರತಿಜ್ಞನೆಂದೂ ಪ್ರಸಿದ್ಧನಾಗಿದ್ದನು. ದಶರಥನಿಗೆ ಸಮಾನಬಲದ ಅಥವಾ ಅವನನ್ನು ಜಯಿಸಬಲ್ಲ ಶತ್ರುವು ಯಾರೂ ಇರಲಿಲ್ಲ. ದಶರಥನ ಶೌರ್ಯ ಪರಾಕ್ರಮದಿಂದ ಶತ್ರುಶೇಷವೂ ಉಳಿಯದಂತೆ ನಾಶವಾಗಿತ್ತು. ಸಾಮಂತ ರಾಜರು ಸದಾ ವಿಧೇಯರಾಗಿ ವಿನೀತರಾಗಿದ್ದರು. ಸ್ವರ್ಗವನ್ನು ದೇವೇಂದ್ರನು ಆಳುತ್ತಿರುವಂತೆ ಭೂಲೋಕವನ್ನು ಮೇಲೆ ಹೇಳಿದಂತೆ ಅತುಲ ಪರಾಕ್ರಮಿಯಾದ ದಶರಥನು ಆಳುತ್ತಿದ್ದನು.

ದಶರಥನಿಗೆ ಕೋಸಲ ದೇಶದ ಆಳ್ವಿಕೆ ನಡೆಸಲು ರಾಜಧಾನಿ ಅಯೋಧ್ಯೆಯಲ್ಲಿ ಆಡಳಿತ ಮಂತ್ರಾಲೋಚನೆಯಲ್ಲಿ ಸಮರ್ಥರಾದ, ಎದುರಿನ ವ್ಯಕ್ತಿಗಳ ವಿಚಾರಗಳನ್ನು ಅವರ ಆಂಗಿಕ, ಮುಖಭಾವದಿಂದಲೇ ತಿಳಿಯುವ ಸಾಮರ್ಥ್ಯವುಳ್ಳ ಎಂಟು ಮಂತ್ರಿಗಳಿದ್ದರು. ಧೃಷ್ಟಿ, ಜಯಂತ, ವಿಜಯ, ಸಿದ್ಧಾರ್ಥ, ಅರ್ಥಸಾಧಕ, ಅಶೋಕ, ಮಂತ್ರಪಾಲ ಮತ್ತು ಸುಮಂತ್ರರೇ ಈ ಎಂಟು ಜನ ಅಷ್ಟದಿಗ್ಗಜ ಮಂತ್ರಿ ಮಂಡಲ.

ಅಷ್ಟ ದಿಗ್ಗಜ ಅಮಾತ್ಯರು ಎಲ್ಲ ವಿಷಯಗಳಲ್ಲಿಯೂ ಮಹಾತಜ್ಞರಾಗಿದ್ದುದು ಮಾತ್ರವಲ್ಲದೇ ರಾಜನ ಹಿತರಕ್ಷಣೆಯಲ್ಲಿಯೇ ನಿತ್ಯವೂ ನಿರತರಾಗಿದ್ದರು. ಅವರು ಶುದ್ಧಹಸ್ತರಾಗಿದ್ದರು. ರಾಜದ್ರೋಹ, ಪ್ರಜಾದ್ರೋಹ, ಸ್ವಾರ್ಥ ಅವರ ಮನಸ್ಸಿ ನಲ್ಲಿಯೂ ಸುಳಿಯುತ್ತಿರಲಿಲ್ಲ. ದಂಡನೀತಿಯಲ್ಲಿ ನಿಷ್ಣಾತರು. ಜನರೊಡನೆ ಅತ್ಯಂತ ಪ್ರೀತಿಯಿಂದ ನಡೆದುಕೊಳ್ಳುತ್ತಿದ್ದ ಅವರಿಗೆ ತಮ್ಮ ಸಂಪೂರ್ಣ ರಾಷ್ಟ್ರದ ಮತ್ತು ಗಡಿ ಹಂಚಿಕೊಂಡ ವಿದೇಶಗಳ ಪ್ರತಿಯೊಂದೂ ವಿದ್ಯಮಾನಗಳು ತಿಳಿದಿರುತ್ತಿದ್ದುವು. ದೇಶ-ವಿದೇಶಾಂಗ ವ್ಯವಹಾರಗಳಲ್ಲಿ ವರ್ತಮಾನ ಮತ್ತು ಭವಿಷ್ಯದ ದೃಷ್ಟಿಯ ಬೆಳವಣಿಗೆಗಳು ಸದಾ ಅಂಗೈ ಕನ್ನಡಿಯಷ್ಟೇ ಸ್ಪಷ್ಟ.

ತಮ್ಮ ಆಡಳಿತ ನೀತಿಯ ಪರಿಣಾಮಗಳನ್ನು ಗೂಢಚಾರರ ಮೂಲಕ ನಿರಂತರ ಅಧ್ಯಯನ ಮಾಡುತ್ತಿದ್ದರು. ವಾಣಿಜ್ಯ ವ್ಯವಹಾರಗಳಲ್ಲಿ ಕುಶಲರಾಗಿದ್ದರು. ನೀತಿಶಾಸ್ತ್ರ ಕೋವಿದರು; ವೇದ-ಶಾಸ್ತ್ರ ಪಾರಂಗತರು; ರಾಜಕಾರ್ಯ ಕುಶಲರು; ಕೀರ್ತಿಶಾಲಿಗಳು; ಭಕ್ತಿ-ಶ್ರದ್ಧೆಗಳುಳ್ಳವರು; ಕೊಟ್ಟ ಮಾತಿನಂತೆ ನಡೆಯುವವರು ಆಗಿದ್ದರು. ರಾಜ್ಯದ ಹಿತಕ್ಕೆ ವ್ಯತಿರಿಕ್ತವಾಗಿ ತಮ್ಮ ಮಗನೇ ಅಪರಾಧ ಮಾಡಿರುವನೆಂದು ತಿಳಿದು ಬಂದೊಡನೆ, ತಮ್ಮ ಪುತ್ರನೆಂಬುದನ್ನು ಕೂಡ ಲೆಕ್ಕಿಸದೇ ಶಿಕ್ಷಿಸುತ್ತಿದ್ದರು. ರಾಜಾದಾಯ ಸಂಗ್ರಹಣೆಯಲ್ಲಿ ವಿಚಕ್ಷಣರಾಗಿದ್ದರು. ಸೈನ್ಯದ ಸಂಗ್ರಹಣೆಯಲ್ಲಿಯೂ ಹೆಚ್ಚಿನ ಕ್ಷಮತೆ ಉಳ್ಳವರಾಗಿದ್ದರು.

ಯಾವುದೇ ಒಬ್ಬ ವ್ಯಕ್ತಿ ವೈಯಕ್ತಿಕವಾಗಿ ತಮ್ಮ ಶತ್ರುವಾಗಿದ್ದರೂ ನಿರ್ದೋಷಿ ಆಗಿದ್ದರೆ ಅವನನ್ನು ಯಾವ ಕಾರಣದಿಂದಲೂ ಹಿಂಸಿಸುತ್ತಿರಲಿಲ್ಲ. ಅವರೆಲ್ಲರೂ ಶತ್ರುನಿವಾರಣೆಯಲ್ಲಿ ಸಾಮರ್ಥ್ಯವುಳ್ಳವರೂ, ಶತ್ರುಗಳನ್ನು ಜಯಿಸುವುದರಲ್ಲಿ ಹೆಚ್ಚಿನ ಆಸಕ್ತಿಯುಳ್ಳವರೂ, ನೀತಿಶಾಸ್ತ್ರವನ್ನು ಅಕ್ಷರಶಃ ಪರಿಪಾಲಿಸತಕ್ಕವರೂ, ದೇಶವಾಸಿಗಳಾದ ಶಿಷ್ಟ ಪ್ರಜೆಗಳ ರಕ್ಷಕರೂ ಮತ್ತು ದುಷ್ಟ ಶಿಕ್ಷಕರೂ ಆಗಿದ್ದರು. ಕರ ಸಂಗ್ರಹಣದಲ್ಲಿ ಪ್ರಜೆಗಳನ್ನು ಹಿಂಸಿಸದೇ ಸಂಗ್ರಹಿಸುವ ರಾಜಾದಾಯದಿಂದಲೇ ಬೊಕ್ಕಸವನ್ನು ತುಂಬುತ್ತಿದ್ದರು. ದಶರಥನ ಅಮಾತ್ಯರು ಮೇಲೆ ಹೇಳಿದ ವಿಧಾನದಲ್ಲಿ ರಾಜ್ಯ ಪರಿಪಾಲನೆಯ ಸಮಯದಲ್ಲಿ ಅಯೋಧ್ಯಾ ಪಟ್ಟಣದಲ್ಲಿಯೇ ಆಗಲೀ, ಕೋಸಲ ರಾಜ್ಯ ದಲ್ಲಿಯೇ ಆಗಲಿ, ಅನ್ಯಾಯ ಅಕ್ರಮಗಳಿಗೆ ನೆಲೆ ಇರಲಿಲ್ಲ.

ಕೋಸಲ ರಾಜ್ಯವೂ, ರಾಜಧಾನಿಯಾದ ಅಯೋಧ್ಯಾ ಪಟ್ಟಣವೂ ಸುಖ-ಶಾಂತಿಗಳಿಂದ ತುಂಬಿ ಪ್ರಶಾಂತವಾಗಿದ್ದುವು. ದಶರಥನ ಅಷ್ಟದಿಗ್ಗಜ ಮಂತ್ರಿವರ್ಯರು ನ್ಯಾಯ-ನೀತಿಗಳ ವಿಷಯದಲ್ಲಿ ಹೆಚ್ಚಿನ ತಜ್ಞರಾಗಿದ್ದರು. ನಡೆದು ಹೋದ ವಿಷಯಗಳಲ್ಲಿ ಅವರಿಗಿದ್ದ ಸ್ಮರಣಶಕ್ತಿ, ಮುಂದೆ ನಡೆಯಬಹುದಾದ ವಿಷಯದಲ್ಲಿ ಇದ್ದ ಅಧ್ಯಯನ ಶಕ್ತಿಗಳಿಂದ ದಶರಥನ ಮಂತ್ರಿಗಳು ಜಗತ್ತಿನಾದ್ಯಂತ ವಿಖ್ಯಾತರಾಗಿದ್ದರು.

ಮಹರ್ಷಿಗಳಾದ ವಸಿಷ್ಠ-ವಾಮದೇವರು ಕುಲದ ಮುಖ್ಯ ಪುರೋಹಿತರು. ಮಂತ್ರಜ್ಞರಾದ ಸುಯಜ್ಞ, ಜಾಬಾಲಿ, ಕಾಶ್ಯಪ, ಗೌತಮ, ಮಾರ್ಕಂಡೇಯ, ಕಾತ್ಯಾಯನ ಮೊದಲಾದ ಬ್ರಹ್ಮನಿಷ್ಠರು ದಶರಥನು ಮಾಡುತ್ತಿದ್ದ ಯಜ್ಞ ಕರ್ಮಗಳಿಗೆ ಋತ್ವಿಜರಾಗಿ ಭಾಗವಹಿಸುತ್ತಿದ್ದರು.

ಹನ್ನೆರಡು ವರ್ಷಗಳ ಘೋರಕ್ಷಾಮದಿಂದ ನರಳುತ್ತಿದ್ದ ಅಂಗದೇಶಕ್ಕೆ ಕಾಲಿಟ್ಟೊಡನೆ ಮುಸಲ ವರ್ಷಧಾರೆಯಾಗಿ ಸುಭಿಕ್ಷವು ನೆಲೆಗೊಂಡಿತು. ಸನತ್ಕುಮಾರರ ವಾಣಿಯಂತೆ ಋಷ್ಯಶೃಂಗನನ್ನು ಕರೆತಂದು ಅಂಗ ದೇಶಾಧಿಪತಿ ರೋಮಪಾದನ ಮಗಳು ಶಾಂತೆಯನ್ನು ವಿವಾಹ ಮಾಡಿಕೊಟ್ಟರು

ಒಮ್ಮೆ ಸುಮಂತ್ರನು ವಿಭಾಂಢಕ ಮುನಿಯ ಔರಸಪುತ್ರನಾದ ಋಷ್ಯಶೃಂಗ ಮುನಿಯ ಮಹತ್ವವನ್ನು ತಿಳಿಸಿದ ನಂತರ ರೋಮಪಾದನ ಅರಮನೆಗೆ ತೆರಳಿದ ದಶರಥ ಅವರನ್ನು ತನ್ನ ಅರಮನೆಗೆ ಆಹ್ವಾನಿಸಿದನು. ಅದರಂತೆ ಋಷ್ಯಶೃಂಗರು ಶಾಂತಾದೇವಿಯೊಡನೆ ಅಯೋಧ್ಯೆಗೆ ಬಂದರು.

ಚೈತ್ರ ಶುದ್ಧ ಪೌರ್ಣಿಮೆಯಂದು ಪುತ್ರ ಸಂತಾನಕ್ಕಾಗಿ ಅಶ್ವಮೇಧ ಯಾಗವನ್ನು ಸಂಕಲ್ಪಿಸಿ ದಶರಥನು ವಸಿಷ್ಠರ ಮಾತಿನಂತೆ ಮತ್ತು ಬ್ರಹ್ಮಸ್ಥಾನದಲ್ಲಿದ್ದ ಋಷ್ಯಶೃಂಗನ ಆದೇಶದಂತೆ ಶುಭನಕ್ಷತ್ರ, ಶುಭಯೋಗ, ಶುಭಕರಣ, ಶುಭತಿಥಿಗಳು ಸೇರಿದ ಶುಭದಿನದಲ್ಲಿ ಯಜ್ಞಮಂಟಪಕ್ಕೆ ಹೊರಟನು. ಯಜಮಾನ ಪುರಸ್ಸರರಾಗಿ ಎಲ್ಲರೂ ಯಜ್ಞಮಂಟಪದಲ್ಲಿ ಪ್ರಧಾನ ಋತ್ವಿಜನಾದ ಋಷ್ಯಶೃಂಗನ ನೇತೃತ್ವದಲ್ಲಿ ವಸಿಷ್ಠ ಪ್ರಮುಖರಾದ ಬ್ರಾಹ್ಮಣರು ಆಚಾರ ಮತ್ತು ಶಾಸ್ತ್ರಗಳಿಗೆ ಅನುಗುಣವಾಗಿ ತಮಗೆ

ನೇಮಕವಾಗಿದ್ದ ಕರ್ಮಗಳನ್ನು ಅನುಷ್ಠಾನ ಮಾಡಲು ಉಪಕ್ರಮಿಸಿದರು. ದಶರಥ ಮಹಾರಾಜನೂ ಪತ್ನಿಯರ ಸಮೇತನಾಗಿ, ಯಜ್ಞದೀಕ್ಷಾಬದ್ಧನಾಗಿ ಯಜಮಾನನ ಸ್ಥಾನ ಅಲಂಕರಿಸಿದನು.

ಯಜ್ಞ ಪೂರ್ಣವಾಗುವ ವೇಳೆಯಲ್ಲಿ ಯಜ್ಞಕುಂಡದ ಮಧ್ಯಭಾಗದಿಂದ ಅಮಿತ ತೇಜಸ್ಸಿನಿಂದ ಪ್ರಕಾಶಿಸುತ್ತಿದ್ದ, ಮಹಾಬಲದಿಂದಲೂ-ವೀರ್ಯದಿಂದಲೂ ಸಂಪನ್ನನಾಗಿದ್ದ ಮಹಾಪುರುಷಾಕೃತಿಯು ಉದ್ಭವಿಸಿತು. ಆ ಮಹಾಪುರುಷಾಕೃತಿ ಕಪ್ಪು ಬಣ್ಣದ ದೇಹ, ರಕ್ತವರ್ಣದ ಮುಖ, ಕಂಚಿನ ಕಂಠದ, ಸಿಂಹದ ಕೇಸರದಂತೆ ನೀಳವಾದ ಕೇಶರಾಶಿಯಿದ್ದಿತು. ಶುಭಲಕ್ಷಣಗಳುಳ್ಳ ಅದು ಅನೇಕ ದಿವ್ಯಾಭರಣಗಳನ್ನು ಧರಿಸಿದ್ದ, ಪ್ರಜ್ವಲಿಸುತ್ತಿರುವ ಯಜ್ಞೇಶ್ವರನ ಜ್ವಾಲೆಗೆ ಸದೃಶವಾದ ತೇಜಸ್ಸಿನಿಂದ ಕೂಡಿದ್ದ ಆ ಮಹಾಪುರುಷಾಕೃತಿಯು ಪುಟವಿಟ್ಟ ಚಿನ್ನದ ಕಲಶದಲ್ಲಿ ದಿವ್ಯಪಾಯಸದಿಂದ ಪರಿಪೂರ್ಣವಾಗಿದ್ದ ಪಾತ್ರೆಯನ್ನು ಹಿಡಿದೆತ್ತಿಕೊಂಡು ಆವಿರ್ಭವಿಸಿತು.

ಯಜ್ಞಫಲವನ್ನು ಸ್ವೀಕರಿಸಿದ ದಶರಥನು ದಿವ್ಯಪಾಯಸವನ್ನು ತನ್ನ ಮೂವರು ಪತ್ನಿಯರಿಗೂ ವಿಭಾಗ ಮಾಡಿಕೊಟ್ಟನು. ಹಿರಿಯಳಾದ ಕೌಸಲ್ಯಾದೇವಿಗೆ ಪಾಯಸದ ಅರ್ಧಭಾಗವನ್ನು ಕೊಟ್ಟನು. ಉಳಿದ ಅರ್ಧವನ್ನು ಪುನಃ ಎರಡು ಭಾಗ ಮಾಡಿ ಅದರಲ್ಲಿ ಒಂದು ಭಾಗವನ್ನು ಸುಮಿತ್ರಾದೇವಿಗೆ ಕೊಟ್ಟನು. ಉಳಿದ ಕಾಲುಭಾಗವನ್ನು ಪುನಃ ಎರಡು ಭಾಗ ಮಾಡಿ ಒಂದು ಭಾಗವನ್ನು ಕೈಕೇಯಿಗೆ ಕೊಟ್ಟನು. ಅಮೃತೋಪಮವಾದ ಪಾಯಸದ ಎಂಟನೆಯ ಒಂದು ಭಾಗವು ಪುನಃ ರಾಜನಲ್ಲಿಯೇ ಉಳಿಯಿತು. ಕ್ಷಣಕಾಲ ಯೋಚಿಸಿ ಉಳಿದಿದ್ದ ಎಂಟನೆಯ ಒಂದು ಭಾಗ ಪಾಯಸವನ್ನು ಸುಮಿತ್ರಾದೇವಿಗೇ ಕೊಟ್ಟುಬಿಟ್ಟನು. ಹೀಗೆ ರಾಮ, ಲಕ್ಷ್ಮಣ, ಭರತ, ಶತ್ರುಘ್ನರು ಜನಿಸಿದರು.

ಬಾಲ್ಯದಲ್ಲಿ ಆಟಕ್ಕೆ ಆಗಸದ ಚಂದಿರನೇ ಬೇಕೆಂದು ಹಠ ಮಾಡುತ್ತಿದ್ದ ರಾಮ ಚಂದಿರನಿಗೆ ಕೈಕೇಯಿಯು ತುಂಬಿದ ಹರಿವಾಣದ ನೀರಿನಲ್ಲಿ ಚಂದ್ರಬಿಂಬ ತೋರಿಸಿ ರಮಿಸುತ್ತಿದ್ದಳಂತೆ. ಹೀಗೆ ಹಲವು ಕಥೆಗಳ ವಸ್ತುವಾಗಿ ರಾಮ ತನ್ನ ಸಹೋದರರೊಡನೆ ಬೆಳೆಯುತ್ತ ಸಾಗಿದ. ಯುಕ್ತ ವಯಸ್ಸಿಗೆ ಬಂದೊಡನೆ ಅವರ ವಿದ್ಯಾಭ್ಯಾಸಕ್ಕಾಗಿ ಗುರುಕುಲಕ್ಕೆ ಕಳಿಸಿಕೊಡಲಾಯಿತು.

ಸೀತಾ ಕಲ್ಯಾಣ

ಅದೇ ತಾನೇ ಗುರುಕುಲದಿಂದ ವಿದ್ಯಾಭ್ಯಾಸ ಮುಗಿಸಿ ಅಯೋಧ್ಯೆಯ ಅರಮನೆಗೆ ಮರಳಿದ್ದ ರಾಜಕುವರರನ್ನು ಕಂಡು ತಾಯಂದಿರ ಮಡಿಲ ಹಿಗ್ಗಿನ ಮೊಗ್ಗು ಅರಳಿ ನಿಂತಿತ್ತು. ರಾಮ ಲಕ್ಷ್ಮಣರು, ಭರತ ಶತ್ರುಘ್ನರು ಅರಮನೆ ತಲುಪಿದ್ದೇ ತಡ ಕೌಸಲ್ಯೆ, ಸುಮಿತ್ರೆ, ಕೈಕೇಯಿಯರು ಅರಮನೆಯ ಮಹಾದ್ವಾರದಲ್ಲೇ ಎದುರುಗೊಂಡು ಕುಶಲ ವಿಚಾರಿಸಿದರು.

ಅರಮನೆಗೆ ಬಂದು ಗುರು ವಸಿಷ್ಠರಿಗೆ ನಮಿಸಿ, ಮಹಾರಾಜ ದಶರಥರ ಆಶೀರ್ವಾದ ಪಡೆದು ತಾಯಂದಿರ ಮಡಿಲ ಮಕ್ಕಳಾಗಿ ತಮ್ಮ ಗುರುಕುಲದ ಅನುಭವ ಕಥನಗಳನ್ನು ತಿಳಿಸುವಾಗಲೇ ದಿನಗಳು ಉರುಳಿದ್ದವು. ಮಕ್ಕಳ ಒಡನಾಟದಲ್ಲಿ ರಾಜಕಾರಣದ ಒತ್ತಡ ಮರೆತಿದ್ದ ದಶರಥ ಅತ್ಯಂತ ಸಂತಸದಿಂದ ರಾಜ್ಯ ಆಡಳಿತದಲ್ಲಿ ತೊಡಗಿದ್ದನು.

ವಿಶ್ವಾಮಿತ್ರರು ದಶರಥನ ಆಸ್ಥಾನಕ್ಕೆ ಬಂದು ಪುಲಸ್ತ್ಯ ವಂಶದಲ್ಲಿ ಹುಟ್ಟಿರುವ ರಾವಣನೆಂಬ ರಾಕ್ಷಸನು ಬ್ರಹ್ಮನಿಂದ ವರವನ್ನು ಪಡೆದು ಮೂರು ಲೋಕಗಳನ್ನೂ ಹಿಂಸಿಸುತ್ತಿದ್ದಾನೆ. ಅವನು ಮಹಾಪರಾಕ್ರಮಿ, ಅಲ್ಲದೆ ಅಪಾರವಾದ ಸೇನಾಬಲದಿಂದ ಕೂಡಿದ್ದಾನೆ. ಅನೇಕ ಬಲಿಷ್ಠರಾದ ರಾಕ್ಷಸರು ಸಹ ಅವನ ಅನುಯಾಯಿಗಳಾಗಿದ್ದಾರೆ. ಅವನು ವಿಶ್ರಥಸ್ ಮುನಿಯ ಮಗ. ಕುಬೇರನ ತಮ್ಮ. ಅವರ ಬೆಂಬಲಿಗರಾದ ಮಾರೀಚ, ಸುಬಾಹು ಎಂಬ ರಕ್ಕಸರು ಯಾಗ-ಯಜ್ಞ, ಧರ್ಮ ಕಾರ್ಯಗಳಿಗೆ ತೊಂದರೆ ಉಂಟುಮಾಡುತ್ತಿದ್ದಾರೆ. ಅವರ ಸಂಹಾರಕ್ಕಾಗಿ ರಾಮ ಲಕ್ಷ್ಮಣರನ್ನು ತಮ್ಮೊಡನೆ ಕಳುಹಿಸಿ ಕೊಡಬೇಕೆಂದು ಕೇಳಲು ಪುತ್ರ ವಿರಹದಿಂದ ಬಳಲಿಚ್ಚಿಸದ ಮತ್ತು ರಕ್ಕಸ ಸಂಹಾರಕ್ಕೆ ಮಕ್ಕಳನ್ನು ಕಳುಹಿಸಲು ಬೆದರಿದ ದಶರಥ ತಾನೇ ಸೇನೆಯೊಡನೆ ಬರುವುದಾಗಿ ತಿಳಿಸಿದನು.

ಆದರೆ ಯಾವುದೇ ಮಾತಿಗೂ ಬಗ್ಗದ ಕೋಪಾವಿಷ್ಟರಾದ ವಿಶ್ವಾಮಿತ್ರರ ಮಾತಿಗೆ ಎದುರಾಡಲಾಗದೆ ಗುರು ವಸಿಷ್ಠರ ಸಲಹೆಯ ಮೇರೆಗೆ ರಾಮ ಲಕ್ಷ್ಮಣರನ್ನು ಅವರ ಜೊತೆಗೆ ಕಳುಹಿಸಿಕೊಡಲು ಒಲ್ಲದ ಮನಸ್ಸಿನಿಂದ ಒಪ್ಪಿದನು. ಅಲ್ಲಿಂದ ರಾಮ ಲಕ್ಷ್ಮಣರನ್ನು ಕರೆತಂದ ವಿಶ್ವಾಮಿತ್ರರು ಸರಯೂ ನದಿಯ ದಂಡೆಯ ಮೇಲೆ ಕರೆತಂದರು.

ಸರಯೂ ನದಿಯ ಮೂಲವನ್ನು ವಿವರಿಸಿದರು. ಚತುರ್ಮುಖ ಬ್ರಹ್ಮ ತನ್ನ ಮನಸ್ಸಂಕಲ್ಪದಿಂದ ಮಾನಸ ಸರೋವರವನ್ನು ಸೃಷ್ಟಿಸಿದನು. ಆ ತರುವಾಯ ಮಾನಸ ಸರೋವರಕ್ಕೆ ಪ್ರವಾಹ ಬಂದು ಹರಿಯಲಾರಂಭಿಸಿದ ನದಿಯೇ ಸರಯೂನದಿ. ಎಂದು ತಿಳಿಸಿದರು.

ಬಲಾ ಮತ್ತು ಅತಿಬಲಾ ಮಹಾವಿದ್ಯೆಗಳ ಸಿದ್ಧಿಯ ಮೂಲಮಂತ್ರವನ್ನು ವಿಶ್ವಾಮಿತ್ರರು ರಾಮನಿಗೆ ಬೋಧಿಸಿದರು. ಬಲಾ ಮತ್ತು ಅತಿಬಲಾ ಸಿದ್ಧಿಯಿಂದ ಎಷ್ಟೇ ನಡೆದರೂ, ಎಷ್ಟೇ ಯುದ್ಧ ಮಾಡಿದರೂ ಶ್ರಮವಾಗುವುದಿಲ್ಲ. ಜ್ವರವೇ ಮೊದಲಾದ ಉಪದ್ರವಗಳೊಂದೂ ಹತ್ತಿರ ಕೂಡ ಸುಳಿಯಲಾರವು. ಈ ವಿದ್ಯೆಗಳುಳ್ಳ ಮನುಷ್ಯನು ಯಾವಾಗಲೂ ಕಾಂತಿಹೀನನಾಗುವುದಿಲ್ಲ. ಮಲಗಿರಲಿ, ಅನ್ಯಮನಸ್ಕನಾಗಿರಲಿ, ರಾಕ್ಷಸರು ಅವನನ್ನು ಪರಾಭವಗೊಳಿಸಲಾರರು. ಈ ಎರಡು ವಿದ್ಯೆಗಳನ್ನೂ ಸಾಧಿಸಿಕೊಂಡವನ ಬಾಹುಬಲವು ಪೃಥ್ವಿಯಲ್ಲಿಯೇ ಬೇರಾರಿಗೂ ಇರುವುದಿಲ್ಲ. ಸೌಭಾಗ್ಯದಲ್ಲಿ, ಸಾಮರ್ಥ್ಯ ದಲ್ಲಿ, ಐಹಿಕಾ ಮುಷ್ಮಿಕಜ್ಞಾನದಲ್ಲಿ, ಬುದ್ಧಿಶಕ್ತಿಯಲ್ಲಿ ಮತ್ತು ವಾದ-ವಿವಾದಗಳು ಉಂಟಾದಾಗ ಪ್ರತ್ಯುತ್ತರ ಕೊಡುವುದರಲ್ಲಿ ಈ ವಿದ್ಯೆಯ ಸಾಧಕರ ಸಮಾನರು ಈ ತ್ರಿಭುವನದಲ್ಲಿಯೇ ಯಾರೂ ಇರುವುದಿಲ್ಲ. ಈ ಬಲಾ ಮತ್ತು ಅತಿಬಲಾವಿದ್ಯೆಗಳು ಸಕಲಜ್ಞಾನಗಳಿಗೂ ತಾಯಿಯಂತಿವೆ. ಇವು ನಿನಗೆ ದೊರೆತರೆ ನಿನ್ನ ಸಮಾನರೇ ಯಾರೂ ಇರುವುದಿಲ್ಲ. ಇಷ್ಟು ಮಾತ್ರವಲ್ಲ. ಈ ಎರಡು ಮಹಾವಿದ್ಯೆಗಳ ಸಿದ್ಧಿಯಿಂದ ಹಸಿವು-ಬಾಯಾರಿಕೆ ಉಂಟಾಗುವುದಿಲ್ಲ.

ನಂತರ ಅವರು ಮುನ್ನಡೆದು ಸರಯೂ ಮತ್ತು ಗಂಗಾ ನದಿಗಳ ಮಧ್ಯ ಭಾಗದಲ್ಲಿರುವ ಅಂಗದೇಶಕ್ಕೆ ಸಾಗಿದರು. ಆ ಪ್ರದೇಶದಲ್ಲಿ ಮಹಾದೇವ ತಪಸ್ಸನ್ನು ಆಚರಿಸುತ್ತಿದ್ದನು. ಆಗ ತಪೋಭಂಗ ಮಾಡಿದ ಮನ್ಮಥನು ಫಾಲನೇತ್ರ ಜ್ವಾಲೆಗೆ ಬೂದಿಯಾಗಿ ಅಂಗಗಳನ್ನು ಕಳೆದುಕೊಂಡು ಅನಂಗನಾದ ದೇಶವೇ ಅಂಗದೇಶ. ಅಲ್ಲಿ ಸ್ಥಾಣು ಆಶ್ರಮದಲ್ಲಿ ನೆಲೆ ನಿಂತು ಸ್ನಾನಾಹ್ನಿಕಗಳನ್ನು ಪೂರೈಸಿ ಮುನ್ನಡೆಯುವಾಗ ಭೋರ್ಗರೆವ ನದಿ ಕಂಡಿತು. ಅದು ಗಂಗೆ ಮತ್ತು ಸರಯೂ ಸಂಗಮವೆಂದು ಎರಡೂ ನದಿಗೆ ನಮಸ್ಕರಿಸಿದರು.

ನಂತರ ನಿಬಿಡ ಅರಣ್ಯ ಪ್ರವೇಶ ಮಾಡಿದರು. ವಿಶ್ವಾಮಿತ್ರರು ಈ ಅರಣ್ಯ ಪ್ರದೇಶವು ಹಿಂದೆ ವೃತ್ರಾಸುರ ವಧೆಯಿಂದ ಬ್ರಹ್ಮಹತ್ಯಾ ದೋಷ ಬಾಧಿತನಾಗಿದ್ದ ಇಂದ್ರನಿಗೆ ತಪೋಧನರಾದ ಮಹರ್ಷಿಗಳು ಗಂಗೆಯೇ ಮೊದಲಾದ ಸರ್ವತೀರ್ಥಗಳಿಂದ ತರಲ್ಪಟ್ಟ ಕಲಶೋದಕಗಳಿಂದ ಅಭಿಷೇಕ ಮಾಡಿ ಅವನಿಗೆ ಬಂದಿದ್ದ ಪಾಪವನ್ನು ಕಳೆದರು.

ತನ್ನ ಶರೀರದ ಮಲವನ್ನೂ ಮತ್ತು ಹಸಿವನ್ನೂ ಈ ಪ್ರದೇಶವು ಧಾರಣೆ ಮಾಡಿರುವುದರಿಂದ ಮುಂದೆ ಈ ಪ್ರದೇಶವು ಜನನಿಬಿಡವಾಗಿ ಮತ್ತು ಧನ-ಧಾನ್ಯಸಮೃದ್ಧವಾಗಿ 'ಮಲದ' ಮತ್ತು 'ಕರೂಷ' ಎಂಬ ಅಭಿಧಾನದಿಂದಲೇ ಪ್ರಸಿದ್ಧವಾಗಲಿ. ಎಂದು ಇಂದ್ರನು ವರವನ್ನಿತ್ತನು. ಕೆಲ ಕಾಲಾನಂತರ ಅಲ್ಲಿಗೆ ಸುಂದನೆಂಬ ರಕ್ಕಸನ ಹೆಂಡತಿ, ಸಾವಿರ ಆನೆಗಳ ಬಲವುಳ್ಳ ತಾಟಕಾ ಎಂಬ ರಕ್ಕಸಿ ಮತ್ತು ಅವಳ ಮಗ ಮಾರೀಚ ಇಲ್ಲಿ ನೆಲೆಗೊಂಡರು. ಈ ಸಂಪದ್ಭರಿತ ಪಟ್ಟಣವನ್ನು ಕಾಡಾಗಿಸಿ ವನವನ್ನು ದಾರುಣಸ್ಥಿತಿಗೆ ತಂದಿರಿಸಿದ್ದಾಳೆ. ಸುಕೇತು ಎಂಬ ಯಕ್ಷ ತಪಗೈದು ತಾಟಕಾ ಎಂಬ ಯಕ್ಷ ಕನ್ಯೆಯನ್ನು ಮಗಳಾಗಿ ಪಡೆದನು. ನಂತರ ತಾಟಕಾ ಸುಂದನಿಗೆ ಮದುವೆ

ಆಗಿ ಮಾರೀಚನೆಂಬ ಮಗನನ್ನು ಪಡೆದಳು. ವನದಲ್ಲಿ ಅಗಸ್ತ್ಯರನ್ನು ಕೆಣಕಿ ಅವರ ಶಾಪದಿಂದ ಸುಂದನು ಸತ್ತ. ಅವರನ್ನು ಕಾಡಿದ ತಾಟಕಾ ಅಗಸ್ತ್ಯರ ಶಾಪದಿಂದ ನರಭಕ್ಷಕಿಯಾಗಿ, ಮಾರೀಚ ರಕ್ಕಸನಾಗಿ ಬದುಕುತ್ತಿದ್ದಾರೆ.

ಅಗಸ್ತ್ಯರ ಮೇಲಿನ ಕೋಪದಿಂದ ಮಲದ ಕರೂಷದೇಶಗಳನ್ನು ನಾಶ ಮಾಡುತ್ತಿದ್ದಾಳೆ. ಅವಳು ಧರ್ಮಬಾಹಿರಳಾಗಿದ್ದಾಳೆ. ಇಂತಹ ಧರ್ಮಭ್ರಷ್ಟಳನ್ನು ಕೂಡಲೇ ಸಂಹರಿಸು. ದುಷ್ಟಸ್ತ್ರೀಯನ್ನು ವಧೆ ಮಾಡುವುದರಲ್ಲಿ ನೀನು ಮೊದಲನೆ ಯವನೂ ಆಗುವುದಿಲ್ಲ. ಸ್ತ್ರೀಯು ದುಷ್ಟಳಾದರೆ ಅವಳನ್ನು ವಧೆ ಮಾಡುವ ಶಿಷ್ಟಾಚಾರವೂ ಇದೆ ಎಂದು ತಿಳಿಸಿ ತಾಟಕಿಯನ್ನು ಸಂಹರಿಸಲು ರಾಮನಿಗೆ ನಿರ್ದೇಶಿಸುತ್ತಾರೆ. ಅದರಂಥೆ ತಾಟಕಾ ಸಂಹಾರ ಮಾಡಿ, ಆ ರಾತ್ರಿ ಅಲ್ಲೇ ನೆಲೆ ನಿಂತುರು

ರಾಮನಿಗೆ ಶಸ್ತ್ರ ವಿದ್ಯೆ ಬೋಧನೆ

ಮರುದಿನ ಬೆಳಗ್ಗೆ ವಿಶ್ವಾಮಿತ್ರರು ರಾಮನಿಗೆ ದಿವ್ಯವಾದ ಮಹಾದಂಡಚಕ್ರ, ಧರ್ಮಚಕ್ರ, ಕಾಲಚಕ್ರ, ವಿಷ್ಣುಚಕ್ರ, ಅತ್ಯುಗ್ರವಾದ ಇಂದ್ರಚಕ್ರ, ವಜ್ರಾಯುಧ, ಶಿವನ ಶೂಲಾಯುಧ, ಬ್ರಹ್ಮಶಿರ, ಐಷೀಕ, ಬ್ರಹ್ಮಾಸ್ತ್ರವನ್ನೂ, ಮೋದಕೀ, ಶಿಖರೀ ಎಂಬ ಎರಡು ಗದೆಗಳನ್ನೂ ನೀಡಿದ್ದಲ್ಲದೆ ಧರ್ಮಪಾಶ, ಕಾಲಪಾಶ, ವರುಣನ ಪಾಶಾಯುಧಗಳನ್ನೂ ಉಪದೇಶಿಸಿದರು. ಮುಂದುವರೆದು ಶಿವನ ಪೈನಾಕಾಸ್ತ್ರವನ್ನೂ, ನಾರಾಯಣಾಸ್ತ್ರವನ್ನೂ, ಶಿಖರವೆಂಬ ಆಗ್ನೇಯಾಸ್ತ್ರ, ಪ್ರಥನವೆಂಬ ವಾಯವ್ಯಾಸ್ತ್ರ, ಹಯಶಿರ, ಕ್ರೌಂಚ, ವಿಷ್ಣುಶಕ್ತಿ ಮತ್ತು ರುದ್ರಶಕ್ತಿ ಎಂಬ ಎರಡು ಶಕ್ತ್ಯಾಯುಧಗಳು, ಕಂಕಾಲ, ಮುಸಲ, ಕಾಪಾಲ, ಕಂಕಣ ಇವೇ ಮೊದಲಾದ ರಾಕ್ಷಸರಲ್ಲಿರುವ ಅಸ್ತ್ರಗಳು, ಮಹಾಸ್ತ್ರವಾದ ವೈದ್ಯಾಧರ, ನಂದನವೆಂಬ ಅಸಿರತ್ನ, ಪ್ರಸ್ವಾಪನ–ಪ್ರಶಮನಗಳೆಂಬ ಗಂಧರ್ವರಿಗೆ ಅತಿಪ್ರಿಯವಾದ ಅಸ್ತ್ರಗಳು, ಸೌಮ್ಯ, ಮರ್ಷಣ, ಶೋಷಣ, ಸಂತಾಪನ, ವಿಲಾಪನಗಳೆಂಬ ಅಸ್ತ್ರಗಳೂ, ಕಂದರ್ಪನಿಗೆ ಪ್ರಿಯವಾದ ಮದನಾಸ್ತ್ರ, ಮೋಹನವೆಂಬ ಹೆಸರಿನ ಪೈಶಾಚಾಸ್ತ್ರ, ಎದುರಾಳಿಯ ತೇಜಸ್ಸನ್ನು ಅಪಹರಿಸುವ ತೇಜಃಪ್ರಭವೆಂಬ ಹೆಸರಿನ ಮಹಾಸ್ತ್ರ, ಶಿಶಿರವೆಂಬ ಹೆಸರಿನ ಸೋಮಾಸ್ತ್ರ, ತಾಮಸ, ಸೌಮನ, ಸಂವರ್ತ, ದುಸ್ಸಹವಾದ ಮೌಸಲ, ಸತ್ಯಾಸ್ತ್ರ, ಮಾಯಾಧರ, ದಾರುಣವಾದ ತ್ವಾಷ್ಟ ಎಂಂಬ ಅಸ್ತ್ರ, ಭಗದೇವತಾತ್ಮಕ ವಾದ ಶೀತೇಷುವೆಂಬ ಅಸ್ತ್ರ, ಮಾನವಾಸ್ತ್ರಗಳೆಲ್ಲವನ್ನೂ ವಿಶ್ವಾಮಿತ್ರರು ಲೋಕ ರ್ಷಣೆಗಾಗಿ ರಾಮಚಂದಿರನಿಗೆ ನೀಡಿದರು. ಹೀಗೆ ಲೋಕ ಕಲ್ಯಾಣದ ಸಂಕಲ್ಪದಿಂದ ರಾಮಚಂದ್ರನನ್ನು ವಿಶ್ವಾಮಿತ್ರರು ಶಸ್ತ್ರ ಸನ್ನದ್ಧಗೊಳಿಸಿದರು.

ನಂತರ ವಿಶಾಲಾನಗರಕ್ಕೆ ಆಗಮಿಸಿದ ರಾಮ ಲಕ್ಷ್ಮಣರು, ಗೌತಮರ ಆಶ್ರಮಕ್ಕೆ ಭೇಟಿ ನೀಡಿದರು. ಅಲ್ಲಿ ರಾಮದರ್ಶನದಿಂದ ಮನಸು ಕಲ್ಲಾಗಿದ್ದ ಅಹಲ್ಯೆಗೆ ಮರಳಿ ಮೃದುವಾದಳು. ಗೌತಮರು ಅಹಲ್ಯೆಯನ್ನು ಮರಳಿ ಸ್ವೀಕರಿಸಿದರು. ಅವರ ಆತಿಥ್ಯ ಸ್ವೀಕರಿಸಿ ಹೊರಟರು. ಅಲ್ಲಿಂದ ಮಿಥಿಲಾನಗರಕ್ಕೆ ಪ್ರವೇಶಿಸಿದರು.

ಮಿಥಿಲೆಯಲ್ಲಿ ಬೇರೆಲ್ಲ ರಾಜರು ಎತ್ತಲೂ ಅಶಕ್ತವಾಗಿದ್ದ ಎಂಟು ಚಕ್ರಗಳ

ರಥದ ಮೇಲೆ ತಂದ ಶಿವಧನಸ್ಸನ್ನು ಎತ್ತಿ ಹೆದೆಯೇರಿಸಿ, ಬಾಣ ಹೂಡುವ ಪಂಥದಲ್ಲಿ ವಿಶ್ವಾಮಿತ್ರರ ಸೂಚನೆಯಂತೆ ರಾಮಚಂದ್ರ ಲೀಲಾಜಾಲವಾಗಿ ಬಿಲ್ಲನ್ನೆತ್ತಿ ಹೆದೆಯೇರಿಸಲು ಹೊರಡುವಾಗಲೇ ಬಿಲ್ಲು ಮುರಿದು ಬಿದ್ದಿತ್ತು. ವೀರ್ಯಶುಲ್ಕಳಾದ ಸೀತೆ ರಾಮನನ್ನು ವರಿಸುವುದಾಗಿ ಜನಕನು ನಿಶ್ಚಯಿಸಿದನು. ಅದರಂತೆ ದಶರಥನಿಗೆ ಆಹ್ವಾನ ಕಳುಹಿಸಲಾಯಿತು. ದಶರಥನು ಕುಟುಂಬ ಸಮೇತ ಮಿಥಿಲೆಗೆ ಆಗಮಿಸಿದನು. ಆಗ ಪರಸ್ಪರ ಭೇಟಿ ಸಂದರ್ಭದಲ್ಲಿ ಸೀತಾ ಕಲ್ಯಾಣದ ಸಲುವಾಗಿ ಪರಸ್ಪರರನ್ನು ಗುರು ಹಿರಿಯರ ಸಮಕ್ಷಮ ಭೇಟಿ ಮಾಡಿದ ದಶರಥ-ಜನಕರು ತಮ್ಮ ವಂಶಾವಳಿಯನ್ನು ಪರಿಚಯಿಸಿಕೊಳ್ಳುವ ಸಲುವಾಗಿ ಮೊದಲಿಗೆ ದಶರಥನ ಕುಲ ಪುರೋಹಿತರಾದ ವಸಿಷ್ಠರು ದಶರಥನ ವಂಶಾವಳಿಯನ್ನು ಯಥಾಕ್ರಮವಾಗಿ ಶತಾನಂದರೊಡನೆ ಕುಳಿತಿದ್ದ ಜನಕ ರಾಜನಿಗೆ ಹೇಳಿದರು

ದಶರಥನ ವಂಶಾವಳಿ

ಪರಬ್ರಹ್ಮನು ಜನ್ಮ-ಮೃತ್ಯು-ಜರಾರಹಿತನು. ಅವನು ಶಾಶ್ವತನೂ, ನಿತ್ಯನೂ, ಅಕ್ಷಯನೂ ಆಗಿದ್ದಾನೆ. ಅಂತಹ ತತ್ತ್ವಮಯನಾದ ಬ್ರಹ್ಮನಿಂದ ಮರೀಚಿಯು ಹುಟ್ಟಿದನು. ಕಶ್ಯಪನ ಮರೀಚಿಯ ಮಗ. ಕಶ್ಯಪನಿಂದ ವಿವಸ್ವಂತನು ಹುಟ್ಟಿದನು. ಮನುವು ವಿವಸ್ವಂತನ ಮಗ. ಮನುವು ಪ್ರಜಾಪತಿಯೂ ಆಗಿದ್ದನು.

ಮನುಪ್ರಜಾಪತಿಗೆ ಇಕ್ಷ್ವಾಕುವೆಂಬ ಮಗನು ಹುಟ್ಟಿದನು. ಆ ಇಕ್ಷ್ವಾಕುವೇ ಅಯೋಧ್ಯೆಗೆ ಮೊದಲನೆಯ ರಾಜನಾಗಿದ್ದನು. ಕುಕ್ಷಿಯೆಂಬ ಮಗನು ಇಕ್ಷ್ವಾಕುವಿಗೆ ಹುಟ್ಟಿದನು. ವಿಕುಕ್ಷಿಯು ಕುಕ್ಷಿಯ ಮಗ. ವಿಕುಕ್ಷಿಗೆ ಬಾಣನೆಂಬ ಮಗನು ಹುಟ್ಟಿದನು. ಅನರಣ್ಯನು ಬಾಣ ರಾಜನ ಮಗನು. ಅನರಣ್ಯನಿಗೆ ಪೃಥುವೆಂಬ ಮಗನು ಹುಟ್ಟಿದನು. ತ್ರಿಶಂಕುವು ಪೃಥುವಿನ ಮಗ. ತ್ರಿಶಂಕುವಿಗೆ ದುಂಧುಮಾರನೆಂಬ ಮಗನು ಹುಟ್ಟಿದನು. ಯುವನಾಶ್ವನು ದುಂಧುಮಾರನ ಮಗ. ಪೃಥಿವೀವಲ್ಲಭ ಮಾಂಧಾತನು ಯುವನಾಶ್ವನ ಮಗ. ಮಾಂಧಾತನಿಗೆ ಸುಸಂಧಿ ಎಂಬ ಮಗ ಹುಟ್ಟಿದನು.

ಸುಸಂಧಿಗೆ ಧ್ರುವಸಂಧಿ, ಪ್ರಸೇನಜಿತ ಎಂಬ ಇಬ್ಬರು ಮಕ್ಕಳು ಹುಟ್ಟಿದರು. ಧ್ರುವಸಂಧಿಗೆ ಭರತನೆಂಬ ಮಗನು ಹುಟ್ಟಿದನು. ಭರತನಿಗೆ ಅಸಿತನೆಂಬ ಮಹಾತೇಜಸ್ವಿಯಾದ ಮಗನು ಹುಟ್ಟಿದನು. ಅಸಿತನಿಗೆ ಸಗರನೆಂಬ ಮಗನು ಹುಟ್ಟಿದನು. ಸಗರನಿಗೆ ಅಸಮಂಜನೆಂಬ ಮಗನು ಹುಟ್ಟಿದನು. ಅಸಮಂಜನ ಮಗನ ಹೆಸರು ಅಂಶುಮಂತ. ಅಂಶುಮಂತನ ಮಗ ದಿಲೀಪ. ದಿಲೀಪನ ಮಗ ಸುಪ್ರಸಿದ್ಧನಾದ ಭಗೀರಥ. ಭಗೀರಥನಿಗೆ ಕಕುತ್ಸ್ಥ ಎಂಬ ಮಗನು ಹುಟ್ಟಿದನು. ಕಕುತ್ಥನ ಮಗ ರಘು ಎಂಬುವನು.

ರಘುವಿಗೆ ಪ್ರವೃದ್ಧನೆಂಬ ಮಗನು ಹುಟ್ಟಿದನು. ಆದರೆ ಮುಂದೆ ಅವನು ವಸಿಷ್ಠರ ಶಾಪದಿಂದ ಕಲ್ಮಾಷ ಪಾದನೆಂದು ಹೆಸರು ಹೊಂದಿ ನರಮಾಂಸ ಭಕ್ಷಕನಾದನು. ಪ್ರವೃದ್ಧನ್ನಿಗೆ ಶಂಖಣನೆಂಬ ಮಗನು ಹುಟ್ಟಿದನು. ಸುದರ್ಶನನು ಶಂಖಣನ ಮಗ.

ಸುದರ್ಶನನ ಮಗ ಅಗ್ನಿವರ್ಣನೆಂಬುವನು. ಅಗ್ನಿವರ್ಣನ ಮಗ ಶೀಘ್ರಗ. ಶೀಘ್ರಗನ ಮಗ ಮರು ಎಂಬುವನು. ಪ್ರಶು ಶ್ರುಕನೆಂಬುವನು ಮರುವಿನ ಮಗ. ಪ್ರಶುಶ್ರುಕನ ಮಗನೇ ಅಂಬರೀಷನು. ನಹುಷನು ಅಂಬರೀಷನ ಮಗ. ಮಹೀಪತಿಯಾದ ನಹುಷನ ಮಗ ಯಯಾತಿ. ನಾಭಾಗನು ಯಯಾತಿಯ ಮಗ. ನಾಭಾಗನಿಗೆ ಅಜನೆಂಬ ಮಗನು ಹುಟ್ಟಿದನು. ಅಜನೇ ಈ ದಶರಥರಾಜನ ತಂದೆ. ರಾಮ– ಲಕ್ಷ್ಮಣ, ಭರತ–ಶತ್ರುಘ್ನರು ದಶರಥನ ಮಕ್ಕಳು.

ಈ ವಂಶದಲ್ಲಿ ಬಂದ ಕೆಲವು ಮಹನೀಯರ ಬದುಕು ಸಾಧನೆಗಳ ಹಿರಿಮೆ ಬಲು ದೊಡ್ಡದು.

ಅಸಿತರಾಜನಿಗೆ ಹೈಹಯರು, ತಾಲಜಂಘರು, ಶಶಿಬಿಂದುಗಳು ಇವರೆಲ್ಲರೂ ಒಟ್ಟಾಗಿ ಶತ್ರುಗಳಾದರು. ಅಸಿತನು ಅವರೊಡನೆ ಯುದ್ಧದಲ್ಲಿ ಸೋತು ದೇಶಭ್ರಷ್ಟನಾದನು. ಅಳಿದುಳಿದಿದ್ದ ಅಲ್ಪಬಲದೊಡನೆ ಮತ್ತು ತನ್ನ ಇಬ್ಬರು ಹೆಂಡತಿಯರೊಡನೆ ಅಸಿತನು ಹಿಮವತ್ಪರ್ವತಕ್ಕೆ ಹೋಗಿ ಸ್ವಲ್ಪ ಕಾಲದಲ್ಲಿಯೇ ಅವಸಾನ ಹೊಂದಿದನು. ಅವನು ಮರಣ ಹೊಂದುವ ವೇಳೆಗೆ ಅವನ ಇಬ್ಬರು ಹೆಂಡತಿಯರೂ ಗರ್ಭವತಿಯರಾಗಿದ್ದರು. ಅವರಲ್ಲೊಬ್ಬಳು ತನ್ನ ಸವತಿಯ ಗರ್ಭವನ್ನು ನಾಶ ಮಾಡಲು ಸವತಿಗೆ ವಿಷಪೂರಿತವಾದ ಆಹಾರವನ್ನಿತ್ತಳು.

ಅದೇ ಸಮಯದಲ್ಲಿ ಭೃಗುವಂಶ ಸಂಭೂತನಾದ ಚ್ಯವನ ಮಹರ್ಷಿಯು ಆ ರಮ್ಯವಾದ ಹಿಮವತ್ಪರ್ವತದ ಶಿಖರದಲ್ಲಿ ತಪಸ್ಸನ್ನು ಮಾಡುತ್ತಿದ್ದನು. ವಿಷಾಹಾರವನ್ನು ಭಕ್ಷಿಸಿದ ಅಸಿತರಾಜನ ಪತ್ನಿಯು ಉತ್ತಮ ಪುತ್ರನನ್ನು ಪಡೆಯುವ ಸಲುವಾಗಿ, ದೇವತೆಗಳ ತೇಜಸ್ಸಿನಂತೆ ಕಂಗೊಳಿಸುತ್ತಿದ್ದ, ಚ್ಯವನ ಮಹರ್ಷಿಗೆ ವಿನಯಪೂರ್ವಕವಾಗಿ ನಮಸ್ಕರಿಸಿದಳು.

ಕಾಲಿಂದಿಯೆಂಬ ಆ ರಾಜಕುಮಾರಿಯು ಮಹರ್ಷಿಯನ್ನು ಕೆಲವು ದಿನಗಳವರೆಗೆ ಶುಶ್ರೂಷೆ ಮಾಡುತ್ತಲೂ ಇದ್ದಳು. ಭಕ್ತಿಪೂರ್ವಕವಾಗಿ ಶುಶ್ರೂಷೆ ಮಾಡುತ್ತಲಿದ್ದ ಕಾಲಿಂದಿಗೆ ಚ್ಯವನಮಹರ್ಷಿಯು ಮಗನ ಉತ್ಪತ್ತಿಯ ರಹಸ್ಯವನ್ನು ಹೇಳಿದನು: ನಿನ್ನ ಹೊಟ್ಟೆಯಲ್ಲಿ ಮಹಾ ಯಶಸ್ಸಿನಿಂದಲೂ, ಮಹಾ ತೇಜಸ್ಸಿನಿಂದಲೂ, ಕಾಂತಿಯಿಂದಲೂ ಕೂಡಿರುವ ಗಂಡುಮಗುವು ಗರ (ವಿಷ) ಸಹಿತವಾಗಿ ಅತ್ಯಲ್ಪ ಕಾಲದಲ್ಲಿಯೇ ಜನಿಸುವುದು. ಬಳಿಕ ಕಾಲಿಂದಿಯು ಚ್ಯವನ ಮಹರ್ಷಿಗೆ ನಮಸ್ಕರಿಸಿ ತಾನಿದ್ದ ಆಶ್ರಮಕ್ಕೆ ಹೊರಟುಹೋದಳು.

ಪತಿಯ ಸಾವಿನಿಂದ ಪರಮದುಃಖಿಯಾಗಿ ಅವಳು ಚ್ಯವನರ ಅನುಗ್ರಹದಿಂದಾಗಿ ಗಂಡು ಮಗುವನ್ನು ಪ್ರಸವಿಸಿದಳು. ಹಿಂದೆ ಹೇಳಿದಂತೆ ಕಾಲಿಂದಿಯ ಸವತಿಯು ಗರ್ಭವಿನಾಶಕ್ಕಾಗಿ ಆಹಾರದಲ್ಲಿ ವಿಷವಿಟ್ಟು ಕಾಲಿಂದಿಗೆ ಕೊಟ್ಟಿದ್ದಳು.

ಆದರೆ ಚ್ಯವನರ ಅನುಗ್ರಹದಿಂದಾಗಿ ಕಾಲಿಂದಿಯ ಹೊಟ್ಟೆಯೊಳಗಿದ್ದ ಶಿಶುವು ಆ ವಿಷದಿಂದ ಸತ್ತು ಹೋಗದೇ ಗರದ (ವಿಷದ) ಜೊತೆಯಲ್ಲಿಯೇ ಹುಟ್ಟಿದುದರಿಂದ ಶಿಶುವಿಗೆ ಸಗರನೆಂದೇ ನಾಮಕರಣ ಮಾಡಿದರು.

ಸಗರನೆಂಬ ಹೆಸರಿನ ಧರ್ಮಾತ್ಮನಾದ, ಶೂರನಾದ ಅರಸನು ಅಯೋಧ್ಯೆಯ ಅಧಿಪತಿಯಾಗಿದ್ದನು. ವಿದರ್ಭ ರಾಜನ ಮಗಳಾದ ಕೇಶಿನೀ ಸಗರನ ಹಿರಿಯ ಹೆಂಡತಿಯಾಗಿದ್ದಳು. ಅರಿಷ್ಟನೇಮಿಯ (ಕಶ್ಯಪನ) ಮಗಳೂ ಮತ್ತು ಗರುಡನ ಸಹೋದರಿಯೂ ಆಗಿದ್ದ ಸುಮತಿ ಎಂಬುವಳು ಸಗರ ರಾಜನ ಎರಡನೆಯ ಹೆಂಡತಿಯಾಗಿದ್ದಳು. ಅವರಿಗೆ ಬಹಳ ದಿನಗಳವರೆಗೂ ಮಕ್ಕಳಿರಲಿಲ್ಲ. ಮಕ್ಕಳನ್ನು ಪಡೆಯಬೇಕೆನ್ನುವ ಅಭಿಲಾಷೆಯಿಂದ ಸಗರನು ತನ್ನ ಇಬ್ಬರು ಪತ್ನಿಯರೊಡನೆ ಹಿಮವತ್ಪರ್ವತದಲ್ಲಿ ಪುತ್ರಪ್ರಾಪ್ತಿಗಾಗಿ ಭೃಗುಮಹರ್ಷಿಯನ್ನೇ ಕುರಿತು ತಪಸ್ಸನ್ನು ಮಾಡಿದರು.

ಸಂಪ್ರೀತರಾದ ಭೃಗು ಮುನಿಗಳು ಸಗರನಿಗೆ ನಿನ್ನ ಇಬ್ಬರು ಹೆಂಡತಿಯರಲ್ಲಿ ಒಬ್ಬಳು ಒಬ್ಬ ಮಗನನ್ನು ಮಾತ್ರ ಪಡೆಯುತ್ತಾಳೆ. ಮತ್ತೊಬ್ಬಳು ಅರುವತ್ತು ಸಾವಿರ ಮಕ್ಕಳನ್ನು ಪಡೆಯುತ್ತಾಳೆ ಎಂದು ವರ ನೀಡಿದರು. ಕೇಶಿನಿ ಒಬ್ಬ ಮಗನನ್ನು ಹಡೆಯಲು ಬಯಸಿದಳು. ಸುಮತಿ ಅರವತ್ತು ಸಾವಿರ ಮಕ್ಕಳನ್ನು ಹಡೆಯಲು ಬಯಸಿದಳು. ಅದರಂತೆ ಕೇಶಿನಿ ಅಸಮಂಜನೆಂಬ ಮಗನನ್ನು ಹಡೆದಳು. ಸುಮತಿ ಒಂದು ಗರ್ಭ ಪಿಂಡವನ್ನೇ ಪ್ರಸವಿಸಿದಳು. ಅದನ್ನು ಭೇಧಿಸಲಾಗಿ ಅರವತ್ತು ಸಾವಿರ ಮಕ್ಕಳಾದರು. ಆ ಮಕ್ಕಳೆಲ್ಲರನ್ನೂ ದಾದಿಯರು ಪ್ರತ್ಯೇಕವಾಗಿ ಘೃತ ಕುಂಭಗಳಲ್ಲಿಟ್ಟು ಪೋಷಿಸಿದರು. ಅರವತ್ತು ಸಾವಿರ ಜನ ರಾಜಕುವರರು ಒಳ್ಳೆಯವರಾಗಿ ಬೆಳೆದರು.

ಅಸಮಂಜನಿಗೆ ಪ್ರತಿನಿತ್ಯ ಮಕ್ಕಳನ್ನು ಸರಯೂ ನದಿಗೆಸೆದು ಹಿಂಸಿಸುವ ಹಿಂಸಾ ವಿನೋದ. ಪ್ರಜಾಕಂಟಕನಾದ ಅವನನ್ನು ಸಗರರಾಜನು ದೇಶಭ್ರಷ್ಟನಾಗಿಸಿದನು. ಆ ವೇಳೆಗೆ ಅಸಮಂಜನಿಗೆ ಜನಪ್ರಿಯನಾದ, ಸಕಲ ಪ್ರಜೆಗಳ ಪ್ರೀತಿಪಾತ್ರನಾದ ಅಂಶುಮಂತನೆಂಬ ಮಗನಿದ್ದನು.

ಅಶ್ವಮೇಧ ಯಾಗ ಮಾಡಲು ಹೊರಟ ಸಗರ ಕುದುರೆಯನ್ನು ಕದ್ದು ಇಂದ್ರನು ಕಪಿಲ ಮುನಿಗಳ ಆಶ್ರಮದಲ್ಲಿ ಕಟ್ಟಿಹಾಕಿದನು. ಇಡಿಯ ಭೂಮಂಡಲವನ್ನೇ ಅರವತ್ತು ಸಾವಿರ ಯೋಜನ ಅಗೆದು ಸಗರನ ಮಕ್ಕಳು ಕಡೆಗೆ ಪಾತಾಳ, ರಸಾತಲದಲ್ಲೆಲ್ಲ ಹುಡುಕಿ ಕಪಿಲ ಮುನಿಗಳ ಆಶ್ರಮದಲ್ಲಿ ಯಾಗಾಶ್ವವನ್ನು ಕಂಡು ಕಪಿಲ ಮುನಿಗಳ ಮೇಲೇರಿ ಹೋದರು. ಅವರ ಶಾಪದಿಂದ ಬೂದಿಯಾದರು.

ನಂತರ ಯಾಗದ ಕುದುರೆಯನ್ನು ತಂದ ಅಂಶುಮಂತ ತನ್ನ ಸೋದರಮಾವ ಗರುಡನ ಸೂಚನೆಯಂತೆ ಹಿಮವಂತನ ಪುತ್ರಿ ಗಂಗೆಯನ್ನು ಭುವಿಗೆ ತರಲು ಯೋಜಿಸಿದನು. ಸಗರನ ಕಾಲಾನಂತರ ರಾಜ್ಯಾಡಳಿತ ನಡೆಸಿ ಮಗ ದಿಲೀಪನಿಗೆ ಪಟ್ಟಾಭಿಷೇಕ ಮಾಡಿ, ತಾನು ಗಂಗೆಯನ್ನರಸಿ ಹೊರಟನು.

ನಂತರ ದಿಲೀಪನು ತನ್ನ ಮಗನಾದ ಭಗೀರಥನಿಗೆ ಪಟ್ಟ ಕಟ್ಟಿದನು. ಭಗೀರಥನು ಗೋಕರ್ಣ ಕ್ಷೇತ್ರದಲ್ಲಿ ತಪಶ್ಚರ್ಯೆ ಕೈಗೊಂಡನು ಬ್ರಹ್ಮನು ಗಂಗಾ ವತರಣವನ್ನು ತಡೆಯಲು ಭೂದೇವಿಗೆ ಶಕ್ತಿ ಇಲ್ಲವೆಂದು ಶಿವ ಮಾತ್ರ ತಡೆಯಬಲ್ಲನೆಂದು ತಿಳಿಸಲಾಗಿ, ಶಿವನನ್ನು ಕುರಿತು ತಪಗೈದನು. ಗಂಗೆ ಅಹಂಕಾರವಶಳಾಗಿ ಶಿವನನ್ನೂ ಪ್ರವಾಹದಲ್ಲಿ ಪಾತಾಳಕ್ಕೆ ಕೊಂಡೊಯ್ಯಲು ಯತ್ನಿಸಿದಾಗ ಶಂಕರನು ಜಟೆಯಲ್ಲಿ ಕಟ್ಟಿಟ್ಟನು.

ನಂತರ ಜಟೆ ತೆರೆದಾಗ ಜಟಾಮಂಡಲ ಮಂಡಿತೆಯಾಗಿದ್ದ ಗಂಗಾದೇವಿಯನ್ನು ಬ್ರಹ್ಮನಿರ್ಮಿತವಾದ ಬಿಂದು ಸರೋವರದಲ್ಲಿ ಬಿಟ್ಟನು. ಸರೋವರದಲ್ಲಿ ಬಿಡಲ್ಪಟ್ಟ ಗಂಗೆಯಿಂದ ಏಳು ಪ್ರವಾಹಗಳು ಹೊರಟುವು. ಮಂಗಳಕರವಾದ ತೀರ್ಥದಿಂದ ಕೂಡಿದ್ದ ಹ್ಲಾದಿನೀ, ಪಾವನೀ ಮತ್ತು ನಲಿನೀ ಎಂಬ ಮೂರು ಪ್ರವಾಹಗಳು ಪೂರ್ವ ದಿಕ್ಕಿಗೆ ಪ್ರವಹಿಸಿದುವು. ಶುಭಪ್ರದಗಳಾದ ಸುಚಕ್ಷು, ಸೀತಾ, ಮಹಾನದಿಯಾದ ಸಿಂಧು ಈ ಮೂರು ಪ್ರವಾಹಗಳು ಪಶ್ಚಿಮದಿಕ್ಕಿಗೆ ಪ್ರವಹಿಸಿದುವು. ಏಳನೆಯ ಪ್ರವಾಹವು ಭಗೀರಥನನ್ನು ಅನುಸರಿಸಿ ಹೊರಟಿತು.

ರಾಜರ್ಷಿಯಾದ ಭಗೀರಥನು ದಿವ್ಯವಾದ ರಥದಲ್ಲಿ ಕುಳಿತಿದ್ದನು. ರಥವು ಮುಂದೆ ಸಾಗುತ್ತಿರಲು ಜುಹ್ನು ಮಹರ್ಷಿಯ ಆಶ್ರಮವನ್ನೆಲ್ಲ ಗಂಗಾ ಪ್ರವಾಹ ಮುಳುಗಿಸಿಬಿಟ್ಟಿತು. ಜುಹ್ನು ಮಹರ್ಷಿಯನ್ನು ಭಗೀರಥನು ಪ್ರಾರ್ಥಿಸಿ ಗಂಗೆ ಜುಹ್ನು ಮಹರ್ಷಿಯಿಂದ ಬಿಡುಗಡೆ ಪಡೆದು ಜಾಹ್ನವಿಯಾಗಿ ರಸಾತಲದಲ್ಲಿದ್ದ ಭಗೀರಥರ ವಂಶದ ಅರವತ್ತು ಸಾವಿರ ಪಿತೃಗಳ ಭಸ್ತವನ್ನು ತೋಯಿಸಿ, ಸ್ವರ್ಗಸ್ಥರಾದರು.

ಬ್ರಹ್ಮನನ್ನು ಮೊದಲ್ಗೊಂಡು ಈ ವಂಶದವರು ಪರಿಶುದ್ಧರೂ, ಪವಿತ್ರಾತ್ಮರೂ, ಸತ್ಯವಾದಿಗಳೂ ಆಗಿದ್ದಾರೆ. ರಾಮ-ಲಕ್ಷ್ಮಣರು ಇಂತಹ ಪರಮಪಾವನ ವಾದ ಇಕ್ಷ್ವಾಕುವಂಶದಲ್ಲಿ ಹುಟ್ಟಿರುವರು. ಸುಂದರರೂ, ವಿದ್ಯಾವಂತರೂ, ಗುಣಿಗಳೂ, ಸದೃಶ ಪರಾಕ್ರಮವುಳ್ಳ ರಾಮ-ಲಕ್ಷ್ಮಣರ ಸಲುವಾಗಿ ಅವರಿಗೆ ಅನುರೂಪರಾದ ನಿನ್ನ ಹೆಣ್ಣುಮಕ್ಕಳನ್ನು ಕೇಳುತ್ತೇನೆ. ನೀನೂ ನಿನ್ನ ಹೆಣ್ಣುಮಕ್ಕಳನ್ನು ಇವರಿಗೆ ಕೊಟ್ಟು ಮದುವೆಮಾಡುವುದು ಯೋಗ್ಯವಾಗಿದೆ.

ಜನಕರಾಜನ ವಂಶಾವಳಿ

ಜನಕರಾಜನು ಎದ್ದುನಿಂತು ಸಭೆಯ ಹಿರಿಯರಿಗೆ ಕೈಮುಗಿದು ತನ್ನ ಪರಂಪರೆಯನ್ನು ಹೇಳಿದನು: ಮಹರ್ಷಿಗಳೆ, ನಿಮಗೆ ಮಂಗಳವಾಗಲಿ. ನಾನು ಹೇಳಲಿರುವ ನಮ್ಮ ವಂಶಾವಳಿಯನ್ನೂ ಕೇಳಿರಿ. ಕನ್ಯಾಪ್ರದಾನ ಸಮಯದಲ್ಲಿ ಸತ್ಕುಲ ಪ್ರಸೂತನಾದವನು ವಂಶಾವಳಿಯನ್ನು ಹೇಳುವುದು ಸಂಪ್ರದಾಯವಾಗಿದೆ.

ತನ್ನ ಧಾರ್ಮಿಕ ಕ್ರಿಯೆಗಳಿಂದಲೂ, ಪ್ರಜಾಪರಿಪಾಲನೆಯಿಂದಲೂ ಮೂರು ಲೋಕಗಳಲ್ಲಿಯೂ ಪ್ರಸಿದ್ಧಿಯನ್ನು ಪಡೆದ ಶ್ರೇಷ್ಠ ಪರಾಕ್ರಮಿ ನಿಮಿ ಎಂಬ ರಾಜನಿದ್ದನು. ನಿಮಿಯ ಪುತ್ರನ ಹೆಸರು ಮಿಥಿ. ಅವನಿಂದಲೇ ಮಿಥಿಲಾ ನಗರದ ನಿರ್ಮಾತೃ.

ಅವನನ್ನೇ ಮೊದಲನೆಯ ಜನಕ ಎಂದೂ ಕರೆಯುತ್ತಿದ್ದರು. ಜನಕನಿಗೆ ಉದಾವಸುವೆಂಬ ಮಗನು ಹುಟ್ಟಿದನು. ಉದಾವಸುವಿಗೆ ನಂದಿವರ್ಧನ ಎಂಬ ಮಗನು ಹುಟ್ಟಿದನು. ನಂದಿವರ್ಧನನ ಮಗ ಸುಕೇತು. ಸುಕೇತುವಿಗೆ ಧರ್ಮಾತ್ಮನಾದ ಮಹಾಬಲಶಾಲಿ ದೇವರಾತ ಎಂಬ ಮಗನು ಹುಟ್ಟಿದನು. ಬೃಹದ್ರಥ ಎಂಬುವನು ದೇವರಾತನ ಮಗ. ಬೃಹದ್ರಥನಿಗೆ ಮಹಾವೀರನೆಂಬ ಮಗ ಹುಟ್ಟಿದನು. ಸುಧೃತಿಯು ಮಹಾವೀರನ ಮಗ. ಧೃಷ್ಟಕೇತುವು ಸುಧೃತಿಯ ಮಗ. ರಾಜರ್ಷಿಯಾದ ಧೃಷ್ಟಕೇತುವಿಗೆ ಹರ್ಯಶ್ವನೆಂಬ ಮಗ ಹುಟ್ಟಿದನು. ಮರು ಎಂಬುವನು ಹರ್ಯಶ್ವನ ಪುತ್ರ. ಮರುವಿಗೆ ಪ್ರತೀಂಧಕ ಎಂಬ ಮಗ ಹುಟ್ಟಿದನು. ಕೀರ್ತಿರಥನು ಪ್ರತೀಂಧಕನ ಮಗ. ಕೀರ್ತಿರಥನಿಗೆ ದೇವಮೀಢನೆಂಬ ಮಗ ಹುಟ್ಟಿದನು. ವಿಬುಧ ದೇವಮೀಢನ ಮಗ. ವಿಬುಧನಿಗೆ ಮಹೀಧ್ರಕನೆಂಬ ಮಗ ಹುಟ್ಟಿದನು. ಕೀರ್ತಿರಾತ ಮಹೀಧ್ರಕನ ಮಗ.

ರಾಜರ್ಷಿಯಾದ ಕೀರ್ತಿರಾತನಿಗೆ ಮಹಾರೋಮ ಎಂಬ ಮಗನು ಹುಟ್ಟಿದನು. ಮಹಾರೋಮನಿಗೆ ಹ್ರಸ್ವರೋಮ ಮತ್ತು ಸ್ವರ್ಣರೋಮರೆಂಬ ಮಕ್ಕಳು ಹುಟ್ಟಿದರು. ಧರ್ಮಜ್ಞನಾದ ಮಹಾತ್ಮನಾದ ಹ್ರಸ್ವರೋಮನಿಗೆ ಇಬ್ಬರು ಮಕ್ಕಳು ಜನಕ ಮತ್ತು ಕುಶಧ್ವಜ.

ಅನಂತರ ಸಾಂಕಾಶ್ಯಾ ನಗರದ ಅಧಿಪತಿ ಆದ ಸುಧನ್ವನು ಸೇನಾಸಮೇತನಾಗಿ ಮಿಥಿಲಾ ನಗರಕ್ಕೆ ಮುತ್ತಿಗೆ ಹಾಕಿ ಶಿವಧನುಸ್ಸನ್ನೂ ಮತ್ತು ಸೀತೆಯನ್ನೂ ಕೂಡಲೇ ತನಗೆ ಒಪ್ಪಿಸಬೇಕು ಎಂದು ದೂತರ ಮೂಲಕ ಸಂದೇಶವನ್ನು ಕಳುಹಿಸಿದನು. ಅದಕ್ಕೆ ನಾನು ಒಪ್ಪದಿರಲು ನನಗೂ ಮತ್ತು ಸುಧನ್ವನಿಗೂ ಘನಘೋರ ಯುದ್ಧವಾಯಿತು. ಸುಧನ್ವನನ್ನು ಸಂಹಾರ ಮಾಡಿದ ನಂತರ, ಸಾಂಕಾಶ್ಯಾ ಪಟ್ಟಣಕ್ಕೆ ನನ್ನ ತಮ್ಮನಾದ ಕುಶಧ್ವಜನನ್ನು ರಾಜನನ್ನಾಗಿ ಮಾಡಿದೆನು. ಇಲ್ಲಿ ಕುಳಿತಿರುವ ಇವನೇ ನನ್ನ ತಮ್ಮನಾದ ಕುಶಧ್ವಜನು. ಇದು ನಮ್ಮ ವಂಶಚರಿತವಾಗಿದೆ.

ರಘುವಂಶದವರ ವಂಶಾವಳಿಯನ್ನು ಕೇಳಿ ಪರಮಪ್ರೀತನಾಗಿರುವ ನಾನು ನನ್ನ ಇಬ್ಬರು ಹೆಣ್ಣುಮಕ್ಕಳನ್ನೂ ರಾಮ- ಲಕ್ಷ್ಮಣರೊಡನೆ ವಿವಾಹಾರ್ಥವಾಗಿ ನಿಮಗೆ (ವಸಿಷ್ಠರಿಗೆ) ಒಪ್ಪಿಸುತ್ತೇನೆ. ಮಹರ್ಷಿಗಳೆ, ನಿಮಗೆ ಮಂಗಳವಾಗಲಿ. ಸೀತೆಯನ್ನು ರಾಮನಿಗೂ, ಊರ್ಮಿಳೆಯನ್ನು ಲಕ್ಷ್ಮಣನಿಗೂ ವಿವಾಹ ಮಾಡಿಕೊಡುತ್ತೇನೆ.

ದಶರಥ ಮಹಾರಾಜ, ಇಂದು ಮಘಾ ನಕ್ಷತ್ರವಿದೆ. ಇಂದಿನಿಂದ ಎರಡು ದಿನಗಳು ಕಳೆದ ನಂತರ ಬರುವ ವಿವಾಹ ಯೋಗ್ಯವಾದ ಉತ್ತರ ಫಲ್ಗುಣೀ ನಕ್ಷತ್ರದಲ್ಲಿ ವಿವಾಹವನ್ನು ಮಾಡುವವನಾಗು. ರಾಮ-ಲಕ್ಷ್ಮಣರ ವಿವಾಹಾತ್ವರ ಸುಖೋದಯಕ್ಕೆ ಕಾರಣವಾದ ಗೋದಾನ-ಭೂದಾನಾದಿ ದಾನಗಳನ್ನೂ ಮಾಡಿಸಬೇಕಾಗಿದೆ ಎಂದು ಜನಕ ಮಹಾರಾಜನು ತನ್ನ ವಂಶಾವಳಿ ಮತ್ತು ಮನದಿಂಗಿತವನ್ನು ಪ್ರಕಟಪಡಿಸಿದನು.

ಇದೇ ಸಂದರ್ಭದಲ್ಲಿ ಕುಶಧ್ವಜನ ಮಕ್ಕಳಾದ ಮಾಂಡವಿ ಮತ್ತು ಶ್ರುತ ಕೀರ್ತಿಯರಿಗೂ ಭರತ ಶತ್ರುಜ್ಞರೊಂದಿಗೆ ವಿವಾಹವನ್ನು ಏರ್ಪಡಿಸಿದರು. ನಾಲ್ವರ

ವಿವಾಹಾನಂತರ ಅಯೋಧ್ಯೆಗೆ ಮರಳಿದರು.

ದಶರಥನಿಗೂ ಮಕ್ಕಳಿಗೆ ವಿವಾಹ ಮಾಡಿದ ನಂತರ ತನ್ನ ವಿಶ್ರಾಂತಿಯ ಬಗೆಗೆ ಚಿಂತನೆ ಆರಂಭವಾಯಿತು. ಕೂಡಲೇ ಕುಲಗುರು ವಸಿಷ್ಠರನ್ನು, ಮಂತ್ರಿ ಸುಮಂತ್ರನನ್ನು ಕರೆದು ಸಮಾಲೋಚಿಸಿ ರಾಮನಿಗೆ ಯುವರಾಜ್ಯ ಪಟ್ಟಾಭಿಷೇಕ ಮಾಡಲು ಮೂಹೂರ್ತ ವನ್ನಿಡಲುಕೋರಿದನು.

ಸಜ್ಜನನೂ, ಜನಾನುರಾಗಿಯೂ, ಶಸ್ತ್ರ, ಶಾಸ್ತ್ರ ವಿದ್ಯಾಪಾರಂಗತನೂ, ಕುಟುಂಬದ ಮುಂದಿನ ತಲೆಮಾರಿನ ತಲೆಯಾಳೂ ಆಗಿರುವ ರಾಮಚಂದಿರನಿಗೆ ಪಟ್ಟಾಭಿಷೇಕ ನಡೆಸ ಬೇಕೆನ್ನುವ ವಾರ್ತೆ ರಾಜ್ಯಾದ್ಯಂತ ಹರಡಿತು. ಜನ ಸಂಸತಸದಿಂದ ಅಯೋಧ್ಯೆಯನ್ನು ಸಿಂಗರಿಸಹತ್ತಿದರು.

ಪಟ್ಟಾಭಿಷೇಕದ ಸುದ್ದಿ ರಾಣಿಯರ ಅಂತಃಪುರಕ್ಕೂ ಹಬ್ಬಿತು. ಕೌಸಲ್ಯೆ ಮತ್ತು ಕೈಕೇಯಿಯರೂ ಸಂಭ್ರಮಿಸಿದರು. ಕೈಕೇಯಿ ತನ್ನ ದಾಸಿಯರಿಗೆಲ್ಲ ಪಾರಿತೋಷಕಗಳನ್ನು ಹಂಚಿ ಸಂಭ್ರಮಿಸಿದಳು. ಆದರೆ ಮಂಥರೆ ತನ್ನ ಸ್ವಾರ್ಥದ ಕುತಂತ್ರಕ್ಕೆ ಕೈಕೇಯಿಯ ತಲೆ ಕೆಡಿಸಿದಳು.

ಶಂಬರ ಯುದ್ಧದ ವಾಗ್ದಾನ ನೆನಪಿಸಿ ಎರಡು ವಚನಗಳನ್ನು ಪೂರೈಸಲು ಕೈಕೇಯಿ ಕೇಳಿದಳು. ಅದರಂತೆ ರಾಮ ವನವಾಸದ ಬೇಡಿಕೆ ಇಟ್ಟು, ಭರತನಿಗೆ ಪಟ್ಟಾಭಿಷೇಕದ ಬೇಡಿಕೆ ದಶರಥನ ಮುಂದೆ ಇಡುತ್ತಾಳೆ. ಪರಿಪರಿಯಾಗಿ ದಶರಥ ಕೈಕೇಯಿಯ ಮನವೊಲಿಸಲು ನೋಡುತ್ತಾನೆ. ಆದರೆ ತನ್ನ ಬೇಡಿಕೆಗಳಿಗೆ ಸ್ಥಿರವಾಗಿ ನಿಂತಳು ಕೈಕೇಯಿ.

ರಾಮನಿಗೆ ಕರೆ ಕಳುಹಿಸುತ್ತಾರೆ, ಬಂದ ರಾಮ ದಶರಥನ ವಿಲಪಿಸುವಿಕೆಗೆ ಕಾರಣ ಕೇಳಿದಾಗ ಕೈಕೇಯಿ ವರಗಳನ್ನು ಪ್ರಸ್ತಾಪಿಸಿ ರಾಮನಿಗೆ ಜಟಾ ವಲ್ಕಲಧಾರಿಯಾಗಿ ವನವಾಸಕ್ಕೆ ತೆರಳುವಂತೆ ಮತ್ತು ಭರತನ ಪಟ್ಟಾಭಿಷೇಕದ ಮಾತುಗಳನ್ನು ಪುನರುಚ್ಚರಿಸುತ್ತಾಳೆ.

ರಾಜ ಪ್ರತಿಜ್ಞೆಯನ್ನು ಮಾನ್ಯ ಮಾಡುವುದು ಮತ್ತು ಇಕ್ಷ್ವಾಕು ವಂಶಜರ ಮಾತನ್ನು ನಡೆಸಿಕೊಡುವುದು ಅದೇ ವಂಶಜನಾದ ತನ್ನ ಕರ್ತವ್ಯವೆಂದು ಬಗೆದು ಪಿತೃವಾಕ್ಯ ಪರಿಪಾಲನೆಗಾಗಿ ತಾನು ವನವಾಸಕ್ಕೆ ಹೊರಡುವುದಾಗಿ ಹೇಳಿ ರಾಮನು ಪ್ರಜ್ಞಾಹೀನನಾಗಿದ್ದ ದಶರಥನ ಪಾದಗಳಿಗೆ ನಮಿಸಿ ವನವಾಸಕ್ಕೆ ತೆರಳಲು ಸಿದ್ಧನಾಗುತ್ತಾನೆ. ಕೌಸಲ್ಯೆ ತಾನೂ ರಾಮನೊಡನೆ ವನವಾಸಕ್ಕೆ ಬರುವುದಾಗಿ ಹೊರಟು ನಿಲ್ಲುತ್ತಾಳೆ. ಪತಿಯ ಒಡನಾಟ ಮತ್ತು ಸೇವೆಯೇ ಮುಖ್ಯ ಎಂದು ತಾಯಿಗೆ ತಿಳಿಸಿದ ರಾಮ ಕೌಸಲ್ಯೆಯನ್ನು ಒಪ್ಪಿಸಿ ಹೊರನಡೆಯುತ್ತಾನೆ

ಲಕ್ಷ್ಮಣ ತಾನು ವಿದ್ರೋಹ ಮಾಡಿ ಹೋರಾಟ ಮಾಡುವುದಾಗಿ, ರಾಮನೇ ಪಟ್ಟದ ಉತ್ತರಾಧಿಕಾರಿ ಆಗಬೇಕೆಂದು ಕೋರುತ್ತಾನೆ. ಪತಿಯ ಭಾಗ್ಯದ ಮೇಲೆಯೇ ಪತ್ನಿಯ

ಒಡನಾಟದ ಬದುಕೂ ಅವಲಂಬಿತ ಎಂಬ ಜನಕನಂದಿನಿ ಸೀತೆ ಗಂಡನಿಗೆ ಒದಗಿದ ವನವಾಸ ತನ್ನದೂ ಹೌದೆಂದು ಹೊರಟು ನಿಂತಳು. ಕೌಸಲ್ಯೆ ಮತ್ತು ಸುಮಿತ್ರೆಯರನ್ನು ನೋಡಿಕೊಳ್ಳಲು ಅಯೋಧ್ಯೆಯಲ್ಲಿಯೇ ನೆಲೆ ನಿಲ್ಲಬೇಕೆಂದು ಲಕ್ಷ್ಮಣನಿಗೆ ರಾಮನು ಕೋರುತ್ತಾನೆ. ನಂತರ ಲಕ್ಷ್ಮಣನ ಒತ್ತಾಯಕ್ಕೆ ಮಣಿದು ರಾಮನು ಶಸ್ತ್ರಾಸ್ತ್ರಗಳನ್ನು ತೆಗೆದುಕೊಂಡು ತನ್ನ ಜೊತೆಗೂಡಲು ಲಕ್ಷ್ಮಣನಿಗೆ ಒಪ್ಪಿಗೆ ನೀಡುತ್ತಾನೆ. ಮತ್ತು ವಸಿಷ್ಠರೇ ಮೊದಲಾದ ನಾಡಿನ ಜನರನ್ನು ಆಹ್ವಾನಿಸಿ ತನ್ನ ಒಡವೆ, ವಸ್ತುಗಳನ್ನು ದಾನ ಮಾಡುತ್ತಾನೆ.

ದಶರಥನು ಸುಮಂತ್ರನನ್ನು ಕರೆದು ತನ್ನ ಎಲ್ಲ ರಾಣಿಯರನ್ನು ಮತ್ತು ರಾಮ ಲಕ್ಷ್ಮಣರನ್ನು ಕರೆಯಲು ಸೂಚಿಸುತ್ತಾನೆ. ಅದರಂತೆ ಕೌಸಲ್ಯೆಯೂ ಸೇರಿದಂತೆ ದಶರಥನ 350 ರಾಣಿಯರು ದಶರಥನ ಸುತ್ತಲೂ ಅಲ್ಲಿ ಸಮಾವೇಶಗೊಳ್ಳುತ್ತಾರೆ. (ಅಯೋಧ್ಯಾ ಕಾಂಡ ಸರ್ಗ34) ರಾಮ ಲಕ್ಷ್ಮಣರನ್ನು ಕಂಡೊಡನೆ ಮೂರ್ಛಿತನಾದ ದಶರಥನನ್ನು ಮತ್ತೆ ರಾಮನು ಸಂತೈಸುತ್ತಾನೆ.

ರಾಮನು ದಶರಥನ ಬಳಿ ತನಗೆ ಪತ್ನಿ ಸೀತೆಯ ಜೊತೆ ಲಕ್ಷ್ಮಣನನ್ನೂ ಕರೆದುಕೊಂಡು ವನವಾಸಕ್ಕೆ ಹೋಗಲು ಅನುಮತಿ ಕೋರುತ್ತಾನೆ. ಆಗ ದಶರಥ ತಾನು ಕೈಕೇಯಿಗೆ ಕೊಟ್ಟ ವಾಗ್ದಾನದಿಂದ ಬಂಧಿತನಾಗಿದ್ದೇನೆ. ನೀನು ನನ್ನನ್ನು ಬಂಧಿಸಿ ಅಯೋಧ್ಯೆಯ ಪಟ್ಟವನ್ನು ವಹಿಸಿಕೊ ಎಂದು ರಾಮನಿಗೆ ಸೂಚಿಸುತ್ತಾನೆ. ರಾಮ ನಿರಾಕರಿಸುತ್ತಾನೆ. ನಂತರ ವನವಾಸಕ್ಕೆ ಹೊರಡುವಾಗ ರಾಜ್ಯಕೋಶವನ್ನು ಧನಧಾನ್ಯಗಳನ್ನು ರಾಮನೊಡನೆ ಕಳುಹಿಸಿಕೊಡಲು ಸುಮಂತ್ರನಿಗೆ ಸೂಚಿಸುತ್ತಾನೆ. ಆದರೆ ಕೈಕೇಯಿ ಇದಕ್ಕೆ ಅಡ್ಡಿಪಡಿಸಿ, ಕೋಶ ವಿಹೀನವಾದ ಅಯೋಧ್ಯೆಯ ಪಟ್ಟವನ್ನು ಭರತನಿಗೆ ನೀಡಲಾಗದೆಂದು ಹಠ ಹಿಡಿಯುತ್ತಾಳೆ. ದಶರಥನಿಗೆ ತಡೆಯಲಾಗದ ನೋವು ಮತ್ತು ದುಃಖ ಉಂಟಾಗಿ ಮತ್ತೆ ಮತ್ತೆ ಪ್ರಜ್ಞಾಶೂನ್ಯನಾಗುತ್ತಾನೆ.

ರಾಮನು ವಲ್ಕಲಧಾರಿಯಾಗಿ ವನವಾಸಕ್ಕೆ ಹೊರಟು ನಿಲ್ಲುತ್ತಾನೆ. ಲಕ್ಷ್ಮಣನು ಸಹ ಹಿಂಬಾಲಿಸುತ್ತಾನೆ. ಸೀತೆಯೂ ವಲ್ಕಲಧಾರಿಯಾಗಿ ಹೊರಟು ನಿಂತಾಗ ದಶರಥನು ಅದನ್ನು ಆಕ್ಷೇಪಿಸಿ, ವನವಾಸದ ಷರತ್ತು ಕೇವಲ ರಾಮನಿಗೆ ಮಾತ್ರ, ಸೀತೆ ವಲ್ಕಲಧಾರಿಯಾಗಬೇಕಿಲ್ಲ ಎಂದು ರೇಷ್ಮೆ ವಸ್ತ್ರಗಳನ್ನೇ ಧರಿಸಲು ಸೂಚಿಸಿ ಆಕೆಗೆ ಹದಿನಾಲ್ಕು ವರ್ಷಗಳಿಗೆ ಆಗುವಷ್ಟು ವಸ್ತ್ರ ಆಭೂಷಣಗಳು ಮತ್ತು ವಡವೆಗಳನ್ನು ರಥದ ತುಂಬಾ ಹೇರಿ ಕಳುಹಿಸಿಕೊಡಲು ಸುಮಂತ್ರನಿಗೆ ಸೂಚಿಸುತ್ತಾನೆ.

* * * *

ಸುಮಂತ್ರವನ್ನು ರಥವನ್ನು ಸಿದ್ಧಪಡಿಸಿ, ರಾಯದ ಗಡಿಯ ಆಚೆಗೆ ತಮಸಾ ನದಿಯ ದಂಡೆಯವರೆಗೆ ರಾಮನನ್ನು ಕರೆದುಕೊಂಡು ಹೋಗುತ್ತಾನೆ. ರಥದ ಹಿಂದೆ ಜನಸಾಗರವೇ ಅಯೋಧ್ಯೆಯಿಂದ ಹೊರಟು ನಿಲ್ಲುತ್ತದೆ. ಇಡಿಯ ಅಯೋಧ್ಯೆ ನಿರ್ಜನ ವಾಗಿ ಭಣಗುಡುತ್ತದೆ. ರಾಮರಥ ನಡೆಯುವ ಹಾದಿಯಲ್ಲಿ ಜನಸಾಗರವೇ ನೆರೆದು

ಮೆರವಣಿಗೆಯನ್ನು ಹಿಂಬಾಲಿಸುತ್ತದೆ. ವನವಾಸಕ್ಕೆ ಇಡಿಯ ಕೋಸಲ ದೇಶವೇ ಹೊರಡಲು ಸಿದ್ಧವಾದಂತೆ ಕಂಡು ಬರುತ್ತದೆ.

ಎಲ್ಲ ಪುರಜನರು ಮತ್ತು ರಾಜನ ಆಡಳಿತವರ್ಗದೊಡನೆ ವನವಾಸದ ಪ್ರಥಮ ರಾತ್ರಿ ಅವರೆಲ್ಲರೂ ತಮಸಾ ನದಿಯ ದಂಡೆಯ ಮೇಲೆ ಕಳೆಯುತ್ತಾರೆ. ನಂತರ ರಾಮನು ಸುಮಂತ್ರನ ಬಳಿ ಸಮಾಲೋಚಿಸಿ, ತಮಸಾ ನದಿಯ ಆಚೆಗೆ ಒಂದು ರಥ ತರಿಸಿಕೊಂಡು, ಬೆಳಗ್ಗೆ ಬೇರೆಲ್ಲರೂ ಎಚ್ಚರವಾಗುವ ಮುನ್ನ ರಾಮಚಂದ್ರನು ಸುಮಂತ್ರ, ಸೀತಾ ಲಕ್ಷ್ಮಣರೊಡಗೂಡಿ ಕೋಸಲದ ಸೀಮೆಯನ್ನು ದಾಟಿ ವೇದವತಿ ನದಿಯನ್ನು ಹಿಂದೆ ಹಾಕಿ ಗಂಗಾ ತಟದಲ್ಲಿ ಶೃಂಗವೇರಪುರಾಧಿಪತಿ ನಿಷಾಧರಾಜ ಗುಹನನ್ನು ಭೇಟಿ ಮಾಡುತ್ತಾರೆ.

ಅಲ್ಲಿಯೇ ರಾತ್ರಿ ತಂಗಿದ್ದು, ಸುಮಂತ್ರನನ್ನು ಮರಳಿ ಹೋಗಲು ತಿಳಿಸಿ, ಗುಹನ ನಾವೆಯಲ್ಲಿ ಗಂಗಾ ನದಿಯನ್ನು ದಾಟಲು ಉಪಕ್ರಮಿಸಿದರು. ಗಂಗಾಪೂಜೆಯ ನಂತರ ನದಿಯನ್ನು ದಾಟಿದ ಸೀತಾರಾಮ ಲಕ್ಷಣರು ನಿಜಾರ್ಥದಲ್ಲಿ ಮೂರನೆಯ ರಾತ್ರಿಯ ವೇಳೆಗೆ ಸ್ವತಂತ್ರವಾಗಿ ಅರಣ್ಯವಾಸಕ್ಕೆ ಕಾಲಿಡುತ್ತಾರೆ.

ನಾಲ್ಕನೆಯ ದಿನ ಬೆಳಗ್ಗೆ ಗಂಗೆ ಯಮುನೆಯರ ಸಂಗಮ ತಟದಲ್ಲಿ ಪ್ರಯಾಗದ ಕಡೆಗೆ ಪ್ರಯಾಣ ಮುಂದುವರೆಸಿದರು. ಸಂಗಮದ ಬಳಿಯೇ ಇದ್ದ ಭಾರದ್ವಜ ಮುನಿಗಳ ಆಶ್ರಮಕ್ಕೆ ಭೇಟಿ ನೀಡಿದ ಇವರನ್ನು ಆದರದಿಂದ ಸತ್ಕರಿಸಿದ ಭಾರದ್ವಜರು, ತಮ್ಮ ಆಶ್ರಮದಲ್ಲಿಯೆ ನೆಲೆಗೊಳ್ಳುವಂತೆ ಆಹ್ವಾನಿಸಿದರು.

ಕೋಸಲ ದೇಶವು ಸಮೀಪದಲ್ಲಿಯೇ ಇದ್ದು ವಿಷಯ ತಿಳಿದು ಪುರಜನರು ಆಗಮಿಸಲು ಆರಂಭಿಸಿದರೆ ಮುನಿಗಳ ತಪೋಭಂಗ ಆಗಬಹುದೆಂದು ರಾಮನು ಕೋರಿಕೆಯನ್ನು ನಯವಾಗಿ ನಿರಾಕರಿಸಿ ನೆಲೆ ನಿಲ್ಲಬಹುದಾದ ಸ್ಥಳದ ಮಾಹಿತಿ ಕೋರಿದನು.

ಭಾರದ್ವಜರು ತಮ್ಮ ಆಶ್ರಮದಿಂದ 25 ಮೈಲಿ ದೂರವಿದ್ದ ಚಿತ್ರಕೂಟ ಪರ್ವತದಲ್ಲಿ ವಾಸ ಮಾಡಬಹುದೆಂದು ಸಲಹೆ ನೀಡಿದರು. ನಾಲ್ಕನೆಯ ರಾತ್ರಿಯನ್ನು ಪೂರಯಿಸಿ ಯಮುನೆಯ ದಂಡೆಯ ಮೇಲೆ ಸಾಗುತ್ತಲೇ ನದಿಯನ್ನು ದಾಟಿ ಚಿತ್ರಕೂಟ ವನವನ್ನು ಸೇರಿದರು. ಅಲ್ಲಿಯೇ ನಡೆದು ಹೋಗಿ ವಾಲ್ಮೀಕಿ ಮುನಿಗಳ ಆಶ್ರಮದಲ್ಲಿ ಅವರನ್ನು ಭೇಟಿ ಮಾಡಿ ಆಶೀರ್ವಾದ ಪಡೆದರು. ಅನತಿ ದೂರದಲ್ಲಿ ಚಿತ್ರಕೂಟ ಪರ್ವತದ ಬಳಿ ಮತ್ತು ಮಾಲ್ಯವತಿ ನದಿಯ ದಂಡೆಯಲ್ಲಿ ಸೂಕ್ತ ಸ್ಥಳವನ್ನು ಆರಿಸಿ, ಪರ್ಣಕುಟೀರವನ್ನು ನಿರ್ಮಿಸಿ ನೆಲೆ ನಿಂತರು.

* * * * *

ಇತ್ತ ಆರು ದಿನಗಳಲ್ಲಿ ದಶರಥನ ಆರೋಗ್ಯ ಇನ್ನಷ್ಟು ಹದಗೆಟ್ಟಿತ್ತು. ಭ್ರಮಾಧೀನನಾಗಿ, ಪ್ರಜ್ಞೆ ಬಂದಾಗಲೆಲ್ಲ ರಾಮನ ಹೆಸರನ್ನೇ ವಿಲಪಿಸುತ್ತ ಸ್ಪರ್ಶ, ರಸ ಗಂಧ, ಹಸಿವೆ,

ಬಾಯಾರಿಕೆಗಳ ಪರಿವೆ ಇಲ್ಲದೆ ಒಂದೇ ಸಮನೆ ರೋದಿಸುತ್ತಿದ್ದನು. ಪ್ರಜ್ಞೆ ಇದ್ದಷ್ಟು ಹೊತ್ತು ಏನೇನೋ ಹೇಳುತ್ತಲೇ ಇದ್ದ ದಶರಥನ ಬಳಿ ಕೌಸಲ್ಯೆ ಸುಮಿತ್ರೆಯರು ಕುಳಿತಿದ್ದರು. ಅವರು ಯಾವಾಗ ನಿದ್ರೆಗೆ ಜಾರಿದ್ದರೋ ತಿಳಿಯದು, ರಾತ್ರ ಸರಿಹೊತ್ತಿನಲ್ಲಿ ದಶರಥನ ದೇಹದಿಂದ ಪ್ರಾಣವಾಯು ಮುಕ್ತವಾಗಿತ್ತು. ಕೌಸಲ್ಯೆ, ಸುಮಿತ್ರೆ ಕೈಕೇಯಿಯರು ಸೇರಿದಂತೆ ರಾಣಿಯರೆಲ್ಲ ನಿದ್ರೆಯಲ್ಲಿಯೇ ವೈಧವ್ಯಕ್ಕೆ ಜಾರಿದ್ದರು.

ದಶರಥನ ದೇಹವನ್ನು ಅಂತ್ಯಸಂಸ್ಕಾರವರೆಗೆ ಕೆಡದಂತೆ ತೈಲಾದಿ ಲೇಪನಗಳನ್ನು ಮಾಡಿ ಸಂಸ್ಕರಿಸಿ ಇಡಲಾಯಿತು. ಭರತ ಶತ್ರುಜ್ಞರಿಗೆ ತಂದೆಯ ಅನಾರೋಗ್ಯದ ಸುದ್ದಿ ಕಳುಹಿಸಲಾಯಿತು. ಸುದ್ದಿ ತಲುಪಿಸುವ ದೂತ ತಲುಪಿದಾಗ ಎಂಟು ದಿನಗಳು. ಕೇಕಯ ರಾಜ್ಯದಿಂದ ಆತ ಬರುವಾಗ ಅದಾಗಲೇ ಇನ್ನೆಂಟು ದಿನಗಳಾಗಿ ಹದಿನಾರು ದಿನಗಳಾಗಿದ್ದವು. ನಗರ ಪ್ರವೇಶ ಮಾಡುವಾಗಲೇ ಅಪಶಕುನಗಳು, ನೀರವ ವಾತಾವರಣ.

ತಂದೆಯ ಅರಮನೆಯಲ್ಲಿ ಪ್ರವೇಶಿಸಿದಾಗ ಎದುರುಗೊಳ್ಳಲು ಯಾರೂ ಇಲ್ಲ, ನೇರವಾಗಿ ತಾಯಿಯ ಅಂತಃಪುರ ಪ್ರವೇಶಿಸಿದರೆ ತಾಯಿಯ ನಗೆಮೊಗದ ಸ್ವಾಗತ. ಸಂಭ್ರಮದಿಂದ ಎಲ್ಲ ವಿಷಯಗಳನ್ನು ಅರುಹಿಸದಳು. ಕುಸಿದು ಬಿದ್ದ ಭರತ ಭೋರಾಡಿ ಅತ್ತನು. ರಾಜ್ಯ ಪಟ್ಟವನ್ನು ತಿರಸ್ಕರಿಸಿ ಕೌಸಲ್ಯೆಯ ಬಳಿ ಓಡಿದನು.

ವಸಿಷ್ಠರ ಮಾರ್ಗದರ್ಶನದಲ್ಲಿ ಅಂತ್ಯೇಷ್ಠಿಯನ್ನು ಮುಗಿಸಿ, ಅಪರ ಕಾರ್ಯಗಳನ್ನು ಮುಗಿಸುವ ಹೊತ್ತಿನಲ್ಲಿ ಮಂಥರೆಯ ಕಾರಸ್ಥಾನ ಬಯಲಿಗೆ ಬಂದಿತು. ಸತ್ರುಜ್ಞ ಅವಳನ್ನು ಕೊಲ್ಲಲೆತ್ನಿಸಿದಾಗ ಭರತನು ತಡೆದನು.

ರಾಮ ವನವಾಸಕ್ಕೆ ಹೋಗಿ ಮುವ್ವತ್ತಾರನೆಯ ದಿನ ವಸಿಷ್ಠರು ಭರತನಿಗೆ ಪಟ್ಟಾಭಿಷಿಕ್ತನಾಗಿ ಅಧಿಕಾರ ವಹಿಸಿಕೊಳ್ಳಲು ತಿಳಿಸಿದರು. ಭರತನು ಅಯೋಧ್ಯೆಯಲ್ಲಿ ನಡೆಯುತ್ತಿದ್ದ ಪಟ್ಟಾಭಿಷೇಕದ ಅಲಂಕಾರ, ವ್ಯವಸ್ಥೆಗಳನ್ನೆಲ್ಲ ಸ್ಥಗಿತಗೊಳಿಸಿ ವನವಾಸದಿಂದ ತಾನೇ ರಾಮನನ್ನು ಕರೆದುಕೊಂಡು ಬರುವುದಾಗಿ ತಿಳಿಸಿ ಹೊರಟು ನಿಂತನು. ಭರತನೊಡನೆ ಚತುರಂಗ ಸೇನೆ ಹೊರಟು ನಿಂತಿತು.

ವಸಿಷ್ಠರು, ಕೌಸಲ್ಯೆ, ಸುಮಿತ್ರೆ, ಕೈಕೇಯಿಯರನ್ನು ಒಡಗೂಡಿ ಸೇನಾ ನೇತೃತ್ವ ಸಹಿಸಿ ಕಾಡಿಗೆ ಬಂದನು. ಮೊದಲಿಗೆ ಗುಹ ಸೈನ್ಯವನ್ನು ನೋಡಿ ಭರತ ರಾಮನ ಮೇಲೆ ಯುದ್ಧಕ್ಕೆ ಬಂದಿರಬೇಕೆಂದು ಊಹಿಸಿ, ಯುದ್ಧ ಸನ್ನದ್ಧರಾಗಿರಲು ತನ್ನ ಸೈನ್ಯವನ್ನು ಗಂಗಾ ತಟ ಮತ್ತು ನದಿಯಲ್ಲಿ ದೋಣಿಗಳ ಮೇಲೆ ಸೇನೆಯನ್ನು ನಿಲ್ಲಿಸಿದನು. ಭರತನು ಎದುರುಗೊಂಡು ವಿಷಯವನ್ನು ಅರುಹಲು ತನ್ನ ಪಡೆಯ 500 ನೌಕೆಗಳಲ್ಲಿ ತಾನೇ ಅವರನ್ನು ಸೈನ್ಯ ಸಮೇತ ನದಿ ದಾಟಿಸಿದನು.

ಸದ್ದು ಕೇಳಿ, ಲಕ್ಷ್ಮಣ ಮರವನ್ನೇರಿ ನೋಡಿದನು. ಧ್ವಜದಿಂದ ಭರತನ ಆಗಮನ ಗುರುತಿಸಿ ಅವನನ್ನು ಎದುರಿಸಲು ಸಿದ್ಧನಾದನು. ಸಮಾಧಾನದಿಂದ ಇರಲು ಹೇಳಿ ರಾಮನು ಭರತನನ್ನು ಎದುರುಗೊಂಡನು.

ದಶರಥನ ಶ್ವೇತಛತ್ರ ಕಾಣದಿರಲು ವ್ಯಾಕುಲಗೊಂಡನು. ತಂದೆಯನ್ನು ಬಿಟ್ಟು ಕಾಡಿಗೆ ಬರಬಾರದೆಂದು ರಾಮನುಸರಲು, ಭರತ ಘೋರೆಂದು ಅಳತೊಡಗಿದ. ವಿಷಯ ಅರಿವಾದೊಡನೆ ಸಂತೈಸುವವರೆ ಇಲ್ಲದಂತೆ ಸಮಸ್ತ ಪರಿವಾರವು ದುಃಖಸಾಗರದಲ್ಲಿ ಮುಳುಗಿತು. ಪರಸ್ಪರರನ್ನು ಸಂತೈಸುತ್ತ ಮನಸ್ಸಮಾಧಾನ ಕಂಡುಕೊಳ್ಳಲು ಪ್ರಯತ್ನಿಸಿದರು. ಇಲ್ಲಿಗೆ ರಾಮ ವನವಾಸಕ್ಕೆ ಬಂದು ಮೂವತ್ತೊಂಭತ್ತು ದಿನಗಳು ಸಂದಿದ್ದವು.

ವಸಿಷ್ಠರಾದಿಯಾಗಿ ಎಲ್ಲರೂ ರಾಮನಿಗೆ ವನವಾಸದಿಂದ ಮರಳಿ ಪಟ್ಟ ಅಲಂಕರಿಸುವಂತೆ ಕೋರಿದರು. ಕಡೆಗೆ ರಾಮನು ಪಿತೃ ಋಣದಲ್ಲಿ ಉಳಿಯಬಾರದೆಂದು ವನವಾಸ ಪೂರಯಿಸಿ ಬರುವುದಾಗಿ ತಿಳಿಸಿದನು. ಭರತನ ಕೋರಿಕೆ ಮೇರೆಗೆ ರಾಮನು ಪಾದುಕೆಗಳನ್ನು ನೀಡಿದನು. ಅದನ್ನು ತೆಗೆದುಕೊಂಡು ಭರತನು ಸಪರಿವಾರ ಅಯೋಧ್ಯೆಗೆ ಮರಳಿದನು.

ಭರತನು ವಲ್ಕಲಧಾರಿಯಾಗಿ ರಾಮನ ಪಾದಕೆಗಳ ಹೆಸರಿನಲ್ಲಿ ರಾಜ್ಯಭಾರ ಮಾಡುತ್ತಾ, ಆದರ್ಶದ ಮಹೋನ್ನತ ಸಂಕೇತವಾಗಿ ನಗರದ ಹೊರಗೆ ಅರಣ್ಯವಾಸಿಯಂತೆ ವಾಸಮಾಡುತ್ತ ಹದಿನಾಲ್ಕು ವರ್ಷಗಳ ಕಾಲ ಸಾಗಿದನು. ಪಾದುಕೆಗಳ ಸಂಕೇತದಲ್ಲಿಯೇ ತ್ಯಾಗ ನಿಸ್ಪೃಹತೆಗಳ ಸಂಕೇತವಾಗಿ ಭರತ ಇಂದಿಗೂ ಜನಮಾನಸದಲ್ಲಿ ಅಜರಾಮರ.

* * * * *

ತಪಸ್ವಿಗಳು ಚಿತ್ರಕೂಟದಿಂದ ಒಬ್ಬೊಬ್ಬರಾಗಿ ಹೊರಟು ನಿಲ್ಲುತ್ತಿರುವ ಗಮನಿಸಿದ ರಾಮನು ತಮ್ಮ ಆಗಮನದಿಂದ ಅವರಿಗೆ ತೊಂದರೆ ಆಗುತ್ತಿದೆ ಎಂದು ತಿಳಿದು, ಅದನ್ನು ನಿವಾರಿಸಲೋಸುಗ ರಾಮನು ಲಕ್ಷ್ಮಣ ಸೀತಾ ಸಮೇತರಾಗಿ ತೊರೆದು ಬೇರೆ ಸ್ಥಳದಲ್ಲಿ ನೆಲೆಸಲು ಹೊರಟು ನಿಂತರು. ಹೊರಟದಾರಿಯಲ್ಲಿ ಅತ್ರಿ ಮುನಿಗಳ ಆಶ್ರಮಕ್ಕೆ ಭೇಟಿ ಇತ್ತರು.

ಚಿತ್ರಕೂಟದಿಂದ ದಕ್ಷಿಣದತ್ತ ದಂಡಕಾರಣ್ಯ ಆರಂಭವಾಗುವ ಸ್ಥಳದಲ್ಲಿ ರಕ್ಕಸರ ಕಾಟ ಹೆಚ್ಚಾಗಿದೆ. ಗುರುಕುಲ,ಶಿಕ್ಷಣ, ಯಜ್ಞ ಯಾಗಾದಿಗಳಿಗೆ ಆಗುತ್ತಿರುವ ತೊಂದರೆಗಳನ್ನು ನಿವಾರಿಸು ಎಂದು ಅತ್ರಿ ಮುನಿಗಳು ರಾಮನನ್ನು ಕೋರಿದರು. ಇಲ್ಲಿಯವರೆಗೆ ಸುಮಾರು ನಲವತ್ತು ದಿನಗಳವರೆಗಿನ ಪಯಣದ ವಿವರಗಳನ್ನು ದಿನವಹಿ ವಾಲ್ಮೀಕಿ ರಾಮಾಯಣದಲ್ಲಿ ದಾಖಲಿಸಲಾಗಿದೆ. ನಂತರದ ವಿವರಗಳು ದಾಖಲಾಗಿದ್ದರೂ ದಿನವಹಿ ವಿವರಗಳು ನಮೂದಾಗಿಲ್ಲ.

ಅತ್ರಿ ಮುನಿಯ ಆಶ್ರಮದ ಪ್ರದೇಶದಲ್ಲಿ ಹುಲಿ ಕರಡಿಗಳು ಯಥೇಚ್ಛವಾಗಿದ್ದವು ಎಂದು ವಾಲ್ಮೀಕಿ ರಾಮಾಯಣದಲ್ಲಿ ನಮೂದಾಗಿದೆ. ಅಲ್ಲಿಯೇಮುಂದೆ ವಿರಾಧನೆಂಬ ರಕ್ಕಸನ ಉಪಟಳ ನಿವಾರಿಸಲು ನೆಲೆ ನಿಂತರು. ಇಬ್ಬರು ಋಷಿ ವೇಷದ ಯುವಕರು

ಒಬ್ಬ ಸುಂದರ ಹೆಣ್ಣಿನ ಜೊತೆ ಇರುವುದನ್ನು ನೋಡಿದ ವಿರಾಧ ಸೀತೆಯನ್ನು ಅಪಹರಿಸಲು ಬಂದನು. ಸೀತೆಯನ್ನು ಅಪಹರಿಸಲು ಕೈ ಹಾಕಿದ ಕಾರಣಕ್ಕೆ ಅವನ ಎರಡೂ ತೋಳುಗಳನ್ನು ಕತ್ತರಿಸಿ ಬಿಸುಡುತ್ತಾರೆ. ಮಾಯಾ ವಿದ್ಯೆಗಳನ್ನು ಬಳಸಲು ಯತ್ನಿಸಿಯೂ ರಾಮ ಲಕ್ಷ್ಮಣರನ್ನು ಎದುರಿಸಲಾಗದೆ ವಿರಾಧನು ನೆಲಕ್ಕುರುಳಿದನು. ನಂತರ ತನ್ನ ಸಾವನ್ನು ಮನಗಂಡ ಆತ ತನ್ನ ಸಾವಿನ ನಂತರ ದೇಹಕ್ಕೆ ಅಂತಿಮ ಸಂಸ್ಕಾರ ಮಾಡಲು ಕೋರಿದನು. ಅದರಂತೆ ಅವನ ದೇಹವನ್ನು ಮಣ್ಣಿನಲ್ಲಿ ಹೂಳಿ ಶರಭಂಗಮುನಿಗಳ ಆಶ್ರಮಕ್ಕೆ ಮುನ್ನಡೆದರು.

ನಂತರ ಅಲ್ಲಿಂದ ದಕ್ಷಿಣ ದಿಕ್ಕಿನಲ್ಲಿ ನಡೆಯುತ್ತ ಸುತೀಕ್ಷ್ಣ ಮುನಿಗಳ ಆಶ್ರಮಕ್ಕೆ ಭೇಟಿ ನೀಡಿ ಇಂದಿನ ವರ್ಧಾಡ ಪ್ರದೇಶಕ್ಕೆ ಮುನ್ನಡೆದ ಸೀತಾರಾಮ ಲಕ್ಷ್ಮಣರು ಮುಂದೆ ಸುಮಾರು ಕಾಲ ಅಲ್ಲಿ ನೆಲೆ ನಿಲ್ಲುತ್ತಾರೆ. ಅಪ್ಸರೆಯರಿಗಾಗಿ ಮಾಂಡಕರ್ಣಿ ಋಷಿ ನಿರ್ಮಿಸಿದ ಒಂದು ಯೋಜನ ವಿಸ್ತೀರ್ಣದ (ಸುಮಾರು 8–10ಮೈಲಿ) ಪಂಚಾಪ್ಸರ ಸರೋವರದ ಬಳಿಯಲ್ಲಿ ಪರ್ಣ ಕುಟೀರವನ್ನು ನಿರ್ಮಿಸಿದರು.

ಅಲ್ಲಿಂದ ದಕ್ಷಿಣಕ್ಕೆ ಅಗಸ್ತ್ಯರು ನೆಲೆ ನಿಂತಿರುವ ಮಾಹಿತಿ ಪಡೆದು ಅವರ ಆಶ್ರಮಕ್ಕೆ ಭೇಟಿ ನೀಡುತ್ತಾರೆ. ಆಗ ಅಗಸ್ತ್ಯರು ಪಂಚವಟಿಯಲ್ಲಿ ನೆಲೆ ನಿಲ್ಲಲು ರಾಮನಿಗೆ ಸಲಹೆ ನೀಡುತ್ತಾರೆ. ಅದರಂತೆ ರಾಮನು ಪಂಚವಟಿಗೆ ತನ್ನ ನೆಲೆಯನ್ನು ಸ್ಥಳಾಂತರಿಸುತ್ತಾನೆ.

ಸೀತೆಯ ಬಾಯಾರಿಕೆ ಇಂಗಿಸಲು ರಾಮ ಅಂಬುತೀರ್ಥದಲ್ಲಿ ಬಿಲ್ಲಿಗೆ ಬಾಣ ಹೂಡಿದನಂತೆ. ಆಗ ಉಕ್ಕಿದ ತೀರ್ಥ ಶರಾವತಿ ನದಿಯಾಗಿ ಉಗಮವಾಯಿತೆಂದು ನಂಬಲಾಗಿದೆ.

ಪಂಚವಟಿಯ ದಾರಿಯಲ್ಲಿ ರಾಮನ ತಂದೆ ದಶರಥನ ಮಿತ್ರ ಜಟಾಯು ರಾಮ ಲಕ್ಷ್ಮಣರನ್ನು ಭೇಟಿ ಮಾಡುತ್ತಾನೆ. ಪಂಚವಟಿಯು ಈಗಿನ ಗೋದಾವರಿ ನದಿಯ ಉತ್ತರ ತೀರದಲ್ಲಿದೆ. ಅಂದರೆ ಸರಿಸುಮಾರು ನಾಸಿಕದ ಹತ್ತಿರ ಎಂಬುದು ಕೆಲವು ತಜ್ಞರ ಅಭಿಪ್ರಾಯ.

ಒಂದು ದಿನ ಬೆಳಗ್ಗೆ ಪಂಚವಟಿಯ ಆವರಣದಲ್ಲಿ ಶೂರ್ಪನಖಾ ಎಂಬ ರಕ್ಕಸ ಸ್ತ್ರೀ ಸುಂದರ ಪುರುಷರನ್ನು ಆ ಅರಣ್ಯದಲ್ಲಿ ಕಂಡು ಮೋಹಿತಳಾದಳು. ಗುಡಾಣದ ಹೊಟ್ಟೆಯ, ತಾಮ್ರವರ್ಣದ ಕೇಶರಾಶಿಯ, ಮೊರದಂತೆ ನಖಗಳನ್ನು ಹೊಂದಿದ್ದ ರಕ್ಕಸ ಸ್ತ್ರೀ ಕಾಮಮೋಹಿತಳಾಗಿ ಬಂದು ರಾಮನನ್ನು ಕೋರುತ್ತಾಳೆ. ಶೂರ್ಪನಖಾ ತನ್ನ ಪರಿಚಯವನ್ನು ಮಾಡಿಕೊಡುತ್ತ ತಾನು ರಾವಣನ ಸೋದರಿ ಎಂಬುದನ್ನು ತಿಳಿಸಿದಳು.

ಶೂರ್ಪನಖಾ ಪ್ರಸ್ತಾಪವನ್ನು ರಾಮ ತಿರಸ್ಕರಿಸಿದನು. ಅಲ್ಲದೇ ತಾನು ಏಕಪತ್ನಿ ವ್ರತಸ್ಥನೆಂದು, ಬೇಕಾದರೆ ಲಕ್ಷ್ಮಣನನ್ನು ಮದುವೆ ಆಗಬಹುದೆಂದು ಚೇಷ್ಟೆ ಮಾಡುತ್ತಾನೆ. ಲಕ್ಷ್ಮಣನಿಂದಲೂ ತಿರಸ್ಕೃತಳಾದ ಶೂರ್ಪನಖಾ ತಾನೇ ರಾಮನ ಪತ್ನಿ ಆಗಬೇಕೆಂದು

ಸೀತೆಯನ್ನು ಕೊಂದು ತಿನ್ನಲು ಮುನ್ನಡೆಯುತ್ತಾಳೆ. ಲಕ್ಷ್ಮಣ ಅವರ ಮೂಗು ಕಿವಿಗಳನ್ನು ಕತ್ತರಿಸುತ್ತಾನೆ.

ಅಳುತ್ತ ಓಡಿದ ರಕ್ಕಸಿ ತನ್ನ ಸೋದರ ಖರನ ಎದುರು ನೋವನ್ನು ತೋಡಿಕೊಳ್ಳುತ್ತಾಳೆ. ಕೂಡಲೇ ತನ್ನ ಆಯ್ದ ಹದಿನಾಲ್ಕು ವೀರರನ್ನು ಆರಿಸಿ ರಾಮನನ್ನು ಶಿಕ್ಷಿಸಲು ಕಳಿಸುತ್ತಾನೆ. ಅವೆಲ್ಲರೂ ರಾಮನಿಂದ ಹತರಾಗುತ್ತಾರೆ. ಖರದೂಷಣರು ಒಟ್ಟು ರಕ್ಕಸ ಹದಿನಾಲ್ಕು ಸಾವಿರ ರಕ್ಕಸರ ಸೈನ್ಯದೊಡನೆ ಆಗಮಿಸಿದಾಗ ಅವರೆಲ್ಲರಿಗೂ ರಾಮನೇ ಅಂತ್ಯಗಾಣಿಸುತ್ತಾನೆ. ಈ ನಡುವೆ ಅಕಂಪನ ಎನ್ನುವ ರಕ್ಕಸ ತಪ್ಪಿಸಿಕೊಂಡು ರಾವಣನ ಬಳಿಸಾಗಿ ಸೀತಾಪಹರಣದ ಸಂಚಿನ ಮಾತನಾಡುತ್ತಾನೆ. ಈ ಮೊದಲೇ ರಾಮನ ಪರಾಕ್ರಮದ ಝಳ ತಾಗಿಸಿಕೊಂಡಿದ್ದ ತಾಟಕಾ ಮಗನಾದ ಮಾರೀಚನ ಬಳಿ ರಾವಣ ಸಮಾಲೋಚನೆಗೆ ಹೋದಾಗ ಅವನು ರಾವಣನನ್ನು ಪ್ರಸ್ತಾಪ ಕೈಬಿಡಲು ಮನವೊಲಿಸಿ ಹಿಂತಿರುಗಿ ಹೋಗುವಂತೆ ಮಾಡುತ್ತಾನೆ.

ಕೆಲದಿನಗಳ ನಂತರ ಅಂಗಚ್ಛೇಧಕ್ಕೊಳಗಾದ ಶೂರ್ಪನಖಾ ರಾವಣನ ನಿಷ್ಕ್ರಿಯತೆಗೆ ಅವನನ್ನು ಹೀಯಾಳಿಸಿ ತನ್ನ ನೋವುತೋಡಿಕೊಂಡಳು. ಮೊದಲು ರಕ್ಕಸ ಸಾಮ್ರಾಜ್ಯದ ಮೇಲೆ ರಾಮನ ಆಕ್ರಮಣ ಎಂಬುದನ್ನು ಬಿಂಬಿಸಿ, ಮುಂದುವರೆದು ತನ್ನ ಮೇಲಿನ ಆಕ್ರಮಣವನ್ನು ರಕ್ಕಸರ ಮೇಲಿನ ದುರಾಚಾರವೆಂಬಂತೆ ರಾವಣನನ್ನು ಪುಸಲಾಯಿಸಿದಳು. ಇಷ್ಟೇ ಅಲ್ಲದೆ ಇನ್ನೂ ಮುಂದುವರೆದುಆ ಇಬ್ಬರು ಋಷಿಪುತ್ರರಂತಿರುವ ತರುಣರ ಜೊತೆಯಲ್ಲಿನ ಆ ಅತಿಲೋಕ ಸುಂದರಿಯ ವರ್ಣನೆ ಮಾಡಿ ಮನಕಲಕಿದಳು.

ಚಂಚಲನಾದ ರಾವಣ ಮತ್ತೆ ದಕ್ಷಿಣದ ದಂಡೆಗೆ ಬಂದು ರಾವಣ ಮಾರೀಚನನ್ನು ಕಂಡನು. ಕಳವಳಗೊಂಡ ಮಾರೀಚನನ್ನು ಒಪ್ಪಿಸಿ, ಅವನು ಕೇವಲ ಸೀತೆಯ ಎದುರು ಸುವರ್ಣ ಹರಿಣದಂತೆ ಸುಳಿದಾಡುವುದು, ಅದನ್ನು ಹಿಡಿಯಲು ಬರುವ ರಾಮ ಲಕ್ಷ್ಮಣರನ್ನು ದೂರಕ್ಕೆ ಕರೆದೊಯ್ಯುವುದು ಎಂದು ತಂತ್ರ ಹೂಡಿದನು. ರಾವಣನಿಗೆ ಸೀತೆಯನ್ನು ಪಡೆಯುವುದು ಮತ್ತು ದುಃಖತಪ್ತನಾದ ರಾಮನ ಸಂಹಾರದ ಮೂಲಕ ರಕ್ಕಸ ರಾಜ್ಯ ಸಂರಕ್ಷಣೆಯನ್ನು ಮನದಟ್ಟು ಮಾಡಿಸಿ ಮಾರೀಚನನ್ನು ಜಿಂಕೆಯಾಗಿಸಿದನು.

ಮಾಯಾಜಿಂಕೆ ಅಟ್ಟಿಸಿಕೊಂಡು ಹೊರಟ ರಾಮನು ಲಕ್ಷ್ಮಣನಿಗೆ ಆಶ್ರಮದಲ್ಲೇ ಇರಲೆಂದು ತಿಳಿಸಿ, ಇದು ಮಾಯಾವಿ ರಕ್ಕಸನೇ ಆದರೂ, ವಧೆ ಮಾಡುವುದು ಕರ್ತವ್ಯವೆಂದೇ ಭಾವಿಸಿ ಬಹುದೂರದವರೆಗೆ ಹೊರಟ. ರಾಮನ ಬಾಣಕ್ಕೆ ಬಲಿಯಾದ ಮಾರೀಚ, ಸಾಯುವಾಗಲೊಮ್ಮೆ ಹಾ ಸೀತಾ, ಹಾ ಲಕ್ಷ್ಮಣಾ ಎಂದು ಆರ್ತನಾದ ಮಾಡಿದ್ದ.

ಇತ್ತ ಪರ್ಣಕುಟೀರದಲ್ಲಿದ್ದ ಸೀತಾ ಲಕ್ಷ್ಮಣರಿಗೆ ಈ ಕೂಗು ಕೇಳಿಸಿತು. ಇತ್ತ ಸೀತೆ ರಾಮನಿಗೇ ಆಪಾಯವಾಯಿತು ಎಂದು ಭಾವಿಸಿಲಕ್ಷ್ಮಣನಿಗೆ ರಾಮನಲ್ಲಿಗೆ ಹೋಗು ಎಂದು ಒತ್ತಾಯಿಸುತ್ತಾಳೆ. ಮಾಯಾವಿ ರಕ್ಕಸರ ನಡೆಗಳನ್ನರಿತ ಲಕ್ಷ್ಮಣ ಸೀತೆಯನ್ನು

ಒಂಟಿಯಾಗಿ ಬಿಟ್ಟು ಹೊರಡಲು ಸಮ್ಮತಿಸುವುದಿಲ್ಲ. ಸೀತೆ ಆತನನ್ನು ಹಳಿಯುತ್ತಾಳೆ, ತಡೆದು ನಿಲ್ಲುತ್ತಾನೆ. ತನ್ನನ್ನೇ ಮೋಹಿಸಿ ರಾಮನ ಸಾವಿಗಾಗಿ ಕಾಯುತ್ತಿರುವೆ ಎಂದಾಗ ಮನಸ್ಸಿಲ್ಲದ ಮನಸಿನಿಂದ ಅತೀವ ಬೇಸರದಿಂದ ಹೊರಡುತ್ತಾನೆ. ಅದಾಗಲೇ ವಿವಾಹಾತ್ಪರ ಸುಮಾರು ಒಂದು ವರ್ಷ ಅರಮನೆಯಲ್ಲಿಯೂ, ನಂತರದ ಸುಮಾರು ಹದಿಮೂರು ವರ್ಷ ವನವಾಸದಲ್ಲಿಯೂ ಅತ್ಯಂತ ಹತ್ತಿರದಿಂದ ಕಂಡಿದ್ದ ಲಕ್ಷ್ಮಣನ ಬಗ್ಗೆ ಸೀತೆಯ ಮಾತುಗಳೇ ಆಕೆಗೆ ಮುಳುವಾಗಿ ಒಬ್ಬಂಟಿಯಾಗಿ ಪರ್ಣಕುಟೀರದಲ್ಲಿ ಉಳಿಯುತ್ತಾಳೆ.

ಲಕ್ಷ್ಮಣ ಮರೆಯಾದ ನಂತರ ಬ್ರಾಹ್ಮಣ ವೇಷದಲ್ಲಿ ಭಿಕ್ಷೆಗೆ ಬಂದ ರಾವಣ ಸೀತೆಯ ಮುಡಿಗೆ ಕೈ ಹಾಕಿ, ಅವಳನ್ನೆತ್ತಿ ರಥದಲ್ಲಿ ಹಾಕಿಕೊಂಡು ಹೊರಡುತ್ತಾನೆ. ಆಗ ಯಾರೂ ಸಹಾಯಕ್ಕೆ ಇಲ್ಲದ ಹೊತ್ತಿನಲ್ಲಿ ಜಟಾಯು ಬರುತ್ತಾನೆ. ವೃದ್ಧ ಜಟಾಯುವಿಗೂ ರಾವಣನಿಗೂ ಹೋರಾಟ ನಡೆಯುತ್ತದೆ. ಹೊಡೆದಾಟದಲ್ಲಿ ಘಾಸಿಗೊಂಡ ಜಟಾಯು ಮೃತ್ಯುಮುಖನಾಗುತ್ತಾನೆ.

ವಿಮಾನದಲ್ಲಿ ಹೊರಡುವಾಗ ಸೀತೆ ಹಾದಿಯಗುಂಟ ತನ್ನ ಒಂದೊಂದೇ ಆಭರಣಗಳನ್ನು ಕೆಳಗೆಸೆಯುತ್ತ ಸಾಗುತ್ತಾಳೆ. ವಿಮಾನವು ಕಿಷ್ಕಿಂಧೆಯನ್ನು ದಾಟುವಾಗ ಒಂದು ವಾನರ ಗುಂಪು ನೋಡಿ ತನ್ನ ಆಭರಣಗಳನ್ನು, ಅಂಗವಸ್ತ್ರದ ಬಟ್ಟೆಯನ್ನೂ ಬಿಸಾಡುತ್ತಾಳೆ. ರಾವಣನು ನಂತರ ಸಮುದ್ರವನ್ನು ಲಂಘಿಸಿ ಲಂಕೆಗೆ ಹಿಂತಿರುಗುತ್ತಾನೆ.

ಮಾರೀಚನ ಕೂಗಿನಿಂದ ಗೊಂದಲಗೊಂಡಿದ್ದ ರಾಮನಿಗೆ ತನ್ನತ್ತಲೇ ಬರುತ್ತಿರುವ ಲಕ್ಷ್ಮಣನನ್ನು ಕಂಡಾಗ ಇನ್ನಷ್ಟುಆತಂಕವಾಗುತ್ತದೆ. ತನ್ನ ಆಜ್ಞೆ ಉಲ್ಲಂಘಿಸಿ ಬಂದುದಕ್ಕಾಗಿ ಲಕ್ಷ್ಮಣನನ್ನು ನಿಂದಿಸುತ್ತಾನೆ. ಇಬ್ಬರೂ ಓಡೋಡಿ ಪರ್ಣಕುಟೀರಕ್ಕೆ ಬರುತ್ತಾರೆ. ಸೀತೆ ಕಾಣಸಿಗುವುದಿಲ್ಲ. ಶೋಕಾಕುಲರಾದ ಸೀತಾ ಮತ್ತು ರಾಮರಿಂದ ಅಪಮಾನಕ್ಕೊಳಗಾದ ಲಕ್ಷ್ಮಣ ತನ್ನ ಸ್ಥಿತಪ್ರಜ್ಞತೆ ಕಳೆದುಕೊಳ್ಳದೆ ರಾಮನನ್ನು ಸಾಂತ್ವನಗೊಳಿಸಿ ಸೀತೆಯನ್ನು ಹುಡುಕಲು ಹೊರಡಿಸುತ್ತಾನೆ.

ಸುತ್ತಲ ಗಿಡ, ಮರ, ಗುಹೆ, ಕಂದರ, ಬೆಟ್ಟ ಗುಡ್ಡಗಳಲ್ಲಿ ಸೀತೆಯನ್ನು ಅರಸುತ್ತಾರೆ. ಆಗ ಅರಣ್ಯದ ಪ್ರಾಣಿಗಳೆಲ್ಲ ದಕ್ಷಿಣದತ್ತ ಆತಂಕದಿಂದ ಮುಖ ಮಾಡಿರುವುದನ್ನು ಲಕ್ಷ್ಮಣ ಗಮನಿಸುತ್ತಾನೆ. ಸ್ವಲ್ಪವೇ ದೂರದಲ್ಲಿ ಜಟಾಯು ಕಂಡು, ರಾವಣನು ಸೀತೆಯನ್ನು ಆಕಾಶಮಾರ್ಗವಾಗಿ ಕೊಂಡೊಯ್ದ ಬಗೆಯನ್ನು ಹೇಳುತ್ತಾನೆ. ತಡೆಯಲು ಯತ್ನಿಸಿದ ತನ್ನ ಮೇಲಾದ ಆಘಾತವನ್ನು ತಿಳಿಸಿ ಸಾವಿಗೀಡಾದನು. ಆತನ ಅಂತ್ಯ ಸಂಸ್ಕಾರ ನೆರವೇರಿಸಿ, ಸೀತಾನ್ವೇಷಣೆಗೆ ಹೊರಟರು. ಮುಂದೆ ಸಾಗಿ ಕ್ರೌಂಚವನಕ್ಕೆ ತಲುಪಿದಾದ ಅಲ್ಲಿ ಕಂಡ ಅಯೋಮುಖಿ ಎಂಬ ರಕ್ಕಸಿ ಲಕ್ಷ್ಮಣನಿಗೆ ಗಂಟು ಬೀಳುತ್ತಾಳೆ. ರೋಷದಿಂದ ಲಕ್ಷ್ಮಣ ಅವಳ ಕಿವಿ, ಮೂಗು, ಮೊಲೆಗಳನ್ನು ಕತ್ತರಿಸಿ ಬಿಸುಡುತ್ತಾನೆ.

ಮತಂಗಮುನಿಗಳ ಆಶ್ರಮ ದಾಟಿ ಮುನ್ನಡೆಯುವಾಗ ಕಬಂಧ ಎನ್ನುವ ರಕ್ಕಸ ಇವರನ್ನು ಬಾಹುಗಳಿಂಧ ಬಂಧಿಸುತ್ತಾನೆ. ಅವನ ಕೈಗಳನ್ನು ಕತ್ತರಿಸಿದಾಗ, ತನ್ನ ಸಾವನ್ನು

ಕಂಡ ಆತ ತನ್ನ ಅಂತ್ಯ ಸಂಸ್ಕಾರ ಮಾಡುವಂತೆ ಕೋರಿ ಪಂಪಾಸರೋವರದ ಬಳಿ ಋಷ್ಯಮೂಕ ಪರ್ವತದಲ್ಲಿ ಸುಗ್ರೀವನನ್ನು ಭೇಟಿ ಮಾಡಿ ಸಹಾಯ ಪಡೆಯಲು ತಿಳಿಸಿ ಸಾಯುತ್ತಾನೆ. ಅವರ ಅಂತ್ಯ ಸಂಸ್ಕಾರ ಮಾಡಿ ಹಂಪೆಯ ಪಂಪಾ ಸರೋವರದ ಬಳಿ ಋಷ್ಯಮೂಕ ಪರ್ವತದ ಬಳಿ ಬರುತ್ತಾರೆ.

ಪಂಪಾ ಸರೋವರದ ಬಳಿ ಶಬರಿಯನ್ನು ಭೇಟಿ ಮಾಡುತ್ತಾರೆ. ಶಬರಿ ರಾಮನನ್ನು ಆದರಿಸುತ್ತಾಳೆ. ಆತಿಥ್ಯ ಮುಗಿದ ತರುವಾಯ ರಾಮನ ಪದತಲದಲ್ಲೇ ಹಣ್ಣು ಹಣ್ಣು ಮುದುಕಿ ಹಣ್ಣಾದ ದೇಹವನ್ನೂ ರಾಮನಿಗೆ ಸಮರ್ಪಿಸಿ ಪ್ರಾಣತ್ಯಾಗ ಮಾಡುತ್ತಾಳೆ.

ರಾಮಲಕ್ಷ್ಮಣರು ಋಷ್ಯಮೂಕದಲ್ಲಿ ಅಲೆದಾಡುತ್ತಿರುವುದನ್ನು ಕಂಡ ಸುಗ್ರೀವನು ವಾಲಿ ತನ್ನ ವಧೆಗಾಗಿ ಕಳುಹಿಸಿರುವ ಗೂಢಚಾರರೇ ಇರಬೇಕೆಂದು ಭಾವಿಸಿ ಅವರನ್ನು ಪರೀಕ್ಷಿಸಲು ಹನುಮನನ್ನು ಕಳುಹಿಸುತ್ತಾನೆ. ಋಷಿ ವೇಷದಲ್ಲಿ ಅವರನ್ನು ಎದುರುಗೊಂಡ ಹನುಮ ಅತ್ಯಂತ ಚಂದವಾಗಿ ಮಾತನಾಡಿಸಿ ಅವರು ಬಂದು ಕಾರಣ ಕೇಳುತ್ತಾನೆ.

ಸುಗ್ರೀವನ ಮೈತ್ರಿಯನರಸಿ ಬಂದಿರುವುದಾಗಿ ತಿಳಿಸಿದ ನಂತರ ಹನುಮ ಸುಗ್ರೀವನ ಭೇಟಿ ಮಾಡಿಸುತ್ತಾನೆ.

* * * *

ಜಗತ್ತಿನ ಬೇರಾವುದೇ ನ್ಯಾಯಾಲಯದಲ್ಲಿ ದೇವರು ಎಲ್ಲಿ ಹುಟ್ಟಿದ, ಪ್ರವಾದಿ ಮಹಮ್ಮದ್ ಇಲ್ಲವೇ ಏಸು ಕ್ರಿಸ್ತ ಎಲ್ಲಿ ಹುಟ್ಟಿದರೆಂಬ ಬಗ್ಗೆ ಪ್ರಶ್ನೆಗಳೆದ್ದಿವೆಯೆ? ಈ ಪ್ರಶ್ನೆಯಾಗಲಿ ಅಥವ ಇದೇ ಸ್ವರೂಪದ ಇತರ ಪ್ರಶ್ನೆಗಳಾಗಲಿ ವಿಚಾರಣೆಗೆ ಬಂದಿವೆಯೆ?

ನ್ಯಾ.ಶರತ್ ಅರವಿಂದ ಬೊಬ್ಡೆ,
ಪ್ರಸಕ್ತ ಸುಪ್ರೀಂ ಕೋರ್ಟ್ ಮುಖ್ಯ ನ್ಯಾಯಮೂರ್ತಿ

(ಅಯೋಧ್ಯೆ ವಿವಾದದ ವಿಚಾರಣೆ ಸಂದರ್ಭದಲ್ಲಿ ವಕೀಲರಾದ ಪರಾಶರನ್ ಅವರಿಗೆ ಕೇಳಿದ ಪ್ರಶ್ನೆ)

ಕರ್ನಾಟಕದಲ್ಲಿ ರಾಮ ಸಂಚರಿಸಿದ ಪ್ರಮುಖ ಕ್ಷೇತ್ರಗಳು

ಇಲ್ಲಿ ಹೆಜ್ಜೆಗೊಂದರಂತೆ ರಾಮ ಕುಳಿತ ಬಂಡೆ, ನಡೆದ ರಸ್ತೆ, ಕುಡಿದ ನೀರು, ತಿಂದ ಹಣ್ಣು, ಹೀಗೆ ಸಾವಿರ ಕಥೆಗಳಿವೆ. ರಾಮನೆಂದರೆ ಕನ್ನಡದ ಜನರಿಗೂ ಬದುಕಿನ ಅನುಬಂಧವೇ. ಬೀದರ್ ಜಿಲ್ಲೆಯ ಚಳಕಾಪುರ್ ಅಲ್ಲಿ ರಾಮ ಲಕ್ಷ್ಮಣರ ಚಳಕಾದೇವಿಯ ಆಜ್ಞೆಯಂತೆ ಅಸುರ ಸಂಹಾರ ಮಾಡಿದ ಸ್ಥಳವೆಂಬುದು ನಂಬಿಕೆ.

ಬೆಳಗಾವಿಯ ರಾಮದುರ್ಗದಲ್ಲಿ ಶಬರೀವನವಿದೆ. ಇಲ್ಲಿಯೇ ಶಬರಿ ರಾಮನಿಗಾಗಿ ಕಾದು ಕೂತು, ಆತಿಥ್ಯ ನೀಡಿ, ರಾಮನ ಪದತಲದಲ್ಲೇ ಮುಕ್ತಿ ಪಡೆದ ಐತಿಹ್ಯವೂ ಇದೇ ನೆಲದ ಹೆಗ್ಗಳಿಕೆ.

ಶಿವಮೊಗ್ಗ ಜಿಲ್ಲೆಯ ಹೊಸನಗರದ ಬಳಿ ಕಾರಣಗಿರಿ ದೇವಾಲಯವಿದೆ. ರಾಮ ಸೀತೆಯರು ಅಗಸ್ತ್ಯ ಮುನಿಗಳ ಭೇಟಿಮಾಡಿದ ಸ್ಥಳ. ಲಂಕೆಯಿಂದ ಅಯೋಧ್ಯೆಗೆ ಪುಷ್ಪಕ ವಿಮಾನದಲ್ಲಿ ಮರಳುವಾಗ ಗಿರಿ ಬೆಳೆದು ನಿಂತು ಅಡ್ಡಿಯಾಯಿತಂತೆ. ಹಾಗಾಗಿ ಇಲ್ಲಿ ಗಣಪತಿ ದೇವಾಲಯಕ್ಕೆ ರಾಮ ಪೂಜಿಸಿದ ಐತಿಹ್ಯ. ಇದೇ ಕಾರಣಗಿರಿ. ಮುಂದೆ ಸೀತೆಗಾಗಿ ಮಾಯಾಜಿಂಕೆ ಮಾರೀಚನನ್ನು ವಧೆ ಮಾಡಿದ ಸ್ಥಳವಾದ ಮೃಗವಧೆ ಸ್ಥಳವೂ ಇಂದಿಗೂ ಇದೆ. ಸೀತೆಯ ನೀರಡಿಕೆ ಇಂಗಿಸಲು ಬಾಣ ಬಿಟ್ಟು ಚಿಮ್ಮಿಸಿದ ಅಂಬುತೀರ್ಥ. ಇದು ಶರಾವತಿಯ ಉಗಮಸ್ಥಾನ. ಶರ ಎಂದರೆ ಬಾಣ. ಬಾಣದಂತೆ ಚಿಮ್ಮಿದ ನೀರು ಇಂದಿಗೂ ಜೋಗದ ಗುಂಡಿಯಲ್ಲಿ ಧಾರೆಯಾಗಿ ಸುರಿಯುವುದು ಮತ್ತು ಲಿಂಗನಮಕ್ಕಿಯಲ್ಲಿ ಅದೇ ನೀರಿನಲ್ಲಿ ವಿದ್ಯುತ್ ಉತ್ಪಾದನೆ ಆಗುವಷ್ಟು ಎತ್ತರ ಮತ್ತು ವೇಗದ ಹರಿವು ಆ ನೀರಿಗಿರುವುದು ವಿಶೇಷ. ಹೀಗೆ ಹೆಜ್ಜೆಗೊಂದು ರಾಮಕಥೆಯ ನೆಲವಿದು.

ಹೊಸದುರ್ಗದ ಬಳಿಯ ಹಾಲುರಾಮೇಶ್ವರದಲ್ಲಿ ರಾಮನು ಶಿವನನ್ನು ಪೂಜಿಸಿ ನಂಬಿಕೆ. ಹಾಗಾಗಿ ಇಲ್ಲಿ ಶಿವನಿಗೇ ಹಾಲು ರಾಮೇಶ್ವರ ಎಂಬ ಅಭಿದಾನ. ತುಮಕೂರು ಜಿಲ್ಲೆಯ ದೇವರಾಯನ ದುರ್ಗದಲ್ಲಿ ಹಣೆಗೆ ತಿಲಕ ಇಡಲು ನೀರು ಚಿಮಿಸದ ಸ್ಥಳವೇ ನಾಮದ ಚಿಲುಮೆ. ಮೇಲುಕೋಟೆಯ ಬಳಿ ಬೆಟ್ಟದಲ್ಲಿ ನೀರಿಗಾಗಿ ರಾಮ ರೂಪಿಸಿದ ಇನ್ನೊಂದು ತೀರ್ಥಕ್ಷೇತ್ರ ಧನುಷ್ಕೋಟಿ. ಕಿಷ್ಕಿಂಧೆಯಿಂದ ಲಂಕೆಗೆ ವಾನರ ಸೇನೆಯ ಜೊತೆಗೆ ನಡೆದ ರಾಮಚಂದಿರ ರಾಮನಾಥಪುರದಲ್ಲಿ ಶಿವಪೂಜೆ ಮಾಡಿದನೆಂಬುದು ಐತಿಹ್ಯ. ಇದೇ ಚುಂಚನಕಟ್ಟೆ ಜಲಪಾತದ ಬಳಿಯಲ್ಲಿ ಚುಂಚಿ ಎಂಬ ರಕ್ಕಸನನ್ನು ರಾಮನ ಸಂಹರಿಸಿದನೆಂದು ಶ್ರದ್ಧಾಳುಗಳ ನಂಬಿಕೆ.

ಹಂಪಿಯಲ್ಲಿ ರಾಮ ಹನುಮರು

ಹಂಪಿ, ಆನೆಗೊಂದಿ, ಮತಂಗ ಪರ್ವತಗಳಂತೂ ರಾಮನ ಬದುಕಿನ ಬಹುದೊಡ್ಡ ವಿಷಾದದ ಕಾಲಘಟ್ಟದಲ್ಲಿ ಸಾಕ್ಷಿಯಾಗಿ ನಿಂತವು. ಮತ್ತು ಸುಗ್ರೀವ, ಹನುಮರಂತಹ ಜೊತೆಗಾರರನ್ನು ದೊರಕಿಸಿಕೊಟ್ಟ ಸ್ಥಳ. ಆನೆಗೊಂದಿಯ ತಾಳೆವನದಲ್ಲಿ ಹನುಮಂತ ಋಷಿ ವೇಷದಲ್ಲಿ ರಾಮಲಕ್ಷ್ಮಣರನ್ನು ಭೇಟಿಮಾಡಿ ಅವರ ಹಿನ್ನೆಲೆ ತಿಳಿಯುತ್ತಾನೆ. ವಾಲಿ ವಧೆ ಆಗಿದ್ದು ಸಹ ಇದೇ ಸ್ಥಳದಲ್ಲಿ.

ಪುರಾಣ, ಐತಿಹ್ಯ, ದಂತಕತೆ ಮತ್ತು ಇತಿಹಾಸಗಳು ಆನೆಗೊಂದಿ-ಹಂಪಿಗಳನ್ನು ರಾಮಾಯಣದ ದಂಡಕಾರಣ್ಯ ಮತ್ತು ಕಿಷ್ಕಿಂಧ ಕ್ಷೇತ್ರಗಳೊಂದಿಗೆ ಬೆಸೆಯುವುವು. ಕರ್ನಾಟಕದ ಮಧ್ಯಕಾಲ ಆರಂಭದ ಹಲವು ಶಾಸನಗಳು ಕಿಷ್ಕಿಂಧವನ್ನು 'ನಗರ', 'ನಾಡು' ಮತ್ತು 'ಪರ್ವತ' ಎಂದು ಗುರುತಿಸಿವೆ.

ಬೆಳಗಾವಿ ಜಿಲ್ಲೆಯ ಸಿರಸಂಗಿಯ 12ನೆಯ (1108)ಶತಮಾನದ ಒಂದು ಶಾಸನದಲ್ಲಿ ಋಷ್ಯಶೃಂಗನ (ಹಾಗಾಗಿ ಸಿರಸಂಗಿ) ಆಶ್ರಮವು ಕುಂತಲ ದೇಶದ ಬೆಳಗೊಳ ನಾಡಿನ ಕಿಷ್ಕಿಂಧ ಪರ್ವತದ ಬಳಿ ಇತ್ತೆಂದು ಹೇಳಲಾಗಿದೆ.

ಕೊಪ್ಪಳ ಜಿಲ್ಲೆಯ ಗಂಗಾವತಿ ತಾಲೂಕಿನ ದೇವಿಘಾಟಿನ 1069ರ ಶಾಸನ ಕಿಷ್ಕಿಂಧ ಪರ್ವತವು ತುಂಗಭದ್ರಾ ನದಿಯ ಉತ್ತರಕ್ಕೆ, ಅಂದರೆ ಇಂದಿನ ಆನೆಗೊಂದಿ ಗ್ರಾಮದ ಬಳಿ, ಇರುವುದನ್ನು ಸೂಚಿಸುತ್ತದೆ.

ರಾವಣನನ್ನು ಸೋಲಿಸಿ ಅಯೋಧ್ಯೆಗೆ ಹಿಂತಿರುಗುವಾಗ ರಾಮ ಮತ್ತು ಲಕ್ಷ್ಮಣ ಋಷ್ಯಶೃಂಗದಲ್ಲಿ ರಾಮೇಶ್ವರ, ಲಕ್ಷ್ಮಣೇಶ್ವರ ಮತ್ತು ಹನುಮದೀಶ್ವರ ದೇವಾಲಯಗಳನ್ನು ಕಟ್ಟಿದರೆಂದು ಈ ಶಾಸನದಲ್ಲಿ ವಿವರಿಸಲಾಗಿದೆ.

ಇವೆಲ್ಲವೂ 1100ರ ಸುಮಾರಿಗೆ ಎಷ್ಟೊಂದು ಬೇರು ಬಿಟ್ಟಿದ್ದವೆಂದರೆ ಹಂಪಿಯ ಬೆಟ್ಟಗಳಲ್ಲೆಲ್ಲ ಇರುವ ಮಂಗಗಳನ್ನು ವಾನರರ ವಂಶಜರೆಂದೇ ಭಾವಿಸಲಾಗಿತ್ತು. ಗಂಗಾವತಿ ತಾಲೂಕಿನ ಹಳ್ಳಿಯೊಂದಕ್ಕೆ ಅಯೋಧ್ಯೆ ಎಂಬ ಹೆಸರಿಟ್ಟಿದ್ದು ಇಂದಿಗೂ ಉಳಿದುಕೊಂಡು ಬಂದಿದೆ.

ತುಂಗಭದ್ರಾ ದಕ್ಷಿಣ ದಡದ ಹಂಪಿ:

1870ರಲ್ಲಿ ರಾಬರ್ಟ್ ಬ್ರೂಸ್‌ಫುಟ್ ಎಂಬ ಪುರಾತತ್ವ ಶಾಸ್ತ್ರಜ್ಞ, ವೆಂಕಟಾಪುರ ಮತ್ತು ವಿಜಯವಿಠ್ಠಲ ಸಂಕೀರ್ಣದಾಚೆ ಒಂದು ಬೂದಿಗುಡ್ಡವನ್ನು ಶೋಧಿಸಿದ್ದನು. ಸ್ಥಳೀಯವಾಗಿ ವಾಲಿದಿಬ್ಬ ಎಂದು ಕರೆಯಲ್ಪಡುವ ಈ ದಿನ್ನೆಯು ವಾಲಿಯನ್ನು ಸುಟ್ಟ ಬೂದಿಯಿಂದಾದುದೆಂದು ನಂಬಲಾಗುತ್ತದೆ.

ಈ ಮಹಾಕಾವ್ಯಕ್ಕೆ ಸಂಬಂಧಿಸಿದ ಅನೇಕ ಸ್ಥಳಗಳನ್ನು ಹಂಪಿಯಲ್ಲಿ ಬೆಳಕಿಗೆ ತರಲಾಗಿದೆ. ಅವುಗಳಲ್ಲಿ ವಿರೂಪಾಕ್ಷ ತೇರುಬೀದಿಯ ಪೂರ್ವ ತುದಿಯ ಮತಂಗ

ಪರ್ವತ, ರಾಜಧಾನಿಯ ಪಶ್ಚಿಮಕ್ಕಿರುವ ಮಲಯಾವಂತ ಪರ್ವತ, (ಭಾಸ್ಕರಕ್ಷೇತ್ರದ ಪಂಪಾಸರಸಿನ) ಸುಗ್ರೀವ ಗುಹೆ ಮತ್ತು ಸೀತಾ ಕೊಳ, (ರಾಜಧಾನಿ ಕೇಂದ್ರದಿಂದ ಸುಮಾರು ಒಂದು ಕಿ.ಮೀ. ದೂರದಲ್ಲಿ, ಹೊಸಪೇಟ–ಕಮಲಾಪುರ ಮಾರ್ಗದಲ್ಲಿರುವ) ಮಧುವನ ಇವುಗಳಲ್ಲಿ ಉಲ್ಲೇಖಾರ್ಹ.

ಮಹಾಕಾವ್ಯದ ಪ್ರಕಾರ, ದುಂದುಭಿ ಎಂಬ ರಾಕ್ಷಸನ ತಲೆಯನ್ನು ಮತಂಗ ಪರ್ವತದ ಮೇಲೆ ಎಸೆದುದ್ದಕ್ಕೆ ಮತಂಗಮುನಿ ಕೋಪಗೊಂಡು, ಆ ಪರ್ವತವನ್ನು ವಾಲಿ ಪ್ರವೇಶಿಸಕೂಡದೆಂಬ ನಿರ್ಬಂಧ ಹಾಕಿದ್ದರು. ಈ ಕಾರಣದಿಂದ ವಾಲಿಯ ಆಕ್ರಮಣದಿಂದ ತಪ್ಪಿಸಿಕೊಳ್ಳಲು ಸುಗ್ರೀವ ಮತ್ತು ಹನುಮಂತ ಇಲ್ಲಿ ಆಶ್ರಯ ಪಡೆದರು.

ಸೀತೆ ಕೆಳಗೆ ಬೀಳಿಸಿದ ಆಭರಣಗಳನ್ನು ಶೇಖರಿಸಿದ ವಾನರರು ಅವನ್ನೆಲ್ಲ ಇಲ್ಲಿಯ ಸುಗ್ರೀವ ಗುಹೆಯೊಳಗೆ ಕಾಯ್ದಿಟ್ಟರು. ಅಲ್ಲದೆ, ಸೀತಾ ಕೊಳದ ಬಳಿಯ ಬಂಡೆಯೊಂದರ ಮೇಲೆ ಕಾಣುವ ಪ್ರಾಕೃತಿಕ ಬಿಳಿಗೆರೆಗಳು ರಾವಣ ಅಪಹರಿಸಿಕೊಂಡು ಒಯ್ಯುವಾಗ ಸೀತೆಯ ಸೀರೆಯ ಸೆರಗು ಮೂಡಿಸಿದ ಗುರುತುಗಳೆಂದು ನಂಬಲಾಗುತ್ತದೆ.

ಮತಂಗ ಪರ್ವತವನ್ನು ಹರಿಹರ (1200), ಚಂದ್ರಶೇಖರ ಮತ್ತು ಲಕ್ಕಣ ದಂಡೇಶ (15ನೆಯ ಶತಮಾನ) ಮುಂತಾದ ಕನ್ನಡ ಕವಿಗಳು ತಮ್ಮ ಕಾವ್ಯಗಳಲ್ಲಿ ಕೊಂಡಾಡಿರುವರು. ರಾಮಲಕ್ಷ್ಮಣರು ಚಾತುರ್ಮಾಸವನ್ನು ಕಳೆದ ಮಳಯಾವಂತ ಬೆಟ್ಟವನ್ನು ಕೂಡ ಇವರು ಪ್ರಸ್ತಾಪಿಸುತ್ತಾರೆ.

ಈ ಪರ್ವತದ ಮೇಲಿರುವ ನೀರಿನ ಕುಂಟಿಯೊಂದು ಲಕ್ಷ್ಮಣನು ಬಿಟ್ಟ ಬಾಣದಿಂದ ನಿರ್ಮಿತವಾದುದೆಂದು ಹೇಳಲಾಗುತ್ತದೆ. ಹನುಮದೀಶ್ವರ, ರಾಮಲಕ್ಷ್ಮಣ ದೇವಾಲಯಗಳನ್ನು ಮತ್ತು ಶಬರಿಕಾಶ್ರಮ, ಪಂಪಾಸರೋವರ, ರಾಮತೀರ್ಥ ಮೊದಲಾದವುಗಳನ್ನು ಕವಿ ಹರಿಹರ ಸೊಗಸಾಗಿ ವರ್ಣಿಸಿದ್ದಾನೆ. ಇವೆಲ್ಲವೂ 12–13ನೆಯ ಶತಮಾನದ ಯಾತ್ರಿಕರ ಮನಸ್ಸಿನಲ್ಲಿ ಆಳವಾಗಿ ಬೇರು ಬಿಟ್ಟಿದ್ದವು.

ರಾಮನ ಆರಾಧನೆ:

ರಾಮ ಹೆಸರಿನ ಈಶ್ವರನ (ರಾಮೇಶ್ವರ) ಆರಾಧನೆ ಬಹುಶಃ ಇತಿಹಾಸದ ಆರಂಭ ಕಾಲಕ್ಕೆ ಹೋಗಬಹುದಾದರೂ ವಿಷ್ಣುವಿನ ಅವತಾರಿಯಾಗಿ ಅವನು 14ನೆಯ ಶತಮಾನಕ್ಕಿಂತ ಮುಂಚೆ ದಖ್ಖನದಲ್ಲಿ ಕಾಣಿಸಿಕೊಳ್ಳಲಿಲ್ಲ ಎಂದೆನ್ನಬಹುದು. ಒಂದೇ ಗರ್ಭಗೃಹದಲ್ಲಿರುವ ರಾಮ, ಲಕ್ಷ್ಮಣ, ಸೀತೆ ಮತ್ತು ಹನುಮಂತರ ಮೂರ್ತಿಗಳು ಕರ್ನಾಟಕದಲ್ಲಿ ದೊರೆಯುವುದು ತುಂಬಾ ಅಪರೂಪ. ಇಂತಹ ಒಂದು ನಿದರ್ಶನ ಮಂಡ್ಯ ಜಿಲ್ಲೆಯ ಮಳವಳ್ಳಿಯಲ್ಲಿದ್ದು ಇದರ ಕಾಲ 14ನೆಯ ಶತಮಾನವಾಗಿದೆ.

ವಿಜಯನಗರ ಕಾಲದಲ್ಲಿ ಕಟ್ಟಿದ ಆರೇಳು ದೇವಾಲಯಗಳಿದ್ದು ಅವುಗಳಲ್ಲಿ ಹಜಾರರಾಮ ಮತ್ತು ಮಲಯಾವಂತ ರಘುನಾಥ ದೇವಾಲಯಗಳು ಪ್ರಸಿದ್ಧ ವಾದವುಗಳು. ರಾಮಾಯಣದ ಹಲವಾರು ಪ್ರಸಂಗಗಳನ್ನು ಹಜಾರರಾಮ ಮತ್ತು ವಿಠಲ

ಸಂಕೀರ್ಣದ ದೇವಾಲಯಗಳ ಭಿತ್ತಿ ಮತ್ತು ಕಂಬಗಳ ಮೇಲೆ ನಿರೂಪಿಸಲಾಗಿದೆ. ಈ ಬಗೆಯ ಶಿಲ್ಪಗಳನ್ನು 8–9ನೆಯ ಶತಮಾನದಲ್ಲಿ ಬಾದಾಮಿ ಚಾಲುಕ್ಯರು ಕರ್ನಾಟಕದಲ್ಲಿ ನಿರೂಪಿಸಲು ಪ್ರಾರಂಭಿಸಿದರು.

ಉತ್ತರ ದಡದ ಮೇಲಿನ ಆನೆಗೊಂದಿ:

ಗಂಗಾವತಿ ತಾಲೂಕಿನ ಆನೆಗೊಂದಿ ಮತ್ತು ಅದರ ಸುತ್ತಮುತ್ತಲಿನ ಕೇಂದ್ರಗಳನ್ನು ಮಹಾಕಾವ್ಯದ ಘಟನೆಗಳೊಂದಿಗೆ ಸ್ಥಳೀಯ ಐತಿಹ್ಯಗಳು ಜೋಡಿಸುತ್ತವೆ ಆನೆ ಗೊಂದಿಯ ಪಶ್ಚಿಮಕ್ಕೆ ಸುಮಾರು 1.5 ಕಿ.ಮೀ. ದೂರದಲ್ಲಿ ಶಬರಿಕಾಶ್ರಮ, ವಾಲಿ ಭಂಡಾರ ಮತ್ತು ಆಂಜನಾದ್ರಿಯನ್ನು ಗುರುತಿಸಲಾಗಿದೆ. ಪಂಪಾ ಸರೋವರದತ್ತ ತಿರುಗುವ ಮುಖ್ಯರಸ್ತೆಯ ಬಳಿಯಿರುವ ಅಂಜನಾದ್ರಿಯನ್ನು ಹನುಮನ ಜನ್ಮಸ್ಥಳವೆಂದು ಆರಾಧಿಸಲಾಗುತ್ತದೆ. ಆನೆಗೊಂದಿಯ ಸುತ್ತಮುತ್ತಲ ಬಂಡೆ–ಗುಂಡುಗಳ ಮೇಲೆ ಗಣನೀಯ ಪ್ರಮಾಣದ ವರ್ಣಚಿತ್ರಗಳನ್ನು ಬಿಡಿಸಲಾಗಿದೆ. ಇವುಗಳಲ್ಲೊಂದು ಉದ್ದ ಬಾಲದ ಮಾನವಾಕೃತಿ ಇದೆ. ಈ ಬಗೆಯ ಚಿತ್ರಗಳನ್ನು ಈ ತಾಲೂಕಿನ ಹಿರೇಬೆಣಕಲ್ಲ ಮತ್ತು ಮಾಳಾಪುರದಲ್ಲೂ ಶೋಧಿಸಲಾಗಿದೆ. ಇವು ರಾಮಾಯಣ ಕಾಲದ ವಾನರರನ್ನು ಪ್ರತಿನಿಧಿಸುತ್ತವೆಂಬ ನಂಬಿಕೆ ಇದೆ. ತನ್ನ ಸೋದರ ವಾಲಿಯೊಂದಿಗೆ ಕಾದಾಡುವಾಗ ಸುಗ್ರೀವನನ್ನು ಗುರುತಿಸಿ ವಾಲಿಗೆ ಬಾಣ ಹೊಡೆಯಲು ಸಹಾಯಕವಾಗಲೆಂದು ರಾಮ ಅವನಿಗೆ ಮಾಲೆಯನ್ನು ಕೊಟ್ಟದ್ದು ಇಂದಿನ ಚಿಂತಾಮಣಿಯಲ್ಲಿ ಎಂಬ ಐತಿಹ್ಯವಿದೆ.

ಆನೆಗೊಂದಿಯ ಪೂರ್ವಕ್ಕೆ ನದಿಯ ದಡದ ಮೇಲೆ ಕಟ್ಟಿದ ಕೋಟೆಗೆ ಚಂಚಲಕೋಟೆ ಎಂದು ಹೆಸರು. ಸೀತಾ ಶೋಧನೆಯ ನಿಮಿತ್ತ ಅಲೆದಾಡುತ್ತಿದ್ದ ರಾಮಲಕ್ಷಣರನ್ನು ಸುಗ್ರೀವ ಇಲ್ಲಿ ಮೊದಲು ಕಂಡಾಗ, ಕ್ಷಣಕಾಲ ಅವರನ್ನು ತನ್ನ ಸೋದರ ವಾಲಿಯ ಗೂಢಚಾರರೆಂದು ಭ್ರಮಿಸಿದನಂತೆ; ಹೀಗೆ ಅಚಾತುರ್ಯದಿಂದ ಸಂದೇಹಪಟ್ಟುದ್ದಕ್ಕಾಗಿ ನಂತರ ಪಶ್ಚಾತ್ತಾಪಪಟ್ಟನೆನ್ನಲಾಗಿದೆ.

ವೆಂಕಟಾಪುರ ಗ್ರಾಮಕ್ಕೆ ಹೊಂದಿಕೊಂಡಿರುವ ತಾಳೆವನದಲ್ಲಿ ಭಿಕ್ಷುಕನ ವೇಷದಲ್ಲಿ ಮಹಾಕಾವ್ಯದ ನಾಯಕರನ್ನು ಹನುಮಂತ ಭೆಟ್ಟಿಯಾದನೆಂಬ ದಂತಕತೆ ಇದೆ. ವಾಲಿ ಮತ್ತು ಸುಗ್ರೀವರ ಕೊನೆಯ ಕಾದಾಟ ಮತ್ತು ರಾಮ ವಾಲಿಯನ್ನು ವಧಿಸಿದ್ದು ಇಲ್ಲಿಯೇ ಎಂದು ನಂಬಲಾಗುತ್ತದೆ. ಆನೆಗೊಂದಿಯ ಪ್ರಮುಖ ಪೇಟೆಯೊಂದನ್ನು 'ವಾಲಿ ಅಂಗಡಿ' ಎಂದು ಶಾಸನ ಒಂದರಲ್ಲಿ ಗುರುತಿಸಿರುವುದು ಅಷ್ಟೇ ಸ್ವಾರಸ್ಯಕರವಾಗಿದೆ.

ಆನೆಗೊಂದಿ–ಹಂಪಿಯ ಬಂಡೆಗಲ್ಲುಗಳು ಕೂಡ ಈ ರಾಮಾಯಣ ಪ್ರಸಂಗಗಳಿಂದ ಮುಕ್ತವಾಗಿಲ್ಲ. ಸೇತುವೆ ಕಟ್ಟಲು ಹನುಮಂತನ ವಾನರಸೈನ್ಯ ಕೂಡಿಹಾಕಿದ ಕಲ್ಲುಬಂಡೆಗಳಿಂದ ಈ ಬೆಟ್ಟಗಳು ನಿರ್ಮಾಣವಾದವೆಂಬ ಐತಿಹ್ಯವಿದೆ. ಅಸ್ತವ್ಯಸ್ತವಾಗಿ ಬಿದ್ದಿರುವ ಈ ಗುಂಡುಗಳನ್ನು ನೋಡಿದರೆ ಅವುಗಳನ್ನು ಎಷ್ಟೊಂದು ಆತುರದಿಂದ ಮತ್ತು ಆವೇಶದಿಂದ ವಾನರರು ಎಸೆದಿದ್ದರೆಂಬುದನ್ನು ಕಲ್ಪಿಸಬಹುದು. ಈ ಕಲ್ಲುಗುಡ್ಡಗಳೆಲ್ಲ ಸೇತುವೆ ಕಟ್ಟಿ ಉಳಿದವುಗಳೆಂಬ ಮತ್ತೊಂದು ಐತಿಹ್ಯವೂ ಇದೆ.

ಆದರೆ ಈ ಸೇತುವೆ ತುಂಗಭದ್ರಾ ನದಿಯ ಮೇಲೆ ನಿರ್ಮಾಣವಾಯಿತೋ ಅಥವಾ ಲಂಕೆಯನ್ನು ಸಂಪರ್ಕಿಸಲು ನಿರ್ಮಾಣವಾಯಿತೋ ಎಂಬುದು ಸ್ಪಷ್ಟಗೊಳ್ಳುತ್ತಿಲ್ಲ.

ಹನುಮ ಪಂಥ:

ಪುರಾಣಕತೆಗಳೇನೇ ಇರಲಿ, ಹನುಮ ಪಂಥವು ವಿಜಯನಗರ ಕಾಲದಲ್ಲಿ ಜನಪ್ರಿಯಗೊಂಡಿತು ಮತ್ತು ದಕ್ಷಿಣದಲ್ಲಿ ಈ ಪಂಥದ ಪ್ರಪ್ರಥಮ ಹಾಗೂ ಪ್ರಮುಖ ಕೇಂದ್ರವಾಗಿ ಹಂಪಿ ಹೊರಹೊಮ್ಮಿತು ಎನ್ನುವುದರಲ್ಲಿ ಅನುಮಾನವಿಲ್ಲ. ಹನುಮನನ್ನು ದೈವತ್ವದ ಅಂತಸ್ತಿಗೇರಿಸಲು ವಿಜಯನಗರ ಅರಸರಿಗೆ ಬಲವಾದ ಕಾರಣಗಳಿದ್ದ ವೆನಿಸುವುದು.

ಸಂಗಮರು ತಮ್ಮ ರಾಜಧಾನಿಯನ್ನು ಇಲ್ಲಿ ಸ್ಥಾಪಿಸುವಾಗ ರಾಮನ ಪರಮ ಭಕ್ತನ ನಾಡಿನಲ್ಲಿ ರಾಜಧಾನಿಯನ್ನು ಕಟ್ಟುತ್ತಿರುವೆವೆಂಬುದನ್ನು ಅವರು ಮರೆತಿರಲಿಲ್ಲ ಎಂಬುದಕ್ಕೆ ಮೊದಲ ಸಂಗಮರು ಬಿಡುಗಡೆ ಮಾಡಿದ ಹನುಮನ ನಾಣ್ಯಗಳು ಸಾಕ್ಷಿ ಒದಗಿಸುವುವು. ವಿಜಯನಗರ ಆಳ್ವಿಕೆ ಪ್ರಾಬಲ್ಯಗೊಳ್ಳುತ್ತಿದ್ದ ಕಾಲದಲ್ಲಿ ಮಾಧ್ವರು ವಾಯು ಪುತ್ರರಲ್ಲೊಬ್ಬನಾದ ಹನುಮನನ್ನು ದೈವತ್ವಕ್ಕೇರಿಸಿ ಇಲ್ಲಿ ಅವನ ವಿಗ್ರಹವನ್ನು ಪ್ರತಿಷ್ಠಾಪಿಸಿದರು.

ಹನುಮನನ್ನು ಪಂಚಮುಖಿ ಪಂಥ ದೇವತೆಯಾದ ಭಾರತೀರಮಣ ಮುಖ್ಯಪ್ರಾಣ ದೇವನೊಂದಿಗೆ ಸಮನ್ವಯಿಸಿದರು. ಈ ಪಂಚಮುಖಿಯ ಇನ್ನುಳಿದ ನಾಲ್ಕು ಮುಖ ಗಳೆಂದರೆ ನರಸಿಂಹ, ಗರುಡ, ವರಾಹ ಮತ್ತು ಹಯ. ಈ ದೇವತೆಯನ್ನು ಪ್ರಾರ್ಥಿಸುವ ಮೂಲಕವೇ ವಿಷ್ಣುವಿನ ಅನುಗ್ರಹವನ್ನು ಪಡೆಯಲು ಸಾಧ್ಯವೆಂದು ಇವರು ಪ್ರತಿಪಾದಿಸಿದರು. ಕೃಷ್ಣದೇವರಾಯನ ಆಸ್ಥಾನದಲ್ಲಿ ಪ್ರಭಾವಶಾಲಿಯಾಗಿದ್ದ ಶ್ರೀಪಾದರಾಯರು ಹಂಪಿಯ ಚಕ್ರತೀರ್ಥದ ಬಳಿ ಯಂತ್ರೋದ್ಧಾರ ಹನುಮನನ್ನು ಪ್ರತಿಷ್ಠಾಪಿಸಿ, ವಿಜಯನಗರ ರಾಜ್ಯದ ಉದ್ದಗಲ 732 ಹನುಮನ ಗುಡಿಗಳನ್ನು ಕಟ್ಟಿಸಿದರೆಂದು ವಾದಿಸಲಾಗಿದೆ. ವಿಜಯನಗರ ಸಂಕೀರ್ಣದಲ್ಲಿ ಇಂದಿಗೂ ಉಳಿದುಕೊಂಡು ಬಂದಿರುವ ಕನಿಷ್ಠ ಐವತ್ತು ದೇವಾಲಯಗಳು ಇದಕ್ಕೆ ಪುಷ್ಟಿ ಒದಗಿಸುವುವು. ಇದರಲ್ಲಿ ಸುಮಾರು ಒಂದು ಡಜನ್ ದೇವಾಲಯಗಳನ್ನು ಆನೆಗೊಂದಿಯಲ್ಲಿ ಇಂದಿಗೂ ಕಾಪಾಡಿಕೊಂಡು ಬರಲಾಗಿದೆ.

ಮಹಾಕಾವ್ಯದಲ್ಲಿ ಉಕ್ತವಾಗಿರುವ ಈ ವಾನರದೇವತೆಯ ಸಾಹಸಗಳು ವಿಜಯ ನಗರ ಶಿಲ್ಪಕಲೆಯ ವಸ್ತುಗಳಲ್ಲೊಂದಾಗಿರುವುದನ್ನು ಗಮನಿಸಬಹುದು ಹಂಪಿಯ ಹಲವಾರು ಶಾಸನಗಳೂ ಹನುಮನ ದೇವಾಲಯಗಳನ್ನು ಉಲ್ಲೇಖಿಸುತ್ತವೆ ಮತ್ತು ಕಮಲಾಪುರದ ವಸ್ತುಸಂಗ್ರಹಾಲಯದಲ್ಲಿಟ್ಟಿರುವ ಅವನ ಮೂರ್ತಿಗಳು ಹಂಪಿ–ಆನೆಗೊಂದಿ ಸುತ್ತಮುತ್ತಲಿದ್ದ ಈ ದೇವತೆಯ ಜನಪ್ರಿಯತೆಯನ್ನೂ ಮನದಟ್ಟು ಮಾಡಿಕೊಡುವುವು. ಹನುಮನು ತೇರುಬೀದಿ, ಹೆಬ್ಬಾಗಿಲು, ಕೋಟೆ, ಬೆಟ್ಟ ಇತ್ಯಾದಿಗಳ ಅಧಿದೇವತೆಯಾಗಿದ್ದಕ್ಕೆ ಆಧಾರಗಳಿವೆ. ಹಾಗೆ ನೋಡಿದರೆ, ಕರ್ನಾಟಕದಲ್ಲಿಂದು ಹನುಮನ ಗುಡಿಯಿಲ್ಲದ ಗ್ರಾಮಗಳೇ ಇರಲಿಕ್ಕಿಲ್ಲ.

ಕಪಿ(ವಿಗ್ರಹ)ಗಳನ್ನು ಪೂಜಿಸುತ್ತಿದ್ದ ಒಂದು ಪಗೋಡವನ್ನು ತಾನು ಕಂಡುದಾಗಿ ಪೋರ್ತುಗೀಜ ಪ್ರವಾಸಿ ನೂನಿಜ್ ಹೇಳಿಕೊಂಡಿರುವನು. ಮಾಧ್ವರಿಗೆ ಮಾತ್ರವಲ್ಲದೆ, ಹನುಮಂತನು ಇತರ ಹಲವಾರು ಸಮುದಾಯಗಳ ಮನೆದೇವತೆ ಮತ್ತು ಕುಲ ದೇವತೆಯಾಗಿ ಇಂದಿಗೂ ಮುಂದುವರಿದಿರುವನು.

ಹನುಮನ ಅತ್ಯಂತ ಉಜ್ವಲ ಭಕ್ತರೆಂದರೆ ವಿಜಯನಗರ ಸೈನ್ಯದ ಬೆನ್ನೆಲುಬಾಗಿದ್ದ ಬೇಡ ಸಮುದಾಯದ ನಾಯಕರು. ಫಲವತ್ತತೆ, ಕ್ಷೇತ್ರರಕ್ಷಣೆ ಹಾಗೂ ಕಲಿದೇವತೆಯಾಗಿ ದಖ್ಖಣದಲ್ಲಿ ಜನಾಂಗದೇವತೆಗಳಲ್ಲಿ ಹನುಮನಿಗೆ ಅಗ್ರಸ್ಥಾನವಿದೆ. ಅವನು ಗರಡಿಮನೆಗಳ ಅಧಿಪತಿಯಾಗಿದ್ದಾನೆ, ಗ್ರಾಮ ಗಡಿಗಳ ರಕ್ಷಕ ದೇವತೆಯಾಗಿದ್ದಾನೆ. ದೇವದಾಸಿ ಸಂಪ್ರದಾಯದ ಕನ್ಯಾಮುಡುಪನ್ನು ಸ್ವೀಕರಿಸುವವ ನಾಗಿದ್ದಾನೆ, ಕಲಿಗಳಿಗೆ ಮತ್ತು ಬೇಟೆಗಾರರಿಗೆ ವರದಾನ ಮಾಡುವವನಾಗಿದ್ದಾನೆ. ಹೀಗೆ, ವಿಜಯನಗರ ಕಾಲದಲ್ಲಿ ಜನಪ್ರಿಯಗೊಳಿಸಲಾದ ಹನುಮನಾರಾಧನೆ ಮಹಾಕಾವ್ಯದಲ್ಲಿ ಮಾಧ್ವರ ವಿಧಿನಿಯಮಗಳಲ್ಲಿ ಮತ್ತು ಶೂದ್ರ ಜನಾಂಗೀಯ ನಂಬಿಕೆಗಳಲ್ಲಿ ಬೇರು ಬಿಟ್ಟುಕೊಂಡಿವೆ.

ಮಹಾಕಾವ್ಯ ಸಂಬಂಧಿತ ಸ್ಥಳಗಳಲ್ಲಿ ರಾಮ ಮತ್ತು ಹನುಮ ದೇವಾಲಯಗಳ ಪಾತ್ರ ಗಮನಾರ್ಹವಾದದ್ದು. ರಾಮನು ಲಕ್ಷ್ಮಣನೊಂದಿಗೆ ಚಾತುರ್ಮಾಸ ಕಳೆದ ಮಳಯಾವಂತ ಬೆಟ್ಟದ ರಘುನಾಥ ದೇವಾಲಯ ಮತ್ತು ಸುಗ್ರೀವನಿಗೆ ಪಟ್ಟಾಭಿಷೇಕ ಮಾಡಿದ ಕೋದಂಡರಾಮ ದೇವಾಲಯ ಇವುಗಳಲ್ಲಿ ಗಮನಾರ್ಹವಾದವುಗಳು. ರಾಜಧಾನಿ ಪಟ್ಟಣದ ಹಜಾರರಾಮ, ವರದಾದೇವಿ ಅಮ್ಮನ ಪಟ್ಟಣದ ಪಟ್ಟಾಭಿರಾಮ, ಪೆನುಗೊಂಡ ಹೆಬ್ಬಾಗಿಲಿನ ರಘುನಾಥ, ಆನೆಗೊಂದಿಯ ಗೋಣಿಕೆರೆ–ರಂಗನಾಥ ಅಲ್ಲದೆ ಇಂತಹ ಇನ್ನೂ ಕೆಲವು ಕೇಂದ್ರಗಳಲ್ಲಿ ರಾಮನ ದೇವಾಲಯಗಳು ಸ್ಥಾಪನೆಗೊಂಡಿವೆ. ಆಂಜನಾದ್ರಿ, ಮಧುವನ (ಕೆಳಸಾಪುರ), ಜಂಬುನಾಥಬೆಟ್ಟ ಮುಂತಾದೆಡೆ ಕಟ್ಟಿದ ಹನುಮ ದೇವಾಲಯಗಳು ಇದರಷ್ಟೇ ಪ್ರಸಿದ್ಧಿ ಪಡೆದಿವೆ. ಹಂಪಿಯಲ್ಲಿ ಕೆಲವೊಂದು ವಿಶೇಷಣಗಳೊಂದಿಗೆ ಹನುಮ ಗುರುತಿಸಿಕೊಂಡಿದ್ದಾನೆ. ವೀರಾಂಜನೇಯ, ಯಂತ್ರೋದ್ಧರ ಹನುಮ, ರಘುನಂದನಸ್ವಾಮಿ, ಚತುರ್ಭುಜ ಹನುಮ, ಭಕ್ತಾಂಜನೇಯ, ಮೂಲಾಂಜನೇಯ, ಇತ್ಯಾದಿಯಾಗಿ ಸಾಹಿತ್ಯಕೃತಿಗಳಲ್ಲಿ ಮತ್ತು ಶಾಸನಗಳಲ್ಲಿ ಇವನನ್ನು ಹೆಸರಿಸಲಾಗಿದೆ.

ವಿಜಯನಗರದಲ್ಲಿ ಹನುಮ ಆರಾಧನೆಯ ಜನಪ್ರಿಯತೆಯಿಂದ ನೂನಿಜ್ (1335–37) ವಿಶೇಷವಾಗಿ ಪ್ರಭಾವಿತನಾಗಿದ್ದ. "ಪೂರ್ವಕಾಲದಲ್ಲಿ ಈ ನಾಡೆಲ್ಲ ಅವರು ಪೂಜಿಸುತ್ತಿದ್ದ ಕಪಿಗಳಿಗೆ ಸೇರಿತ್ತೆಂದು ಮತ್ತು ಆ ದಿನಗಳಲ್ಲಿ ಅವು ಮಾತಾಡುತ್ತಿದ್ದವೆಂದು ಅವರು ಹೇಳುತ್ತಾರೆ. ವೀರಶ್ರೇಷ್ಠರ ಉತ್ತಮ ಕತೆಗಳಿಂದ ತುಂಬಿದ ಪುಸ್ತಕಗಳು (ರಾಮಾಯಣ ಗ್ರಂಥ) ಅವರಲ್ಲಿವೆ. ಇದರಿಂದಾಗಿ ಬಿಸ್ನಗದಲ್ಲಾಗಲೀ ಹೀದನರ ನಾಡಿನಲ್ಲೆಲ್ಲಾಗಲೀ ಕಪಿಗಳನ್ನು ಕೊಲ್ಲುವುದಿಲ್ಲ ಮತ್ತು ಈ ದೇಶದಲ್ಲಿ ಅವು ಎಷ್ಟೊಂದಿವೆಯೆಂದರೆ ಅವು ಪರ್ವತಗಳನ್ನೆಲ್ಲ ಮುಚ್ಚಿಬಿಟ್ಟಿವೆ", ಎಂದು ಹೇಳಿರುವನು.

ರಾಮ ಸುಗ್ರೀವರು ಅಗ್ನಿಸಾಕ್ಷಿಯಾಗಿ ಹನುಮನ ಸಮ್ಮುಖದಲ್ಲಿ ಸ್ನೇಹಿತರಾದರು. ಸುಗ್ರೀವನ ತನ್ನ ಪೂರ್ವ ವೃತ್ತಾಂತಗಳನ್ನು ಮತ್ತು ರಾಮನು ತನ್ನ ಪರಿಸ್ಥಿತಿಯನ್ನು ಹೇಳಿಕೊಂಡರು. ಸುಗ್ರೀವನು ವಾಲಿಯು ತನ್ನನ್ನು ರಾಜ್ಯ ಭ್ರಷ್ಟನಾಗಿಸಿದ ಮತ್ತು ತನ್ನ ಪತ್ನಿಯನ್ನು ವಶದಲ್ಲಿ ಇರಿಸಿಕೊಂಡ ಬಗ್ಗೆ ನೋವು ತೋಡಿಕೊಳ್ಳುತ್ತಾನೆ. ಸುಗ್ರೀವನ ಮಾತು ಕೇಳಿದೊಡನೆ ಪತ್ನಿ ಅಪಹರಣದಿಂದ ನೊಂದಿದ್ದ ರಾಮನು ಪೂರ್ವಾಪರ ಆಲೋಚಿಸದೆ ಸುಗ್ರೀವನಿಗಾಗಿ ವಾಲಿವಧೆಯ ಪ್ರಮಾಣ ಮಾಡಿದನು.

ಸುಗ್ರೀವ ಸೀತೆ ಬಿಸುಟಿದ್ದ ಆಭರಣಗಳನ್ನು ತಂದು ತೋರಿದನು, ಲಕ್ಷ್ಮಣ ಕಾಲಂದುಗೆಗಳನ್ನು ಗುರುತಿಸಿದರೆ, ರಾಮನು ಎಲ್ಲಾ ಆಭರಣಗಳನ್ನು ಗುರುತಿಸಲಾಗಿ ಅವುಗಳನ್ನು ಬಿಸುಟಿ ಹೋದ ಸಮುದ್ರ ತಳದಲ್ಲಿ ರಕ್ಕಸರು ಅಪಹರಿಸಿದ್ದ ವೇದ ಶ್ರುತಿಗಳನ್ನು ವಿಷ್ಣುವು ಸಂರಕ್ಷಿಸಿ ತಂದಂತೆ ಸೀತೆಯನ್ನು ಮರಳಿ ದೊರಕಿಸಿಕೊಡುವುದಾಗಿ ಸುಗ್ರೀವನು ರಾಮನಿಗೆ ವಾಗ್ದಾನ ಮಾಡಿದನು. (ಕಿಷ್ಕಿಂಧಾ ಕಾಂಡ ಸರ್ಗ6)

ದುಂಧುಭಿ ಮತ್ತು ವಾಲಿಯ ನಡುವಿನ ಕಾಳಗದಲ್ಲಿ ಗುಹೆಯ ಆಳದಿಂದ ಹರಿದು ಬಂದ ರಕ್ತ ಕಂಡು ವಾಲಿ ವಧೆ ಆಗಿದೆಯೆಂದು ಭಾವಿಸಿ ಗುಹಾಮುಖಕ್ಕೆ ಬಂಡೆ ಇರಿಸಿ ಬಂದ ಸುಗ್ರೀವ ವಾಲಿ ಸ್ಥಾನದಲ್ಲಿ ರಾಜ್ಯ ಸ್ಥಾನಗಳನ್ನು ವಹಿಸಿ ಆಳಲಾರಂಭಿಸಿದ. ಹೊರಬಂದ ವಾಲಿ ದುಂಧುಭಿಯ ರುಂಡವನ್ನು ರಣೋತ್ಸಾಹದಿಂದ ಎಸೆದನು. ಅದು ಮತಂಗಮುನಿಗಳ ಆಶ್ರಮದ ಆವರಣದಲ್ಲಿ ಬೀಳಲು ವಾಲಿಗೆ ಆ ಕ್ಷೇತ್ರದಲ್ಲಿ ಬರದಂತೆ ಪ್ರತಿಬಂಧಿಸಿ ಶಾಪವನ್ನಿತ್ತರು.

ಸುಗ್ರೀವನಿಗೆ ತನ್ನ ಶಕ್ತಿಯಲ್ಲಿ ನಂಬಿಕೆ ಹುಟ್ಟಿಸಲು ರಾಮನು ದುಂಧುಭಿಯ ಅಸ್ಥಿಪಂಜರವನ್ನು ಎತ್ತಿ ಎಸೆದನು. ಏಳು ಸಾಲ ವೃಕ್ಷಗಳನ್ನು ತನ್ನ ಶರದಿಂದ ವಿದೀರ್ಣಗೊಳಿಸಿದನು. ನಂತರ ರಾಮನ ಶಕ್ತಿಯ ಮೇಲೆ ನಂಬಿಕೆ ಬಂದ ಸುಗ್ರೀವ ವಾಲಿಯನ್ನು ಯುದ್ಧಕ್ಕೆ ಆಹ್ವಾನಿಸಿದನು. ಇಬ್ಬರೂ ಸಮಾನ ಪರಾಕ್ರಮಿಗಳೂ, ಏಕರೂಪಗಳಂತೆ ಇದ್ದ ಕಾರಣ ರಾಮನಿಗೆ ಏನು ಮಾಡುವುದು ತಿಳಿಯಲಿಲ್ಲ. ಹಣ್ಣಾದ ಸುಗ್ರೀವನನ್ನು ಜೀವಸಹಿತ ಬಿಟ್ಟು ವಾಲಿ ತೆರಳಿದ. ನಂತರ ಮತ್ತೆ ಸುಗ್ರೀವನಿಗೆ ಮಾಲೆ ಹಾಕಿ ಮತ್ತೆ ಯುದ್ಧಕ್ಕೆ ಆಹ್ವಾನಿಸಲಾಯಿತು. ವಾಲಿ ಸುಗ್ರೀವನೊಡನೆ ಕಾದುವಾಗ ಬಾಣ ಬಿಟ್ಟು ವಾಲಿ ವಧೆ ಮಾಡಲಾಯಿತು.

ಮೃತ್ಯುಮುಖನಾದ ವಾಲಿ, ರಾಮನಿಗೆ ನೀ ನನ್ನ ಬಳಿ ಹೇಳಿದ್ದರೆ ಜಾನಕಿಯನ್ನು ಒಂದೇ ದಿನದಲ್ಲಿ ನಿನ್ನ ಬಳಿ ತಂದು ಕೊಡುತ್ತಿದ್ದೆ, ಅವಿವೇಕಿ ರಾವಣನ ಕೈಕಾಲು ಬಿಗಿದು ನಿನ್ನ ಪಾದತಲದಲ್ಲಿ ಹಾಕುತ್ತಿದ್ದೆ, ಅಣ್ಣ ತಮ್ಮಂದಿರ ಮಧ್ಯೆ ನೀನೇಕೆ ಬಂದೆ ಎಂದು ಕೇಳುತ್ತಾನೆ. ತನ್ನ ಮರಣಾನಂತರ ತಾರೆಯ ರಕ್ಷಣೆ ಮತ್ತು ಅಂಗದನಿಗೆ ಅನ್ಯಾಯವಾಗದಂತೆ ರಕ್ಷಿಸುವ ಹೊಣೆ ಹೊರೆಸಿ ಪ್ರಾಣತ್ಯಾಗ ಮಾಡುತ್ತಾನೆ.

ಸುಗ್ರೀವನಿಗೆ ಯುದ್ಧದಲ್ಲಿ ಮೊದಲ ಬಾರಿ ಸೋತಾಗಲೂ ತನ್ನನು ಕ್ಷಮಿಸಿ ಕಳಿಸಿದ ವಾಲಿಯನ್ನು ನೆನೆದು ಪ್ರಶ್ಚಾತ್ತಾಪವಾಗುತ್ತದೆ. ರಾಜ್ಯ ಕೋಶಗಳೇನು ತನಗೆ

ಬೇಡ ಎಂದು ದೂರ ಸರಿದನು. ನಂತರ ಪುರಜನರ ಒತ್ತಾಸೆಯಂತೆ ಅರಣ್ಯದಲ್ಲಿಯೇ ಪಟ್ಟಾಭಿಷಿಕ್ತನಾದನು. ನಾಲ್ಕು ತಿಂಗಳ ಕಾಲದಲ್ಲಿ ಸುಗ್ರೀವ ರಾಜ್ಯದಲ್ಲೇ ಮೈಮರೆತನು. ರಾಮನಿಗಿತ್ತ ವಾಗ್ದಾನದ ನೆನಪು ಅವನಿಗಾಗಲಿಲ್ಲ.

ಲಕ್ಷ್ಮಣ ಬಂದು ಕಠೋರ ಮಾತುಗಳಿಂದ ನೆನಪಿಸುತ್ತಾನೆ. ಆಗ ತಾರೆಯನ್ನು ಮಾತಿಗೆ ಮುಂದೆ ಕಳಿಸುವ ಸುಗ್ರೀವ, ತಕ್ಷಣವೇ ಮಳೆಗಾಲ ಮುಗಿದ ನಂತರ ಸೀತಾನ್ವೇಷಣೆ ಆರಂಭಿಸುವುದಾಗಿ, ಎಲ್ಲ ವಾನರ ವೀರರಿಗೆ ಕರೆ ಕಳುಹಿಸಲಾಗಿದೆ ಎಂದೂ ತಿಳಿಸಿದಳು.

* * * *

ಅಯೋಧ್ಯೆಯಿಂದ–ಲಂಕೆಗೆ
ರಾಮ ವನವಾಸದ ಮಾರ್ಗ

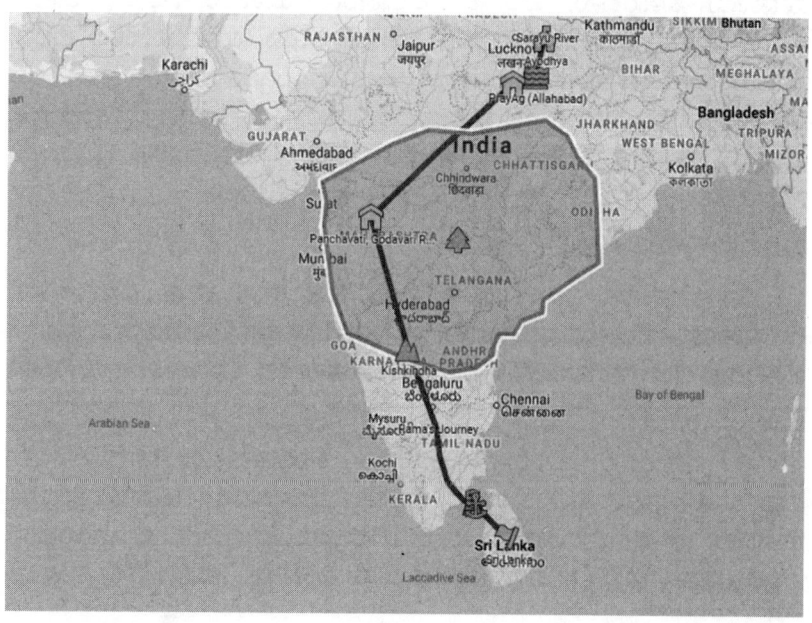

ಸುಗ್ರೀವನ ಭೂಗೋಳ ಜ್ಞಾನ

ಸುಗ್ರೀವ ವಾನರ ವೀರರನ್ನೆಲ್ಲ ಒಗ್ಗೂಡಿಸಿ ಸಭೆ ಸೇರಿಸಿದ. ಸೀತಾಪಹರಣದ ಸಂದರ್ಭ ಮತ್ತು ರಾಮನಿಗೆ ಸೀತಾನ್ವೇಷಣೆಗೆ ತಾನು ನೀಡಿರುವ ವಾಗ್ದಾನಗಳನ್ನು ನೆನೆದು, ಎಲ್ಲ ವಾನರ ವೀರರ ಸಭೆ ಸೇರಿಸಲು ಪಕ್ಕದಲ್ಲಿಯೇ ನಿಂತಿದ್ದ ಹನುಮಂತನಿಗೆ ಹೇಳಿದನು: "ಹನುಮ, ಮಹೇಂದ್ರಪರ್ವತ, ಹಿಮವತ್ಪರ್ವತ, ವಿಂಧ್ಯ ಪರ್ವತ, ಕೈಲಾಸ ಪರ್ವತ, ಮಂದರ ಪರ್ವತ–ಈ ಐದೂ ಪರ್ವತಗಳಲ್ಲಿ ಯಾವ ವಾನರರು ವಾಸ ಮಾಡುತ್ತಿರುವರೋ–ಪಶ್ಚಿಮದಿಕ್ಕಿನ ಸಮುದ್ರದ ತೀರ ಪ್ರದೇಶಗಳಲ್ಲಿರುವ ಪರ್ವತಗಳಲ್ಲಿ, ಉದಯಾಚಲ, ಪದ್ಮಾತಾಲ ವನದ ಪ್ರದೇಶದಲ್ಲಿ, ಅಂಜನ ಪರ್ವತದಲ್ಲಿ, ಮಹಾಶೈಲದ ಗುಹೆಯಲ್ಲಿ, ಮೇರುಪರ್ವತದ ಪಾರ್ಶ್ವದಲ್ಲಿರುವ ವಾನರರನ್ನೂ, ಧೂಮ್ರಪರ್ವತದಲ್ಲಿರುವ ವಾನರರನ್ನೂ ಕರೆತರಿಸು. ಮಹಾರುಣವೆಂಬ ಪರ್ವತದಲ್ಲಿ, ಇರುವ ವಾನರರೆಲ್ಲರನ್ನೂ ಸಾಮ–ದಾನಗಳ ಮೂಲಕವಾಗಿ ಕರೆತರಲು ಸೂಚಿಸಿದನು.

ಅದರಂತೆ ಸಮಾವೇಶಗೊಂಡ ಸಭೆಗೆ ತಿಳಿಸಿ ಎಲ್ಲ ವಾನರ ವೀರರು ದಿಕ್ಕುಗಳಲ್ಲಿ ಹುಡುಕಲು ಕೋರಿದನು. ಎಲ್ಲ ವಾನರ ವೀರರು ಹೊರಟು ನಿಲ್ಲಲು, ಇಡಿಯ ಅನ್ವೇಷಣೆಯನ್ನು ಯೋಜನಾಬದ್ಧವಾಗಿ ನಡೆಸಲು ಇರುವ ವಾನರ ವೀರರಲ್ಲಿ ಹಲವು ತಂಡಗಳನ್ನು ಮಾಡಿ ನಾಲ್ಕು ದಿಕ್ಕುಗಳಿಗೂ ಅಟ್ಟುತ್ತಾನೆ. ಸುಗ್ರೀವ ತಾನು ಕಿಷ್ಕಿಂಧೆಯಿಂದ ನಾಲ್ಕು ದಿಕ್ಕುಗಳನ್ನು ಗುರುತಿಸುವ ಬದಲು ವಿಂಧ್ಯ ಪರ್ವತವನ್ನೇ ಮಧ್ಯ ಬಿಂದುವಾಗಿಸಿ, ಅಲ್ಲಿಂದ ಪೂರ್ವ ಪಶ್ಚಿಮ, ಉತ್ತರ ದಕ್ಷಿಣಗಳನ್ನು ಗುರುತಿಸುತ್ತಾನೆ ಎಂಬುದು ಗಮನಾರ್ಹ.

ಪೂರ್ವ ದಿಕ್ಕು:

ತನ್ನ ಸೇನಾಪತಿ ವಿನತ ಎನ್ನುವ ವಾನರ ವೀರನನ್ನು ಕರೆದು ವಿನತ, ನಿನಗೆ ದೇಶ–ಕಾಲಗಳ ಪರಿಚಯವಿದೆ. ಕಾರ್ಯ ಸಂಪನ್ನಗೊಳಿಸುವಲ್ಲಿ ವಿಶೇಷವಾದ ಪರಿಣತಿ ಪಡೆದಿರುವೆ. ನಿನ್ನ ತಂಡದೊಡನೆ ಪರ್ವತ, ಕಾನನಗಳಿಂದ ಕೂಡಿರುವ ಪೂರ್ವದಿಕ್ಕಿಗೆ ಪ್ರಯಾಣ ಮಾಡು.

ಆ ಪ್ರದೇಶದಲ್ಲಿ ಬೆಳ್ಳಿಯ ಗಣಿಗಳಿಂದ ಕೂಡಿರುವ ಪ್ರದೇಶಗಳೂ ಇವೆ. ಪರ್ವತಗಳು, ಸಾಗರ ತಟ, ಮಂದಾರ ಪರ್ವತದ ಶಿಖರದವರೆಗೆ ಸೀತಾಮಾತೆಯನ್ನು ಹುಡುಕಿರಿ. ಆ ಪ್ರದೇಶದಲ್ಲಿರುವ ಕಿರಾತರು, ರಕ್ಕಸರು, ದೈತ್ಯದೇಹಿಗಳು, ಸೇರಿದಂತೆ ಎಲ್ಲರ ನಿವಾಸಗಳಲ್ಲಿ ಸೀತಾಮಾತೆಯನ್ನು ಹುಡುಕಬೇಕು. ದೋಣಿಗಳ ಮೂಲಕ

ಯವ ದ್ವೀಪ, ರೂಪ್ಯಕ ದ್ವೀಪ, ಸುವರ್ಣ ದ್ವೀಪಕ್ಕೂ ಹೋಗಿ ಹುಡುಕಬೇಕು. ಯವ ದ್ವೀಪದ ನಂತರ ಶಿಶಿರವೆಂಬ ಪರ್ವತವಿದೆ. ಆ ಎಲ್ಲ ಪ್ರದೇಶಗಳ ಗಿರಿ ಕಂದರ, ಕಣಿವೆಗಳಲ್ಲಿ ಜನಕನಂದಿನಿ ಸೀತೆಯನ್ನು ಹುಡುಕಿರಿ.

ಅಲ್ಲಿರುವ ಗಿರಿ-ಗಹ್ವರಗಳಲ್ಲಿ, ನದಿಗಳ ತೀರಪ್ರದೇಶಗಳಲ್ಲಿ, ರಾಮಚಂದಿರನ ಸತಿ ಸೀತೆಯನ್ನೂ, ರಾವಣನನ್ನೂ ಹುಡುಕಿರಿ. ಭಾಗೀರಥಿ, ಸರಯೂ ನದಿ, ಕೌಶಿಕಿ ಮತ್ತು ಕಾಲಿಂದೀ ಮಡುವನ್ನು ಹೊಂದಿರುವ ಯಮುನಾ ನದಿಗಳ ತೀರ ಪ್ರದೇಶಗಳಲ್ಲಿಯೂ, ಯಮುನೋತ್ರಿಯಲ್ಲಿಯೂ ಸರಸ್ವತೀ-ಸಿಂಧು ನದಿಗಳ ತೀರ ಪ್ರದೇಶಗಳಲ್ಲಿಯೂ, ಬ್ರಹ್ಮಮಾಲ ಪ್ರದೇಶದಲ್ಲಿ, ವಿದೇಹ, ಮಾಲವ, ಕಾಶೀ, ಕೋಸಲ, ಮಾಗಧ ಪುಂಡ್ರದೇಶಗಳಲ್ಲಿಯೂ, ಅಂಗದೇಶ, ಕೋಶಕಾರ ರಾಜರ ದೇಶಗಳಲ್ಲಿಯೂ ಅನ್ವೇಷಿಸಿರಿ.

ಅಲೆಗಳನ್ನು ಹೊದ್ದು ಭೀಕರವಾಗಿರುವ ಸಮುದ್ರದಲ್ಲಿ ನಿರಂತರ ಬಿರುಗಾಳಿಯ ಹೊಡೆತಕ್ಕೆ ಸಿಲುಕುವ ಸಮುದ್ರದ ಮಧ್ಯದಲ್ಲಿರುವ ಬಹು ದೊಡ್ಡ ದ್ವೀಪಗಳಿಗೂ ಹೋಗಿ ಸೀತೆಯನ್ನು ಹುಡುಕಿರಿ.

ಇಕ್ಷು ಮಹಾಸಾಗರವನ್ನು ದಾಟಿ ಅಲ್ಲಿಂದ ಮುಂದೆ ಕೆಂಪು ನೀರಿನಿಂದ ಕೂಡಿದ ಲೋಹಿತ ಸಮುದ್ರವನ್ನು ದಾಟಿದಾಗ ಅಲ್ಲಿ ಕೂಟಶಾಲ್ಮಲೀ ಎಂಬ ಬಹು ದೊಡ್ಡ ವೃಕ್ಷವನ್ನು ಕಾಣುವಿರಿ. ಅದರ ಆಚೆಗೆ ದೇವಶಿಲ್ಪಿ ವಿಶ್ವರ್ಮನಿಂದ ನಿರ್ಮಿತವಾದ ಗರುಡನ ಅರಮನೆ ಇದೆ. ಅಲ್ಲಿ ಮಂದೇಹರೆಂಬ ರಕ್ಕಸರು ಸೂರ್ಯ ಉದಯವಾಗುತ್ತಲೇ ತಲೆ ಕೆಳಗಾಗಿ ಜೋತುಬೀಳುತ್ತಾರೆ.

ಕ್ಷೀರೋದಧಿ ಎಂಬ ಸಾಗರದ ಬಳಿಯಲ್ಲಿ ಸಹ ಸೀತೆಯನ್ನು ಹುಡುಕಿರಿ. ಆ ಸಾಗರದ ಮಧ್ಯೆ ಋಷಭ ಎಂಬ ಪರ್ವತವಿದೆ. ಆಪರ್ವತದಲ್ಲಿ ಸುದರ್ಶನ ಎಂಬ ಸರೋವರವಿದೆ. ಆ ಸರೋವರದಲ್ಲಿ ಅರಳುವ ಕಮಲದಲ್ಲಿ ಸುವರ್ಣಮಯ ಕೇಸರಗಳಿವೆ. ಆಸರೋವರದಲ್ಲಿ ಯಾವಾಗಲೂ ಅಪ್ಸರೆ, ಯಕ್ಷ-ಕಿನ್ನರ ಕಿಂಪುರುಷರು ಜಲಕ್ರೀಡೆ ಆಡುತ್ತಿದ್ದು, ರಾಜಹಂಸಗಳು ಮೀಯುತ್ತಿರುತ್ತವೆ.

ಅಲ್ಲಿಂದ ಮುಂದೆ ಸಾಗಿದರೆ ಹಯಮುಖ ಎಂಬ ಅಗ್ನಿಜ್ವಾಲೆಯು ಉದ್ಭವಿಸಿ ಸಮುದ್ರದಲ್ಲಿರುವ ಪ್ರಾಣಿಗಳನ್ನೆ ಆಹಾರವಾಗಿ ಸೇವಿಸಿತು. ಅಲ್ಲಿಂದ ಹದಿಮೂರು ಯೋಜನ ದೂರದಲ್ಲಿ ಸ್ವರ್ಣ ಕಾಂತಿಯಿಂದ ಕಂಗೊಳಿಸುತ್ತಿರುವ ಸಾವಿರ ಹೆಡೆಗಳ ಅನಂತ ಎಂಬ ನಾಗರಾಜರನ್ನು ನೋಡುವಿರಿ. ಸ್ವರ್ಣಮಯವಾದ ಧ್ವಜದಂಡವು ಮೂರು ಶಾಖೆಗಳಿಂದ ಕೂಡಿದ್ದು, ಆಧಾರಸಹಿತವಾಗಿ ವೇದಿಕೆಯ ಮೇಲೆ ಸ್ಥಾಪಿತವಾಗಿದ್ದು, ಅತ್ಯಂತ ಪ್ರಕಾಶಮಾನವಾಗಿ ಕಾಣುತ್ತದೆ. ಈಧ್ವಜವು ಪೂರ್ವ ದಿಕ್ಕಿನ ಎಲ್ಲೆ ಎಂದು ದೇವತೆಗಳಿಂದ ಗುರುತಿಸಲ್ಪಟ್ಟಿದೆ. ಅಲ್ಲಿಂದ ಮುಂದೆ ಇರುವುದಯ ಪರ್ವತ ನೂರು ಯೋಜನೆಗಳಷ್ಟು ಎತ್ತವಿರುವ ಸ್ವರ್ಣಮಯ ದಿವ್ಯ ವೇದಿಕೆಯಿಂದ ಸ್ವರ್ಗವನ್ನು ಸ್ಪರ್ಶಿಸುತ್ತಿದೆ.

ಇದೇ ಉದಯ ಪರ್ವತದಲ್ಲಿ ಒಂದು ಯೋಜನ ವಿಸ್ತಾರ, ಹತ್ತು ಯೋಜನ ಎತ್ತರವಿರುವ ಸೌಮನಸೆಂಬ ಶಿಖರವಿದೆ. ಇದೇ ಶಿಖರದ ಮೇಲೆ ವಾಮನನು ತ್ರಿವಿಕ್ರಮನಾಗಿ ಬೆಳೆದ ಕಾಲಘಟ್ಟದಲ್ಲಿ ಒಂದನೆಯ ಹೆಜ್ಜೆಯನ್ನು ಇದೇ ಸೌಮನಸ ಶಿಖರದ ಮೇಲೆ ಮತ್ತು ಎರಡನೆಯ ಹೆಜ್ಜೆಯನ್ನು ಮೇರು ಶಿಖರದ ಮೇಲಿಟ್ಟನು. ಸೂರ್ಯನು ಸೌಮನಸ ಶಿಖರದ ಮೇಲೆ ಏರಿ ಮೇರುವಿನ ದಕ್ಷಿಣ ಪಾರ್ಶ್ವದಲ್ಲಿರುವ ಜಂಬೂದ್ವೀಪದ ಜನರಿಗೆ ಸುಂದರವಾಗಿ ಬೆಳಕನ್ನು ನೀಡುತ್ತಾನೆ. ವೈಖಾನಸ ಮತ್ತು ವಾಲಖಿಲ್ಯ ಮುನಿಗಳು ಸಾಮನಸ ಶಿಖರದಲ್ಲಿ ಸೂರ್ಯಕಿರಣಗಳಿಂದಲೇ ಪ್ರಜ್ವಲಿಸುತ್ತಾರೆ.

ಸೌಮನಸ ಶಿಖರದಲ್ಲಿ ಸೂರ್ಯನು ಉದಯಿಸುವ ಸ್ಥಾನವನ್ನು ಬ್ರಹ್ಮನು ನಿರ್ಮಿಸಿದನು. ಇಲ್ಲಿಯೇ ಬ್ರಹ್ಮಸ್ಥಾನಕ್ಕೆ ಹೋಗಿ ಬರುವ ಮಹಾದ್ವಾರವಾಗಿದೆ. ದೇವಾನುದೇವತೆಗಳು ಇಲ್ಲಿಂದಲೇ ಭುವಿಗೆ ಮತ್ತು ಮನುಜರ ದೇವಲೋಕಗಳಿಗೆ ಸಂಚರಿಸುತ್ತಾರೆ. ಮೊದಲು ಈ ದಿಕ್ಕಿನಲ್ಲಿಯೇ ಇಂತಹ ದ್ವಾರ ನಿರ್ಮಾವಾದ್ದರಿಂದ ಇದನ್ನು ಪೂರ್ವ ದಿಕ್ಕು ಎನ್ನುತ್ತಾರೆ.

ಅಲ್ಲಿ ಉದಯಾಚಲದಿಂದ ಮುಂದೆ ಹೋಗಲು ಸಾಧ್ಯವಿಲ್ಲ. ದೇವತೆಗಳಿಂದ ಸಮಾವೃತವಾಗಿದ್ದು, ಸೂರ್ಯ-ಚಂದ್ರರೂ ಅಲ್ಲಿಗೆ ಪ್ರವೇಶಿಸುವುದಿಲ್ಲ. ಗಾಡಾಂಧಾರವೇ ಕವಿದಿರುವ ಆ ಪ್ರದೇಶದವರೆಗೆ ಸೇರಿದ ಈ ಎಲ್ಲ ಪ್ರದೇಶಗಳಲ್ಲಿ ಸೀತಾದೇವಿ ಮತ್ತು ರಾವಣರನ್ನು ಹುಡುಕಿ ಒಂದು ತಿಂಗಳ ಒಳಗಾಗಿ ಮರಳಿ ಬರಬೇಕು. ಮಾಸಾಂತ್ಯಕ್ಕೆ ಬರದಿದ್ದರೆ ಅಂತಹವರಿಗೆ ಮರಣದಂಡನೆ ವಿಧಿಸಲಾಗುವುದು. ವೈದೇಹಿಯ ಅನ್ವೇಷಣೆಯಲ್ಲಿ ಕೃತಕೃತ್ಯರಾಗಿ ಬನ್ನಿ. ಶ್ರೀರಾಮನ ಸತಿ ಮೈಥಿಲಿಯ ಇರುವಿಕೆ ಕಂಡುಬಂದಲ್ಲಿ ನೀವೆಲ್ಲರೂ ಸುಖಿಗಳಾಗಿರುವಿರಿ.

ಇಂದಿನ ದಿನಮಾನದಲ್ಲಿ ಪೂರ್ವ ದಿಕ್ಕಿನಲ್ಲಿ ಇದೇ ಮೇಲೆ ವಿವರಿಸಿರುವ ಜಾವಾ ಸುಮಾತ್ರ, ಫಿಲಿಪೈನ್ಸ್, ಅಸ್ಟ್ರೇಲಿಯಾ, ನ್ಯೂಜಿಲ್ಯಾಂಡ್, (ಇವುಗಳನ್ನೇ ಯವ, ಸುವರ್ಣ ರೂಪ್ಯಕ ದ್ವೀಪಗಳೆನ್ನಲಾಗಿದೆ.) ಮುಂದುವರೆದು ಸಪ್ತದ್ವೀಪಗಳೆಂದರೆ ಇಂದಿನ ಸಯಾಮ ಮತ್ತು ಚೀನಾ ಪ್ರದೇಶ. ಅವುಗಳನ್ನು ದಾಟಿದ ನಂತರ ಬಿರುಗಾಳಿ ಏಳುವ ಸಮುದ್ರದ ದಂಡೆಯ ದ್ವೀಪ ಜಪಾನ್. ಕ್ಷೀರ ಸಾಗರವೆಂದರೆ ಫೆಸಿಫಿಕ್ ಮಹಾಸಾಗರ. ಅದನ್ನು ದಾಟಿದರೆ ಅಮೇರಿಕಾ, ದಕ್ಷಿಣ ಅಮೇರಿಕಾದ ಬಾವಲಿಗಳೇ ಮಂದೇಹರೆಂಬ ತಲೆ ಕೆಳಗಾಗಿ ನೇತಾಡುವ ರಕ್ಕಸರೆಂದು ತಜ್ಞರು ಅಭಿಪ್ರಾಯ ಪಡುತ್ತಾರೆ. ಅಲ್ಲಿಂದ ಮುಂದೆ ತಾಲವೃಕ್ಷದ ಮುಂದೆ ಇರುವುದೇ ಆ್ಯಂಡೀಜ್ ಪರ್ವತ. ಅಲ್ಲಿಂದಮುಂದೆ ಗಾಢ ಅಂಧಕಾರವಿದೆ ಎಂದು ತಿಳಿಸುವ ಸುಗ್ರೀವ. ಭಾರತದ ಯಮುನಾ ನದಿಯಿಂದ ಆ್ಯಂಡೀಜ್ ಪರ್ವತದವರೆಗೆ ಪೂರ್ವದ ಗಡಿಯನ್ನು ಗುರುತಿಸಿದ್ದಾರೆ.

ಪೂರ್ವ ದಿಕ್ಕಿನಲ್ಲಿ ಪಿಸಿಫಿಕ್ ಮಹಾಸಾಗರದ 180 ಡಿಗ್ರಿ ರೇಖಾಂಶದ ನೆಲೆಯನ್ನೇ ಭೂಮಿಯ ಪೂರ್ವ ದಿಕ್ಕಿನ ಗಡಿಯಂಚಾಗಿ ಸ್ವೀಕರಿಸಿದ್ದಾರೆ. ಇದನ್ನು ಬಲಿ ಚಕ್ರವರ್ತಿ

ಬಳಿ ತ್ರಿವಿಕ್ರಮ ದಾನ ಪಡೆಯುವಾಗ ಗುರುತಿಸಲಾಗಿದೆ. ಪೂರ್ವ ದಿಕ್ಕನ್ನು ವಿಷ್ಣುವು ಸ್ಥಿರೀಕರಿಸಿದನೆಂದು ಹೇಳಲಾಗಿದೆ. ಈ ಬಗ್ಗೆ ಹೆಚ್ಚಿನ ಓದಿಗಾಗಿ ಡಾ.ಪದ್ಮಾಕರ ವರ್ತಕ ಅವರ ವಾಸ್ತವ ರಾಮಾಯಣ ಮರಾಠಿ ಕೃತಿಯನ್ನು ಅಥವ ಪ್ರಚೇತ ಬುಕ್ ಹೌಸ್ ಪ್ರಕಟಿಸಿರುವ ಶ್ರೀ ಹೇಮಂತರಾಜ ಕುಲಕರ್ಣಿ ಅವರ ಕನ್ನಡ ಅನುವಾದವನ್ನು ಗ್ರಹಿಸಬಹುದು.

ಪಶ್ಚಿಮ ದಿಕ್ಕು:

ಸುಗ್ರೀವನು ತಾರಾದೇವಿಯ ತಂದೆ ಮೇಘಸದೃಶ ಪರಾಕ್ರಮಿ ಸುಶೇಣನನ್ನು ಕರೆದು ಅವರ ನೇತೃತ್ವದಲ್ಲಿ ಪಶ್ಚಿಮದಿಕ್ಕಿನ ಪರಿಚಯವನ್ನು ಮಾಡಿ ಕೊಡುತ್ತಾನೆ. ಜೊತೆಯಲ್ಲಿ ಗರುಡ ಸಮಾನ ವೇಗದ ಮಾರೀಚನೆಂಬ ವಾನರ, ಮರೀಚಿಯ ಮಕ್ಕಳಾದ ಅರ್ಚಿಮಾಲರನ್ನು ಕುರಿತು ವಿವರಗಳನ್ನು ಈ ಮುಂದಿನಂತೆ ಅರುಹಿದನು.

ಸೌರಾಷ್ಟ್ರ, ಬಾಹ್ಲಿಕ, ಶೂರ ಮತ್ತುಭೀಮ ದೇಶಗಳಲ್ಲಿ, ಹುಡುಕಿರಿ, ಸುರಗಿ ಮರದ ಅರಣ್ಯಗಳುಳ್ಳ ಬಕುಳ, ಉದ್ದಾಲಕ ವೃಕ್ಷಗಳಿರುವ ಕುಕ್ಷಿ ದೇಶ, ಕೇದಗೆಯ ವನಗಳಲ್ಲಿ, ಪಶ್ಚಿಮ ದಿಕಿಗೆ ಹರಿಯುವ ನದಿ ತೀರಗಳಲ್ಲಿ ಸೀತೆಯನ್ನು ಹುಡುಕಿರಿ. ತಪಸ್ವಿಗಳಿರುವ ಅರಣ್ಯದಲ್ಲಿ, ದುರ್ಗಮ ಕಾಡುಗಳಲ್ಲಿ, ಗಿರ ಗಹ್ವರಗಳಲ್ಲಿ, ಸೀತೆಯನ್ನು ಹುಡುಕಿರಿ. ಪಶ್ಚಿಮಕ್ಕೆ ಸಾಗಿದಂತೆ ನೀವು ಪಶ್ಚಿಮ ಸಮುದ್ರವನ್ನು ಕಾಣುವಿರಿ. ಸಮುದ್ರ ತೀರದ ಪರ್ವತ, ವನಗಳಲ್ಲಿ, ಮುರುಚೀಪಟ್ಟಣ, ಜಟೀಪುರ, ಆವಂತೀ, ಅಂಗಲೇಪ ಪಟ್ಟಣಗಳನ್ನು, ಅಲಕ್ಷಿತ ಎಂಬ ವನವನ್ನು, ಸಿಂಧೂನದಿ ಸಮುದ್ರವನ್ನು ಸೇರುವ ಸಂಗಮ ಸ್ಥಳದಲ್ಲಿ ಸೋಮಗಿರಿ ಎಂಬ ನೂರಾರು ಶಿಖರಗಳುಳ್ಳ, ದೊಡ್ಡ ವೃಕ್ಷಗಳಿಂದ ಸಮಾವೃತವಾದ ಸೋಮಗಿರಿ ಪರ್ವತವಿದೆ. ಅಲ್ಲಿನ ಸಿಂಹಗಳು, ಮದಿಸಿ ಆನೆಗಳನ್ನು, ತಿಮಿಂಗಲ, ಮೀನುಗಳನ್ನು ಎತ್ತೊಯ್ದು ಬಿಡುತ್ತವೆ. ಮದಿಸಿದ ಆನೆಗಳು ಕಾಡೇ ಅನುರಣಿಸುವಂತೆ ಘೀಳಿಡುತ್ತ, ಪರ್ವತದ ಪ್ರಸ್ಥಭೂಮಿಯಲ್ಲಿ ಅಲೆದಾಡುತ್ತಿರುತ್ತವೆ. ಅಲ್ಲೆಲ್ಲ ಸೀತೆಯನ್ನು ಅರಸಿರಿ.

ಅಲ್ಲಿಂದ ಮುಂದೆ ಸಮುದ್ರ ಮಧ್ಯದಲ್ಲಿ ನೂರು ಯೋಜನಗಳಷ್ಟು ಹರಡಿರುವ ಪಾರಿಯಾತ್ರ ಪರ್ವತವನ್ನು ಅರಸಿರಿ. ಆ ಶಿಖರದಲ್ಲಿ ಇಪ್ಪತ್ನಾಲ್ಕು ಕೋಟಿ ಗಂಧರ್ವರು ವಾಸಿಸುತ್ತಿದ್ದಾರೆ. ಅಲ್ಲಿ ಗಂಧರ್ವ ಬಳಿಸಾರದೆ, ಯಾವುದೇ ಹಣ್ಣು ಹಂಪಲುಗಳನ್ನು ಮುಟ್ಟದೆ, ಜಾನಕಿಯನ್ನು ಹುಡುಕಿರಿ. ಅಲ್ಲಿನ ಫಲಮೂಲಾದಿಗಳನ್ನು ಗಂಧರ್ವರು ರಕ್ಷಿಸುತ್ತಿದ್ದಾರೆ. ಅಲ್ಲಿಂದ ಮುಂದೆ ವಜ್ರವೆಂಬ ಪರ್ವತವಿದೆ. ಆ ಪರ್ವತದಲ್ಲಿ ನೂರು ಯೋಜನಗಳಷ್ಟು ಪ್ರಸ್ಥಭೂಮಿ ಇದೆ. ಆ ಪರ್ವತದ ಗುಹೆಗಳಲ್ಲಿ ಸೀತಾದೇವಿಯನ್ನು ಅರಸಬೇಕು.

ಅಲ್ಲಿನ ಸಮುದ್ರದ ದಂಡೆಯಲ್ಲಿ ಚಕ್ರವಂತ ಹೆಸರಿನ ಪರ್ವತವಿದೆ. ಆಪರ್ವತದಲ್ಲಿ ಸಾವಿರ ಕಾಲುಗಳ ಸಹಸ್ರಾರ ಎಂಬ ಚಕ್ರವನ್ನು ವಿಶ್ವಕರ್ಮನೇ ನಿರ್ಮಿಸಿದ್ದಾನೆ. ವಿಷ್ಣುವು

ಆ ಪರ್ವತದಲ್ಲಿ ಪಂಚಜನರೆಂಬ ರಕ್ಕಸರನ್ನೂ, ಹಯಗ್ರೀವನೆಂಬ ದಾನವನನ್ನೂ ಸಂಹರಿಸಿ ಚಕ್ರವನ್ನು ಮತ್ತು ಪಾಂಚಜನ್ಯ ಶಂಖವನ್ನೂ ಅಲ್ಲಿಂದ ತಂದನು.

ಚಕ್ರವಂತ ಪರ್ವತವನ್ನು ಅನ್ವೇಷಿಸಿದ ನಂತರ ಅಲ್ಲಿನ ತಪ್ಪಲು ಪ್ರದೇಶದ ಗುಹೆಗಳಲ್ಲಿ, ರಾವಣನನ್ನೂ, ಸೀತೆಯನ್ನು ಹುಡುಕಿರಿ. ಅಲ್ಲಿಂದ ಮುಂದೆ ಸಮುದ್ರದ ಮತ್ತೊಂದು ತೀರದಲ್ಲಿ ವರಾಹ ಎಂಬ ಮತ್ತೊಂದು ಬೃಹತ್ತಾದ ಪರ್ವತವಿದೆ. ಆ ಪರ್ವತದ ಪ್ರಸ್ಥಭೂಮಿಯಲ್ಲಿಯೇ ಪ್ರಾಗ್ಜ್ಯೋತಿಷಪುರವೆಂಬ ಪಟ್ಟಣವಿದೆ. ಅಲ್ಲಿ ನರಕ ಎಂಬ ರಕ್ಕಸನ ವಾಸತಾಣವಾಗಿದೆ.

ವರಾಹ ಪರ್ವತವನ್ನು ದಾಟಿದ ನಂತರ ಸುಂದರವಾದ ಸುವರ್ಣ ಗಣಿಗಳಲ್ಲಿ ಅರಸಿದ ನಂತರ ಸಾವಿರಾರು ನೀರಿನ ಚಿಲುಮೆಗಳಿಂದ ಕೂಡಿದ ಸರ್ವಸುವರ್ಣವೆಂಬ ಪರ್ವತವಿದೆ. ಅಲ್ಲಿ ವನ್ಯ ಮೃಗಗಳಾದ ಹುಲಿ, ಸಿಂಹ, ಆನೆ ಮತ್ತು ಹಂದಿಗಳು ಹೇರಳವಾಗಿ ಕಾಣಸಿಗುತ್ತವೆ. ಅದನ್ನು ದಾಟಿ ಮುಂದೆ ಸಾಗಿದರೆ ಮೇಘವಂತನೆಂಬ ಪರ್ವತವು ದೊರೆಯುತ್ತದೆ.

ಇದೇ ಪರ್ವತದಲ್ಲಿ ಮಹೇಂದ್ರನಿಗೆ ದೇವಾನುದೇವತೆಗಳು ಮಹೇಂದ್ರ ಪಟ್ಟವನ್ನು ನೀಡಿ ಅಭಿಷಿಕ್ತಗೊಳಿಸಿದರು. ಆ ಪರ್ವತದ ನಂತರ ಸುವರ್ಣಮಯ ವಾದ ಅರವತ್ತು ಸಾವಿರ ಪರ್ವತಗಳ ಕಡೆಗೆ ಸಾಗುವಿರಿ. ಆ ಪರ್ವತಗಳ ಮಧ್ಯದಲ್ಲಿ ಸುವರ್ಣಮಯವಾದ ಮೇರು ಪರ್ವತವಿದೆ. ಆ ಪರ್ವತ ಶ್ರೇಣಿಯ ಸಾಲುಗಳು ಬಾಲಸೂರ್ಯನ ಪ್ರಭೆಯಿಂದ ಮಿರುಗುತ್ತವೆ.

ಆ ಪರ್ವತಗಳ ರಾಜನಾದ ಮೇರುವಿಗೆ ಹೀಗೆಂದು ಸೂರ್ಯನು ವರವನ್ನಿತ್ತಿದ್ದಾನೆ. ತೇನೈವಮುಕ್ತಃ ಶೈಲೇಂದ್ರಃ ಸರ್ವ ಏವ ತ್ವದಾಶ್ರಯಾಃ॥ ಮತ್ಪ್ರಸಾದಾದ್ಭವಿಷ್ಯನ್ತಿ ದಿವಾ ರಾತ್ರೌ ಚ ಕಾಞ್ಚನಾಃ ತ್ವಯಿ ಯೇ ಚಾಪಿ ವತ್ಸ್ಯನ್ತಿ ದೇವಗಂಧರ್ವದಾನವಾಃ॥ ತೇ ಭವಿಷ್ಯನ್ತಿ ರಕ್ತಾಶ್ಚ ಪ್ರಭಯಾ ಕಾಞ್ಚನಪ್ರಭಾಃ ॥ (ಹೇ ಪರ್ವತರಾಜ, ಹಗಲು ರಾತ್ರಿಗಳಲ್ಲಿ ನಿರಂತರವಾಗಿ ನಿನ್ನನ್ನು ಆಶ್ರಯಿಸುವವರು ನಿನ್ನ ದಿವ್ಯಪ್ರಭೆಯಿಂದಾಗಿ ಬಂಗಾರದ ಬಣ್ಣದವರಾಗಿ ಇರುತ್ತಾರೆ ಎಂದು ಸೂರ್ಯನು ಮೇರುಪರ್ವತಕ್ಕೆ ವರವನ್ನಿತ್ತಿದ್ದಾನೆ).

ವಿಶ್ವೇದೇವತೆಗಳು, ವಸುಗಳು, ಮರುತ್ತರು, ಪಶ್ಚಿಮ ಸಂಧ್ಯಾ ಉಪಾಸನೆಗೆ ಮೇರು ಪರ್ವತದಲ್ಲಿ ಸೂರ್ಯನನ್ನು ಪೂಜಿಸುತ್ತಾರೆ. ಹೀಗೆ ಪೂಜಿಸಲ್ಪಟ್ಟ ಸೂರ್ಯನು ಅಸ್ತಾಚಲಕ್ಕೆ ತೆರಳಿ ಸಕಲ ಜೀವರಾಶಿಗಳಿಗೆ ಕಾಣಿಸದಂತೆ ಮಾಯವಾಗುತ್ತಾನೆ.

ಸೂರ್ಯನು ಮೇರುಪರ್ವತದಿಂದ ಹತ್ತು ಸಾವಿರ ಯೋಜನಗಳಷ್ಟು ದೂರವಿರುವ ಅಸ್ತಾಚಲವನ್ನು ಕೇವಲ ಅರ್ಧಮುಹೂರ್ತದಲ್ಲಿ ದಾಟಿ ಬಿಡುತ್ತಾನೆ. ಆ ಅಸ್ತಾಚಲ ಪರ್ವತದಲ್ಲಿ ಉಪ್ಪರಿಗೆಗಳ ಸಮೂಹಗಳಿಂದ ವಿಶ್ವಕರ್ಮನಿಂದ ನಿರ್ಮಿತವಾದ ದೊಡ್ಡದಾದ ಭವನವಿದೆ. ಆ ದಿವ್ಯಭವನವು ಪಾಶಹಸ್ತನಾದ ವರುಣನ ಅರಮನೆಯಾಗಿದೆ. ಮೇರು ಪರ್ವತಕ್ಕೂ ಅಸ್ತಾಚಲಕ್ಕೂ ಮಧ್ಯದಲ್ಲಿ ಹತ್ತು ದೊಡ್ಡ–

ದೊಡ್ಡ ಶಿಖರಗಳಿರುವ, ಸುವರ್ಣಮಯವಾದ, ತಾಲಪರ್ವತವಿದೆ. ಅಲ್ಲಿನ ಎಲ್ಲ ಪ್ರದೇಶಗಳಲ್ಲಿ ಸೀತೆ ಮತ್ತು ರಾವಣರನ್ನು ಹುಡುಕಿರಿ.

ಮೇರುಪರ್ವತದಲ್ಲಿ ಧರ್ಮಜ್ಞನಾದ, ಬ್ರಹ್ಮನಿಗೆ ಸಮಾನ ತೇಜಸ್ಸಿನಿಂದ ಕೂಡಿರುವ ಮೇರುಸಾವರ್ಣಿಯೆಂಬ ಋಷಿಯಿದ್ದಾನೆ. ನೀವೆಲ್ಲರೂ ಅವನ ಬಳಿಗೆ ಹೋಗಿ ಗೌರವಪೂರ್ವಕವಾಗಿ ನಮಿಸಿ, ಜಾನಕಿಯ ವಿಷಯವಾಗಿ ಸಹಾಯ ಕೇಳಿರಿ.

ರಾತ್ರಿಯ ವೇಳೆ ಸೂರ್ಯನು ಮೇರುಸಾವರ್ಣಿಯಿಂದ ಅಸ್ತಾಚಲಕ್ಕೆ ಹೋದ ಪರ್ಯಂತ ಆ ಇಡಿಯ ಪ್ರದೇಶದಲ್ಲಿ ಕತ್ತಲು ಆವರಿಸುತ್ತದೆ. ಅಸ್ತಾಚಲದಿಂದ ಮುಂದಿನ ಪ್ರದೇಶದ ವಿವರಗಳು ಲಭ್ಯವಿಲ್ಲ. ಆ ಪ್ರದೇಶಗಳು ಹೇಗಿವೆ ಎಂದು ತಿಳಿಯದಿರುವುದರಿಂದ ಅಲ್ಲಿಗೆ ಹೋಗಲು ಸಾಧ್ಯವಿಲ್ಲ. ಆದ್ದರಿಂದ ಅಲ್ಲಿಯವರೆಗಿನ ಪ್ರದೇಶಗಳಿಗೆ ಮಾತ್ರ ಹೋಗಿ ಸೀತಾ–ರಾವಣರ ಅನ್ವೇಷಣೆಯನ್ನು ಒಂದು ತಿಂಗಳಿನಲ್ಲಿ ಪೂರಯಿಸಿ ಹಿಂದಿರುಗಬೇಕು.

ಹಾಗೇನಾದರೂ ವಿಳಂಬವಾದಲ್ಲಿ ಮರಣದಂಡನೆಗೆ ಗುರಿಯಾಗುವಿರಿ ಎಂದು ತಿಳಿಸಿ ವಾನರವೀರರನ್ನು ಬೀಳ್ಕೊಟ್ಟನು.

ಉತ್ತರ ದಿಕ್ಕು:

ವಾನರವೀರ ಶತಬಲನೇ, ವೈವಸ್ವತನ ಮಕ್ಕಳು ಮತ್ತು ಮಂತ್ರಿಗಳನ್ನು ಒಡಗೂಡಿ ಭರತ ವರ್ಷದ ಶಿರೋಭೂಷಣದಂತಿರುವ ಹಿಮವತ್ಪರ್ವತದ ಉತ್ತರ ದಿಕ್ಕಿಗೆ ಪಯಣಿಸು. ಅಲ್ಲಿ ಎಲ್ಲರೂ ಸೇರಿ ದಶರಥನ ಮಗನಾದ ರಾಮನ ಭಾರ್ಯೆ ಸೀತೆಯನ್ನು ಅನ್ವೇಷಿಸಿರಿ.

ನೀವು ಅರಣ್ಯಗಳಲ್ಲಿ, ನದಿಯ ತೀರಗಳಲ್ಲಿ, ಪರ್ವತದ ಮಧ್ಯಭಾಗಗಳಲ್ಲಿ ಸೀತಾ ದೇವಿಯನ್ನು ಹುಡುಕಿರಿ. ಮ್ಲೇಚ್ಛ, ಪುಲಿಂದ, ಶೂರಸೇನ ದೇಶಗಳನ್ನು, ಪ್ರಸ್ಥಲದೇಶ, ಭರತದೇಶ, ಕುರು, ಮದ್ರಕ, ಕಾಂಭೋಜ ದೇಶ, ಯವನ, ಶಕ, ಬಾಹ್ಲೀಕ, ಋಷಿಕ, ಪೌರವ, ಟಂಕಣ ದೇಶಗಳನ್ನೂ, ಚೀನ, ಪರಮಚೀನ, ನಿಹಾರ, ದರದ ದೇಶಗಳನ್ನೂ ಹೊಕ್ಕು ಸೀತಾದೇವಿಯನ್ನು ಹುಡುಕುತ್ತಾ ಹಿಮವತ್ಪರ್ವತಕ್ಕೂ ಹೋಗಿ ಅಲ್ಲಿಯೂ ಹುಡುಕಿರಿ.

ದೇವದಾರು ವನಗಳು, ಲೋಧ್ರ, ಪದ್ಮಕ ವನಗಳಲ್ಲಿ, ದೇವ ಗಂಧರ್ವರ ಸೋಮಾಶ್ರಮದಲ್ಲಿ ಅನ್ವೇಷಿಸಿರಿ. ಮುಂದುವರೆದು ಕಾಲ ಪರ್ವತದ ಮಹಾ ಪ್ರಸ್ಥಭೂಮಿಯ ಕಣಿವೆಗಳಲ್ಲಿ, ಗುಹೆಗಳಲ್ಲಿ, ಹುಡುಕಿರಿ. ಕಾಲಪರ್ವತದಿಂದ ಮುಂದುವರೆದು, ಸುದರ್ಶನ ಪರ್ವತಕ್ಕೆ ಹೋಗಿಅಲ್ಲಿಯೂ ಅನ್ವೇಷಣೆಯನ್ನು ಮುಂದುವರೆಸಿರಿ. ನಾನಾ ಬಗೆಯ ಪಕ್ಷಿಗಳಿಂದ ತುಂಬಿರುವ ದೇವಸಖ ಪರ್ವತದ ಅರಣ್ಯಗಳಲ್ಲಿ, ಗಿರಿ–ನದಿಗಳ ಪ್ರದೇಶಗಳಲ್ಲಿ, ಗುಹೆಗಳಲ್ಲಿ ರಾವಣ–ಸೀತೆಯರನ್ನು ಹುಡುಕಿರಿ.

ದೇವಸಖ ಪರ್ವತದಿಂದ ನೂರು ಯೋಜನ ವಿಸ್ತಾರವಿರುವ ಶೂನ್ಯ ಪ್ರದೇಶವು ಸಿಕ್ಕುತ್ತದೆ. ಅಲ್ಲಿ ಪರ್ವತಗಳಾಗಲಿ, ನದಿ, ವೃಕ್ಷಗಳಾಗಲಿ ಕಾಣಸಿಗುವುದಿಲ್ಲ. ಅದು ಯಾವುದ ಪಕ್ಷಿ ಪ್ರಾಣಿಗಳ ಆವಾಸವಾಗಿರುವುದಿಲ್ಲ, ಆ ಶೂನ್ಯ ಪ್ರದೇಶವನ್ನು ದಾಟಿ ಮುಂದೆ ಹೋದರೆ ಶ್ವೇತವರ್ಣದ ಕೈಲಾಸಪರ್ವತವನ್ನು ಕಾಣುವಿರಿ. ಅಲ್ಲಿ ನೀವು ಕುಬೇರನ ಅರಮನೆಯನ್ನು ಕಾಣುವಿರಿ. ಕಮಲ ಕನ್ನೈದಿಲೆಗಳಿಂದ ಅಲಂಕೃತವಾದ ರಮ್ಯವಾದ ಕುಬೇರನ ಅರಮನೆಯಲ್ಲಿ ಅಪ್ಸರೆಯರಿಂದ ತುಂಬಿರುವ ಸರೋವರವಿದೆ. ಸಮಸ್ತ ಲೋಕಕ್ಕೆ ಧನ ಕನಕಾದಿಗಳನ್ನು ಅನುಗ್ರಹಿಸುವ, ಯಕ್ಷ ರಾಜನಾದ, ವೈಶ್ರವಣನು, ಗುಹ್ಯಕರೊಡನೆ ಆ ಸರೋವರದಲ್ಲಿ ವಹರಿಸುತ್ತ ಇರುತ್ತಾನೆ. ಅವರ ಆಳ್ವಿಕೆಯ ಚಂದ್ರ ಸದೃಶ ಪರ್ವತಗಳಲ್ಲಿ ಸೀತೆ ಮತ್ತು ರಾವಣರನ್ನು ಹುಡುಕಿರಿ. ಅಲ್ಲಿಂದ ಮುಂದೆ ಸಾಗಿದರೆ ನಿಮಗೆ ಕ್ರೌಂಚ ಪರ್ವತ ದೊರೆಯುತ್ತದೆ. ಆ ಪರ್ವತದಲ್ಲಿ ಅತಿದೊಡ್ಡ ಬಿಲವಿದೆ. ಅದನ್ನು ಸಾಮಾನ್ಯರು ಪ್ರವೇಶಿಸುವುದಿರಲಿ, ನೋಡುವುದೂ ಅಸಾಧ್ಯ. ಅತ್ಯಂತ ಎಚ್ಚರದಿಂದ ಜಾಗರೂಕವಾಗಿ ಪ್ರವೇಶಿಸಬಲ್ಲವರು ಮಾತ್ರ ಒಳನಡೆಯಿರಿ. ಅಲ್ಲಿ ದೇವರ್ಷಿಗಳಿರುತ್ತಾರೆ. ಅಲ್ಲಿನ ಎಲ್ಲ ಪ್ರಸ್ಥಭೂಮಿ, ಶಿಖರಗಳಲ್ಲಿ, ಗುಹೆ–ಗಹ್ವರಗಳಲ್ಲಿ, ತಪ್ಪಲು ಪ್ರದೇಶದಲ್ಲಿ ಸೀತಾನ್ವೇಷಣೆ ಮಾಡಬೇಕು.

ಯಾವುದೇ ಮರಗಳಿರದ, ಪಕ್ಷಿಗಳ ನಿವಾಸ ಸ್ಥಾನವಾದ ಮಾನಸ ಶಿಖರವಿದೆ. ಅಲ್ಲಿ ಯಾವುದೇ ಪ್ರಾಣಿಗಳ, ದೇವತೆಗಳ ರಕ್ಕಸರ ಸಂಚಾರವಿರುವುದಿಲ್ಲ. ಕ್ರೌಂಚ ಪರ್ವತದಿಂದ ಮುಂದೆ ಪ್ರಯಾಣ ಮಾಡಿದರೆ ಮೈನಾಕ ಪರ್ವತವು ಸಿಕ್ಕುತ್ತದೆ. ಅಲ್ಲಿ ಮಯನೆಂಬ ದಾನವ ಶಿಲ್ಪಿಯು ತನಗಾಗಿಯೇ ನಿರ್ಮಿಸಿಕೊಂಡಿರುವ ಕಟ್ಟಡವಿದೆ. ಮೈನಾಕಪರ್ವತದ ಗುಹೆ, ಕಣಿವೆ, ಶಿಖರಗಳಲ್ಲಿಯೂ ನೀವು ಸೀತಾದೇವಿಯನ್ನು ಹುಡುಕಬೇಕು. ಅಲ್ಲಿಯೇ ಕಿಂಪುರುಷ ಸ್ತ್ರೀಯರ ದರ್ಶನವಾಗುತ್ತದೆ. ಮುಂದೆ ಸಾಗಿದರೆ ಸಿದ್ಧರ. ಋಷಿಗಳ ಆಶ್ರಮಗಳಿವೆ. ಅಲ್ಲಿ ವೈಖಾನಸ ಮತ್ತು ವಾಲಖಿಲ್ಯ ಮುನಿಗಳಿರುತ್ತಾರೆ. ಅವರಿಗೆ ನಮಿಸಿ, ಸೀತೆಯ ವಿಷಯವನ್ನು ಕೇಳಿ ತಿಳಿಯಬೇಕು. ಸುವರ್ಣ ಕಮಲಗಳಿಂದ ತುಂಬಿದ ವೈಖಾನಸ ಸರೋವರ ಇದೆ.

ಕುಬೇರನ ವಾಹನವಾದ 'ಸಾರ್ವಭೌಮ' ಎಂಬ ಹೆಸರಿನಿಂದ ಪ್ರಖ್ಯಾತವಾಗಿರುವ ಸಲಗವು ಹೆಣ್ಣಾನೆಗಳೊಡನೆ ಆ ಸರೋವರಕ್ಕೆ ಬಂದು ಹೋಗುತ್ತಿರುತ್ತದೆ. ವೈಖಾನಸ ಸರೋವರವನ್ನು ದಾಟಿದೊಡನೆಯೇ ಸೂರ್ಯ, ಚಂದ್ರ, ನಕ್ಷತ್ರಗಳ ಸಮೂಹಗಳಿಲ್ಲದ ಶಬ್ದರಹಿತವಾದ ಆಕಾಶವು ಸಿಕ್ಕುತ್ತದೆ.

ಆ ಪ್ರದೇಶವು ತಪಸ್ಸಿನಿಂದ ಸಿದ್ಧಿ ಪಡೆದು ವಿಶ್ರಾಂತಿ ಪಡೆಯುತ್ತಿರುವ ಸ್ವಯಂ ಪ್ರಕಾಶರಾದ ಋಷಿಗಳ ದಿವ್ಯ ತೇಜಸ್ಸಿನಿಂದಲೇ ಬೆಳಗುತ್ತಿದೆ. ಸೂರ್ಯನು ತನ್ನ ಕಿರಣ ಗಳಿಂದ ಭೂಮಂಡಲವನ್ನು ಪ್ರಕಾಶಗೊಳಿಸುವಂತೆ ತಪಸ್ಸಿದ್ಧಿಯನ್ನು ಪಡೆದಿರುವ ಆ ಮಹರ್ಷಿಗಳು ಸೂರ್ಯನಿಲ್ಲದ ಆ ಪ್ರದೇಶವನ್ನು ತಮ್ಮ ಕಾಂತಿಯಿಂದಲೇ ಬೆಳಗುತ್ತಿದ್ದಾರೆ. ಆ ಪ್ರದೇಶವನ್ನು ದಾಟಿದ ನಂತರ ಶೈಲೋದಾ ನದಿಯು ಸಿಕ್ಕುತ್ತದೆ.

ಆ ನದಿಯ ಎರಡು ತೀರಗಳಲ್ಲಿಯೂ ಬಿದಿರು ಮೆಳೆಗಳಿವೆ. ಅವು ಸದಾಕಾಲ ಗಾಳಿ ತುಂಬಿಕೊಂಡು ಶಬ್ದ ಉಂಟು ಮಾಡುತ್ತಿರುತ್ತವೆ. ಅವು ನದಿಯ ಕಡೆಗೇ ಬಾಗಿಕೊಂಡಿದ್ದು ಒಂದಕ್ಕೊಂದು ಸೇರಿಕೊಂಡು ಸೇತುವೆಯ ರೂಪದಲ್ಲಿ ಅಲ್ಲಿರುವ ಸಿದ್ಧರನ್ನು ಒಂದು ದಡದಿಂದ ಮತ್ತೊಂದು ದಡಕ್ಕೆ ನಡೆದಾಡಲು ಉಪಯೋಗಿಯಾಗಿವೆ. ಅಲ್ಲಿಂದ ಮುಂದೆ ಪ್ರಯಾಣ ಮಾಡಿದರೆ ಪುಣ್ಯಕರ್ಮಿಗಳಿಗೆ ಆಶ್ರಯ ಸ್ಥಾನಗಳಾದ ಕಮಲ ಸರೋವರಗಳಿಂದ ತುಂಬಿದ ಉತ್ತರ ಕುರುಗಳ ದೇಶಗಳಿವೆ.

ಅಲ್ಲಿಯ ನದಿಗಳು ಹೊಳೆಯುವ ಮರಳು ದಿಣ್ಣೆಗಳಿಂದ ಕಂಗೊಳಿಸುತ್ತವೆ. ಆ ನದಿಗಳ ದಂಡೆಯಲ್ಲಿರುವ ವೃಕ್ಷಗಳು ಎಲ್ಲ ಕಾಲಗಳಲ್ಲಿಯೂ ಫಲ-ಪುಷ್ಪಗಳಿಂದ ತುಂಬಿದ್ದು ನಾನಾ ವಿಧವಾದ ಪಕ್ಷಿಗಳ ಕೂಜನದಿಂದ ತುಂಬಿರುತ್ತವೆ. ದಿವ್ಯ ಗಂಧದಿಂದ ತುಂಬಿರುವ ಆ ವೃಕ್ಷಗಳು ಸಕಲ ವಿಧವಾದ ಕಾಮನಾವಸ್ತುಗಳನ್ನೂ ಎಲ್ಲ ಕಾಲಗಳಲ್ಲಿಯೂ ಸುರಿಸುತ್ತಿರುತ್ತವೆ. ಗಂಧರ್ವ, ಕಿನ್ನರ, ಸಿದ್ಧ, ನಾಗ, ವಿದ್ಯಾಧರರು ಸ್ತ್ರೀಯರೊಡನೆ ಅಲ್ಲಿ ಯಾವಾಗಲೂ ವಿಹರಿಸುತ್ತಿರುತ್ತಾರೆ. ಆ ಉತ್ತರಕುರುಗಳ ದೇಶದಲ್ಲಿರುವ ಎಲ್ಲರೂ ಪುಣ್ಯಕರ್ಮಿಗಳೇ ಆಗಿರುತ್ತಾರೆ. ಉತ್ತರಕುರುಗಳ ದೇಶವನ್ನು ದಾಟಿ ಮುಂದಕ್ಕೆ ಹೋದರೆ ಉತ್ತರ ಸಮುದ್ರವು ಸಿಕ್ಕುತ್ತದೆ.

ಆ ಸಮುದ್ರದ ಮಧ್ಯಭಾಗದಲ್ಲಿ ಸೋಮಗಿರಿ ಪರ್ವತವಿದೆ. ಸ್ವರ್ಗಲೋಕಕ್ಕೆ ಹೋಗಿರುವ ಮತ್ತು ಇಂದ್ರಲೋಕ-ಬ್ರಹ್ಮಲೋಕಗಳಲ್ಲಿ ವಾಸಿಸುವ ದೇವತೆಗಳು ಸಮುದ್ರ ಮಧ್ಯದಲ್ಲಿರುವ ಶ್ರೇಷ್ಠವಾದ ಆ ಪರ್ವತವನ್ನು ನೋಡುತ್ತಾರೆ. ಆ ಪ್ರದೇಶವು ಸೂರ್ಯನಿಂದ ರಹಿತವಾಗಿದ್ದರೂ ಪರ್ವತದ ಬೆಳಕಿನಿಂದ ಸೂರ್ಯನಿರುವ ಪ್ರದೇಶಗಳಂತೆಯೇ ಅತ್ಯಂತ ಪ್ರಕಾಶಮಾನವಾಗಿ ಕಾಣುತ್ತದೆ. ಅಲ್ಲಿ ಮಹಾವಿಷ್ಣು, ಶಿವ, ಬ್ರಹ್ಮರ್ಷಿಗಳಿಂದ ಪರಿವೃತನಾದ ಬ್ರಹ್ಮನೂ ವಾಸವಾಗಿದ್ದಾರೆ. ಸೋಮ ಪರ್ವತದಿಂದ ಮುಂದೆ ಹೋಗಲು ಯಾವುದೇ ಮಾರ್ಗಗಳಿಲ್ಲ. ಅಲ್ಲಿಂದ ಮುಂದೆ ಸಾಗುವ ದುಸ್ಸಾಹಸ ಮಾಡದೆ ಹಿಂತಿರುಗಿರಿ. ಜನಕನಂದಿನಿ ಜಾನಕಿಯ ದರ್ಶನದಿಂದ ದಶರಥನ ಮಗನಾದ ರಾಮನಿಗೆ ಸಮಾಧಾನವಾಗುತ್ತದೆ.

ದಕ್ಷಿಣ ದಿಕ್ಕು:

ವಾನರಶ್ರೇಷ್ಠ ಹನುಮಂತ, ಅಂಗದ, ಜಾಂಬವಂತ, ಸುಹೋತ್ರ, ಶರಾರಿ, ನೀಲ, ಶರಗುಲ್ಮ, ಗವಾಕ್ಷ, ಸುಷೇಣ, ವೃಷಭ, ಮೈಂದ, ದ್ವಿವಿಧ, ವಿಜಯ, ಗಂಧಮಾದನ, ಹುತಾಶನನ ಮಕ್ಕಳಾದ ಉಲ್ಕಾಮುಖ ಮತ್ತು ಅನಂಗ, ಮುಂತಾದ ಪರಮವೀರರು ಮತ್ತು ಪರಾಕ್ರಮಿಗಳ ತಂಡವನ್ನು ಅಂಗದ ನೇತೃತ್ವದಲ್ಲಿ ದಕ್ಷಿಣದಿಕ್ಕಿಗೆ ಹೋಗುವಂತೆ ಆಜ್ಞಾಪಿಸಿದನು.

ದಕ್ಷಿಣ ದಿಕ್ಕಿನ ಪ್ರದೇಶಗಳ ಪರಿಚಯವನ್ನು ಸುಗ್ರೀವನು ಮಾಡಿಕೊಟ್ಟನು. 'ವಾನರವೀರರೆ, ನೂರಾರು ಶಿಖರಗಳುಳ್ಳ, ನಾನಾವಿಧವಾದ ವನಸ್ಪತಿ, ಔಷಧೀಯ ವೃಕ್ಷಗಳಿಂದಲೂ ಲತೆಗಳಿಂದಲೂ ಕೂಡಿರುವ ವಿಂಧ್ಯ ಪರ್ವತಕ್ಕೆ ಹೋಗಿರಿ. ಅಲ್ಲಿಂದ

ಮುಂದೆ ನರ್ಮದಾನದಿಯ ತೀರಕ್ಕೆ ಹೋಗಿರಿ. ಹಾಗೇ ಮುಂದೆ ಸಾಗುತ್ತ ಗೋದಾವರೀ-ಕೃಷ್ಣ ಮಹಾನದಿಗಳ ತೀರ ಪ್ರದೇಶಗಳಿಗೆ ಹೋಗಿರಿ. ಅನಂತರ ವರದಾನದಿಯ ತೀರಕ್ಕೆ ನಡೆದು ಅಲ್ಲಿಂದ ಮುಂದೆ ಮೇಖಲಾ ಮತ್ತು ಉತ್ಕಲಾ ನದಿಗಳನ್ನೂ ದಾಟಿ ದಶಾರ್ಣವ ನಗರಕ್ಕೆ ಹೋಗಿರಿ. ಅನಂತರ ಅಶ್ವವಂತೀ, ಅವಂತೀ, ವಿದರ್ಭ, ಋಷಿಕ, ಮಾಹಿಷಕ, ವಂಗ, ಕಲಿಂಗ, ಕೌಶಿಕ ದೇಶಗಳಲ್ಲಿ ಸಂಚರಿಸಿ ಎಲ್ಲೆಡೆಗಳಲ್ಲಿಯೂ ಸೀತಾ ದೇವಿಯನ್ನು ಹುಡುಕಿರಿ.

ಮುಂದೆ ದಂಡಕಾರಣ್ಯವನ್ನು ಪ್ರವೇಶಿಸಿರಿ. ಅಲ್ಲಿನ ಪರ್ವತ, ಗುಹೆಗಳಲ್ಲಿ ಸಹ ಅನ್ವೇಷಿಸಿರಿ. ಮುಂದಕ್ಕೆ ಆಂಧ್ರ, ಪುಂಡ್ರ, ಚೋಲ, ಪಾಂಡ್ಯ, ಕೇರಳ ದೇಶಗಳಲ್ಲಿಯೂ ಗೋದಾವರಿ ನದಿಯ ತೀರ, ವಿವಿಧ ಲೋಹಧಾತುಗಳಿರುವ ಅಯೋಮುಖ ಶಿಖರಗಳು, ಚಂದನವನ, ಮಲಯ ಪರ್ವತ, ಮುಂದೆ ಸಾಗಿ ಕಾವೇರಿ ನದಿಯ ತೀರ ಪ್ರದೇಶಗಳಲ್ಲಿ ಸಹ ವೈದೇಹಿಯನ್ನು ಹುಡುಕಿರಿ. ಮಲಯಪರ್ವತದಲ್ಲಿ ತಪಗೈಯ್ಯುತ್ತಿರುವ ಅಗಸ್ತ್ಯರನ್ನು ಕಂಡು ಅವರ ಅನುಜ್ಞೆ ಪಡೆದು ತಾಮ್ರಪರ್ಣಿ ನದಿಯನ್ನು ದಾಟಿರಿ. ಆ ನದಿಯ ಹರಿವು ಪ್ರೇಯಸಿಯು ವಯ್ಯಾರದಿಂದ ತನ್ನ ಪ್ರೇಮಿಯನ್ನು ಸೇರಲು ನಡೆಯುವಂತೆ ಬಳುಕುತ್ತ ಸಾಗರವನ್ನು ಸೇರುತ್ತದೆ.

ಪಾಂಡ್ಯ ದೇಶದಲ್ಲಿ ಹುಡುಕಿದ ನಂತರ ದಕ್ಷಿಣ ಸಮುದ್ರದ ತೀರ ಪ್ರದೇಶಗಳಿಗೆ ಭೇಟಿ ನೀಡಿ. ಅಗಸ್ತ್ಯರು ಅನೇಕ ಸುಂದರೆ ಪ್ರಸ್ತಭೂಮಿಗಳಿಂದ ಕೂಡಿದ ಮಹೇಂದ್ರ ಪರ್ವತವನ್ನು ಸಮುದ್ರದಲ್ಲಿ ಇರಿಸಿದ್ದಾರೆ. ಅಲ್ಲಿಗೆ ನಿಯತವಾಗಿ ಯಕ್ಷ-ಕಿನ್ನರ ಕಿಂಪುರುಷರು, ದೇವತೆಗಳು ಭೇಟಿ ನೀಡುತ್ತಿರುತ್ತಾರೆ. ಈ ಪರ್ವತವು ಸಿದ್ಧರು ಮತ್ತು ಚಾರಣಿಗರ ಆಪ್ತ ಪ್ರದೇಶವಾಗಿದ್ದು, ಮನೋಹರವಾಗಿದೆ. ದಕ್ಷಿಣ ಸಮುದ್ರದ ನೂರು ಯೋಜನಗಳಷ್ಟು ದೂರವಿರುವ ಈ ದ್ವೀಪಕ್ಕೆ ಮನುಷ್ಯ ಮಾತ್ರರು ಹೋಗಲಾರರು. ಆ ದ್ವೀಪವು ಇಂದ್ರನ ತೇಜಸ್ಸಿಗೆ ಸಮನಾದ ರಾಕ್ಷಸಾಧಿಪತಿ ರಾವಣಾಸುರನ ನಿವಾಸವಾಗಿದೆ.

ಸಾಗರಮಾರ್ಗದಲ್ಲಿ ನೆರಳಿನ ಮೂಲಕವೇ ಪ್ರಾಣಿಗಳನ್ನು ಹಿಡಿದು ಭಕ್ಷಿಸುವ ಅಂಗಾರಕಾ ಎಂಬ ರಕ್ಕಸಿಯಿದ್ದಾಳೆ. ನಾನು ಹೇಳಿದ ಎಲ್ಲ ಪ್ರದೇಶಗಳಲ್ಲಿ ಸೀತೆ ಇರುವಿಕೆ ಬಗ್ಗೆ ಖಾತ್ರಿ ಪಡಿಸಿಕೊಂಡು ಮುಂದೆ ಸಾಗಿರಿ. ಅಲ್ಲಿಂದ ಮುಂದೆ ಪುಷ್ಪಿಕ ಪರ್ವತವು ದೊರೆಯುತ್ತದೆ. ಆದ್ವೀಪವನ್ನು ದಾಟಿದ ನಂತರ ನೂರು ಯೋಜನ ವಿಸ್ತೀರ್ಣ ಸಮುದ್ರದಲ್ಲಿ ಇರುವ ಆ ಪರ್ವತದಲ್ಲಿ ಸುವರ್ಣ ಪರ್ವತವನ್ನು ಸೂರ್ಯನು ಮತ್ತು ರಜತ ಪರ್ವತವನ್ನು ಚಂದ್ರನು ಸೇವಿಸುತ್ತಾರೆ. ಆ ಪರ್ವತವನ್ನು ನಾಸ್ತಿಕರು ನೋಡಲಾರರು. ಅದಕ್ಕೆ ನಮಿಸಿ ಸೀತಾನ್ವೇಷಣೆಗೆ ಮುಂದೆ ಸಾಗಿರಿ.

ಅಲ್ಲಿಂದ ಮುಂದೆ ಕುಂಜರವೆಂಬ ಪರ್ವತವಿದೆ. ಅಲ್ಲಿ ದೇವಶಿಲ್ಪಿ ವಿಶ್ವಕರ್ಮ ನಿರ್ಮಿಸಿರುವ ಸುಂದರವಾದ ಅಗಸ್ತ್ಯರ ಭವನವಿದೆ. ಅಲ್ಲಿ ಸರ್ಪಗಳು ವಾಸ ಮಾಡುವ ಭೋಗವತಿ ಎಂಬ ಪಟ್ಟಣವಿದೆ. ಅಲ್ಲಿಯೇ ವಾಸುಕಿ ವಾಸಮಾಡುತ್ತಿದ್ದಾನೆ. ಆ ಪಟ್ಟಣವನ್ನು ಎಲ್ಲ ಕಡೆಗಳಿಂದಲೂ ಕೋರೆ ಹಲ್ಲುಗಳಿರುವ ಸರ್ಪಗಳು ಕಾಯುತ್ತಿವೆ.

ಅಲ್ಲಿಂದ ಮುಂದೆ ಎತ್ತಿನ ಆಕಾರದ ವೃಷಭ ಪರ್ವತವಿದೆ. ಆ ಪರ್ವತದಲ್ಲಿ ಗೋರೋಚನ, ಪದ್ಮ, ಅಗ್ನಿಗಳಿಗೆ ಸಮಾನವಾದ ಗಂಧ ದೊರೆಯುತ್ತದೆ. ರೋಹಿತರೆಂಬ ಗಂಧರ್ವರು ಯಾವಾಗಲೂ ಈ ವನವನ್ನು ರಕ್ಷಿಸುತ್ತಿರುತ್ತಾರೆ. ಶೈಲೂಷರು, ಗ್ರಾಮಣೀ, ಶಿಗ್ರು, ಶುಭ್ರ, ಬರ್ಬರು, ಒಂಬ್ಬೆವರು ಗಂಧರ್ವ ನಾಯಕರು ಅಲ್ಲಿಯೇ ಇರುತ್ತಾರೆ. ಪೃಥ್ವಿಯ ತುದಿಯಲ್ಲಿ ಸೂರ್ಯ ಚಂದ್ರಾಗ್ನಿಗಳ ಪ್ರಭೆಗೆ ಸಮನಾದ ದಿವ್ಯಪ್ರಭೆ ಉಳ್ಳ ಪುಣ್ಯಕರ್ಮಿಗಳ ನಿವಾಸ್ಥಾನಗಳಿವೆ. ಅಲ್ಲಿಂದಾಚೆಗೆ ಸ್ವರ್ಗವನ್ನು ಜಯಿಸಿದವರು ಮಾತ್ರ ಹೋಗಬಲ್ಲರು. ಅಲ್ಲಿಂದ ಮುಂದೆ ಪಿತೃಲೋಕವಿದೆ.

ಅಲ್ಲಿ ಸೀತಾನ್ವೇಷಣೆ ಮಾಡಬೇಡಿ. ದುಃಖಕರವಾದ, ಗಾಡಾಂಧಕಾರ ಆ ಪಟ್ಟಣವು ಯಮನ ರಾಜಧಾನಿಯಾಗಿದೆ. ಅಲ್ಲಿಂದ ಮುಂದೆ ಯಾವುದೇ ಜೀವಂತ ಪ್ರಾಣಿಯ ಗಮನಕ್ಕೆ ಅವಕಾಶ ಇರುವುದಿಲ್ಲ. ಇದನ್ನು ಹೊರತುಪಡಿಸಿ ಇತರ ಎಲ್ಲೆಡೆ ಗಮನವಿಟ್ಟು ಹುಡುಕಿರಿ. ಮತ್ಯಾವುದಾದರೂ ಪ್ರದೇಶ ಕಂಡುಬಂದರೆ ಅಲ್ಲಿಯೂ ಹುಡುಕಿರಿ. ಸೀತೆ ಕಂಡೊಡನೆ ಹಿಂದಿರುಗಿರಿ. ಯಾವನು ಸೀತೆಯನ್ನು ಕಂಡು ಬರುತ್ತಾನೋ ಅವನಿಗೆ ನನ್ನ ಸಮನಾದ ಭೋಗಾಧಿಕಾರಗಳು ಲಭಿಸುತ್ತವೆ. ಅವನು ನನ್ನ ಪ್ರಾಣಪ್ರಿಯನಾಗುತ್ತಾನೆ.

ಈ ದಿಕ್ಕಿನಲ್ಲಿ ದಕ್ಷಿಣ ಭಾರತದ ಕರ್ನಾಟಕ, ಆಂಧ್ರ, ತೆಲಂಗಾಣ, ಮಹಾರಾಷ್ಟ್ರ, ಮಧ್ಯಪ್ರದೇಶ, ಕೇರಳ, ಒರಿಸ್ಸಾ, ತಮಿಳುನಾಡುಗಳಲ್ಲಿ ಹುಡುಕಿ ಲಂಕರೆಯಲ್ಲಿ ಹುಡುಕಲು ಸೂಚಿಸುತ್ತಾನೆ. ನಂತರ ಮಾಲ್ಡೀವ್ಸ್, ಮಡಗಾಸ್ಕರ್, ಆಫ್ರಿಕಾದ ಪ್ರದೇಶಗಳ ವಿವರಣೆಗಳನ್ನು ನಾವು ಕಾಣಬಹುದು. ನಂತರ ದಕ್ಷಿಣ ಧ್ರುವ, ಗಾಡಾಂಧಕಾರದ ವಿವರಣೆ ಸಹ ಲಭಿಸುತ್ತದೆ.

ಇತರ ವಾನರ ವೀರರಿಗೆ ಹೇಳದ ಕೆಲವು ಮಹತ್ವದ ವಿಷಯಗಳನ್ನು ಸುಗ್ರೀವ ಹನುಮಂತನಿಗೆ ಹೇಳುತ್ತಾನೆ. ಭೂಮಿಯಲ್ಲಾಗಲಿ, ಆಕಾಶದಲ್ಲಾಗಲಿ, ನೀರಿನ್ಲಾಗಲಿ, ಸ್ವರ್ಗದಲ್ಲಾಗಲಿ, ಸಮುದ್ರ ಪರ್ವತಗಳ ಪ್ರದೇಶದಲ್ಲಾಗಲಿ, ನಿನಗೆ ತಡೆ ಎಂಬುದೇ ಇಲ್ಲ. ನಿರ್ದಿಷ್ಟವಾದ ಗಮನ, ವೇಗ, ತೇಜ, ಲಘುತ್ವ, ಇವೆಲ್ಲವೂ ನಿನ್ನ ತಂದೆ ವಾಯು ವಿನಂತೆಯೇ ನಿನ್ನಲ್ಲಿ ಒಡಗೂಡಿದೆ. ಅದರಿಂದ ಸೀತಾನ್ವೇಷಣೆಯ ಮಾರ್ಗಗಳನ್ನುನೀನೇ ಗ್ರಹಿಸು.

ಹನುಮಂತ, ಬಲ, ಬುದ್ಧಿ, ಪರಾಕ್ರಮ, ದೇಶ– ಕಾಲಗಳಿಗೆ ಅನುಗುಣವಾದ ವ್ಯವಹಾರ ಚತುರತೆ, ನೀತಿ–ಇವೆಲ್ಲವೂ ನಿನ್ನಲ್ಲಿಯೇ ಸ್ಥಿರವಾಗಿದೆ. ಆದುದರಿಂದ ನಿನ್ನಿಂದಲೇ ಈ ಕಾರ್ಯದ ಸಾಧನೆಯಾಗಬೇಕಾಗಿದೆ ಎಂದು ಸುಗ್ರೀವನು ತಿಳಿಸಿದನು.

ಅಲ್ಲಿಯೇ ಇದ್ದ ಶ್ರೀರಾಮನು ಹನುಮನಿಂದಲೇ ಕಾರ್ಯಸಿದ್ಧಿ ಎಂದೆಣಿಸಿ ಸೀತಾನ್ವೇಷಣೆಯ ಯಶಸ್ಸನು ಭಾವಿಸಿ ಉಲ್ಲಾಸಗೊಂಡನು. ಶ್ರೀರಾಮನು ಸಂತುಷ್ಟನಾಗಿ ಜನಕ ಪುತ್ರಿಯಾದ ಸೀತೆಗೆ ತನ್ನ ನೆನಪನ್ನುಂಟು ಮಾಡಲು 'ಶ್ರೀರಾಮ' ಎಂಬ ಹೆಸರಿನಿಂದ ಕಂಗೊಳಿಸುತ್ತಿದ್ದ ಮುದ್ರೆಯುಂಗುರವನ್ನು ಹನುಮಂತನಿಗೆ ಕೊಡುತ್ತಾ

'ಅನೇನ ತ್ವಾಂ ಹರಿಶ್ರೇಷ್ಠ ಚಿಹ್ನೇನ ಜನಕಾತ್ಮಜಾ॥ ಮತ್ಸಕಾಶಾದನುಪ್ರಾಪ್ತಮನುದ್ವಿಗ್ನಾನುಪಶ್ಯತಿ'॥ (ಕಿಷ್ಕಿಂಧಾ ಕಾಂಡ 44ನೆಯ ಸರ್ಗ) 'ಕಪಿವೀರನೆ, ಈ ಗುರುತಿನ ಉಂಗುರದಿಂದ ಜಾನಕಿಯು ಯಾವ ವಿಧವಾದ ಶಂಕೆ, ಉದ್ವೇಗವೂ ಇಲ್ಲದೆ ನಿನ್ನನ್ನು ನನ್ನ ಸಮೀಪವರ್ತಿ ಎಂದು ಅರಿತುಕೊಳ್ಳುತ್ತಾಳೆ. ಸುಗ್ರೀವನ ಮಾತುಗಳು ನಿನ್ನ ಪರಾಕ್ರಮ ಮತ್ತು ದೃಢವಾದ ಪ್ರಯತ್ನಗಳು ಸೀತಾನ್ವೇಷಣ ಕಾರ್ಯದ ಸಿದ್ಧಿಯನ್ನು ತೋರಿಸಿ ಕೊಡುತ್ತಿವೆ ಎಂಬಂತೆ ನನಗೆ ಭಾಸವಾಗುತ್ತಿದೆ' ಎಂದನು. ಉಂಗುರ ಮುದ್ರಿಕೆ ಪಡೆದ ಹನುಮನು ಅದನ್ನು ತಲೆಯ ಮೇಲೆ ಹೊತ್ತು ಕೈಮುಗಿದು ರಾಮನ ಚರಣಾರವಿಂದಗಳಿಗೆ ಮಣಿದನು. ನಂತರ ತನ್ನ ತಂಡದ ಕಪಿ ವೀರರೊಂದಿಗೆ ಅನ್ವೇಷಣೆಗಾಗಿ ಪ್ರಯಾಣ ಆರಂಭಿಸಿದನು.

ತನ್ನ ತಂಡದ ಕಪಿ ಸೈನ್ಯಗಳಿಂದ ಸಮಾವೃತನಾಗಿ ಹೊರಟ ಹನುಮಂತನು ರಾಮನಿಗೆ ನಕ್ಷತ್ರಗಳೊಂದಿಗೆ ಸಾಗುತ್ತಿರುವ ಚಂದಿರನಂತೆಯೇ ಕಂಡನು. ಹನುಮಂತನನ್ನು ನೋಡಿ ಸಂತುಷ್ಟವಾದ ಅಂತಃಕರಣವುಳ್ಳ ಶ್ರೀರಾಮನು ಪುನಃ ಹೇಳಿದನು: ಅತಿಬಲ ಬಲಮಾಶ್ರಿತಸ್ತವಾಹಂ ಹರಿವರವಿಕ್ರಮ ವಿಕ್ರಮೈರನಲ್ಪೈಃ । ಪವನಸುತ ಯಥಾಧಿಗಮ್ಯತೇ ಸಾ ॥ ಜನಕಸುತಾ ಹನುಮಂಸ್ತಥಾ ಕುರುಷ್ವ॥ ಹೇ ಅತಿಬಲನೇ, ಸುಗ್ರೀವನಿಗೆ ಸಮಾನವಾದ ಪರಾಕ್ರಮ ಉಳ್ಳವನೇ, ವಾಯುಪುತ್ರನೇ, ನಿನ್ನ ಬಲವನ್ನೇ ನಾನು ನೆಚ್ಚಿಕೊಂಡಿದ್ದೇನೆ. ನಿನ್ನಲ್ಲಿರುವ ಅಗಾಧವಾದ ಪರಾಕ್ರಮಗಳಿಂದ ಸೀತೆಯು ದೊರೆಯಲು ಅಗತ್ಯವಾದುದೆಲ್ಲವನ್ನೂ ಮಾಡು. ಎಂದು ಹಾರೈಸಿದನು.

ಶ್ರೀರಾಮನು ಸೀತೆಯ ಅನ್ವೇಷಣೆಯ ಯಶಸ್ಸನ್ನು ನಿರೀಕ್ಷಿಸುತ್ತ, ಅದಾಗಲೇ ವಾನರ ವೀರರಿಗೆ ನಿಗದಿ ಮಾಡಿದ್ದ ಒಂದು ತಿಂಗಳು ಕಳೆಯುವುದನ್ನೇ ನಿರೀಕ್ಷಿಸುತ್ತಾ ಲಕ್ಷ್ಮಣನೊಡನೆ ಆ ಪ್ರಸ್ರವಣ ಗಿರಿಯ ಗುಹೆಯಲ್ಲಿಯೇ ವಾಸ ಮಾಡುತ್ತಿದ್ದನು. ವೀರನಾದ ಹರಿಶ್ರೇಷ್ಠನಾದ ಶತಬಲಿಯು ಉತ್ತರದಿಕ್ಕಿಗೆ ರಭಸದಿಂದ ಹೊರಟನು. ಕಪಿ ಸೇನಾನಾಯಕನಾದ ವಿನತನು ಪೂರ್ವದಿಕ್ಕಿನ ಕಡೆಗೆ ಹೊರಟನು. ಸುಷೇಣನು ವರುಣಪಾಲಿತ ಪಶ್ಚಿಮ ದಿಕ್ಕಿಗೆ ಪ್ರಯಾಣ ಮಾಡಿದನು. ವಾಯುವಿನ ಮಗನಾದ, ಹನುಮಂತನು ತಾರ ಮತ್ತು ಅಂಗದರೇ ಮೊದಲಾದವರೊಡನೆ ಅಗಸ್ತ್ಯರಿಂದ ಸಂಚರಿಸಲ್ಪಡುತ್ತಿದ್ದ ದಕ್ಷಿಣದಿಕ್ಕಿಗೆ ಹೊರಟನು. ಹೀಗೆ ರಾಜನಾದ ಸುಗ್ರೀವನು ಎಲ್ಲ ದಿಕ್ಕುಗಳಿಗೂ ಯಥಾಯೋಗ್ಯ ರೀತಿಯಲ್ಲಿ ಮುಖ್ಯರಾದ ವಾನರ ಸೇನಾನಾಯಕರನ್ನು ಸೀತಾನ್ವೇಷಣೆಗಾಗಿ ಕಳುಹಿಸಿ ಮನಸಂತೋಷ, ನೆಮ್ಮದಿ, ಸಮಾ ಧಾನಗಳನ್ನು ಅನುಭವಿಸಿದನು.

* * * * *

ಭೂಗೋಳ ಜ್ಞಾನದ ಹಿನ್ನೆಲೆ

ಸುಗ್ರೀವ ಇಡಿಯ ವಾನರ ಸೈನ್ಯಕ್ಕೆ ಮಾರ್ಗದರ್ಶನ ಮಾಡಿ ದಿಕ್ಕುಗಳಿಗೆ ಕಳುಹಿಸಿದ ನಂತರ ರಾಮ ಅಚ್ಚರಿಯಿಂದ ಸುಗ್ರೀವ, ಈ ಇಡೀ ಭೂಮಂಡಲದ ಪರಿಚಯವು ನಿನಗೆ ಹೇಗಾಯಿತು ಎಂದು ಕೇಳಿದನು. ಸುಗ್ರೀವನು ವಿನೀತನಾಗಿ

'ರಘುನಂದನ, ಹಿಂದೊಮ್ಮೆ ವಾಲಿಯು ಎಮ್ಮೆಯ ಆಕಾರವನ್ನು ಧರಿಸಿದ್ದ ದುಂದುಭಿಯೆಂಬ ದಾನವನನ್ನು ಅಟ್ಟಿಸಿಕೊಂಡು ಮಲಯ ಪರ್ವತದ ಕಡೆಗೆ ಹೋದನು. ಆ ಸಮಯದಲ್ಲಿ ದುಂದುಭಿಯು ಪ್ರಾಣರಕ್ಷಣೆಗಾಗಿ ಮಲಯ ಪರ್ವತದ ಗುಹೆಯನ್ನು ಹೊಕ್ಕನು. ಅವನನ್ನು ಸಂಹರಿಸಲೇಬೇಕೆಂದು ವಾಲಿಯು ಸಹ ಆ ಗುಹೆಯೊಳಗೆ ಹೋದನು. ವಾಲಿಯನ್ನೇ ಅನುಸರಿಸಿ ಹೋಗುತ್ತಿದ್ದ ನನ್ನನ್ನು ವಾಲಿಯು ಗುಹೆಯೊಳಕ್ಕೆ ಹೋದಬಳಿಕ ಗುಹಾದ್ವಾರದಲ್ಲಿಯೇ ನಿಲ್ಲುವಂತೆ ಅವನ ಆಜ್ಞಾನುಸಾರವಾಗಿ ಗುಹೆಯ ಬಾಗಿಲಿನಲ್ಲಿಯೇ ನಿಂತಿದ್ದೆನು.

ಹೀಗೆ ಒಂದು ವರ್ಷ ಕಳೆದ ಪರ್ಯಂತವೂ ವಾಲಿಯು ಮಾತ್ರ ಗುಹೆಯಿಂದ ಹೊರಕ್ಕೆ ಬರಲಿಲ್ಲ. ಒಂದು ವರ್ಷ ಕಳೆದನಂತರ ಗುಹೆಯ ಒಳ ಭಾಗದಿಂದ ವೇಗವಾಗಿ ಹರಿದುಬಂದ ರಕ್ತ ಪ್ರವಾಹದಿಂದ ಆ ಗುಹೆಯೇ ತುಂಬಿ ಹೋಯಿತು. ಅದನ್ನು ನೋಡಿ ನಾನು ಭಯಭೀತಗೊಂಡೆನು. ವಾಲಿಯೇ ರಕ್ಕಸನಿಂದ ಕೊಲ್ಲಲ್ಪಟ್ಟನೆಂದು ಭಾವಿಸಿ, ಆ ರಕ್ಕಸ ಹೊರಬಂದು ನನ್ನನ್ನೂ ಸಂಹರಿಸದಂತೆ ಆ ಗುಹಾದ್ವಾರಕ್ಕೆ ರಕ್ಕಸ ಹೊರಕ್ಕೆ ಬರದಿರಲೆಂದು ಬೆಟ್ಟದಷ್ಟು ದಪ್ಪವಿದ್ದ ಬಂಡೆಯೊಂದನ್ನೆತ್ತಿ ಬಿಲದ ದ್ವಾರದಲ್ಲಿರಿಸಿದೆನು. ಗುಹೆಯ ಬಾಗಿಲನ್ನು ಮುಚ್ಚಿದುದರಿಂದ ಮಹಿಷನು ಹೊರಕ್ಕೆ ಬರಲಾಗದೇ ಅಲ್ಲಿಯೇ ವಿನಾಶ ಹೊಂದುವನೆಂಬುದು ನನ್ನ ಅಭಿಪ್ರಾಯವಾಗಿದ್ದಿತು. ಅನಂತರ ನಾನು ನಮ್ಮಣ್ಣನ ಬದುಕಿರುವಿಕೆಯಲ್ಲಿ ನಂಬಿಕೆ ಇಲ್ಲದೆ ಕಿಷ್ಕಿಂಧೆಗೆ ಹಿಂದಿರುಗಿದೆನು.

ವಾಲಿಯು ಬಹಳ ದಿವಸಗಳವರೆಗೂ ಬಾರದೇ ಇದ್ದುದರಿಂದ ಮಂತ್ರಿಗಳ ಕೋರಿಕೆಯಂತೆ ಕಿಷ್ಕಿಂಧಾ ರಾಜ್ಯವನ್ನೂ, ರುಮೆಯನ್ನೂ ಮತ್ತು ತಾರೆಯನ್ನೂ ಪಡೆದು ಬಂಧು ಮಿತ್ರರೊಡನೆ ನಿರಾತಂಕವಾಗಿ ಕಿಷ್ಕಿಂಧಾ ನಗರದ ಅರಮನೆಯಲ್ಲಿ ವಾಸ ಮಾಡುತ್ತಿದ್ದೆನು. ದುಂಧುಭಿಯನ್ನು ಸಂಹರಿಸಿದ ವಾಲಿಯು ಕೆಲವು ದಿವಸಗಳ ನಂತರ ಕಿಷ್ಕಿಂಧೆಗೆ ಆಗಮಿಸಿದನು. ಅವನನ್ನು ನೋಡಿ ಭಯಗೊಂಡ ನಾನು ಗೌರವದಿಂದಲೇ ಕಿಷ್ಕಿಂಧಾ ರಾಜ್ಯವನ್ನು ನಮ್ಮ ಅಣ್ಣನಿಗೆ ಅರ್ಪಿಸಿದೆನು.

ಆದರೂ ವಾಲಿಯು ತನ್ನನ್ನು ಕೊಲ್ಲಲು ಗುಹಾದ್ವಾರಕ್ಕೆ ಬಂಡೆಯನ್ನು ಮುಚ್ಚಿದೆನೆಂದು ಭಾವಿಸಿದನು. ಅದರಿಂದಾಗಿ ಅವನ ಮನಸ್ಸಿಗೆ ಬಹಳ ವ್ಯಥೆಯಾಯಿತು. ಕೋಪವೂ ಉಕ್ಕೇರಿ ಬಂದು ನನ್ನನ್ನು ಕೊಲ್ಲಲು ನಿಶ್ಚಯಿಸಿದನು. ಭಯಗೊಂಡ ನಾನು ನನ್ನ ಸಚಿವರೊಡನೆ ಪಲಾಯನ ಮಾಡಿದೆನು. ಆದರೆ ಅವನು ನನ್ನ ಬೆನ್ನುಬಿಡಲೇ ಇಲ್ಲ. ಸಂಹರಿಸುವ ನಿರ್ಧಾರದಿಂದ ಹಿಂಬಾಲಿಸಿ ಬರುತ್ತಿದ್ದನು. ನಾನೂ ಕೂಡ ನಿಂತಲ್ಲಿ ನಿಲ್ಲದೇ ನನ್ನ ಹಿಂಬಾಲಕರೊಡನೆ ನದಿಗಳನ್ನೂ, ವನಗಳನ್ನೂ, ನಗರಗಳನ್ನೂ

ನೋಡಿಕೊಂಡು ಓಡುತ್ತಲೇ ಇದ್ದೆನು. ಹೀಗೆ ನಾನು ಒಂದು ಸ್ಥಳದಿಂದ ಇನ್ನೊಂದು ಸ್ಥಳಕ್ಕೆ ಓಡಿ ಹೋಗುತ್ತಿದ್ದಾಗ ಭೂಮಿಯ ಪ್ರತಿ ವಿವರವೂ ಮನಃಪಟಲದಲ್ಲಿ ನಿಚ್ಚಳವಾಗಿ ದಾಖಲಾಯಿತು. ರಥದ ಚಕ್ರದಂತೆ ಭೂಮಿಯು ನನ್ನ ಸುತ್ತಲೇ ಸುತ್ತುತ್ತಿರುವಂತೆ ಭಾವನೆ ಬರುತ್ತಿತ್ತು. ನನ್ನ ಓಟದ ವೇಗಕ್ಕೆ ವಿಶಾಲವಾದ ಭೂಮಂಡಲವು ಗೋವಿನ ಪಾದದಷ್ಟು ಚಿಕ್ಕದಾಗಿರುವಂತೆ ಕಂಡಿತು. ಮೊದಲು ನಾನು ಪೂರ್ವದಿಕ್ಕಿಗೆ ಓಡಿದೆನು. ಆ ದಿಕ್ಕಿನಲ್ಲಿ ನಾನು ಹಲವು ಜಾತಿಗಳ ವೃಕ್ಷಗಳಿಂದ ಕೂಡಿದ ಪರ್ವತಗಳನ್ನೂ, ಮತ್ತು ವಿವಿಧ ನದಿ, ಸರೋವರಗಳನ್ನೂ ನೋಡಿದೆನು. ಉದಯ ಪರ್ವತವನ್ನೂ ನಾನು ಆ ದಿಕ್ಕಿನಲ್ಲಿ ನೋಡಿದೆನು. ಅಪ್ಸರೆಯರಿಗೆ ಪ್ರಿಯವಾದ ಕ್ಷೀರ ಸಮುದ್ರವನ್ನೂ ನಾನು ಆ ಪೂರ್ವ ದಿಕ್ಕಿನಲ್ಲಿ ನೋಡಿದೆನು. ಅಲ್ಲಿಗೂ ವಾಲಿಯು ನನ್ನನ್ನು ಹಿಂಬಾಲಿಸಿಕೊಂಡೇ ಬಂದನು.

ಭಯಗ್ರಸ್ತನಾಗಿದ್ದ ನಾನು ಓಟದ ವೇಗ ಮತ್ತು ಗತಿಯನ್ನು ಬದಲಿಸಿ ಪೂರ್ವದಿಂದ ಬಲಕ್ಕೆ ತಿರುಗಿದೆನು. ಹೀಗೆ ನಾನು ಓಡುತ್ತಿದ್ದಾಗ ವಿಂಧ್ಯ ಪರ್ವತದ ಶ್ರೀಗಂಧದ ವೃಕ್ಷಗಳಿಂದ ಕಂಗೊಳಿಸುತ್ತಿದ್ದ ದಕ್ಷಿಣ ದಿಕ್ಕಿಗೆ ಹೋದೆನು. ಆ ದಿಕ್ಕಿನ ಪರ್ವತ, ಅರಣ್ಯ, ವೃಕ್ಷಗಳನ್ನೂ ನೋಡುತ್ತಾ ಅಂತ್ಯದವರೆಗೆ ಹೋದೆನು. ವಾಲಿಯು ಇನ್ನೂ ಹಿಂಬಾಲಿಸುತ್ತಲೇ ಬರುತ್ತಾ ಇದ್ದ ಕಾರಣ, ಮುಂದಿನ ದಾರಿ ಕಾಣದೆ ಮತ್ತೆ ನಾನು ಬಲಪಕ್ಕಕ್ಕೆ ತಿರುಗಿ ಓಡಲಾರಂಭಿಸಿದೆನು.

ಅಲ್ಲಿಯೂ ವಾಲಿಯು ನನ್ನನ್ನು ಹಿಂಬಾಲಿಸುತ್ತಲೇ ಇದ್ದನು. ಪಶ್ಚಿಮ ದಿಕ್ಕಿನಲ್ಲಿದ್ದ ಹಲವಾರು ದೇಶಗಳನ್ನು ನೋಡುತ್ತಾ ರಸ್ತೆ ಸಾಗುವ ಗುಂಟ ಓಡಿ, ಹೋಗಿ ಅಸ್ತಾಚಲವನ್ನು ಸೇರಿದೆನು. ಆಗಲೂ ವಾಲಿಯು ಹಿಂಬಾಲಿಸುವುದನ್ನು ನಿಲ್ಲಿಸಲಿಲ್ಲ. ಅಸ್ತಾಚಲದಿಂದ ಮುಂದೆ ಹೋಗಲು ದಾರಿಗಾಣದೆ ಮತ್ತೆ ಬಲಪಾರ್ಶ್ವಕ್ಕೆ ತಿರುಗಿ ಓಡಲಾರಂಭಿಸಿದೆನು.

ಉತ್ತರ ದಿಕ್ಕಿನಲ್ಲಿದ್ದ ಹಿಮವತ್ಪರ್ವತವನ್ನೂ, ಮೇರು ಪರ್ವತವನ್ನೂ ದಾಟಿ ಕೊನೆಯದಾದ ಉತ್ತರ ಸಮುದ್ರಕ್ಕೂ ಹೋದೆನು. ಅಲ್ಲಿಗೂ ವಾಲಿಯು ಬೆನ್ನಟ್ಟಿ ಬಂದನು. ನಾಲ್ಕು ದಿಗಂತಗಳನ್ನು ಮುಟ್ಟಿದರೂ ಎಲ್ಲಿಯೂ ನನಗೆ ಆಶ್ರಯವು ಸಿಕ್ಕಲಿಲ್ಲ.

ಆ ಸಮಯದಲ್ಲಿ ನನ್ನೊಡನೆ ಬರುತ್ತಿದ್ದ ಬುದ್ಧಿವಂತನಾದ ಹನುಮಂತನು ಋಷ್ಯಮೂಕ ಪರ್ವತದ ಪ್ರಸಂಗವನ್ನು ನೆನಪಿಸಿಕೊಂಡನು. ಮತಂಗ ಮುನಿಗಳು ವಾಲಿಯು ಆಶ್ರಮ ಪ್ರದೇಶದಲ್ಲಿ ಪ್ರವೇಶಿಸಿದರೆ ಅವನ ತಲೆ ನೂರು ಹೋಳಾಗಲಿ ಎಂದು ಶಪಿಸಿದ್ದರಂತೆ. ವಾಲಿ ಮುನಿಗಳನ್ನು ಕಾಣಲು ಯತ್ನಿಸಿ, ಶಾಪದ ಕಾರಣ ಆ ಪ್ರದೇಶದಲ್ಲಿ ಪ್ರವೇಶಿಸುವುದನ್ನು ಬಿಟ್ಟನಂತೆ. ಆ ಕಾರಣ ನಾವು ಮತಂಗಮುನಿಗಳ ಆಶ್ರಮ ವಲಯದಲ್ಲಿ ವಾಲಿಯು ಪ್ರವೇಶಿಸುವುದಿಲ್ಲ ಎಂಬುದನ್ನು ನೆನಪಿಸಿಕೊಂಡು ಯಾವುದೇ ಭಯ ಆತಂಕಗಳಿಲ್ಲದೆ ಇಲ್ಲಿ ನೆಲೆಗೊಂಡಿದ್ದೇವೆ. ಎಂದನು.

ತನ್ನ ಜೀವ ಭಯದಿಂದ ಭೂಮಂಡಲವನ್ನೇ ಓಡಿದರೂ, ಆ ಎಲ್ಲ ವಿವರಗಳನ್ನು

ಇಷ್ಟು ಸ್ಪಷ್ಟವಾಗಿ ನೆನಪಿನಲ್ಲಿ ಇಟ್ಟುಕೊಂಡು ಅದನ್ನು ಸಮಯೋಚಿತವಾಗಿ ವಾನರ ವೀರರಿಗೆ ವಿವರಿಸಿದ ಸುಗ್ರೀವನನ್ನು ಕಂಡು ರಾಮನಿಗೆ ಅಭಿಮಾನ ಹೆಚ್ಚಾಯಿತು.

ಆನಂತರದ್ದು ಹನುಮನ ಸಮುದ್ರೋಲ್ಲಂಘನ, ಅಶೋಕ ವನದಲ್ಲಿ ಸೀತಾ ದರ್ಶನ, ಶ್ರೀರಾಮಮುದ್ರಿಕೆ ಹಸ್ತಾಂತರ, ಅಕ್ಷ ಮತ್ತು ಜಂಬುಮಾಲಿ ಎಂಬ ರಕ್ಕಸರ ಹರಣ, ಬಂಧಿಸಿದ ರಾವಣನ ಲಂಕಾ ದಹನ, ನಲ ಸೇತು ನಿರ್ಮಾಣ, ರಾಮ ರಾವಣ ಯುದ್ಧ, ರಾವಣ ಸಂಹಾರ, ವಿಭೀಷಣ ಪಟ್ಟಾಭಿಷೇಕ, ಅಗ್ನಿದಿವ್ಯ, ಸೀತಾ ಲಕ್ಷ್ಮಣರೊಂದಿಗೆ ರಾಮ ಪುಷ್ಪಕ ವಿಮಾನದಲ್ಲಿ ಅಯೋಧ್ಯೆಗೆ ಪಯಣ, ರಾಜ್ಯಾಭಿಷೇಕ, ಆಳ್ವಿಕೆಯ ಕಥೆಗಳು ಬಹುತೇಕ ಎಲ್ಲರಿಗೂ ತಿಳಿದಿರುವಂತಹುದೇ. ಸೀತಾ ಪರಿತ್ಯಾಗದ ನಂತರ ರಾಮ ಬಸವಳಿಯುತ್ತಾನೆ. ಕಾಲಾಂತರದಲ್ಲಿ ಸರಯೂ ನದಿಯಲ್ಲಿ ಅವತಾರ ಪರಿಸಮಾಪ್ತಿ ಮಾಡಿಕೊಳ್ಳುತ್ತಾನೆ.

* * * *

ರಾಮನೆಂಬ ಪರಿಕಲ್ಪನೆ ಭಾರತೀಯರ ಪಾಲಿಗೆ ಕನಿಷ್ಠ ಎರಡು ಮೂರು ಸಾವಿರ ವರ್ಷಗಳಷ್ಟು ಪುರಾತನವಾದುದು. ಭಾರತೀಯರ ಪಾಲಿಗೆ ಪವಿತ್ರವಾಗಿದ್ದ ಮಂದಿರದ ಮೇಲೆ ಆಕ್ರಮಣ ಮಾಡಿ ಅದರ ಮೇಲೆ ಮಸೀದಿಯನ್ನು ಕಟ್ಟಿಸಿದ ಬಾಬರನ ಕೃತ್ಯವು ಇಡಿಯ ದೇಶಕ್ಕೆ ಮಾಡಿದ ಅಪಮಾನ. ಟರ್ಕಿ, ನಿಕೋಸಿಯಾ ಮತ್ತು ಸ್ಪೇನ್ ದೇಶಗಳಲ್ಲಿಯೂ ಮುಸ್ಲಿಮರು ಚರ್ಚುಗಳ ಮೇಲೆ ಹೀಗೇ ದಾಳಿ ಮಾಡಿ ಅಲ್ಲೆಲ್ಲ ಮಸೀದಿಗಳನ್ನು ಕಟ್ಟಿದರು.

ಸ್ಪ್ಯಾನಿಷರಂತೂ ತಮ್ಮ ಚರ್ಚುಗಳನ್ನು ವಶ ಮಾಡಿಕೊಳ್ಳುವಲ್ಲಿ ಶತಮಾನಗಳನ್ನು ಕಳೆದರು. ಅಯೋಧ್ಯೆಯಲ್ಲಿ ಬಾಬರಿ ಮಸೀದಿ ಇದ್ದ ಜಾಗದಲ್ಲಿ ರಾಮ ಮಂದಿರವಿರಲಿಲ್ಲ ಎಂದು ಹೇಳುತ್ತಿರುವ ಮಂದಿ ಏನನ್ನೋ ಮುಚ್ಚಿಡುತ್ತಿದ್ದಾರೆ.

ಭಾರತೀಯ ಇತಿಹಾಸದ ಕಥನವು ರೋಮಿಲಾ ಥಾಪರ್ ಅವರ ವಾಮ ಪಂಥೀಯ ಪುಸ್ತಕಗಳಿಂದ ತುಂಬಿದ್ದು, ಅವು ಸಾಮ್ರಾಜ್ಯಶಾಹಿ ಮತ್ತು ಅನ್ಯರ ಆಕ್ರಮಣಗಳ ಹಿಂದೆ ಕೂಡ ಯಾವುದೋ ದೊಡ್ಡ ಸತ್ಯ ಅಡಗಿದೆ ಎಂದು ಕತೆಕಟ್ಟುತ್ತವೆ. ಎಡಪಂಥೀಯ ಇತಿಹಾಸಕಾರರ ಇಂತಹ ಹುನ್ನಾರಗಳನ್ನೆಲ್ಲ ಭಾರತೀಯರು ಈಗೀಗ ಸರಿಯಾಗಿ ಅರ್ಥ ಮಾಡಿಕೊಳ್ಳುತ್ತಿದ್ದಾರೆ.

ವಿ.ಎಸ್.ನೈಪಾಲ್, ನೊಬೆಲ್ ಪುರಸ್ಕೃತ ಭಾರತೀಯ ಸಂಜಾತ ಲೇಖಕ

ಅಯೋಧ್ಯೆ ಎಂಬ ಹಲವು ಪಂಥಗಳ ಪವಿತ್ರ ತೀರ್ಥ ಕ್ಷೇತ್ರ:

ಅಯೋಧ್ಯೆಯಿಂದ ಪ್ರಯಾದ ಕಡೆಗೆ ಹೋಗುವ ಮಾರ್ಗದಲ್ಲಿ ಸುಮಾರು ಹದಿಮೂರು ಕಿಲೋಮೀಟರ್ ದೂರದಲ್ಲಿ ನಂದಿ ಎಂಬ ಹೆಸರಿನ ಗ್ರಾಮವಿದೆ. ಇದೇ ಗ್ರಾಮದಲ್ಲಿ ಶ್ರೀರಾಮ ವನವಾಸದಲ್ಲಿದ್ದ ಹದಿನಾಲು ವರ್ಷಗಳ ಅವಧಿಯಲ್ಲಿ ಭರತನು ಶ್ರೀರಾಮ ಪಾದುಕೆಗಳನ್ನು ಇರಿಸಿಕೊಂಡು ರಾಜ್ಯಾಡಳಿತ ನಡೆಸಿದ ಸ್ಥಳವು ಇದೆ.

ಅಯೋಧ್ಯೆ ನಗರವು ಹಿಂದುಗಳು ಮಾತ್ರವಲ್ಲದೆ ಜೈನ ಸಿಖ್ ಮತ್ತು ಬೌದ್ಧ ಪರಂಪರೆಯ ಅನುಯಾಯಿಗಳಿಗೂ ಅತ್ಯಂತ ಮಹತ್ವದ ತೀರ್ಥ ಕ್ಷೇತ್ರ. ಸಂತ ತುಲಸೀದಾಸರು ರಾಮಾಯಣದ ಗ್ರಂಥವನ್ನಾಧರಿಸಿ ರಾಮಚರಿತಮಾನಸವನ್ನು ರಚಿಸಿದ್ದು ಇದೇ ಪವಿತ್ರ ಭೂಮಿ ಅಯೋಧ್ಯೆಯಲ್ಲಿ.

ಬೌದ್ಧಧರ್ಮದ ಉಚ್ಛ್ರಾಯ ಕಾಲದಲ್ಲಿ ಅಯೋಧ್ಯೆಯನ್ನು ಸಾಕೇತಪುರವೆಂದೂ ಸಹ ಕರೆಯಲಾಯಿತು. ಬೋಧಿವೃಕ್ಷದ ಅಡಿಯಲ್ಲಿ ಕೇವಲ ಜ್ಞಾನ ಪಡೆದ ಬುದ್ಧ, ಆನಂತರ 42 ವರ್ಷಗಳ ಜೀವಿತಾವಧಿಯಲ್ಲಿ ಅಯೋಧ್ಯಾ ನಗರದಲ್ಲಿ ಸುಮಾರು 16 ಬಾರಿ ಚಾತುರ್ಮಾಸ ವ್ರತ ಕೈಗೊಂಡಿದ್ದಾರೆ. ಬೌದ್ಧ ಭಿಕ್ಷುಗಳ ಬದುಕಿನ ವಿಧಿ ವಿಧಾನಗಳು ಮತ್ತು ನೀತಿ ನಿಯಮಗಳು ರುಪುಗೊಂಡದ್ದು ಇದೇ ಅಯೋಧ್ಯೆಯ ಪವಿತ್ರ ನೆಲದಲ್ಲಿ.

ಬೌದ್ಧಮತದ ಅತಿ ದೊಡ್ಡ ಅನುಯಾಯಿ ಮತ್ತು ಕೊಡುಗೈ ದಾನಿ ಎಂದೇ ಹೆಸರಾದ ವಿಶಾಖಾ ಅಥವ ಚೀನಿ ಭಾಷೆಯಲ್ಲಿ (ಪಿಸೋಕಿಯಾ) ಅಯೋಧ್ಯೆಯ ನೆಲದಲ್ಲಿ ಹುಟ್ಟಿದ ಕೂಸು. ಅವಳ ದಾನಗಳಿಂದಾಗಿ ಕೆಲ ಕಾಲ ಅಯೋಧ್ಯೆಗೆ ವಿಶಾಖಾ ಎಂಬ ಹೆಸರೂ ಬಂದಿತ್ತು. ಪೇಶಾವರದ ಹಿರಿಯ ಬೌದ್ಧ ವಿದ್ವಾಂಸ ವಸುಬಂಧು ಅಯೋಧ್ಯೆಯಲ್ಲಿ ನೆಲೆಸಿ ಬೌದ್ಧಧರ್ಮ ಶ್ರೇಷ್ಠ ಗ್ರಂಥವಾದ ಅಭಿಧರ್ಮಕೋಶವನ್ನು ರಚಿಸಿದ್ದು ಇದೇ ಅಯೋಧ್ಯೆಯ ಪವಿತ್ರ ಭೂಮಿಯಲ್ಲಿ.

ಸಿಖ್ಖರ ಹತ್ತನೆಯ ಗುರು ಗುರುಗೋವಿಂದ ಸಿಂಹ ತೀರ್ಥಯಾತ್ರೆಗಾಗಿ ಅಯೋಧ್ಯೆಯಲ್ಲಿ ಭೇಟಿ ನೀಡಿದ ಪವಿತ್ರ ಕ್ಷೇತ್ರ ಇಂದಿಗೂ ಸಿಖ್ಖರಿಗೆ ಆರಾಧ್ಯ ನೆಲ.

(ಕರ್ನಾಟಕ ಬೀದರಿನಲ್ಲಿ ಗುರು ನಾನಕರು ಭೇಟಿ ಕೊಟ್ಟ ಸ್ಥಳವೂ ಸಿಖ್ಖರಿಗೆ ಆರಾಧ್ಯ ತಾಣ. ಅಲ್ಲಿ ಗುರು ನಾನಕರ ಪದಸ್ಪರ್ಶದಿಂದ ಜಲೋ ಉದ್ಭವವಾದ ನಾನಕ ಝುರಾ ಸಹಾ ಇದೆ)

ಸಿಖ್ ಧರ್ಮ ಸಂಸ್ಥಾಪಕ ಗುರುನಾನಕರು ಸಹ ಇದೇ ಅಯೋಧ್ಯೆಯಲ್ಲಿ ಹಲವು ಬಾರಿ ಪ್ರವಾಸ ಕೈಗೊಂಡಿದ್ದಾರೆ. ಆ ಕಾರಣಕ್ಕಾಗಿ ಸಹ ಸಿಖ್ಖರಿಗೆ ಇದು ಆರಾಧ್ಯ ತೀರ್ಥ ಕ್ಷೇತ್ರ. ಗುರುನಾನಕರಿಗೆ ಬ್ರಹ್ಮ ಜ್ಞಾನ ಪ್ರಾಪ್ತಿಯಾದ ಬ್ರಹ್ಮಕುಂಡ ಎಂಬ ಸ್ಥಾನದಲ್ಲಿ ಈಗಲೂ ಗುರುದ್ವಾರ ಇದೆ.ಮತ್ತು ಸಿಖ್ಖರು ನಿರಂತರ ಈ ಕ್ಷೇತ್ರದಲ್ಲಿ ತೀರ್ಥಯಾತ್ರೆ ಕೈಗೊಳ್ಳುತ್ತಾರೆ.

ಭಾರತ ದರ್ಶನ ಸರಣಿ ಉಪನ್ಯಾಸ ನೀಡುತ್ತಿದ್ದ ಹಿರಿಯ ವಾಗ್ಮಿ ದಿವಂಗತ ವಿದ್ಯಾನಂದ ಶೆಣೈ ಅವರು ರಾಮ ಕೃಷ್ಣರ ಉಲ್ಲೇಖಗಳನ್ನು ಗುರುಗ್ರಂಥ ಸಾಹಿಬ್ ಗ್ರಂಥದಿಂದ ತೆಗೆದು ಹಾಕಿದರೆ ಅದರಲ್ಲಿ ಪ್ರಾಯಶಃ ಗ್ರಂಥದ ರಕ್ಷಾ ಕವಚದ ಪುಟಗಳಷ್ಟೇ ಉಳಿದೀತು ಎಂದು ಹೇಳುತ್ತಿದ್ದರು. ಅಷ್ಟು ಆಳವಾಗಿ ರಾಮ ಕೃಷ್ಣರು ಸಿಖ್ ಧರ್ಮದ ನಂಬಿಕೆಗಳೊಂದಿಗೆ ಮಿಳಿತವಾಗಿದ್ದಾರೆ.

ಜೈನರ ಇಪ್ಪತ್ನಾಲ್ಕು ತೀರ್ಥಂಕರರಲ್ಲಿ ಇಪ್ಪತ್ತೆರಡು ಮಂದಿ ತೀರ್ಥಂಕರರು ಸೂರ್ಯವಂಶಜರು. ಮೊದಲನೆಯ ತೀಥಂಕರರಾದ ಆದಿನಾಥ ಅಥವ ಋಷಭನಾಥರನ್ನು ಒಳಗೊಂಡಂತೆ ಐದು ಮಂದಿ ತೀಥಂಕರರು ಜನಿಸಿದ್ದು ಇದೇ ಪುಣ್ಯ ನಗರಿ ಅಯೋಧ್ಯೆಯಲ್ಲಿ.

* * * * *

> ಅಯೋಧ್ಯೆಯಲ್ಲಿದ್ದ ಮಸೀದಿಯನ್ನು ಧ್ವಂಸ ಮಾಡಿದ್ದನ್ನು ವಿರೋಧಿಸುವ ಒಂದು ಸಣ್ಣ ಹಕ್ಕೂ ಮುಸ್ಲಿಮರಿಗಿಲ್ಲ. 1000ನೆಯ ಇಸವಿಯಿಂದ ಆಚೆಗೆ ಭಾರತದಲ್ಲಿ ಕಾಥೇವಾಡದಿಂದ ಬಿಹಾರದವರೆಗೆ ಮತ್ತು ಹಿಮಾಲಯ ಪರ್ವತದಿಂದ ಹಿಡಿದು ವಿಂಧ್ಯ ಪರ್ವತದವರೆಗೆ ಇದ್ದ ಸಾವಿರಾರು ದೇವಾಲಯ ಗಳನ್ನು ನೆಲಕ್ಕುರುಳಿಸಲಾಗಿದೆ. ದಟ್ಟ ಕಾಡಿದ್ದ ಕಡೆಗಳಲ್ಲಿ ದೇವಸ್ಥಾನಗಳು ಮಾತ್ರ ಈ ದಾಳಿಯಿಂದ ಪಾರಾಗಿವೆಯಷ್ಟೆ. ಸ್ವಾಭಿಮಾನವಿರುವ ಯಾವುದೇ ಒಂದು ದೇಶವೂ ಇದನ್ನು ಕ್ಷಮಿಸುವುದಿಲ್ಲ.
>
> **ನೀರಥ ಚೌಧರಿ, ಅಟೋಬಯಾಗ್ರಫಿ ಆಫ್ ಆ್ಯನ್ ಅನ್‌ನನ್**
> **ಇಂಡಿಯನ್ ಕೃತಿಯ ಲೇಖಕರು**

ರಾಮ ಜನ್ಮಸ್ಥಾನ ಹೋರಾಟ ಬಲಿದಾನಗಳ ಪರಂಪರೆ

ಮೊಟ್ಟ ಮೊದಲಿಗೆ ಕುಶನು ಅಯೊಧ್ಯೆಯಲ್ಲಿ ಅಧಿಕಾರ ವಹಿಸಿಕೊಳ್ಳುತ್ತಾನೆ. ಲವನು ಲವಪುರಿಯಲ್ಲಿ ಅಧಿಕಾರ ವಹಿಸಿಕೊಳ್ಳುತ್ತಾನೆ. ಲವಪುರ ಇಂದಿನ ಲಾಹೋರ್ ಎಂದೇ ನಂಬಲಾಗಿದೆ. ಅಯೋಧ್ಯೆಯಲ್ಲಿ ಕುಶನು ಆಳ್ವಿಕೆ ನಡೆಸುವಾಗ ಶ್ರೀರಾಮನ ಭವ್ಯವಾದ ಮಂದಿರವನ್ನು ಮೊಟ್ಟ ಮೊದಲ ಬಾರಿಗೆ ಕಟಿದನೆಂಬುದನ್ನು ಆಸ್ತಿಕರು ಶ್ರದ್ಧೆಯಿಂದ ನಂಬುತ್ತಾರೆ.

ಗುಪ್ತ ಸಾಮ್ರಾಜ್ಯದಲ್ಲಿ ಭರತವರ್ಷದ ಸುವರ್ಣ ಯುವೆಂದೇ ಕರೆಯಲಾಗುತ್ತಿತ್ತು. ಆ ಕಾಲಘಟ್ಟದಲ್ಲಿ ಸ್ಕಂದಗುಪ್ತ ಅಥವ ವಿಕ್ರಮಾದಿತ್ಯನು ರಾಮ ಮಂದಿರವನ್ನು ಜೀರ್ಣೋದ್ಧಾರ ಮಾಡಿ ಏಳು ಅಂತಸ್ತಿನ ಭವ್ಯವಾದ ಮಂದಿರವನ್ನು ನಿರ್ಮಾಣ ಮಾಡಿದನೆಂದು ಇತಿಹಾಸಕಾರರು ದಾಖಲಿಸಿದ್ದಾರೆ.

ಅದು 1526, ಮೊಗಲ ದೊರೆ ಬಾಬರ್ ಭಾರತದ ಸಂಪತ್ತಿನ ಸಲುವಾಗಿ ಯುದ್ದಕ್ಕಾಗಿ ಆಗಮಿಸಿದ. ಮೊದಲ ಪಾಣಿಪತ್ ಯುದ್ಧಾನಂತರ ಅವರ ಸೇನೆ ಅಯೋಧ್ಯೆಗೆ ಬಂದಿತು. ಘಾಘ್ರಾ–ಶೇರವಾ ನದಿಗಳ ದಂಡೆಯಲ್ಲಿ ನಡೆದ ಭೀಕರ ಕಾಳಗದಲ್ಲಿ ಅಯೋಧ್ಯೆಯನ್ನು ಬಾಬರ ವಶಪಡಿಸಿಕೊಂಡನು. ಹೀಗೆ ಮಧ್ಯ ಏಷಿಯಾದ ಕಣಿವೆಯಿಂದ ಬರುತ್ತಿದ್ದ ಬಹುತೇಕ ಆಕ್ರಮಣಕಾರರು ಇಲ್ಲಿನ ಸಂಪತ್ತು, ಹೆಣ್ಣುಮಕ್ಕಳು ಮತ್ತು ಶ್ರದ್ಧಾಕೇಂದ್ರಗಳ ಮೇಲೆ ದಾಳಿ ನಡೆಸುತ್ತಿದ್ದರು.

ನೆನಪಿರಲಿ, ರಾಮ ಸನ್ಮಸ್ಥಾನದ ಮುಕ್ತಿಗಾಗಿ ಈವರೆಗೆ ವಿವಿಧ ರಾಜರು, ಸಾಧು ಸಂತರು ನಡೆಸಿದ ಸಂಘರ್ಷಗಳು ಒಟ್ಟು ಎಪ್ಪತ್ತೆಂಟು. ತಮ್ಮ ಪ್ರಾಣಹುತಿ ನೀಡಿದವರು ಮೂರು ಲಕ್ಷಕ್ಕೂ ಹೆಚ್ಚು ಮಂದಿ. ಸುಮಾರು ಐದು ಶತಮಾನಗಳ ಕಾಲ ಈ ಶ್ರದ್ಧಾಕೇಂದ್ರವು ಹೋರಾಟಗಳಲ್ಲಿಯೇ ಮುಳುಗಿ ಹೋಗಿದೆ.

* * * * *

ಯುದ್ಧಾನಂತರ ಅಲ್ಲಿಯೇ ಇದ್ದ ಹಜರತ್ ಫಜಲ್ ಅಬ್ಬಾಸ್ ಮೂಸಾ ಆಶಕನ್ ಕಲಂದರ್ ಸಾಹೇಬ್ ಎಂಬ ಫಕೀರ ತನಗೆ ದಿನವೂ ನಮಾಜ್ ಮಾಡಲು ಮಸೀದಿಯ ಅವಶ್ಯಕತೆ ಇದೆ ಎಂತಲೂ ಶ್ರೀರಾಮ ಜನ್ಮಸ್ಥಾನದ ಮಂದಿರವನ್ನು ಕೆಡವಿ ಅಲ್ಲಿ ಮಸೀದಿ ನಿರ್ಮಿಸಿ ಕೊಡುವಂತೆ ಬಾಬರನಲ್ಲಿ ಬಿನ್ನಹ ಮಾಡುತ್ತಾನೆ.

ರಾಜ ವಿಕ್ರಮಾದಿತ್ಯ ಕಟ್ಟಿಸಿದ್ದ ಭವ್ಯ ಮಂದಿರವು ಕಪ್ಪು ಬಣ್ಣದ ಅಗ್ನಿಶಿಲೆಗಳಿಂದ ಕಟ್ಟಲ್ಪಟ್ಟ ಭವ್ಯವಾದ ಕುಸುರಿ ಕೆಲಸಗಳಿಂದ ನಿರ್ಮಿವಾದ ಪೂಜಾ ಕೇಂದ್ರದಲ್ಲಿ

ಖುರ್ದಾಮಕ್ಕಾ (ಮಕ್ಕಾದಂತಹ ಒಂದು ಸಣ್ಣ ಯಾತ್ರಾಸ್ಥಳ) ನಿರ್ಮಿಸಿ ಕೊಡು ಎಂಬುದು ಆ ಫಕೀರನ ಬೇಡಿಕೆ ಆಗಿತ್ತು.

ಯುದ್ಧ ಗೆದ್ದ ಸಂಧ್ರಮದಲ್ಲಿದ್ದ ಬಾಬರ್ ತನ್ನ ಸೇನಾಪತಿ ಮೀರ್‌ಬಾಕಿ ತಾಷ್ಕೆಂಡಿಗೆ ಆ ಫಕೀರನ ಮಾತು ನಡೆಸಿಕೊಂಡುವಂತೆ ಆಜ್ಞಾಪಿಸಿದನು. ಈ ಯುದ್ಧದ ಸೋಲಿನಿಂದ ಕಂಗೆಟ್ಟಿದ್ದ ಸ್ಥಳೀಯರು ಮಂದಿರ ನಾಶದ ವಾರ್ತೆ ಕೇಳಿ ರೊಚ್ಚಿಗೆದ್ದರು.

ಆಗ ಮತ್ತೆ ನಡೆದ ಭೀಕರ ಕದನದ ಬಗ್ಗೆ ಅಂಗ್ಲ ಇತಿಹಾಸಕಾರ ಕನ್ನಿಂಗ್‌ಹ್ಯಾಮ್ ಬರೆದಿರಿಸಿರುವ ದಾಖಲೆಗಳನ್ನು ಆಸಕ್ತ ಓದುಗರು ಗಮನಿಸಬಹುದು. 'ಅಯೋಧ್ಯೆಯ ರಾಮ ಜನ್ಮಭೂಮಿ ಮಂದಿರಕ್ಕಾಗಿ ನಡೆದ ಭೀಕರ ಕಾಳಗ ಅನೇಕ ದಿನಗಳವರೆಗೆ ನಡೆಯಿತು. ಆಭೀಷಣ ಕದನದಲ್ಲಿ ಸುಮಾರು ಒಂದು ಲಕ್ಷ ಎಪ್ಪತ್ನಾಲ್ಕು ಸಾವಿರ ಜನ ಪ್ರಾಣಾರ್ಪಣೆ ಮಾಡಿದ ನಂತರವಷ್ಟೇ ಬಾಕಿಖಾನನಿಗೆ ಮಂದಿರದ ಬಳಿ ಪ್ರವೇಶಿಸಲು ಸಾಧ್ಯವಾಯಿತು' ಎಂದು ದಾಖಲಿಸಿದ್ದಾರೆ.

ಆನಂತರವಷ್ಟೇ ತೋಪುಗಳಿಂದ ಉಡಾಯಿಸಿ ಮಂದಿರವನ್ನು ಧ್ವಂಸ ಗೊಳಿಸಲಾಯಿತು. ಬಾಬರನ ಬಗ್ಗೆ ಲಿಂಡನ್ ಎನ್ನುವವರು ದಾಖಲಿಸಿರುವ ಟಿಪ್ಪಣಿಯಲ್ಲಿ ಸಹ 1528 ಮಾರ್ಚ್ ಎಂಟರಂದು ಆರಂಭವಾದ ಈ ಕದನ ಏಳು ಎಂಟು ದಿನಗಳವರೆಗೆ ಹಣಾಹಣಿಯಾಗಿ ಮುಂದುವರೆಯಿತು ಎಂದು ತಿಳಿಸಲಾಗಿದೆ.

ಮಂಧಿರ ಧ್ವಂಸ ಮಾಡುವ ಹೋರಾಟ ಸಂದರ್ಭದಲ್ಲಿ ಅಲ್ಲಿಗೆ ತೀರ್ಥಯಾತ್ರೆಗಾಗಿ ಆಗಮಿಸಿದ್ದ ಭೀಟಿಯ ರಾಜ ಮಹತಾಬ ಸಿಂಗ್ ಆಕ್ರಮಣದ ಸುದ್ದಿ ಕೇಳಿ, ರಕ್ಷಣೆಗಾಗಿ ಯುದ್ಧದಲ್ಲಿ ಭಾಗವಹಿಸಿ ಅಲ್ಲೇ ಬಲಿದಾನಗೈದು ವೀರಸ್ವರ್ಗವನ್ನು ಪಡೆದನು.

ಮಂದಿರ ಧ್ವಂಸದ ನಂತರವೂ ಮಸೀದಿ ನಿರ್ಮಾಣ ಸಾಧ್ಯವಾಗಲಿಲ್ಲ. ನಂತರ ಸ್ಥಳೀಯ ಸಾಧು ಸಂತರೊಂದಿಗೆ ಸಂಧಾನಕ್ಕಿಳಿದ ಬಾಬರ್ ಅವರ ಐದು ಷರತ್ತುಗಳಿಗೊಪ್ಪಿದ ನಂತರವೇ ಅಲ್ಲಿ ಮುಸಲ್ಮಾನರಿಗೆ ಪ್ರಾರ್ಥನೆ ಸಲ್ಲಿಸಲು ಅವಕಾಶಗಳನ್ನು ಕಲ್ಪಿಸಲಾಯಿತು.

ಆ ಐದು ಷರತ್ತುಗಳು

1. ಮಸೀದಿಗೆ ಸೀತಾಪಾಕ್ ಎಂದು ಹೆಸರಿಬೇಕು. (ಮಸೀದಿಯ ಮಹಾದ್ವಾರದಲ್ಲಿ ಪರ್ಷಿಯನ್ ಮತ್ತು ಮುರಿಯಾ ಭಾಷೆಗಳಲ್ಲಿ ಬರೆದ ಹೆಸರು ಕಟ್ಟಡ ಡಿಸೆಂಬರ್ 06 1992ರಂದು ಧ್ವಂಸವಾಗುವವರೆಗೆ ಇತ್ತು.

2. ಈ ಕಟ್ಟಡ ಸುತ್ತಲೂ ಇಸ್ಲಾಂ ಶಿಲ್ಪ ಸಂಕೇತವಾದ ಮಿನಾರುಗಳನ್ನು ಕಟ್ಟಬಾರದು.

3. ಈ ಕಟ್ಟಡದ ಸುತ್ತಲೂ ಹಿಂದುಗಳ ಸಲುವಾಗಿ ಪ್ರದಕ್ಷಿಣೆ ಹಾಕಲು ಪರಿಕ್ರಮ ಕಟ್ಟಿಸಬೇಕು.

4. ಮುಖ್ಯದ್ವಾರವನ್ನು ಗಂಧದ ಮರದಿಂದ ಪುನರ್ರಚಿಸಬೇಕು.

5. ಹಿಂದೂಗಳಿಗೆ ಅನಿರ್ಬಂಧಿತವಾಗಿ ಪೂಜಾ ಅವಕಾಶ ಮತ್ತು ಮುಸಲ್ಮಾನರಿಗೆ ಶುಕ್ರವಾರಗಳಂದು ಮಾತ್ರ ನಮಾಜಿಗೆ ಅವಕಾಶ ಕಲ್ಪಿಸುವುದು.

ಹೀಗೆ ಎಲ್ಲಾ ಷರತ್ತುಗಳನ್ನು ಒಪ್ಪಿದ ನಂತರ ಅವಕಾಶ ಕಲ್ಪಿಸಲಾಯಿತು. ಈ ಎಲ್ಲ ಷರತ್ತುಗಳು ತುಜಕ್-ಎ-ಬಾಬರಿಯಲ್ಲಿ ಸಹ ದಾಖಲಾಗಿವೆ. ಬಾಬರ್ ಬರೆಸಿದ ಆತ್ಮ ಚರಿತ್ರೆ ಬಾಬರ್ ನಾಮಾದಲ್ಲಿ ಪುಟ 173ರಲ್ಲಿ ದಾಖಲಾಗಿರುವುದನ್ನು ಮತ್ತು ಇನ್ನೂ ಹೆಚ್ಚಿನ ವಿವರಗಳನ್ನು ಆಸಕ್ತರು ಓದಿ ಗ್ರಹಿಸಬಹುದು.

ಹಜರತ್ ಫಜಲ್ ಅಬ್ಬಾಸ್ ಮೂಸಾ ಆಶಕನ್ ಕಲಂದರ್ ಸಾಹೇಬ್ ಅವರ ಆಜ್ಞೆಯಂತೆ ಜನ್ಮಭೂಮಿಯಲ್ಲಿ ಕಟ್ಟಡವನ್ನು ಕೆಡವಿ ಅದೇ ಸಾಮಗ್ರಿಗಳಿಂದ ನಾನು ಮಸೀದಿಯನ್ನು ಕಟ್ಟಿಸಿದೆ ಎಂದು ದಾಖಲಿಸಿದ್ದಾನೆ.

ಬಾಬರನ ತರುವಾಯವೂ ಜನ್ಮಸ್ಥಾನದಲ್ಲಿ ಪೂಜಾ ವಿಧಿಗಳಿಗೆ ಕಲ್ಪಿಸಿದ ಅವಕಾಶವನ್ನು ಮುಂದುವರೆಸಲಾಗಿತ್ತು. ಆದರೆ ಹುಮಾಯೂನ ಆಡಳಿತಕ್ಕೆ ಬಂದ ತಕ್ಷಣ ಸ್ವಾಮಿ ಮಹೇಶ್ವರಾನಂದ ಮತ್ತು ರಾಣಿ ಜಯರಾಜಕುಮಾರಿ ಜನರನ್ನು ಸಂಘಟಿಸಿ ಸುಮಾರು ಹತ್ತು ಬಾರಿ ದಾಳಿ ಮಾಡುತ್ತಾರೆ.

ರಾಣಿ ಜಯರಾಜಕುಮಾರಿಯಂತೂ ಮೂರು ಸಾವಿರ ಮಂದಿ ಸ್ತ್ರೀ ಸೇನೆಯೊಂದಿಗೆ ಮುತ್ತಿಗೆ ಹಾಕಿ ಯಶಸ್ವಿಯಾಗುತ್ತಾಳೆ. ಆದರೆ ನಂತರ ಮೊಘಲ್ ಸೇನೆ ಮರುದಾಳಿ ನಡೆಸಿ ದೇವಾಲಯವನ್ನು ವಶಪಡಿಸಿಕೊಳ್ಳುತ್ತದೆ. ಈ ಯುದ್ಧದಲ್ಲಿ ರಾಣಿ ಜಯರಾಜಕುಮಾರಿ ಮತ್ತು ಮಹೇಶ್ವರಾನಂದರು ವೀರಗತಿಯನ್ನು ಅಪ್ಪುತ್ತಾರೆ.

ಅಕಬರ್ ಆಳ್ವಿಕೆ ಬಂದ ನಂತರ ತನ್ನ ಆಡಳಿತದ ಅನುಭವಗಳನ್ನು ದಿವಾನೇ ಅಕಬರಿಯಲ್ಲಿ ನಮೂದಿಸಿದ್ದಾನೆ. ಅದರಂತೆ ಅಯೋಧ್ಯೆ ದೇವಾಲಯದ ಸಂಬಂಧ ಅಕಬರನ ಆಳ್ವಿಕೆಯ ಕಾಲದಲ್ಲಿ ಹಿಂದೂಗಳು ಸಂಘಟಿತರಾಗಿ ಸುಮಾರು ಇಪ್ಪತ್ತು ಬಾರಿ ದಾಳಿ ನಡೆಸಿರುವುದಾಗಿ ದಾಖಲಿಸಿದ್ದಾರೆ.

ನಂತರ ಅಕಬರ್ ತನ್ನ ಆಪ್ತರಾದ ತೋದರಮಲ್ ಮತ್ತು ಬೀರಬಲ್ ಸಲಹೆ ಮೇರೆಗೆ ರಾಜೀ ಸೂತ್ರವಾಗಿ ಮಸೀದಿಯ ಸಮೀಪವೇ ಒಂದು ವಿಶಾಲವಾದ ವೇದಿಕೆಯನ್ನು ಕಟ್ಟಿಸಿದನು. ಅದರ ಮೇಲೆ ಸಣ್ಣ ಗುಡಿಯನ್ನು ಸಹ ಕಟ್ಟಿಸಿ ಅಲ್ಲಿ ಪೂಜೆ ವಿಧಾನಗಳಿಗೆ ತೊಂದರೆ ಆಗದಂತೆ ವ್ಯವಸ್ಥೆಗಳನ್ನು ಸಹ ಮಾಡಿಸಿದನು.

ಅಕಬರ್ ರೂಪಿಸಿದ ವ್ಯವಸ್ಥೆಯು ನಂತರ ಜಹಾಂಗೀರ್ ಮತ್ತು ಷಜಹಾನ್ ಆಳ್ವಿಕೆಯ ಕಾಲದಲ್ಲಿ ಸಹ ನಿರಾತಂಕವಾಗಿ ಮತ್ತು ನಿರಂತರವಾಗಿ ಮುಂದುವರೆಯಿತು. ಆದರೆ ಔರಂಗಜೇಬ ತನ್ನ ತಂದೆಯನ್ನು ಸೆರೆಗೆ ಹಾಕಿ, ಸೋದರರನ್ನು ಕೊಂದು ಗದ್ದುಗೆಗೆ ಏರಿದ ನಂತರ ಯಥಾಸ್ಥಿತಿ ಮುಂದುವರಿಕೆಯಲ್ಲಿ ಗೊಂದಲಗಳೆದ್ದವು. ಆತ ತನ್ನ ತಂದೆ, ಅಜ್ಜಂದಿರಷ್ಟು ಸಹನಶೀಲ ಅಥವ ರಾಜನೀತಿಜ್ಞ ಆಗಿರಲಿಲ್ಲ.

1680ರಲ್ಲಿ ಗುರು ಗೋವಿಂದ ಸಿಂಹರು ಸಿಖ್ ಸೇನೆ, ಬಾಬಾ ವೈಷ್ಣವದಾಸರ

ಸೇನೆ ಮತ್ತು ರಜಪೂತರ ಸೇನೆಗಳು ಒಂದಾಗಿ ರಾಮ ಜನ್ಮಭೂಮಿಯನ್ನು ವಿಮೋಚನೆಗೊಳಿಸಲು ಭಾರಿ ಹೋರಾಟ ನಡೆಸಿದರೂ ಅದು ಸಂಪೂರ್ಣ ಯಶ ಗಳಿಸಲಿಲ್ಲ.

ಔರಂಗಜೇಬನು ತನ್ನ ಆತ್ಮ ಚರಿತ್ರೆ ಅಲಂಗೀರ ನಾಮಾದ 630ನೆಯ ಪುಟದಲ್ಲಿ ದಾಖಲಿಸಿರುವ ಮಾತುಗಳು ಹೀಗಿವೆ. 'ಮೊದಲು ನಾಲ್ಕು ವರ್ಷಗಳವರೆಗೆ ಸುಮ್ಮನಿದ್ದು, ನಂತರ ರಮಜಾನಿನ ಏಳನೆಯದಿನ ಅಯೋಧ್ಯೆಯ ಜನ್ಮಸ್ಥಾನದ ಮೇಲೆ ದಾಳಿ ನಡೆಯಿತು. ಈ ಮಿಂಚಿನ ದಾಳಿಯಲ್ಲಿ ಕೊಲ್ಲಲ್ಪಟ್ಟ ಹಿಂದೂಗಳ ಸಂಖ್ಯೆ ಹತ್ತು ಸಾವಿರ. ಅಲ್ಲಿನ ದೇವಾಲಯ ಮತ್ತು ವೇದಿಕೆಗಳನ್ನು ಸಂಪೂರ್ಣ ಉಧ್ವಸ್ಥಗೊಳಿಸಿದೆ. ಸಂಪೂರ್ಣ ಸ್ಥಳವು ನಮ್ಮ ವಶದಲ್ಲೇ ಇದೆ'.

ಮುಂದೆ ಲಖ್ನೋದ ನವಾಬ ಸಹಾದತ್ ಆಲಿ ಖಾನನ ಆಳ್ವಿಕೆಯ ಕಾಲದಲ್ಲಿ ಹೋರಾಟದ ಸಂಧಾನವಾಗಿ ಜನ್ಮಸ್ಥಾನದಲ್ಲಿ ಎರಡೂ ಪಂಗಡ ಆರಾಧನೆಗೆ ಅವಕಾಶ ಕಲ್ಪಿಸಲಾಯಿತು. ಸಹಾದತ್ ಆಲಿಖಾನನ ಕಾಲದಲ್ಲಿ ಜನ್ಮಸ್ಥಾನವನ್ನು ವಶಕ್ಕೆ ಪಡೆಯಲು ಐದು ಬಾರಿ ಹೋರಾಟ ನಡೆಯುತ್ತದೆ. ಆಗ ನಡೆದ ಸಂಧಾನದಿಂದ ಪೂಜೆ ಮತ್ತು ನಮಾಜುಗಳು ನಿರಾತಂಕವಾಗಿ ನಡೆಯಲು ಅನುಮತಿ ದೊರೆಯುತ್ತದೆ.

ಲಖ್ನೋ ಗೆಜೆಟಿಯರ್ ಪುಟ 62ರಲ್ಲಿ ದಾಖಲಾಗಿರುವ ವಿವರಗಳು ಹೀಗಿವೆ.

ಕ್ರಿಸ್ತಶಕೆ 1851–52, ಲಖ್ನೋದ ನವಾಬನಾಗಿದ್ದವನು ವಾಜೀದ್ ಆಲಿಶಹ. ಶ್ರೀರಾಮ ಜನ್ಮಭೂಮಿ ದೇವಾಲಯವನ್ನು ನಾಶಪಡಿಸಲು ಪುನಃ ಮುಸಲ್ಮಾನರ ಗುಂಪೊಂದು ದಾಳಿ ನಡೆಸಲು ಯೋಚಿಸಿತು. ಸಂಚು ತಿಳಿಸಿ ಹಿಂದುಗಳು ಗುಂಪು ಕಟ್ಟಿ ರಕ್ಷಣೆಗೆ ನಿಂತರು.ಗಲಭೆಯನ್ನು ಅಡಗಿಸಲು ಆಂಟ್ ಮತ್ತು ಜಾನ್ ಎಂಬ ಇಬ್ಬರು ಬ್ರಿಟಿಷ್ ಅಧಿಕಾರಿಗಳು ನವಾಬನ ಸೇನೆಯ ಜೊತೆ ಅಲ್ಲಿ ತಲುಪಿದರು. ಮಾತುಕತೆಗೆ ಗುಂಪುಗಳು ಭಾಗವಹಿಸಿತಾದರೂ ಮುಸಲ್ಮಾನರು ಹಿಂತೆಗೆಯದ ಕಾರಣ ಬಲಾಬಲ ಪರೀಕ್ಷೆಗೆ ಸೂಚಿಸಿದರು. ಎರಡು ದಿನಗಳ ಕಾಲ ನಡೆದ ದಾಂಧಲೆಯಿಂದ ಇಡಿಯ ಅಯೋಧ್ಯಾನಗರ ಸಂಪೂರ್ಣ ಅಸ್ತವ್ಯಸ್ತವಾಯಿತು. ಗಲಭೆಗೆ ಬಂದಿದ್ದ ಮುಸಲ್ಮಾನರು ಕಾಲು ಕಿತ್ತರು. ಮತ್ತೆ ಅಲ್ಲಿ ವೇದಿಕೆ ಮತ್ತು ದೇವಾಲಯ ನಿಮಾರ್ಥಣಕ್ಕೆ ಅವಕಾಶ ಒದಗಿ ಬಂದಿತ್ತು. ರಾಜ ಮಾನಸಿಂಹ ಟಿಕೈತರಾಯ ಅವರ ಸಲಹೆಯ ಮೇರೆಗೆ ಈ ನಿರ್ಮಾಣಕ್ಕೆ ನವಾಬನೂ ಮನ್ನಣೆ ನೀಡಿದನು. ಒಟ್ಟು ಹನ್ನೊಂದು ಹಿಂದುಗಳು ಮತ್ತು 75 ಮುಸಲ್ಮಾನರು ಈ ಹೋರಾಟದಲ್ಲಿ ಬಲಿ ಆದರೆಂದು ದಾಖಲಾಗಿದೆ.

1857ರ ಪ್ರಥಮ ಸ್ವಾತಂತ್ರ್ಯ ಸಂಗ್ರಾಮ :

ದೇಶದಲ್ಲಿ ಬ್ರಿಟಿಷರ ವಿರುದ್ಧ ಜನರು ಒಟ್ಟಾಗಿ ಬಂಡೇಳಲು ದಿಲ್ಲಿಯ ಬಾದಷಹಾ ಬಹಾದ್ದೂರ್ ಷಾ ನೇತೃತ್ವದಲ್ಲಿ ಹಿಂದೂ ಮುಸ್ಲಿಮರು ಕೈ ಜೋಡಿಸಿದ್ದ ಕಾಲ. ಕ್ರಾಂತಿಯ ಮತ್ತು ಸಹಬಾಳ್ವೆಯ ಬೀಜಗಳು ಟಿಸಿಲೊಡೆದ ಕಾಲಘಟ್ಟ. ಫೈಜಾಬಾದಿನಲ್ಲಿ

ಕ್ರಾಂತಿಕಾರಿಗಳ ನೇತೃತ್ವ ವಹಿಸಿದ್ದ ಅಮೀರ್ ಆಲಿ ಅಯೋಧ್ಯೆ ಮತ್ತು ಫೈಜಾಬಾದಿನ ಎಲ್ಲ ಮುಸಲ್ಮಾನರನ್ನು ಒಗ್ಗೂಡಿಸಿ, ರಾಷ್ಟ್ರ ಹಿತವನ್ನು ಗಮನದಲ್ಲಿರಿಸಿಕೊಂಡು, ಪರಸ್ಪರರ ಒಳಿತಿಗಾಗಿ ಹಿಂದೂ ಮುಸಲ್ಮಾನರು ರಕ್ತ ಹರಿಸಲು ಸಿದ್ಧರಾಗಿ ನಿಂತಿರುವ ಈ ಹೊತ್ತಿನಲ್ಲಿ ಅವರ ಆರಾಧ್ಯ ದೈವ ಶ್ರೀ ರಾಮಚಂದ್ರನ ಜನ್ಮಸ್ಥಾನದಲ್ಲಿ ನಮ್ಮ ಪೂರ್ವಿಕರು ಕಟ್ಟಿರುವ ಮಸೀದಿಯನ್ನು ಅಲ್ಲಾನ ಇಚ್ಛೆಯೆಂದೇ ಪರಿಗಣಿಸಿ ಅವರಿಗೆ ಬಿಟ್ಟುಕೊಡೋಣ. ಈ ವಿವಾದದಿಂದಲೇ ನಮ್ಮಲ್ಲಿ ಶತಮಾನಗಳ ವೈಮನಸ್ಯವಿದೆ. ಈ ಮಸೀದಿಯನ್ನು ಅವರಿಗೆ ಮರಳಿಸುವ ಮೂಲಕ ಮನಸುಗಳನ್ನು ಗೆಲ್ಲೋಣ ಎಂದು ಹೇಳುತ್ತಾನೆ. ಜನ ಸಮುದಾಯ ಒಪ್ಪಿಗೆ ಸೂಚಿಸುತ್ತದೆ.

1857ರ ಸ್ವಾತಂತ್ರ್ಯ ಸಂಗ್ರಾಮ ವಿಫಲವಾದ ತರುವಾಯ ಆ ರೋಷವನ್ನು ತೀರಿಸಲೋ ಎಂಬಂತೆ ಬ್ರಿಟಿಷರು ಸೌಹಾರ್ದತೆಯನ್ನು ಒಡೆಯಲು, ಅಯೋಧ್ಯೆಯ ವಿವಾದವನ್ನು ಮತ್ತೆ ಕೈಗೆ ಎತ್ತಿಕೊಳ್ಳುತ್ತಾರೆ.

ಸುಲ್ತಾನಪುರ ಗೆಜೆಟಿಯರ್ (ಪುಟ36) ಅಲ್ಲಿ ಕರ್ನಲ್ ಮಾರ್ಟಿನ್ ಬರೆದಿರುವ ಟಿಪ್ಪಣಿ ಹೀಗಿದೆ : 'ಅಯೋಧ್ಯೆಯಲ್ಲಿರುವ ಮಸೀದಿಯನ್ನು ಹಿಂದುಗಳಿಗೆ ವಾಪಸ್ ಬಿಟ್ಟುಕೊಡುವ ಸುದ್ದಿಯನ್ನು ಕೇಳಿದ ಮೇಲಂತೂ, ನಮ್ಮವರು ಹೌಹಾರಿದರು. ಹೀಮದೂಸ್ಥಾನದಲ್ಲಿ ನಮ್ಮ ಕಥೆ ಇತಿಶ್ರೀಯಾದಂತೆ ಎಂದು ಎಲ್ಲರಿಗೂ ಅನಿಸಿತು. ಕೊನೆಗೆ ಕ್ರಾಂತಿ ವಿಫಲಗೊಂಡಿದ್ದು ನಿಜಕ್ಕೂ ನಮ್ಮ ಸುದೈವ.' ಎಂದು ದಾಖಲಿಸುತ್ತಾನೆ.

ಬ್ರಿಟಿಷರ ಕೂಟನೀತಿಯಿಂದಾಗಿ ಅದಾಗಲೇ ಕಾರ್ಯಗತಗೊಂಡಿದ್ದ ಒಪ್ಪಂದ ವೊಂದು ವಿಫಲಗೊಳ್ಳಲು ಬ್ರಿಟಿಷರು ವೇದಿಕೆ ರೂಪಿಸುತ್ತಾರೆ. ಹಿಂದೂ ಮುಸ್ಲಿಮರ ಪರವಾಗಿ ಒಪ್ಪಂದ ಮಾಡಿಕೊಂಡಿದ್ದ ಬಾಬಾ ರಾಮಚರಣದಾಸ ಮತ್ತು ಅಮೀರ ಆಲಿ ಅವರುಗಳನ್ನು 1858ರ ಮಾರ್ಚ್ 18ರಂದು ಸಾರ್ವಜನಿಕವಾಗಿ ಗಲ್ಲಿಗೆ ಹಾಕಲಾಯಿತು. ಆ ನಂತರ ದೇಶದ ಮನಸುಗಳನ್ನು ನಿರಂತರವಾಗಿ ಒಡೆಯುವ ವ್ಯವಸ್ಥೆ ಸಕ್ರಿಯವಾಗಿ ಚಾಲನೆಯಲ್ಲಿದೆ. ವ್ಯಕ್ತಿಗಳು ಬದಲಾಗುತ್ತಿದ್ದಾರೆ. ಕುತಂತ್ರಗಳು ಬದಲಾಗುತ್ತಿಲ್ಲ.

1864ರಲ್ಲಿ ಬ್ರಿಟಿಷ್ ಸೇನೆಯು ನಡೆದ ಸಂಘರ್ಷದಲ್ಲಿ ಮಸೀದಿಯನ್ನು ತನ್ನ ವಶಕ್ಕೆ ತೆಗೆದುಕೊಂಡಿತು. ಆದರೂ ಆವರಣದ ಹೊರಗಿದ್ದ ವೇದಿಕೆಯಲ್ಲಿ ದರ್ಶನ ಮತ್ತು ಮಾತ್ರ ಪೂಜಾ ಕಾರ್ಯಗಳನ್ನು ನಿರಂತರವಾಗಿ ನಡೆಸಲು ಅನುಮತಿಯನ್ನು ಮುಂದುವರೆಸಿತು.

1934ರಲ್ಲಿ ಮಾರ್ಚ್ 27ರಂದು ಅಯೋಧ್ಯೆಯ ಷಹಸಹಾನ್‌ಪುರದಲ್ಲಿ ನಡೆದ ಗೋಹತ್ಯೆ ಪ್ರಕರಣದಲ್ಲಿ ಆ ಪ್ರದೇಶದಲ್ಲೆಲ್ಲ ಕೋಮುಗಲಭೆ ಆರಂಭವಾಯಿತು. ಆ ಗಲಭೆಯ ಅಂಗವಾಗಿ ಕೆಲವು ಯುವಕರು ಮಸೀದಿಯ ಕಟ್ಟಡದ ಮೇಲೆ ದಾಳಿ ಮಾಡಿ ಅದರ ಗೋಡೆಯ ಕೆಲವು ಭಾಗಗಳನ್ನು ಕೆಡವಿ ಹಾಕಿದರು. ಅದರ ಶಿಖರಗಳಿಗೂ ಆಗಧಕ್ಕೆ ಆಯಿತು.

* * * *

ಇದೇ ಸಂದರ್ಭದಲ್ಲಿ 1934 ಜುಲಾಯಿ 6 ರಂದು ಮಾಡರ್ನ್ ರಿವ್ಯೂ ಪತ್ರಿಕೆಯು ಹಿಂದೆ ಬಾಬರ್ ಹೊರಡಿಸಿದ್ದ ಪಾರಸೀ ಭಾಷೆಯಲ್ಲಿನ ಶಾಹಿ ಫರ್ಮಾನಿನ ಪೂರ್ಣ ಪಾಠವನ್ನು ಹೀಗೆ ಪ್ರಕಟಿಸಿದೆ.

ಅಲ್ಲಿನ ದೇವಾಲಯವನ್ನು ಬಲಾತ್ಕಾರದಿಂದ ವಶಪಡಿಸಿಕೊಂಡು ಮಸೀದಿಯಾಗಿ ಪರಿವರ್ತಿಸಿದ ನಂತರವೂ ಹಿಂದುಗಳಿಗೆ ಅಲ್ಲಿ ಪೂಜೆ ಮಾಡುವ ಅಧಿಕಾರವನ್ನು ಮುಂದುವರೆಸಿರುವ ಬಗ್ಗೆ ಬಾಬರ್ ಹೊರಡಿಸಿರುವ ಇನ್ನೊಂದು ಆಜ್ಞೆ

"ಭಾರತದ ಚಕ್ರವರ್ತಿ ಬಾದಷಾಹ್ ಬಾಬರ್ ಹಜರತ್ ಜಲಾಲ ಷಾಹ ಅವರ ಆಜ್ಞೆಯಂತೆ ಅಯೋಧ್ಯೆಯಲ್ಲಿರುವ ಜನ್ಮಸ್ಥಾನವನ್ನು ಶಾಹಿಆಡಳಿತಕ್ಕೆ ಒಳಪಡಿಸಲಾಗಿದ್ದು, ಅದರಲ್ಲಿ ಬದಲಾವಣೆಗಳನ್ನು ತರಲಾಗಿದೆ. ಜತೆಗೆ ಅಲ್ಲಿ ಹಿಂದೂಗಳಿಗೂಪೂಜೆ ಸಲ್ಲಿಸಲು ಅವಕಾಶ ಮಾಡಿಕೊಡಲಾಗಿದೆ.ಇಷ್ಟಾದರೂ ಅಲ್ಲಿ ಹಿಂದುಗಳ ಉಪಟಳ ನಿಂತೇ ಇಲ್ಲ. ಅದಕ್ಕಾಗಿ ಈಗ ಇನ್ನೂ ಒಂದು ಆಜ್ಞೆಯನ್ನು ಹೊರಡಿಸಲಾಗಿದೆ. ಇನ್ನು ಮುಂದೆ ಹಿಂದೂಸ್ಥಾನದ ಬೇರಾವುದೇ ಭಾಗದಿಂದ ಬರುವ ಹಿಂದೂಗಳಿಗೆ ಅಲ್ಲಿ ಮೆರವಣಿಗೆ ನಡೆಸಲು ಅನುಮತಿ ಇಲ್ಲ. ಸಂಶಯಾಸ್ಪದ ಎನಿಸುವ ವ್ಯಕ್ತಿಗಳಿಗೆ ಅಯೋಧ್ಯಾ ನಗರದ ಒಳಗೆ ಪ್ರವೇಶವಿಲ್ಲ. ಅಂತಹವರು ಕಂಡು ಬಂದಲ್ಲಿ ಶಾಹೀ ಆಡಳಿತದ ಅಧಿಕಾರಿಗಳಿಂದ ಅವರು ಕೂಡಲೇ ಬಂಧನ್ಕೊಳಗಾಗಿ ಸೆರೆಯಲ್ಲಿಡಲ್ಪಡಲಿದ್ದಾರೆ. ಈ ಆಜ್ಞೆಯನ್ನು ಕಟ್ಟುನಿಟ್ಟಾಗಿ ಜಾರಿಯಲ್ಲಿಡಲಾಗಿದೆ."

(ಶಾಹೀ ಆಡಳಿತ ಮುದ್ರೆ)

* * * *

1935ರಲ್ಲಿ ಮತ್ತೆ ನಡೆದ ದಾಳಿಯಲ್ಲಿ ಮೂವರು ಮುಸಲ್ಮಾನರು ಹತರಾದರು. ಹಿಂದುಗಳಿಂದ ಕಟ್ಟಡದ ಒಳಗೆ ಮೂರ್ತಿಗಳನ್ನು ಸ್ಥಾಪಿಸುವ ಪ್ರಯತ್ನ ನಡೆಸಲಾಯಿತು.

ಇದಾಗಿ ಹನ್ನೆರಡು ವರ್ಷಗಳ ನಂತರ ಭಾರತ ಸರ್ವತಂತ್ರ ಸ್ವತಂತ್ರವಾಗಿ ಪ್ರಜಾ ಸರ್ಕಾರವು ಆಳ್ವಿಕೆಗೆ ಬಂದಿತು. ಕೆಲವೇ ತಿಂಗಳುಗಳಲ್ಲಿ ಅಖಂಡ ಭಜನೆ ಮತ್ತು ರಾಮಾಯಣ ಪ್ರವಚನಗಳು ನಡೆಯಲಾರಂಭಿಸಿದವು. ಆದಿನಗಳಲ್ಲಿ ಜಿಲ್ಲಾಧಿಕಾರಿಗಳಿಗೆ ದೂರು ಹೋಯಿತು. ಜಿಲ್ಲಾಧಿಕಾರಿ ಆಗಿದ್ದ ಶ್ರೀ ಕೃಷ್ಣಕುಮಾರ್ ನಯಾರ್ ಅವರು, ತಮ್ಮ ಪ್ರತಿನಿಧಿಯಾಗಿ ಫೈಜಾಬಾದ್ ನಗರದ ನ್ಯಾಯಾಧೀಶರಾದ ಶ್ರೀ ಠಾಕೂರ್ ಗುರುದತ್ ಸಿಂಹ ಅವರನ್ನು ಅಯೋಧ್ಯೆಗೆ ಸ್ಥಳ ಪರಿಶೀಲನೆ ಮತ್ತು ವಿಚಾರಣೆ ನಡೆಸಿ ವರದಿ ಸಲ್ಲಿಸಲು ಸೂಚಿಸಿದರು.

ತಮ್ಮ ನಿಲುವಿನಲ್ಲಿ ಯಾವುದೇ ರಾಜಿಗೆ ಒಪ್ಪದ ಹಿಂದುಗಳು ಪೂಜೆಯ ಹಕ್ಕು ಬಿಟ್ಟುಕೊಡಲು ಒಪ್ಪಲಿಲ್ಲ. ಶುಕ್ರವಾರ ನಮಾಜ್ ಮಾಡಲು ತಮಗೆ ಅವಕಾಶ ಕಲ್ಪಿಸಬೇಕೆಂದು ಮುಸಲ್ಮಾನರು ಬೇಡಿಕೆ ಇತ್ತರು. ಮೊದಲಿನಿಂದಲೂ ಇದ್ದ ರೂಢಿಯಂತೆ ಶುಕ್ರವಾರ ನಮಾಜ್ ಪಠಿಸಲು ಅವರಿಗೆ ಅವಕಾಶ ಕಲ್ಪಿಸಲಾಯಿತು. ಅವರಿಗೆ 24

ಗಂಟೆಯೂ ರಕ್ಷಣೆಯ ಭರವಸೆ ನೀಡಿ ಪೋಲೀಸ್ ಬಂದೋಬಸ್ತು ಒದಗಿಸಲಾಯಿತು.

ಅಷ್ಟಾದರೂ 1935ರಲ್ಲಿ ತಮ್ಮ ಕೋಮಿನ ಮೂವರು ಆ ಸ್ಥಳದಲ್ಲಿ ನಿಧನರಾದ ಕಾರಣ ನಮಾಜು ಪಠಿಸಲು ತಮಗೆ ಒದಗಿಸಲಾದ ಅವಕಾಶವನ್ನು ತಿರಸ್ಕರಿಸಿರು.ಆದರೆ ಆ ಇಡಿಯ ಪ್ರದೇಶವನ್ನು ತಮಗೆ ಮಸೀದಿಯಾಗಿ ರಕ್ಷಿಸಿಕೊಡಬೇಕೆಂದು ಶ್ರಮಿಸಿದರು. ಆದರೆ ಹಿಂದುಗಳು ಆ ಸ್ಥಳದ ಮೇಲಿನ ಹಕ್ಕನ್ನು ಬಿಟ್ಟುಕೊಡಲು ಸುತಾರಾಂ ಒಪ್ಪಲಿಲ್ಲ.

* * * *

1949ರ ಡಿಸೆಂಬರ್ 22–23ರ ನಡುರಾತ್ರಿ ಅಲ್ಲೊಂದು ಪವಾಡ ನಡೆಯಿತೆಂದು ಕಾವಲು ಕಾಯುತ್ತಿದ್ದ ಹವಾಲ್ದಾರ್ ಅಬ್ದುಲ್ ಬರಕತ್ ತನ್ನ ಮೇಲಧಿಕಾರಿಗಳಿಗೆ ವರದಿ ಸಲ್ಲಿಸಿದರು. ಆ ಹೇಳಿಕೆಯ ವರದಿ ಹೀಗಿದೆ.

“ಆಗ ಕಾವಲಿನ ಪಾಳಿ ನನ್ನದು. ರಾತ್ರಿ ಸುಮಾರು ಎರಡು ಗಂಟೆಯ ವೇಳೆಯಲ್ಲಿ ಮಸೀದಿಯಲ್ಲಿ ದ್ಧಕ್ಕಿದ್ದಂತೆ ಬೆಳಕೊಂದು ಮಿಂಚಿತು.ನನಗಂತೂ ತುಂಬಾ ಆಶ್ಚರ್ಯವಾಯಿತು. ಆ ಕಡೆ ಕಾಣುತ್ತಿದ್ದುದು ಒಂದು ದೈವೀ ಹೊಳಪು. ಕ್ರಮಮೇಣ ಬಂಗಾರದ ಬಣ್ಣ ತಾಳಿತು. ಕಣ್ಣರಳಿಸಿ ನೋಡಿದಾಗ ನಾಲ್ಕೈದು ವರ್ಷದ ಕೂಸೊಂದು ನನಗೆ ಗೋಚರಿಸಿತು. ತಲೆಯಮೇಲೆ ಗುಂಗುರು ಕೂದಲು, ಮುದ್ದಾದ ಗುಂಡು ಮುಖ, ಅಂತಹ ಸುಂದರ ಮಗುವನ್ನು ನಾನು ಇಡಿಯ ಜೀವನದಲ್ಲೇ ಕಂಡಿಲ್ಲ. ನಾನು ಕನಸು ಕಾಣುತ್ತಿರುವೆನೋ ಎಂಬಂತಹ ವಿಚಿತ್ರಸ್ಥಿತಿ ನನಗೆ.ಅದೆಷ್ಟು ಹೊತ್ತು ಹಾಗಿದ್ದೆನೋ, ಎಚ್ಚರಗೊಂಡಾಗ ಹಾಕಲಾಗಿದ್ದ ಬೀಗ ಮುರಿದು ಬಿದ್ದಿತ್ತು. ಅಷ್ಟೇ ಅಲ್ಲ, ಸಾವಿರಾರು ಸಂಖ್ಯೆಯಲ್ಲಿ ಜನರು ಅಲ್ಲಿ ಜಮಾಯಿಸಿರುವುದನ್ನುಕಂಡೆ ಮತ್ತು ಅಲ್ಲಿನ ಸಿಂಹಾಸನದ ಮೇಲೆ ಮೂರ್ತಿಯ ಮುಂದೆ ಕೀರ್ತನೆ ಹಾಡುತ್ತ ಅವರು ಆರತಿ ಎತ್ತುತ್ತಿರುವುದನ್ನು ಕಂಡೆ” ಎಂದಿದ್ದಾರೆ.

* * * *

ರಾತ್ರಿ ಬೆಳಗಾಗುವುದರೊಳಗೆ ಸಂಚಲನ ಮೂಡಿತ್ತು. ಮಸೀದಿಯೇ ದೇವಾಲಯ ಆಗಿಬಿಟ್ಟಿತ್ತು. ಉತ್ತರ ಪ್ರದೇಶ ಸರ್ಕಾರವಂತೂ ತತ್ತರಿಸಿ ಹೋಯಿತು. ಬೆಳಗ್ಗೆ 9 ಗಂಟೆಗೆ ಮಾತಾಪ್ರಸಾದ ಎನ್ನುವ ಪೇದೆ ಮೂಲಕ ಪ್ರಥಮ ವರ್ತಮಾನ ವರದಿ (ಎಫ್ಐಆರ್) ದಾಖಲಿಸಲಾಯಿತು. ಜಿಲ್ಲಾಧಿಕಾರಿಗಳಾದ ಕೃಷ್ಣಕುಮಾರ್ ನಯ್ಯಾರ್ ಅವರು ಮುಖ್ಯಮಂತ್ರಿ ಶ್ರೀ ಗೋವಿಂದ ವಲ್ಲಭಪಂತ್ ಮತ್ತು ಮುಖ್ಯ ಕಾರ್ಯದರ್ಶಿ ಶ್ರೀ ಭಗವಾನ್ ಸಹಾಯ್ ಅವರಿಗೆ ತುರ್ತುಸಂದೇಶ ಕಳುಹಿಸಿ ವಸ್ತುಸ್ಥಿತಿ ವಿವರಿಸಿದರು. “ ಮಧ್ಯರಾತ್ರಿ ಮಸೀದಿ ನಿರ್ಜನವಾಗಿದ್ದಾಗ, ಕೆಲವು ಹಿಂದುಗಳಿಂದ ಒಳಗೆ ಪ್ರವೇಶ, ದೇವರ ವಿಗ್ರಹ ಪ್ರತಿಷ್ಠಾಪನೆ, ಜಿಲ್ಲಾಧಿಕಾರಿ ಹಾಗೂ ಪೋಲೀಸ್ ವರಿಷ್ಠಾಧಿಕಾರಿ ಸ್ಥಳದಲ್ಲಿದ್ದಾರೆ. ಪರಸ್ಥಿತಿ ಹಿಡಿತದಲ್ಲಿದೆ. ಘಟನೆ ನಡೆದಾಗ ಕರ್ತವ್ಯದಲ್ಲಿದ್ದ ಹದಿನೈದು

ಮಂದಿ ಪೋಲೀಸರು ಏನೂ ಕ್ರಮ ಕೈಗೊಂಡಿಲ್ಲ. ಎಂದು ಸಂದೇಶ ಹೋಯಿತು.

ಅಂದು ಸಂಜೆ ಜಿಲ್ಲಾಧಿಕಾರಿಗಳು ಮಸೀದಿಯ ಕಟ್ಟಡದಿಂದ ಪರಿವರ್ತಿತವಾದ ದೇವಾಲಯಕ್ಕೆ ಬೀಗ ಜಡಿದರು. ಕೂಡಲೇ ಭಾರತ ಸರ್ಕಾರದಿಂದ ಪ್ರಧಾನಿ ಜವಹರಲಾಲ ನೆಹರು ಆಗಿರುವ ಅನಾಹುತವನ್ನು ಸರಿಪಡಿಸಿ ಯಥಾಸ್ಥಿತಿಗೆ ತರುವಂತೆ ಉಗ್ರ ಸೂಚನೆ ನೀಡಿದರು. ಜಿಲ್ಲಾಧಿಕಾರಿಗಳು ಎರಡು ಸುಧೀರ್ಘವಾದ ಪತ್ರಗಳನ್ನು ಮುಖ್ಯ ಕಾರ್ಯದರ್ಶಿಗಳಿಗೆ ಬರೆದರು.

ಡಿಸೆಂಬರ್ 27ರಂದು ಬರೆದ ಪತ್ರದಲ್ಲಿ 'ಹೇಗಾದರೂ ಈ ವಿಗ್ರಹಗಳನ್ನು ತೆಗೆದು ಹಾಕಲೇಬೇಕು ಎನ್ನುವುದು ಸರ್ಕಾರದ ನಿಲುವಾದಲ್ಲಿ, ದಯವಿಟ್ಟು ನನ್ನನ್ನು ಈ ಹೊಣೆಯಿಂದ ವಿಮುಕ್ತನನ್ನಾಗಿಸಿ. ನನಗಂತೂ ಈ ವಿಗ್ರಹಗಳನ್ನು ತೆಗೆದು ಹಾಕುವುದು ಸುತರಾಂ ಒಪ್ಪಿಗೆಯಿಲ್ಲ. ಅದನ್ನು ಮನಸಾರೆ ಒಪ್ಪಿ ನಡೆಸುವ ಇನ್ನಾರಿಗಾದರೂ ಹೊಣೆ ನೀಡಿ ನನ್ನ ವಿವೇಕವು ನನಗೆ ನ್ಯಾಯಸಮ್ಮತ ಎನಿಸುವಂತಹುದನ್ನು ಮಾತ್ರ ನಾನುಮಾಡಬಲ್ಲೆ. ನಿಮ್ಮ ಸೂಚನೆಯಂತೆ ಕ್ರಮ ವಹಿಸಲು ಮುಂದಾದಲ್ಲಿ ಅಸಂಖ್ಯ ಅಮಾಯಕರ ಜೀವ-ಆಸ್ತಿ-ಪಾಸ್ತಿಗೆ ಅಪಾರ ಹಾನಿ ಉಂಟಾಗುತ್ತದೆ.

ಆಗ ವಿಭಾಗೀಯ ಕಮಿಷನರ್ ಆಗಿದ್ದ ಶ್ರೀ ಎಸ್.ಎಸ್.ಎಲ್.ಧರ್ ಅವರು ಜಿಲ್ಲಾಧಿಕಾರಿಗಳ ನಿಲುವನ್ನು ಅನುಸಮರ್ಥಿಸಿ ಪತ್ರ ಬರೆದರು. "ಅಲ್ಲಿನ ಪರಿಸ್ಥಿತಿಯನ್ನು ನಾನು ಕೂಲಂಕುಷವಾಗಿ ಅರ್ಧಯಯನ ಮಾಡಿರುವೆ. ಜನಸಾಮಾನ್ಯರ ಅಭಿಪ್ರಾಯಗಳನ್ನು ಕಾಳಜಿಯಿಂದ ಸಮಗ್ರಹಿಸಿದ್ದೇನೆ. ಇದೇ ಕಾರಣದಿಂದಿಲ್ಲಿ ದಂಗೆಗಳಾಗುವ ಸಾಧ್ಯತೆ ಇದೆ. ಈಗ ಸರ್ಕಾರ ವಿಗ್ರಹಗಳನ್ನು ತೆಗೆದುಹಾಕಲು ಪ್ರಯತ್ನಿಸುವುದು ಸಾರ್ವಜನಿಕ ಹಿತದೃಷ್ಟಿಯಿಂದ ಒಳಿತಲ್ಲ. ಒಬ್ಬ ಯೋಗ್ಯ ಅರ್ಚಕರನ್ನು ನೇಮಿಸಿ ಪೂಜಾ ವಿಧಾನಗಳನ್ನು ಮುಂದುವರೆಸುವುದು ಸೂಕ್ತ. ಪೂಜಾವಿಧಿ, ನೈವೇದ್ಯ ನಿಲ್ಲಿಸುವುದು ಸೂಕ್ತ ಎನಿಸದು.

ಎರಡೂ ಗುಂಪುಗಳ ಪ್ರಭಾವಿ ವ್ಯಕ್ತಿಗಳ ನೆರವಿನಿಂದ ಸಂವಿಧಾನಾತ್ಮಕ ಮಾರ್ಗಗಳ ಮೂಲಕವೇ ಪರಿಹಾರ ಸೂತ್ರಗಳನ್ನು ಕಂಡು ಹಿಡಿಯಲಾಗುವುದು. ಸಮಾಧಾನಕರ ಪರಿಸ್ಥಿತಿ ನಿರ್ಮಾಣ ಆದ ನಂತರ ಶಾಶ್ವತಪರಿಹಾರ ಮಾರ್ಗಗಳು ಗೋಚರಿಸಿದಾಗ ಈ ಸೂಕ್ಷ್ಮ ಪರಿಸ್ಥಿತಿ ದೂರವಾಗಬಹುದು ಎಂದು ವರದಿ ಸಲ್ಲಿಸಿದರು.

ಆ ನಂತರ ರಾಮಜನ್ಮಭೂಮಿ ಪ್ರದೇಶವನ್ನು ಸರ್ಕಾರವು ಮುಟ್ಟುಗೋಲು ಹಾಕಿಕೊಂಡು ತನ್ನ ವಶಕ್ಕೆ ತೆಗೆದುಕೊಂಡಿತು. ಅಲ್ಲಿ ನಿರಂತರ ಪೂಜಾ ಕಾರ್ಯಗಳ ಮೇಲುಸ್ತುವಾರಿಗಾಗಿ ಫೈಜಾಬಾದ್-ಅಯೋಧ್ಯೆ ನಗರ ಸಭೆಯ ಅಧ್ಯಕ್ಷ ಶ್ರೀ ಪ್ರಿಯದತ್ತಾರಾಮ್ ಅವರನ್ನು ನೇಮಿಸಿತು.

ಇಲ್ಲಿಗೆ ಸಂಘರ್ಷಗಳಿಗೆ ಮೊದಲ ಅಂಕದ ಪರದೆ ಬಿತ್ತು. ಆನಂತರ ಸರಿಸುಮಾರು 1984ರವರೆಗೆ ಯಾವುದೇ ದೊಡ್ಡ ಮಟ್ಟದ ಹೋರಾಟ ಆಂದೋಲನಗಳು ನಡೆಯಲಿಲ್ಲ. ಆದರೆ ಸಾಧು ಸಂತರ ನಿರಂತರ ಜಾಗೃತಿ ಆಂದೋಲನಗಳು ಚಾಲ್ತಿಯಲ್ಲಿದ್ದವು.

ಅಧ್ವಾನಿ ರಾಮ ರಥಯಾತ್ರೆ ಪಥದ ನಕಾಶೆ

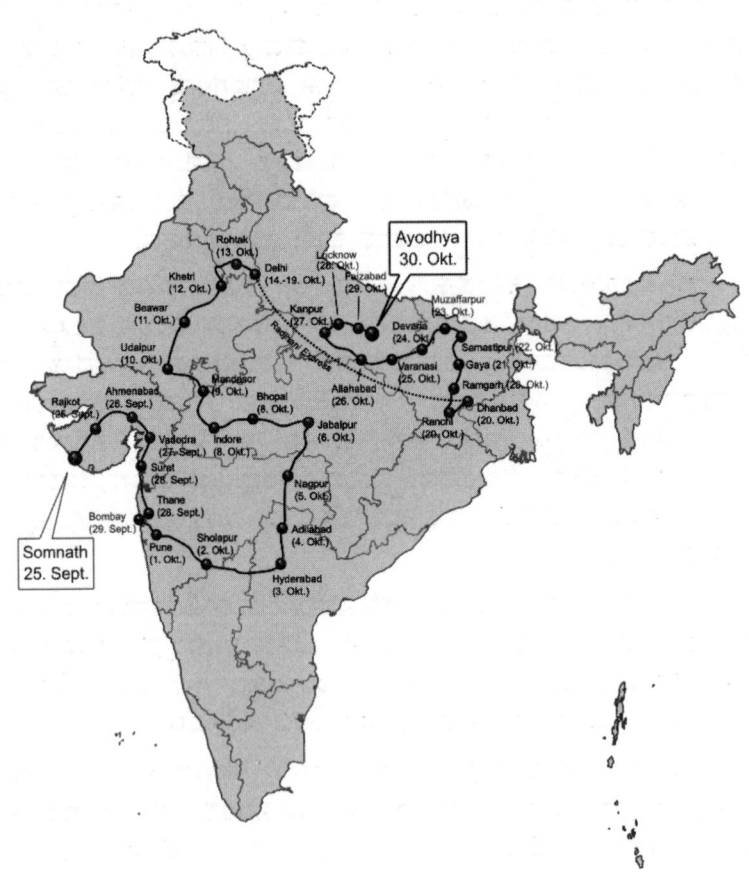

ರಾಮ ರಥಯಾತ್ರೆ

ಅಯೋಧ್ಯಾ ಆಂದೋಲನ: ಭಾರತದ ಅಂತರಾತ್ಮದ ಧ್ವನಿ –ಎಲ್ ಕೆ ಆಡ್ವಾಣಿ

ಅಯೋಧ್ಯಾ ಆಂದೋಲನವು ನನ್ನ ರಾಜಕೀಯ ಜೀವನಕ್ಕೆ ಅತ್ಯಂತ ನಿರ್ಣಾಯಕವಾದ ತಿರುವನ್ನು ತಂದುಕೊಟ್ಟ ಘಟನೆಯಾಗಿದೆ ಎಂದು ನಾನು ನಂಬಿದ್ದೇನೆ. 1990ರಲ್ಲಿ ಗುಜರಾತಿನ ಸೋಮನಾಥದಿಂದ ಉತ್ತರಪ್ರದೇಶದ ಅಯೋಧ್ಯೆಯವರೆಗೆ ನಡೆದ ರಾಮ ರಥಯಾತ್ರೆಯಲ್ಲಿ ನಾನು ನಿರ್ದಿಷ್ಟವಾದ ಕರ್ತವ್ಯವನ್ನು ನೆರವೇರಿಸಬೇಕೆನ್ನುವುದು ವಿಧಿಯ ಸಂಕಲ್ಪವಾಗಿತ್ತು. ನಾನು ಇದನ್ನು ಬದ್ಧತೆ ಮತ್ತು ಪ್ರಾಮಾಣಿಕತೆಗಳಿಂದ ನನ್ನ ಕೈಲಾದಷ್ಟು ಮಟ್ಟಿಗೆ ನಿರ್ವಹಿಸಿದೆ. ಈ ಮೂಲಕ ನಾನು ಆಧುನಿಕ ಭಾರತವನ್ನು ಸಾಕ್ಷಾತ್ಕರಿಸಿಕೊಂಡೆ. ಅಯೋಧ್ಯಾ ಆಂದೋಲನವು ನನ್ನ ಪಾಲಿಗೆ ತೀವ್ರ ಚಟುವಟಿಕೆ ಮತ್ತು ಒಳತೋಟಿಗಳ ಕಾಲಘಟ್ಟವಾಗಿತ್ತು.

ಅಯೋಧ್ಯಾ ಆಂದೋಲನದ ಬಗ್ಗೆ ಹಲವು ಪ್ರಶ್ನೆಗಳಿವೆ. ಮುಖ್ಯವಾಗಿ, ಅಯೋಧ್ಯೆಯಲ್ಲಿ ಈಗಾಗಲೇ ಇದ್ದ ದೇವಸ್ಥಾನದ ಪುನರ್ನಿರ್ಮಾಣವನ್ನು ಮಾಡುವ ಬದಲು ಹೊಸದಾಗಿಯೇ ಮಂದಿರವನ್ನು ಕಟ್ಟಬೇಕೆಂಬ ಕೂಗಿಗೆ ಅದುವರೆಗೂ ಇಡೀ ಹಿಂದೂ ಸಮಾಜದಿಂದ ಯಾರೂ ಕಂಡುಕೇಳರಿಯದಂತಹ ಬೆಂಬಲ ವ್ಯಕ್ತವಾಗಿದ್ದೇಕೆ? ಸ್ವತಂತ್ರ ಭಾರತದ ಇತಿಹಾಸದಲ್ಲೇ ಇದೊಂದು ಅಭೂತಪೂರ್ವವಾದ ಅಖಿಲ ಭಾರತೀಯ ವ್ಯಾಪ್ತಿಯ ಸಾಮೂಹಿಕ ಚಳವಳಿಯಾಗಿದ್ದೇಕೆ? ಶಾಂತಿಯುತವಾಗಿ, ಕಾನೂನುಬದ್ಧವಾಗಿ ಮತ್ತು ಸಂಬಂಧಿಸಿದ ಎಲ್ಲರಿಗೂ ಸಮಾಧಾನವಾಗುವಂತೆ ಬಗೆಹರಿಸಬಹುದಾಗಿದ್ದ ರಾಮ ಜನ್ಮಭೂಮಿ ವಿವಾದಕ್ಕೆ ಅನಗತ್ಯವಾಗಿ ಹಿಂದೂ ವರ್ಸಸ್ ಮುಸ್ಲಿಂ ಸಂಘರ್ಷ ಎಂದು ಬಣ್ಣ ಬಳಿದಿದ್ದೇಕೆ? 1992ರ ಡಿಸೆಂಬರ್ 6ರಂದು ಬಾಬರಿ ಮಸೀದಿಯನ್ನು ನೆಲಕ್ಕುರುಳಿಸಿದ ಘಟನೆಯ ಹಿಂದೆ ಕಾಂಗ್ರೆಸ್ಸಿನ ಕೈವಾಡವಿಲ್ಲವೇ? ಹಾಗೆಯೇ, ಅಯೋಧ್ಯೆಯಲ್ಲಿ ರಾಮನಿಗೊಂದು ತಾತ್ಕಾಲಿಕ ಮಂದಿರನವನು ನಿರ್ಮಿಸಿದ್ದರ ಹಿಂದೆಯೂ ಕಾಂಗ್ರೆಸ್ ಪಕ್ಷದ ಪಾತ್ರವಿಲ್ಲವೇ? ಎನ್ನುವ ಪ್ರಶ್ನೆಗಳು ಇಲ್ಲಿ ಅಡಗಿವೆ.

ಅಯೋಧ್ಯೆಯಲ್ಲಿ ರಾಮಮಂದಿರಕ್ಕಾಗಿ ಆಗ್ರಹಿಸಿ ನಡೆದ ಚಳವಳಿಯನ್ನು ನಾವು ಸರಿಯಾಗಿ ಅರ್ಥ ಮಾಡಿಕೊಳ್ಳಬೇಕೆಂದರೆ, ಭಾರತವು ಸ್ವಾತಂತ್ರ್ಯವನ್ನು ಗಳಿಸಿಕೊಂಡ ಹೊಸತರಲ್ಲೇ ನಡೆದ ಸೋಮನಾಥ ದೇಗುಲದ ಪುನರ್ನಿರ್ಮಾಣದ ಚಾರಿತ್ರಿಕ ಘಟನೆಯ ಬಗ್ಗೆ ತಿಳಿದುಕೊಳ್ಳಬೇಕು. ಇಲ್ಲದಿದ್ದರೆ ನಮಗೆ ಭಾರತದ ಸೋಲು–ಗೆಲುವುಗಳ ಮತ್ತು ನಮ್ಮ ದೇಶವು ಪ್ರದರ್ಶಿಸಿದ ರಾಷ್ಟ್ರೀಯ ಸಂಕಲ್ಪದ ಅಗಾಧತೆ ಎಂಥದ್ದೆನ್ನುವುದು ಗೊತ್ತಾಗುವುದಿಲ್ಲ. ಅಂದಂತೆ, ನನ್ನ ಪ್ರಾಯದ ದಿನಗಳಲ್ಲಿ

ನಾನೊಂದು ಪುಸ್ತಕವನ್ನು ಓದಿದ್ದೆ. ಅದಾವುದೆಂದರೆ, ಭಾರತೀಯ ವಿದ್ಯಾಭವನದ ಸ್ಥಾಪಕರೂ ನೆಹರು ಸಂಪುಟದಲ್ಲಿ ಸಚಿವರೂ ಆಗಿದ್ದ ಕೆ.ಎಂ.ಮುನ್ಷಿಯವರ 'ಜೈ ಸೋಮನಾಥ್' ಎನ್ನುವ ಐತಿಹಾಸಿಕ ಕಾದಂಬರಿ. ಇದು ನನ್ನ ಮೇಲೆ ಬೀರಿದ ಪ್ರಭಾವ ಅಗಾಧ. ಅಪ್ಪಟ ಗಾಂಧೀವಾದಿಯೂ ಸ್ವಾತಂತ್ರ್ಯ ಹೋರಾಟಗಾರರೂ ಆಗಿದ್ದ ಗುಜರಾತಿನ ಮುನ್ಷಿಯವರು ಬಹುದೊಡ್ಡ ವಿದ್ವಾಂಸರೂ ಆಗಿದ್ದರು.

ದೇಶದ ಇಂಗ್ಲಿಷ್ ಓದುಗರ ವಲಯದಲ್ಲಿ ಅಪಾರ ಮನ್ನಣೆಗೆ ಪಾತ್ರವಾಗಿರುವ ರಮೇಶ್ ಮೆನನ್ ತಮ್ಮ 'ಶಿವ: ಶಿವಪುರಾಣ ರೀಟೋಲ್ಡ್' ಕೃತಿಯಲ್ಲಿ ಕೂಡ ಭಾರತದ ಉದ್ದಗಲಕ್ಕೂ ದೇವಸ್ಥಾನಗಳು ಬೀರಿಕೊಂಡು ಬರುತ್ತಿರುವ ಪ್ರಭಾವ-ಪರಿಣಾಮಗಳನ್ನು ತುಂಬಾ ಅರ್ಥಪೂರ್ಣವಾಗಿ ಕಟ್ಟಿಕೊಟ್ಟಿದ್ದಾರೆ. ಇಂತಹ ಸಾವಿರಾರು ಪುಣ್ಯಸ್ಥಳಗಳು ನಮ್ಮಲ್ಲಿವೆ. ಆದರೆ, ಇವುಗಳ ಪೈಕಿ ಭಾರತದ ಚಿರಂತನತೆಯನ್ನು ಸೋಮನಾಥದಷ್ಟು ಅನನ್ಯವಾಗಿ, ಅದರ ಚಾರಿತ್ರಿಕತೆಯೊಂದಿಗೆ ಒಳಗೊಂಡಿರುವ ಕ್ಷೇತ್ರ ಇನ್ನೊಂದಿಲ್ಲ. ಟರ್ಕಿಯ ಸುಲ್ತಾನ ಮಹಮದ್ ಘಜ್ನಿಯು ಸೋಮನಾಥ ಮತ್ತು ಭಾರತದ ಇತರ ಸ್ಥಳಗಳಲ್ಲಿನ ಭವ್ಯ ಮಂದಿರಗಳ ಮೇಲೆ ನಡೆಸಿದ ಅವ್ಯಾಹತ ದಾಳಿಗಳ ಬಗ್ಗೆ ಬಿ.ಆರ್. ಅಂಬೇಡ್ಕರ್ ಕೂಡ ತಮ್ಮ ಮಹತ್ತ್ವದ ಕೃತಿಯಾದ 'ಪಾಕಿಸ್ತಾನ್ ಆರ್ ದಿ ಪಾರ್ಟಿಷನ್ ಆಫ್ ಇಂಡಿಯಾ'ದಲ್ಲಿ ಉಲ್ಲೇಖಿಸಿದ್ದಾರೆ. 1001ರಿಂದ 1026ರ ನಡುವೆ ಭಾರತದ ಮೇಲೆ ಒಟ್ಟು ಹದಿನೇಳು ಬಾರಿ ಎರಗಿದ ಘಜ್ನಿಗೆ ಸೋಮನಾಥದ ಮೇಲೆ ನಿರ್ದಿಷ್ಟವಾಗಿ ಕಣ್ಣಿತ್ತು. ಆತನು 1024ರಲ್ಲಿ ಈ ದೇವಾಲಯದ ಮೇಲೆ ನಡೆಸಿದ ದಾಳಿಯ ಸಂದರ್ಭದಲ್ಲಿ, ಈ ದೇಗುಲವನ್ನು ರಕ್ಷಿಸಿಕೊಳ್ಳಲು 50 ಸಾವಿರ ಹಿಂದೂಗಳು ತಮ್ಮ ಪ್ರಾಣವನ್ನೇ ಸಮರ್ಪಿಸಿದರೆಂದು ಸ್ವತಃ ಮುಸ್ಲಿಂ ಇತಿಹಾಸಕಾರರ ದಾಖಲೆಗಳೇ ಹೇಳುತ್ತವೆ. ಇಂತಹ ಸೋಮನಾಥದ ಮೇಲೆ ಮೊಘಲ್ ದೊರೆಗಳ ಕಟ್ಟಕಡೆಯ ಬರ್ಬರ ದಾಳಿ ನಡೆದಿದ್ದು 1706ರಲ್ಲಿ. 'ಸೋಮನಾಥದ ದೇವಾಲಯದ ಮೇಲೆ ಇನ್ನೆಂದಿಗೂ ಅದರ ಲವಲೇಶದಷ್ಟೂ ಗುರುತು ಸಿಕ್ಕದಂತೆ ದಾಳಿ ಮಾಡಿ, ಅದನ್ನು ನಾಮಾವಶೇಷ ಮಾಡಬೇಕು,' ಎಂದು ಔರಂಗಜೇಬ್ ಹೊರಡಿಸಿದ್ದ ಕಟ್ಟಪ್ಪಣೆಯಂತೆ, ಗುಜರಾತಿನಲ್ಲಿ ಅವನ ಪರವಾಗಿ ಆಳ್ವಿಕೆ ನಡೆಸುತ್ತಿದ್ದ ರಾಜಕುಮಾರ ಅಝಂ ಈ ಆಕ್ರಮಣವನ್ನು ನಡೆಸಿದ್ದ. ಒಂದೇ ಮಾತಿನಲ್ಲಿ ಹೇಳುವುದಾದರೆ, ಸೋಮನಾಥ ದೇಗುಲವು ಹೇಗೆ ಮುಸ್ಲಿಂ ಆಕ್ರಮಣಕಾರರ ಧಾರ್ಮಿಕ ದ್ವೇಷ ಮತ್ತು ಹಿಂಸೆಗಳಿಗೆ ಸಂಕೇತವಾಗಿದೆಯೋ ಹಾಗೆಯೇ ಹೊರಗಿನ ದಾಳಿಕೋರರ ವಿರುದ್ಧ ದೇಶದ ಜನರು ಒಟ್ಟಾಗಿ ತೋರಿಸಿದ ಪ್ರತಿರೋಧದ ಸ್ಫೂರ್ತಿದಾಯಕ ಸಂಕೇತವೂ ಆಗಿದೆ. ಇಲ್ಲಿ 'ಹೊರಗಿನ ಆಕ್ರಮಣಕಾರರು' ಎಂದರೆ ಮುಸ್ಲಿಮರೆಂದಲ್ಲ. ಹಾಗೆಯೇ, ಘಜ್ನಿ ಮತ್ತು ಔರಂಗಜೇಬ್ ಇಬ್ಬರೂ ಮುಸ್ಲಿಮರಾಗಿದ್ದರೆಂಬ ಕಾರಣಕ್ಕೆ ಮಾತ್ರವೇ ಅವರು ನಡೆಸಿದ ಕುಕೃತ್ಯಗಳು ನಮಗೆ ಹೊರಗಿನವರ ದುರಾಕ್ರಮಣವೆಂದು ಭಾರತ ಯಾವತ್ತೂ ಭಾವಿಸಿಲ್ಲ. ಏಕೆಂದರೆ, ಭಾರತದ ಮುಸ್ಲಿಮರ ಪೈಕಿ ಶೇಕಡ 90ರಷ್ಟು ಮಂದಿಯ ಪೂರ್ವಜರೆಲ್ಲ ಅಪ್ಪಟ ಭಾರತೀಯರೇ ಆಗಿದ್ದು, ಇವರೆಲ್ಲ ಆ ಧರ್ಮಕ್ಕೆ

ಮತಾಂತರಗೊಂಡಿದ್ದಾರಷ್ಟೆ. ಘಜ್ನಿ ಮತ್ತು ಔರಂಗಜೇಬರ ಬರ್ಬರ ದಾಳಿಗಳು ನಮಗೆ ಅನ್ಯರ ಆಕ್ರಮಣವಾಗಿ ಕಾಣಲು ಕಾರಣವೇನೆಂದರೆ, ಅವೆಲ್ಲವೂ ಭಾರತದ ರಾಷ್ಟ್ರೀಯ ಧಾರೆಯಾದ ಸಹಿಷ್ಣುತೆ ಮತ್ತು ಸರ್ವಧರ್ಮ ಸಮಭಾವಗಳನ್ನು ಉಲ್ಲಂಘಿಸಿದ್ದವು. ಮುಖ್ಯವಾಗಿ, ಹೀಗೆ ದೇವಾಲಯಗಳನ್ನು ಧ್ವಂಸ ಮಾಡುವ ಮೂಲಕ ಇಲ್ಲಿಯ ಹಿಂದೂಗಳನ್ನು ಅವಮಾನಿಸುವುದು ಮತ್ತು ಈ ಮೂಲಕ ಭಾರತದಾದ್ಯಂತ ಇಸ್ಲಾಂನ ಯಜಮಾನಿಕೆಯನ್ನು ಪ್ರತಿಷ್ಠಾಪಿಸುವುದು ಅವರ ಮೂಲೋದ್ದೇಶಗಳಾಗಿದ್ದವು.

ಭಾರತದಲ್ಲಿನ ಸಾವಿರಾರು ದೇವಾಲಯಗಳು ಮತ್ತೆಮತ್ತೆ ಹೀಗೆ ಅನ್ಯರ ಆಕ್ರಮಣಕ್ಕೆ ಒಳಗಾದರೂ ಪುನಃಪುನಃ ಪುಟಿದೆದ್ದು ನಿಂತಿರುವುದರ ಹಿಂದಿರುವ ದೇಶದ ಆಳವಾದ ವಿವೇಕದ ಶಕ್ತಿ ಮತ್ತು ಸ್ವಾರಸ್ಯ ಏನೆಂಬುದನ್ನು ಸ್ವಾಮಿ ವಿವೇಕಾನಂದರು ಕೂಡ ಮುಕ್ತವಾಗಿ ಕೊಂಡಾಡಿದ್ದಾರೆ. "ಸೋಮನಾಥವೂ ಸೇರಿದಂತೆ ದಕ್ಷಿಣ ಭಾರತದ ಪುರಾತನ ದೇವಾಲಯಗಳು ವಿದೇಶಿ ದಾಳಿಕೋರರಿಂದ ಒಂದರ ಹಿಂದೊಂದರಂತೆ ದಾಳಿಗೊಳಗಾಗಿವೆ. ಆದರೆ, ಈ ಎಲ್ಲ ದೇವಸ್ಥಾನಗಳೂ ಅಷ್ಟೇ ಕ್ಷಿಪ್ರವಾಗಿ ಮತ್ತೆ ಭವ್ಯವಾಗಿ ತಲೆಯೆತ್ತಿ ನಿಂತಿವೆ. ಇವು ನಮ್ಮೆಲ್ಲರಿಗೂ ಅಪಾರವಾದ ತಿಳಿವಳಿಕೆಯನ್ನು ಸಾರುತ್ತಿದ್ದು, ಇತಿಹಾಸದ ಅಗಾಧ ಅರಿವನ್ನು ಮೂಡಿಸುತ್ತಿವೆ. ಈ ಜ್ಞಾನವು ಇತಿಹಾಸವನ್ನು ಕುರಿತ ಯಾವ ಪುಸ್ತಕಗಳಲ್ಲೂ ಇಷ್ಟೊಂದು ಸಮೃದ್ಧವಾಗಿ ಸಿಕ್ಕುವುದಿಲ್ಲ. ನೂರಾರು ದಾಳಿಗಳನ್ನು ಜೀರ್ಣಿಸಿಕೊಂಡು, ಮತ್ತೆ ಅನುಪಮವಾಗಿ ವಿರಾಜಿಸುತ್ತಿರುವ ಈ ದೇವಸ್ಥಾನಗಳು ನಮ್ಮ ದೇಶದ ಮನೋಬಲ ಮತ್ತು ಜೀವನಾಡಿಯಾಗಿವೆ. ನೀವು ಇವುಗಳಿಂದ ಪಾಠ ಕಲಿತು, ಮುಂದಡಿ ಇಡಿ. ಇವು ನಿಮ್ಮನ್ನು ವೈಭವದ ಶಿಖರಕ್ಕೆ ಕೊಂಡೊಯುತ್ತವೆ," ಎನ್ನುವುದು ಅವರ ಮಾತುಗಳಾಗಿವೆ.

ಅಂದಂತೆ, ಸೋಮನಾಥವು ದೇಶಕ್ಕೆ ಸ್ವಾತಂತ್ರ್ಯ ಸಿಕ್ಕ ಬೆನ್ನಲ್ಲಿಯೇ ವಿವಾದದ ಗೂಡಾಯಿತು. ಇದಕ್ಕೆ ಕಾರಣ ಗುಜರಾತಿನ ಜುನಾಗಢ ಪ್ರಾಂತ್ಯದ ಚುಕ್ಕಾಣಿ ಹಿಡಿದಿದ್ದ ಮುಸ್ಲಿಂ ನವಾಬ. ಏಕೆಂದರೆ, ಈತ ಜುನಾಗಢವನ್ನು ಪಾಕಿಸ್ತಾನದಲ್ಲಿ ವಿಲೀನಗೊಳಿಸುತ್ತೇನೆಂದು ಘೋಷಿಸಿದ. ವಾಸ್ತವವೆಂದರೆ, ಸೋಮನಾಥವನ್ನೂ ಒಳಗೊಂಡಿದ್ದ ಜುನಾಗಢ ಪ್ರಾಂತ್ಯದ ಆಗಿನ ಒಟ್ಟು ಜನಸಂಖ್ಯೆಯಲ್ಲಿ ಶೇಕಡ 80ರಷ್ಟು ಮಂದಿ ಹಿಂದೂಗಳೇ ಆಗಿದ್ದರು. ನವಾಬನ ಈ ನಿರ್ಧಾರ ಸಹಜವಾಗಿಯೇ ಬಹುಸಂಖ್ಯಾತ ಹಿಂದೂಗಳನ್ನು ಕೆರಳಿಸಿತು. ಕೂಡಲೇ ನವಾಬನ ವಿರುದ್ಧ ದಂಗೆ ಎದ್ದ ಜುನಾಗಢದ ಹಿಂದೂಗಳು ಸ್ಥಳೀಯ ಕಾಂಗ್ರೆಸ್ ನಾಯಕ ಸಮಲ್‌ದಾಸ್ ಗಾಂಧಿಯ ನೇತೃತ್ವದಲ್ಲಿ ಪರ್ಯಾಯ ಸರಕಾರವನ್ನೇ ಸ್ಥಾಪಿಸಿದರು. ಇದರಿಂದ ಬೆಚ್ಚಿಬಿದ್ದ ನವಾಬ, ಕೊನೆಗೆ ಬೇರೆ ದಾರಿಯಿಲ್ಲದೆ ಪಾಕಿಸ್ತಾನಕ್ಕೆ ಕಾಲ್ಕಿತ್ತ. ಬಳಿಕ, ಸಮಲ್‌ದಾಸ್ ಗಾಂಧಿ ಮತ್ತು ಜುನಾಗಢದ ಆಗಿನ ದಿವಾನರಾಗಿದ್ದ ಸರ್ ಶಾ ನವಾಝ್ ಭುಟ್ಟೋ ಇಬ್ಬರೂ ತಮ್ಮ ಪ್ರಾಂತ್ಯವನ್ನು ಬಹುಜನರ ಇಚ್ಛೆಯಂತೆ ಭಾರತದಲ್ಲಿ ವಿಲೀನಗೊಳಿಸಿದರು. ಇದರ ಸ್ಫೂರ್ತಿದಾಯಕ ವೃತ್ತಾಂತವನ್ನು ತಿಳಿಯಲು ಆಸಕ್ತಿ ಹೊಂದಿರುವವರು ಕೆ.ಎಂ. ಮುನ್ಷಿಯವರ ಇನ್ನೊಂದು ಮಹತ್ಕೃತಿಯಾದ 'ಪಿಲಿಗ್ರಿಮೇಜ್ ಟು ಫ್ರೀಡಂ' ಕೃತಿಯನ್ನು

ಓದಬಹುದು. ಜುನಾಗಢ ಪ್ರಾಂತ್ಯವು ಹೀಗೆ ಭಾರತದ ಭಾಗವಾದ ನಾಲ್ಕು ದಿನಗಳಿಗೆ ಸರಿಯಾಗಿ, ಅಂದರೆ 1947ರ ನವೆಂಬರ್ 9ರಂದು ಸರ್ದಾರ್ ವಲ್ಲಭಭಾಯಿ ಪಟೇಲರು ಸೋಮನಾಥವೂ ಒಂದು ಭಾಗವಾಗಿದ್ದ ಗುಜರಾತಿನ ಸೌರಾಷ್ಟ್ರೀಯತೆ ಪ್ರಾಂತ್ಯಕ್ಕೆ ಭೇಟಿ ನೀಡಿದರು. ಆಗ ನೆಹರು ಸಂಪುಟದಲ್ಲಿ ಲೋಕೋಪಯೋಗಿ ಮತ್ತು ನಿರಾಶ್ರಿತರ ಪುನರ್ವಸತಿ ಖಾತೆಗಳ ಮಂತ್ರಿಯಾಗಿದ್ದ ಎನ್.ವಿ.ಗಾಡ್ಗೀಳರು ಕೂಡ ಪಟೇಲರ ಜತೆಗಿದ್ದರು. ಸೌರಾಷ್ಟ್ರೀಯತೆಕ್ಕೆ ಬಂದಿಳಿದ ಈ ಇಬ್ಬರು ನಾಯಕರಿಗೂ ಅಲ್ಲಿಯ ಜನ ಅಭೂತಪೂರ್ವ ಸ್ವಾಗತ ಕೋರಿದರು. ಬಳಿಕ ತಮ್ಮ ಗೌರವಾರ್ಥವಾಗಿ ಏರ್ಪಡಿಸಿದ್ದ ಸಾರ್ವಜನಿಕ ಸಭೆಯನ್ನುದ್ದೇಶಿಸಿ ಮಾತನಾಡಿದ ಪಟೇಲರು, ಸೋಮನಾಥ ದೇಗುಲವನ್ನು ಭಾರತ ಸರಕಾರವೇ ಪುನರ್ನಿರ್ಮಿಸಲಿದ್ದು, ಅಲ್ಲಿ ಜ್ಯೋತಿರ್ಲಿಂಗ ವನ್ನು ಮತ್ತೆ ಪ್ರತಿಷ್ಠಾಪಿಸಲಿದೆ ಎಂದು ಘೋಷಣೆ ಮಾಡಿದರು. ಆ ಸಂದರ್ಭದಲ್ಲಿ ನೆಹರು ಮಂತ್ರಿಮಂಡಲದಲ್ಲಿ ಶಿಕ್ಷಣ ಸಚಿವರಾಗಿದ್ದ ಮೌಲಾನಾ ಅಬುಲ್ ಕಲಾಂ ಆಜಾದ್ ಅವರು "ಸೋಮನಾಥ ದೇಗುಲವನ್ನು ಭಾರತೀಯ ಪುರಾತತ್ತ್ವ ಇಲಾಖೆಗೆ ಹಸ್ತಾಂತರಿಸಬೇಕು. ಇದರಿಂದ ನಾವು ಇದನ್ನು ಐತಿಹಾಸಿಕ ಸ್ಮಾರಕವಾಗಿ ಸಂರಕ್ಷಿಸಬಹುದು," ಎಂದು ಸಲಹೆ ನೀಡಿದರು. ಪಟೇಲರು ಇದನ್ನು ಬಿಲ್‌ಕುಲ್ ಒಪ್ಪದೆ, ಸೋಮನಾಥ ಮಂದಿರದೊಂದಿಗೆ ಹಿಂದೂಗಳಿಗೆ ಶತಶತಮಾನಗಳಿಂದಲೂ ಇರುವ ಗಾಢಸಂಬಂಧವನ್ನು ಪ್ರತಿಪಾದಿಸಿದರು.

ಇದಾದ ನಂತರ, ಪಟೇಲರ ದೃಢಸಂಕಲ್ಪದಿಂದಾಗಿ ಸೋಮನಾಥ ಮಂದಿರದ ಪುನರ್ನಿರ್ಮಾಣಕ್ಕೆ ಸಂಬಂಧಿಸಿದ ಪ್ರಸ್ತಾವನೆಗೆ ನೆಹರು ಸಂಪುಟದ ಅನುಮೋದನೆಯೂ ದೊರೆಯಿತು. ಈ ನಿರ್ಧಾರವನ್ನು ಸ್ವತಃ ಮಹಾತ್ಮ ಗಾಂಧೀಜಿ ಕೂಡ ಸಂಪೂರ್ಣವಾಗಿ ಬೆಂಬಲಿಸಿದ್ದರು ಎನ್ನುವುದನ್ನು ನಾವಿಲ್ಲಿ ನೆನಪಿಸಿಕೊಳ್ಳಬೇಕು. ಆದರೆ ಅವರು, "ಸೋಮನಾಥ ದೇಗುಲದ ಮರುನಿರ್ಮಾಣವು ಸಾರ್ವಜನಿಕ ದೇಣಿಗೆಯ ಮೂಲಕ ನಡೆಯಲಿ. ಇದಕ್ಕೆ ಸರಕಾರದ ದುಡ್ಡನ್ನು ಬಳಸುವುದು ಬೇಡ," ಎಂಬ ಒಂದು ಷರತ್ತನ್ನು ಹಾಕಿದ್ದರಷ್ಟೆ.

ಸೋಮನಾಥ ಪುನರ್ನಿರ್ಮಾಣದ ವಿದ್ಯಮಾನದಲ್ಲಿ ಕೆ.ಎಂ.ಮುನ್ಷಿಯವರು ಮತ್ತೊಮ್ಮೆ ಕಾಣಿಸಿಕೊಂಡಿದ್ದು ಈ ಕಾಲಘಟ್ಟದಲ್ಲೇ. ಅಂದರೆ, ಅವರು ಇಲ್ಲಿ ಕೇವಲ ಚರಿತ್ರಕಾರರಾಗಿ ಬರಲಿಲ್ಲ. ಬದಲಿಗೆ, ತಾವೇ ಮುಂಚೂಣಿಯಲ್ಲಿ ನಿಂತು, ಎದುರಿಗೆ ಬಂದ ಅಡೆತಡೆಗಳಿಗೆಲ್ಲ ಎದೆಯೊಡ್ಡಿ, ಕೊನೆಗೆ ಸ್ವತಃ ಹೊಸ ಇತಿಹಾಸವನ್ನೇ ಸೃಷ್ಟಿಸಿದರು! ನೆಹರು ಸಂಪುಟದಲ್ಲಿ ಆಹಾರ ಮತ್ತು ಕೃಷಿ ಸಚಿವರಾಗಿದ್ದ ಮುನ್ಷಿಯವರು, ಸರಕಾರವು ರಚಿಸಿದ 'ಸೋಮನಾಥ ದೇಗುಲ ಪುನರ್ನಿರ್ಮಾಣ ಉಸ್ತುವಾರಿ ಸಮಿತಿ'ಯ ಅಧ್ಯಕ್ಷರೂ ಆದರು. ವಲ್ಲಭಬಾಯಿ ಪಟೇಲರು ಇನ್ನೂ ಹೆಚ್ಚು ದಿನ ನಮ್ಮೊಂದಿಗಿದ್ದಿದ್ದರೆ ಮುನ್ಷಿಯವರ ಪಾಲಿನ ಕೆಲಸ ಸುಲಭವಾಗುತ್ತಿತ್ತು. ಆದರೆ, ಪಟೇಲರು 1950ರ ಡಿಸೆಂಬರ್ 15ರಂದು ಅಕಾಲಿಕವಾಗಿ ನಮ್ಮನ್ನೆಲ್ಲ ಅಗಲಿ ಹೋದರು. ಇಲ್ಲಿಂದ ಮುಂದಕ್ಕೆ

ಮುನ್ಷಿಯವರಿಗೆ ವಿಪರೀತ ಕಷ್ಟಗಳು ಎದುರಾಗತೊಡಗಿದವು. ಏಕೆಂದರೆ, ಅದುವರೆಗೂ ಕೇವಲ ಎಡಪಂಥೀಯ ಬುದ್ಧಿಜೀವಿಗಳು ಮತ್ತು ಸರಕಾರದ ಹೊರಗಿದ್ದವರು ಮಾತ್ರ ಸೋಮನಾಥ ಮಂದಿರದ ಪುನರ್ನಿರ್ಮಾಣವನ್ನು ವಿರೋಧಿ ಸುತ್ತಿದ್ದರು. ಈಗ ಅವರೊಂದಿಗೆ ಸ್ವತಃ ಜವಾಹರಲಾಲ್ ನೆಹರು ಕೂಡ ಸೇರಿಕೊಂಡು, ಸೋಮನಾಥ ಮಂದಿರ ಪುನರ್ನಿರ್ಮಾಣದ ಕೆಲಸವು ಜಾತ್ಯತೀತ ತತ್ತ್ವದ ಉಲ್ಲಂಘನೆ ಎನ್ನುವ ವಾದವನ್ನು ತೇಲಿಬಿಡಲು ಶುರು ಮಾಡಿದರು! ಇದರ ಪರಿಣಾಮವಾಗಿ ಮುನ್ಷಿಯವರು ಒಬ್ಬೊಂಟಿಯಾದರು.

ನಿಜ ಹೇಳಬೇಕೆಂದರೆ, ನೆಹರು ಸಂಪುಟದಲ್ಲಿದ್ದ ಅನೇಕ ಸಚಿವರು ಖಾಸಗಿಯಾಗಿ ಸೋಮನಾಥ ಪುನರ್ನಿರ್ಮಾಣದ ಪರವಾಗಿದ್ದರೂ ಬಹಿರಂಗವಾಗಿ ಅವರ್‍ಯಾರೂ ಅದನ್ನು ಹೇಳುತ್ತಿರಲಿಲ್ಲ. ಆ ದಿನಗಳಲ್ಲಿ ನಡೆದ ಒಂದು ಸಂಪುಟ ಸಭೆಯ ನಂತರವಂತೂ ನೆಹರು ಅವರು ಮುನ್ಷಿಯವರಿಗೆ "ಈ ಸೋಮನಾಥ ಪುನರ್ನಿರ್ಮಾಣದ ಕೆಲಸವನ್ನು ನಾನು ಒಪ್ಪುವುದಿಲ್ಲ. ಇದೆಲ್ಲ ಹಿಂದೂ ಪುನರುತ್ಥಾನದ ಕೆಲಸವಷ್ಟೆ," ಎಂದು ಹೇಳಿದ್ದುಂಟು. ಇದನ್ನು ಒಪ್ಪದ ಮುನ್ಷಿಯವರು, ಆ ಸಂಪುಟ ಸಭೆಯ ಮರುದಿನವೇ–ಅಂದರೆ 1951ರ ಏಪ್ರಿಲ್ 24ರಂದು– ನೆಹರು ಅವರಿಗೆ ತಕ್ಕ ಪ್ರತ್ಯುತ್ತರ ಬರೆದು, ಸೋಮನಾಥದ ಪುನರ್ನಿರ್ಮಾಣವು ಭಾರತದ ಸಾಮೂಹಿಕ ಜಾಗೃತಿಯ ಭಾಗವೆಂದು ಬಣ್ಣಿಸಿದರು. ಅಲ್ಲದೆ, "ಸೋಮನಾಥ ದೇಗುಲವನ್ನು ಅಲ್ಲಿನ ಪುರಾತನ ಸಂಪ್ರದಾಯದಂತೆ ಹಿಂದೂಯೇತರರಿಗೂ ಮುಕ್ತವಾಗಿ ತೆರೆಯಲಾಗುವುದು. ಶತಶತಮಾನಗಳಿಂದಲೂ ದೇವಸ್ಥಾನಗಳಿಗೆ ಭಕ್ತಿ–ಶ್ರದ್ಧೆಗಳಿಂದ ನಡೆದುಕೊಂಡು ಬರುತ್ತಿರುವ ಭಾರತೀಯರ ನಂಬಿಕೆಗಳನ್ನು ಬುಡಮೇಲು ಮಾಡುವುದನ್ನು ನಾನು ಒಪ್ಪಿ ಕೊಳ್ಳುವುದಿಲ್ಲ. ಇಂತಹ ಅರ್ಥಹೀನ ಸ್ವಾತಂತ್ರ್ಯಕ್ಕೆ ನಾನು ಬೆಲೆಯನ್ನೂ ಕೊಡುವುದಿಲ್ಲ. ಸೋಮನಾಥ ಮಂದಿರದ ಪುನರ್ನಿರ್ಮಾಣವು ಭಾರತೀಯರಿಗೆ ಮತ್ತೊಮ್ಮೆ ಶುದ್ಧವಾದ ಧರ್ಮದ ಪರಿಕಲ್ಪನೆಯನ್ನು ಒದಗಿಸುತ್ತದೆ ಎನ್ನುವುದರಲ್ಲಿ ನನಗೆ ಅನುಮಾನವಿಲ್ಲ. ಜೊತೆಗೆ, ದೇಶವು ಸ್ವಾತಂತ್ರ್ಯವನ್ನು ದಕ್ಕಿಸಿಕೊಂಡಿರುವ ಈ ಸಂದರ್ಭದಲ್ಲಿ ನಮ್ಮ ಜನರಿಗೆ ಅಗತ್ಯವಾಗಿರುವ ಶಕ್ತಿ–ಸಾಮರ್ಥ್ಯಗಳನ್ನೂ ಇದು ದಯಪಾಲಿಸಲಿದೆ," ಎಂದು ಮುನ್ಷಿಯವರು ತಮ್ಮ ಪತ್ರದಲ್ಲಿ ಪ್ರತಿಪಾದಿಸಿದರು. ನಿಜಕ್ಕೂ ಅದೊಂದು ಪ್ರಚಂಡ ಧೈರ್ಯದಿಂದ ಬರೆದ ಪತ್ರವೆನ್ನುವುದು ನಿಸ್ಸಂಶಯ!

ಮುನ್ಷಿಯವರು ಸೋಮನಾಥ ಪುನರ್ನಿರ್ಮಾಣದ ಸಾಹಸವನ್ನು ಹೇಗೆ ಪೂರೈಸಿದರು ಎನ್ನುವುದನ್ನು ಅವರ ಮಗದೊಂದು ಆಸಕ್ತಿದಾಯಕ ಕೃತಿಯಾದ 'ಸೋಮನಾಥ: ದಿ ಶ್ರೈನ್ ಎಟರ್ನಲ್'ನಲ್ಲಿ ಗಮನಿಸಬಹುದು. ಮುನ್ಷಿಯವರ 'ಪಿಲಿಗ್ರಿಮೇಜ್ ಟು ಫ್ರೀಡಂ'ನಲ್ಲೂ ಸೋಮನಾಥಕ್ಕೆ ಸಂಬಂಧಿಸಿದಂತೆ ಹಲವು ಅಧ್ಯಾಯಗಳಿವೆ. ಇಷ್ಟೇ ಅಲ್ಲ, ಜಾತ್ಯತೀತತೆಯ ಸೋಗಿನಲ್ಲಿ ಹಿಂದೂ ನಂಬಿಕೆಗಳಿಗೆ ಚ್ಯುತಿ ತರುವ ಯತ್ನದ ವಿರುದ್ಧ ಅವರು ಖಾರವಾಗಿ ಪ್ರತಿಕ್ರಿಯಿಸಿದ್ದರು. ಎದುರಾದ ಅಡ್ಡಿ–

ಆತಂಕಗಳನ್ನೆಲ್ಲ ನಿವಾರಿಸಿಕೊಂಡು, ಅಂತೂ ಇಂತೂ ಪೂರ್ಣವಾದ ಸೋಮನಾಥ ದೇಗುಲವನ್ನು ಆಗಿನ ರಾಷ್ಟ್ರೀಯತೆಪತಿಗಳಾದ ಬಾಬು ರಾಜೇಂದ್ರ ಪ್ರಸಾದ್ ಅವರಿಂದ ಉದ್ಘಾಟಿಸಬೇಕೆಂದು ಮುನ್ಷಿಯವರು ನಿರ್ಧರಿಸಿದರು. ಆದರೆ ಸೋಮನಾಥ ದೇಗುಲದ ಉದ್ಘಾಟನೆಗೆ ಪ್ರಸಾದ್ ಅವರು ಒಪ್ಪಿಕೊಳ್ಳುತ್ತಾರೋ ಇಲ್ಲವೋ, ಇದಕ್ಕೆ ನೆಹರು ಏನಾದರೂ ಕ್ಯಾತೆ ತೆಗೆಯುತ್ತಾರೋ ಏನೋ ಎನ್ನುವ ಆತಂಕ ಆಗ ಮುನ್ಷಿಯವರಲ್ಲಿತ್ತು. ಆದರೆ, ಪ್ರಸಾದ್ ಅವರು "ನಾನು ಕೇವಲ ಸೋಮನಾಥ ದೇಗುಲವನ್ನಷ್ಟೇ ಅಲ್ಲ, ಯಾರಾದರೂ ಪ್ರೀತಿಯಿಂದ ಒಂದು ಮಸೀದಿಯನ್ನೋ, ಇನ್ನೊಂದು ಚರ್ಚನ್ನೋ ಉದ್ಘಾಟಿಸಲು ಕರೆದರೆ ಅದನ್ನೂ ನೆರವೇರಿಸುತ್ತೇನೆ. ನಮ್ಮ ದೇಶವು ಅಧಾರ್ಮಿಕವೂ ಅಲ್ಲ, ಧರ್ಮವಿರೋಧಿಯೂ ಅಲ್ಲ. ಇದೇ ನಮ್ಮ ದೇಶದ ಜಾತ್ಯತೀತತೆಯ ನಿಜವಾದ ಬುನಾದಿ," ಎಂದು ಹೇಳಿ, ಮುನ್ಷಿಯವರ ಆಹ್ವಾನವನ್ನು ಕೂಡಲೇ ಒಪ್ಪಿಕೊಂಡರು. ಅಂದಂತೆ, ಮುನ್ಷಿಯವರು ಅಂದುಕೊಂಡಿದ್ದಂತೆಯೇ ಸೋಮನಾಥ ದೇಗುಲವನ್ನು ಉದ್ಘಾಟಿಸಲು ಒಪ್ಪಿಕೊಂಡ ಬಾಬು ರಾಜೇಂದ್ರ ಪ್ರಸಾದ್ ಅವರ ವಿರುದ್ಧ ನೆಹರು ತಕರಾರು ತೆಗೆದರು. ಆದರೆ ಆಗಿನ ರಾಷ್ಟ್ರೀಯತೆಪತಿಗಳು ಈ ಅತಾರ್ಕಿಕ ತಕರಾರಿಗೆ ಸೊಪ್ಪು ಹಾಕದೆ, ದೇಗುಲದ ಉದ್ಘಾಟನೆಯನ್ನು ನೆರವೇರಿಸಿ, "ಸೋಮನಾಥ ದೇಗುಲವು ಭಾರತದ ರಾಷ್ಟ್ರೀಯ ನಂಬಿಕೆಯ ಪ್ರತೀಕ," ಎಂದು ಕೊಂಡಾಡಿದರು. ಆಶ್ಚರ್ಯವೆಂದರೆ, ಸೋಮನಾಥ ದೇಗುಲವನ್ನು ಪುನರ್ನಿರ್ಮಿಸಿದ್ದನ್ನು ವಿರೋಧಿಸಿ ಪಾಕಿಸ್ತಾನದ ಕರಾಚಿಯಲ್ಲಿ ಒಂದು ದೊಡ್ಡ ಸಾರ್ವಜನಿಕ ಸಭೆ ನಡೆದು, ಅಲ್ಲಿ ಭಾರತ ಸರಕಾರದ ವಿರುದ್ಧ ಖಂಡನೆ ವ್ಯಕ್ತವಾಗಿತ್ತು! ಒಟ್ಟಿನಲ್ಲಿ ಹತ್ತುಹಲವು ದೃಷ್ಟಿಗಳಿಂದ ಸೋಮನಾಥ ಮಂದಿರಕ್ಕೆ ಈಗಲೂ ಅನನ್ಯವಾದ ಸ್ಥಾನವಿದೆ.

****

ರಾಮ ರಥಯಾತ್ರೆಯನ್ನು ನಾನು ಮುನ್ನಡೆಸುವುದ ಹಿಂದೆ ಇದ್ದ ಕಾರಣಗಳೇನೇನು ಎನ್ನುವುದನ್ನು ಜನರಿಗೆ ಅರುಹಲು ನಾನು ಸೋಮನಾಥ ಮಂದಿರದ ಧ್ವಂಸ ಮತ್ತು ಅದರ ಪುನರ್ನಿರ್ಮಾಣದ ವೃತ್ತಾಂತವನ್ನು ಹೇಳಬೇಕಾಯಿತು. 1980ರ ದಶಕದ ಮಧ್ಯಭಾಗದಲ್ಲಿ ಅಯೋಧ್ಯೆಯ ರಾಮ ಜನ್ಮಭೂಮಿ ವಿಚಾರವು ರಾಷ್ಟ್ರೀಯತೆ ರಾಜಕಾರಣದ ಕೇಂದ್ರಸ್ಥಾನಕ್ಕೆ ಬಂತಲ್ಲವೇ? ಆಗ ನನ್ನಲ್ಲಿ ಸೋಮನಾಥ ಮಂದಿರದ ಪುನರ್ನಿರ್ಮಾಣದ ಕನಸನ್ನು ನನಸಾಗಿಸುವಲ್ಲಿ ಮಹಾತ್ಮ ಗಾಂಧಿ, ಸರ್ದಾರ್ ಪಟೇಲ್, ಬಾಬು ರಾಜೇಂದ್ರ ಪ್ರಸಾದ್ ಮತ್ತು ಕೆ.ಎಂ.ಮುನ್ಷಿಯವರು ಆಡಿದ ನುಡಿಗಳೆಲ್ಲವೂ ಪ್ರತಿಧ್ವನಿಸತೊಡಗಿದವು. ವಾಸ್ತವವಾಗಿ, ಅಯೋಧ್ಯಾ ಆಂದೋಲನವು ಹತ್ತುಹಲವು ವಿಧಗಳಲ್ಲಿ ಸೋಮನಾಥ ಪುನರ್ನಿರ್ಮಾಣದ ಮುಂದುವರಿಕೆಯೇ ಆಗಿತ್ತು.

1990ರಲ್ಲಿ ನಾನು ಭಾರತೀಯ ಜನತಾ ಪಾರ್ಟಿಯ ಅಧ್ಯಕ್ಷನಾಗಿದ್ದೆ. ಆಗ ನಮ್ಮ ಪಕ್ಷವು ನನ್ನ ನೇತೃತ್ವದಲ್ಲೇ ಅಯೋಧ್ಯಾ ಆಂದೋಲನಕ್ಕಾಗಿ ಸಾರ್ವಜನಿಕ ಬೆಂಬಲವನ್ನು ಕ್ರೋಢೀಕರಿಸಲು ರಾಮ ರಥಯಾತ್ರೆಯನ್ನು ನಡೆಸಬೇಕೆಂಬ

ತೀರ್ಮಾನವನ್ನು ಕೈಗೊಂಡಿತು. ಆ ಕ್ಷಣದಲ್ಲೇ ನಾನು, "ಏನೇ ಆಗಲಿ, ಸೋಮನಾಥದಿಂದಲೇ ನಾನು ಈ ಐತಿಹಾಸಿಕ ರಥಯಾತ್ರೆಯನ್ನು ಆರಂಭಿಸಬೇಕು," ಎಂದು ಸಂಕಲ್ಪ ಮಾಡಿದೆ. ದೇಶದ ರಾಜಕೀಯ ಮತ್ತು ಬೌದ್ಧಿಕ ಪಾಳೆಯಗಳ ಧ್ರುವೀಕರಣಕ್ಕೆ ಕಾರಣವಾದ ಅಯೋಧ್ಯಾ ಆಂದೋಲನಕ್ಕೆ ಸಂಬಂಧಿಸಿದ ಚರ್ಚೆಗಳಲ್ಲಿ ನಾನು ಸದಾ ಸೋಮನಾಥವನ್ನು ಉಲ್ಲೇಖಿಸುತ್ತಲೇ ಇದ್ದೆ. ವಾಸ್ತವವಾಗಿ ಇಂತಹ ಧ್ರುವೀಕರಣವು 1950ರ ದಶಕದಿಂದಲೂ ದೇಶದಲ್ಲಿತ್ತು. ಆದರೆ, ಅಯೋಧ್ಯಾ ಆಂದೋಲವು ಇದನ್ನು ಮತ್ತಷ್ಟು ವಿಸ್ತೃತಗೊಳಿಸಿತು. 1992ರ ಡಿಸೆಂಬರ್ 6ರಂದು ಅಯೋಧ್ಯೆಯಲ್ಲಿ ವಿವಾದಿತ ಬಾಬರಿ ಮಸೀದಿಯು ನೆಲಕ್ಕುರುಳಿದ್ದು ದುರದೃಷ್ಟಕರ ಘಟನೆ ಎನ್ನುವುದೇನೋ ನಿಜ. ಆದರೆ, ಇದಕ್ಕೆ ಕಾರಣವಾದ ಅಂಶಗಳು ಯಾವುವು ಎನ್ನುವುದನ್ನು ಸರಿಯಾಗಿ ತಿಳಿದುಕೊಂಡರೆ ಅದರಲ್ಲಿ ಆಶ್ಚರ್ಯ ಪಡುವಂಥದ್ದೇನೂ ಇಲ್ಲ ಎನ್ನುವುದು ದೃಢವಾಗುತ್ತದೆ. ರಾಮ ಜನ್ಮಭೂಮಿಯಾದ ಅಯೋಧ್ಯೆಯ ಬಗ್ಗೆ ಹಿಂದೂಗಳಲ್ಲಿ ಶತಶತಮಾನಗಳಿಂದ ಮಡುಗಟ್ಟಿದ್ದ ನಂಬಿಕೆಯು ಅಂದು ಆಸ್ಫೋಟಿಸಿ, ವಿವಾದಿತ ಜಾಗವು ನೆಲಸಮವಾಯಿತು. ಜೊತೆಗೆ, ರಾಮಲಲ್ಲಾ ವಿಗ್ರಹದ ಪ್ರತಿಷ್ಠಾಪನೆಯೊಂದಿಗೆ ತಾತ್ಕಾಲಿಕ ದೇವಸ್ಥಾನದ ನಿರ್ಮಾಣಕ್ಕೂ ಅದು ದಾರಿ ಮಾಡಿಕೊಟ್ಟಿತು. ವ್ಯಂಗ್ಯವೆಂದರೆ, ಆಗ ಅಧಿಕಾರದಲ್ಲಿದ್ದ ಕಾಂಗ್ರೆಸ್ ಪಕ್ಷವು "ಅಯೋಧ್ಯೆಯ ವಿವಾದಿತ ಜಾಗದಲ್ಲಿ ಇದ್ದಿದ್ದು ಮಸೀದಿ. ಅಲ್ಲಿ ಮಂದಿರ ತಲೆಯೆತ್ತಲು ಯಾವ ಕಾರಣಕ್ಕೂ ಅವಕಾಶ ನೀಡುವುದಿಲ್ಲ," ಎಂದು ಹೇಳತೊಡಗಿತು. ಆದರೆ, ಅದೇ ಪಕ್ಷವು ಉದ್ದೇಶಪೂರ್ವಕವಾಗಿಯೋ ಅಸಹಾಯಕತೆಯಿಂದಲೂ ಕೊನೆಗೆ ಅಯೋಧ್ಯೆಯ ರಾಮ ಜನ್ಮಭೂಮಿಯಲ್ಲಿ ತಾತ್ಕಾಲಿಕ ಮಂದಿರ ನಿರ್ಮಿಸಲು ಅನುಮತಿ ಕೊಟ್ಟಿತಲ್ಲದೆ, ನಿತ್ಯಪೂಜೆಗೂ ಅವಕಾಶ ಮಾಡಿಕೊಟ್ಟಿತು. ಇದನ್ನು ಆಗಿನ ಪ್ರಧಾನಮಂತ್ರಿಯವರ ಜಾಣತನವೆನ್ನಬೇಕೋ, ಅಥವಾ ಆ ದೇವರೇ ಇದರಲ್ಲಿ ಮಧ್ಯೆ ಪ್ರವೇಶಿಸಿದ ಎನ್ನಬೇಕೋ ನನಗೆ ಗೊತ್ತಿಲ್ಲ.

ಯಾವುದೇ ದೊಡ್ಡ ಚಳವಳಿಯಾದರೂ ಅದರ ಆಂತರ್ಯದಲ್ಲಿ ಅಲ್ಲಿನ ಜನರ ಆಶೋತ್ತರಗಳು, ಮಹದಾಸೆಗಳು ಮತ್ತು ಶಕ್ತಿಗಳ ಸಂಚಯವಾಗುತ್ತದೆ. ಆದರೆ, ಒಂದು ಇಡೀ ದೇಶದ ಆತ್ಮವೆನಿಸಿಕೊಂಡಿರುವ ಶಕ್ತಿಯೊಂದಿಗೆ ಈ ಉತ್ಕಟತೆ ಮತ್ತು ಪ್ರಚಂಡ ಚೈತನ್ಯಗಳು ಕೂಡಿಕೊಳ್ಳುವುದು ತುಂಬಾ ಅಪರೂಪ. ಇವೆರಡೂ ಕೂಡಿಬಂದರೆ ಒಂದು ದೇಶದ ಇತಿಹಾಸವು ನಿಜವಾದ ಅರ್ಥದಲ್ಲಿ ಆ ಅಗಾಧ ಶಕ್ತಿಯು ಹೊಸ ಚರಿತ್ರೆಯನ್ನೇ ಸೃಷ್ಟಿಸುತ್ತದೆ ಎನ್ನುವುದು ಸಂಶಯಾತೀತ. ಇಂತಹ ಒಂದು ವಿದ್ಯಮಾನವನ್ನು ಮಾತ್ರ ನಿಜವಾದ ಚಳವಳಿ ಎಂದು ಕರೆಯಬಹುದು. ನನ್ನ ನೇತೃತ್ವದಲ್ಲಿ ನಡೆದ ರಾಮ ರಥಯಾತ್ರೆಯು ಇಂಥದ್ದೊಂದು ಅಪೂರ್ವವಾದ ಸಾಮೂಹಿಕ ಆಂದೋಲನವಾಗಿತ್ತು ಎನ್ನುವುದರಲ್ಲಿ ಎರಡು ಮಾತಿಲ್ಲ.

ರಾಮ ಜನ್ಮಭೂಮಿ ಆಂದೋಲನಕ್ಕೆ ಇಡೀ ದೇಶದ ಉದ್ದಗಲಕ್ಕೂ ಅಷ್ಟೊಂದು ದೊಡ್ಡ ಮಟ್ಟದ ಬೆಂಬಲ ಸಿಕ್ಕಿದ್ದೇಕೆ? ಈ ಚಳವಳಿಯು ಅಖಂಡ ಭಾರತವನ್ನೆಲ್ಲ ಆವರಿಸಿಕೊಂಡಿದ್ದೇಕೆ? ಈ ಪ್ರಶ್ನೆಗಳಿಗೆ ನಮಗೆ ಉತ್ತರ ಬೇಕೆಂದರೆ, ಭಾರತದ

ಜನಜೀವನದಲ್ಲಿ ರಾಮ ಮತ್ತು ರಾಮಾಯಾಣಗಳಿಗೆ ಇರುವ ಮಹತ್ತ್ವವನ್ನು ಅರ್ಥ ಮಾಡಿಕೊಳ್ಳಬೇಕು. ಮುಖ್ಯವಾಗಿ ರಾಮಾಯಣ ಮತ್ತು ಮಹಾಭಾರತಗಳು ಶತಶತಮಾನಗಳಿಂದಲೂ ಭಾರತದ ಸಾಂಸ್ಕೃತಿಕ ಚಹರೆಗಳನ್ನು ಮತ್ತು ಇಲ್ಲಿನ ಮೌಲ್ಯವ್ಯವಸ್ಥೆಗಳನ್ನು ರೂಪಿಸಿವೆ. ಹಾಗೆಯೇ, ರಾಮನು ಆದರ್ಶ ಆಳ್ವಿಕೆಗೆ ಇನ್ನೊಂದು ಹೆಸರಾಗಿದ್ದು, ರಾಮರಾಜ್ಯ ಎನ್ನುವ ಪರಿಕಲ್ಪನೆ ನಮಗೆ ಅವನಿಂದ ಹರಿದುಬಂದಿದೆ. ಸ್ವತಃ ಮಹಾತ್ಮ ಗಾಂಧಿಯವರಂಥ ದೊಡ್ಡ ವ್ಯಕ್ತಿಯೇ ರಾಮರಾಜ್ಯದ ಪರಿಕಲ್ಪನೆಯನ್ನು ಮೆಚ್ಚಿಕೊಂಡಿದ್ದರು. ಪುನಃ ರಾಮಾಯಣದತ್ತ ಹೊರಳುವುದಾದರೆ ಅಲ್ಲಿನ ಪ್ರತಿಯೊಂದು ಪಾತ್ರವೂ –ರಾಮ, ಸೀತೆ, ಲಕ್ಷ್ಮಣ, ಕೌಸಲ್ಯೆ, ಆಂಜನೇಯ, ದಶರಥ, ಲವ–ಕುಶ, ರಾವಣ, ಶಬರಿ, ಶ್ರವಣಕುಮಾರ, ಅಹಲ್ಯೆ, ಸುಗ್ರೀವ, ವಿಭೀಷಣ– ಭಾರತೀಯರ ಹೃದಯಗಳಲ್ಲಿ ಯುಗಯುಗಳಿಂದಲೂ (ಕನಿಷ್ಠಪಕ್ಷ ತ್ರೇತಾಯುಗದಿಂದ) ಚಿರಸ್ಥಾಯಿಯಾಗಿವೆ. ರಾಮಾಯಣವನ್ನು ಬರೆದ ವಾಲ್ಮೀಕಿಯೂ ಇದಕ್ಕೆ ಹೊರತಲ್ಲ. ರಾಮಾಯಣವಿಲ್ಲದ ಒಂದೇ ಒಂದು ಭಾರತೀಯ ಭಾಷೆಯಾಗಲಿ, ಜನಪದ ಸಂಪ್ರದಾಯವಾಗಲಿ ನಮ್ಮಲ್ಲಿಲ್ಲ; ರಾಮನ ಹೆಸರಿಲ್ಲದ ಒಂದೇ ಒಂದು ಬುಡಕಟ್ಟಾಗಲಿ, ಜಾತಿಯಾಗಲಿ ಇಲ್ಲಿಲ್ಲ; ರಾಮನ ಮಹಿಮೆಯನ್ನು ಕೊಂಡಾಡದ ಕವಿಯಾಗಲಿ, ಸಂತನಾಗಲಿ ಎಲ್ಲೂ ಕಂಡುಬಂದಿಲ್ಲ. ಈ ಮಾತು ತುಳಸೀದಾಸರಿಂದ ಹಿಡಿದು ಸೂರದಾಸರವರೆಗೆ, ಕಬೀರನಿಂದ ಹಿಡಿದು ತುಕಾರಾಮನವರೆಗೆ, ಅಸ್ಸಾಮಿನ ಶಂಕರದೇವನಿಂದ ಹಿಡಿದು ತಮಿಳುನಾಡಿನ ಕಂಬ ಕವಿಯವರೆಗೆ ಸತ್ಯ; ಸಿಖ್ಖರು, ಬೌದ್ಧರು, ಜೈನರು ಮತ್ತು ಆರ್ಯಸಮಾಜದವರು ಕೂಡ ತಮ್ಮತಮ್ಮದೇ ಆದ ರಾಮನ ರೂಪ ಮತ್ತು ರಾಮಾಯಣದ ಆವೃತ್ತಿಗಳನ್ನು ಅನುಸರಿಸುತ್ತಾರೆ. ಸಿಖ್ಖರ ಪವಿತ್ರ ಗ್ರಂಥವಾದ 'ಗುರು ಗ್ರಂಥ್ ಸಾಹಿಬ್'ನಲ್ಲಿ ರಾಮನ ಹೆಸರು 2,400 ಸಲ ಬರುತ್ತದೆ! ದೇಶ ವಿಭಜನೆಗೆ ಮೊದಲು ದೇಶದಾದ್ಯಂತ ಮನೆಮಾತಾಗಿದ್ದ ಹೆಸರಾಂತ ಉರ್ದು ಮತ್ತು ಪರ್ಷಿಯನ್ ಕವಿ ಅಲ್ಲಾಮಾ ಇಕ್ಬಾಲ್ ಅವರು ರಾಮನನ್ನು 'ಭಾರತದ ಆಧ್ಯಾತ್ಮಿಕ ನಾಯಕ' (ಇಮಾಂ–ಇ–ಹಿಂದ್) ಎಂದು ವರ್ಣಿಸಿ, ರಾಮನ ಗುಣಗಾನ ಮಾಡಿ ಒಂದು ಅದ್ಭುತವಾದ ಪದ್ಯವನ್ನೇ ಬರೆದಿದ್ದರು.

ಆ ಪದ್ಯ ಹೀಗಿದೆ ನೋಡಿ–

'ಭಾರತವೆಂಬ ಬೋಗುಣಿಯು
ತುಂಬಿ ತುಳುಕುತ್ತಿದೆ ಸದಾ ಸತ್ಯದಿಂದ;
ಪಶ್ಚಿಮದ ತತ್ತ್ವಜ್ಞಾನಿಗಳು ಕೂಡ
ಭಾರತದ ಶ್ರದ್ಧಾವಂತ ಭಕುತರೇ ಅಹುದು.
ಈಕೆಯ ನಿಗೂಢ ಜಗತ್ತಿನಿಂದ ಅರಿಯಬೇಕಾದ್ದು ಯಥೇಚ್ಛ
ಮಿನುಗುತ್ತಿವೆ ಅಂಬರದಲಿ ಈ ನೆಲದ ತಾರೆಗಳು
ಆಳಿದ್ದಾರೆ ಈ ನೆಲವನ್ನು ಲೆಕ್ಕವಿಲ್ಲದಷ್ಟು ದೊರೆಗಳು
ಆದರೂ ಯಾರೂ ಸಾಟಿಯಿಲ್ಲ ನಮ್ಮ ರಾಮನಿಗೆ;
ಅರಿತವರೆಲ್ಲರೂ ಅರುಹುವರು ರಾಮನೇ

ಈ ನೆಲದ ಆಧ್ಯಾತ್ಮಿಕ ನಾಯಕನೆಂದು.
ಅವನ ದೀಪ ಕೊಟ್ಟಿದೆ ತಿಳಿವಿನ ಬೆಳಕನ್ನು
ಅದು ಕೈಹಿಡಿದು ನಡೆಸುತ್ತಲೇ ಇದೆ,
ನೆನಪಿರಲಿ, ಇಡೀ ಮನುಕುಲವನ್ನು
ರಾಮನೆಂದರೆ ಧೀರ, ರಾಮನೆಂದರೆ ಶೂರ,
ಹಿಡಿದಿರುವನು ಕುಶಲನಾಗಿ ಖಡ್ಗವನ್ನು
ಉಂಟು ಅತಿದೀನರೆಡೆಗೆ ಅವನ ಅನುಪಮ ಒಲವು
ಪ್ರೀತಿ, ಒಲಮೆಗಳಲ್ಲವನದು ಸಾಟಿಯಿಲ್ಲದ ಚೆಲುವು"

* * * * *

(ರಾಮನ ಬಗ್ಗೆ ಇಂಥದ್ದೊಂದು ಸುಂದರವಾದ ಕವಿತೆಯನ್ನು ಬರೆದ ಇಕ್ಬಾಲ್, ಆಮೇಲಾ ಮೇಲೆ ದೇಶವಿಭಜನೆಯ ಪರವಾಗಿ ನಿಂತರೆನ್ನುವುದು ಬೇರೆ ಮಾತು. ಅಲ್ಲದೆ, ದೇಶ ಇಬ್ಭಾಗವಾದ ಮೇಲೆ ಅವರು ಪಾಕಿಸ್ತಾನಕ್ಕೂ ತೆರಳಿದರು. ಆ ದೇಶವು ಅವರನ್ನು ತನ್ನ 'ರಾಷ್ಟ್ರೀಯತೆಕವಿ' ಎಂದು ಕರೆಯಿತು. ಭಾರತವು 'ಸಾರೇ ಜಹಾಂಸೇ ಅಚ್ಛಾ, ಹಿಂದೂಸ್ತಾನ್ ಹಮಾರಾ ಹಮಾರಾ' ಎನ್ನುವ ಅನುಪಮ ಗೀತೆಗಾಗಿ ಇಕ್ಬಾಲ್ ಅವರನ್ನು ಇಂದಿಗೂ ಹೆಮ್ಮೆ-ಅಭಿಮಾನಗಳಿಂದ ನೆನಪಿಸಿಕೊಳ್ಳುತ್ತದೆ ಎನ್ನುವುದು ಸತ್ಯ).

ಮಹಾತ್ಮ ಗಾಂಧೀಜಿ ಕೂಡ ರಾಮ ನಾಮಸ್ಮರಣೆಯನ್ನು ಎಂದಿಗೂ ತಪ್ಪಿಸಿದವರಲ್ಲ. ರಾಮ ಅವರ ಪ್ರತಿಯೊಂದು ಚಟುವಟಿಕೆಗಳ ಅವಿಭಾಜ್ಯ ಅಂಗವಾಗಿದ್ದ (ರಾಮ ನಾಮದ ಮಹಿಮೆ ಎಷ್ಟೆಂಬುದನ್ನು ಸ್ವತಃ ಅವರು ತಮ್ಮ ಆತ್ಮಕತೆ 'ಮೈ ಎಕ್ಸ್‌ಪೆರಿಮೆಂಟ್ಸ್ ವಿತ್ ಟ್ರೂತ್'ನಲ್ಲೂ ಬರೆದಿದ್ದಾರೆ). ನಿಜ ಹೇಳಬೇಕೆಂದರೆ, ಅವರು ರಾಮನನ್ನು ಕೇವಲ ಹಿಂದೂ ದೈವವಾಗಿ ಭಾವಿಸಿರಲಿಲ್ಲ. ಬದಲಿಗೆ, ರಾಮನು ಅವರ ದೃಷ್ಟಿಯಲ್ಲಿ ವಿಶ್ವಭ್ರಾತೃತ್ವದ ಮತ್ತು ಭಾರತದ ಮಟ್ಟಿಗೆ ರಾಷ್ಟ್ರೀಯ ಏಕತೆಯ ಶಕ್ತಿಯಾಗಿದ್ದ. ಅವರ ಯಾವುದೇ ಒಂದು ಪ್ರಾರ್ಥನಾ ಸಭೆಯು ಶ್ರೀ ರಾಮ್‌ಧನ್ ಅವರ ರಚನೆಯಾದ 'ರಘುಪತಿ ರಾಘವ ರಾಜಾರಾಮ್, ಪತಿತಪಾವನ ಸೀತಾರಾಮ್, ಈಶ್ವರ ಅಲ್ಲಾಹ್ ತೇರೋನಾಮ್, ಸಬ್‌ಕೋ ಸನ್ಮತಿ ದೇ ಭಗವಾನ್' ಎನ್ನುವ ಉದಾರ ಸ್ತುತಿಯು ಪಠಣವಿಲ್ಲದೆ ಮುಗಿಯುತ್ತಿರಲಿಲ್ಲ. ಇದಕ್ಕಾಗಿ ಕೆಲವು ಮಾರ್ಕ್ಸ್‌ವಾದಿಗಳು ಮತ್ತು ಮುಸ್ಲಿಮರು ಇಂದಿಗೂ "ಗಾಂಧೀಜಿಯವರು ರಾಮರಾಜ್ಯ ಪರಿಕಲ್ಪನೆಗೆ ಒತ್ತು ಕೊಡುವ ಮೂಲಕ ಭಾರತದ ಸ್ವಾತಂತ್ರ್ಯ ಚಳವಳಿಗೆ ಹಿಂದೂ ಬಣ್ಣವನ್ನು ಬಳಿದರು," ಎಂದು ಟೀಕಿಸುತ್ತಾರೆ. ಆದರೆ ಸ್ವತಃ ಗಾಂಧೀಜಿಯವರೇ ತಮ್ಮ ರಾಮರಾಜ್ಯದ ಕಲ್ಪನೆಯ ಹಿಂದಿರುವ ಘನವಾದ ತತ್ತ್ವವನ್ನು ಸ್ಪಷ್ಟಪಡಿಸುತ್ತ "ನನ್ನ ಕಲ್ಪನೆಯ ರಾಮರಾಜ್ಯವೆಂದರೆ ಅದು ಹಿಂದೂಗಳ ಪ್ರಭುತ್ವವಲ್ಲ. ಬದಲಿಗೆ, ಅದೊಂದು ದಿವ್ಯವಾದ ವ್ಯವಸ್ಥೆ . ಅದು ದೇವಾನುದೇವತೆಗಳಿರುವ ಸಾಮ್ರಾಜ್ಯ," ಎಂದಿದ್ದರು.

ಒಟ್ಟಿನಲ್ಲಿ ರಾಮನೆಂದರೆ ಭಾರತದ ಅಸ್ಮಿತೆ, ಇಲ್ಲಿನ ಏಕತೆ ಮತ್ತು ಅಖಂಡತೆಯ ಸಂಕೇತ. ಹಲವು ವಿಧಗಳಲ್ಲಿ ರಾಮನು ಭಾರತೀಯರ ಹಂಬಲವಾದ ಉನ್ನತ ಮೌಲ್ಯಗಳುಳ್ಳ

ಬಾಳ್ವೆಗೊಂದು ಆದರ್ಶ. ಹೀಗಾಗಿ ಅಯೋಧ್ಯೆಯು ಯುಗಯುಗಾಂತರಗಳಿಂದಲೂ ಭಾರತೀಯರ ಶ್ರದ್ಧೆ, ಭಕ್ತಿ ಮತ್ತು ನಂಬಿಕೆಗಳ ಪೂಜ್ಯಸ್ಥಾನವಾಗಿರುವುದು ಅತ್ಯಂತ ಸಹಜವಾಗಿದೆ. ಇದರಲ್ಲಿ ಆಶ್ಚರ್ಯದಿಂದ ಹುಬ್ಬೇರಿಸುವಂಥದ್ದಾಗಲಿ, ಅನುಮಾನದಿಂದ ಪ್ರಶ್ನಿಸುವುದಾಗಲಿ, ಅತಾರ್ಕಿಕ ವಾದಗಳನ್ನೂ ಹೂಡಿ ನಿರಾಕರಿಸುವಂಥದ್ದಾಗಲಿ ಏನೇನೂ ಇಲ್ಲ.

*****

ವಾಸ್ತವವಾಗಿ, ಸೋಮನಾಥಕ್ಕೂ ಅಯೋಧ್ಯೆಗೂ ಹಲವು ಹೋಲಿಕೆಗಳಿವೆ. ಮುಖ್ಯವಾಗಿ, ಸೋಮನಾಥದ ಮೇಲೆ ಹೊರಗಿನ ದಾಳಿಕೋರರ ವಕ್ರದೃಷ್ಟಿ ಬಿದ್ದಂತೆಯೇ ಅಯೋಧ್ಯೆಯೂ ವಿದೇಶೀ ಆಕ್ರಮಣಕಾರನ ದಾಳಿಗೆ ತುತ್ತಾಯಿತು. ಅಯೋಧ್ಯೆಯ ಮೇಲೆ ಹೀಗೆ ಕ್ರೌರ್ಯದಿಂದ ಎರಗಿದವನು ಬಾಬರ್. ಇವನೇ ಭಾರತವನ್ನು ಶತಮಾನಗಳ ಕಾಲ ಆಳಿದ ಮೊಘಲ್ ಸಾಮ್ರಾಜ್ಯ ಸಂಸ್ಥಾಪಕ. 1528ರಲ್ಲಿ ಈತ ತನ್ನ ದಂಡನಾಯಕನಾಗಿದ್ದ ಮೀರ್ ಬಾಖಿಗೆ ಅಯೋಧ್ಯೆಯಲ್ಲಿ ಬಾಬರಿ ಮಸೀದಿಯನ್ನು ಕಟ್ಟುವಂತೆ ಆದೇಶಿಸಿದ. ಈತ ಅಯೋಧ್ಯೆಯ ರಾಮ ಜನ್ಮಸ್ಥಾನದಲ್ಲಿದ್ದ ದೇಗುಲವನ್ನು ಧ್ವಂಸ ಮಾಡಿ, ಅಲ್ಲೊಂದು ಮಸೀದಿ ಕಟ್ಟಿದ ಎಂದು ಹಿಂದೂಗಳು ಇಂದಿಗೂ ಗಾಢವಾಗಿ ನಂಬಿದ್ದಾರೆ. ಸ್ವತಃ ಮುಸ್ಲಿಂ ಇತಿಹಾಸಕರರು/ಪ್ರವಾಸಿಗಳ ಬರಹಗಳಲ್ಲೇ ಮೊಘಲರು ಅಯೋಧ್ಯೆಯ ಮೇಲೆ ನಡೆಸಿದ ದುರಾಕ್ರಮಣಗಳು ದಾಖಲಾಗಿವೆ. ಆಸಕ್ತರು ಬೇಕಾದರೆ 16ನೇ ಶತಮಾನದ ಉತ್ತರಾರ್ಧದಲ್ಲಿ ಅಬುಲ್ ಫಝುಲ್ ಬರೆದ 'ಐನ್–ಇ–ಅಕ್ಬರಿ', ಬಹದ್ದೂರ್ ಶಾ ಇಬನ್ ಆಲಂಗೀರ್‌ನ ಮಗಳು 17ನೇ ಶತಮಾನದಲ್ಲಿ ರಚಿಸಿರುವ 'ಸಫೀಹಾ ಚಾಹಲ್ ನಾಸಿಯಾ ಬಹದ್ದೂರ್ ಶಾಹಿ' ಕೃತಿಯನ್ನು, ಮಿರ್ಜಾ ಜಾನ್ 1856ರಲ್ಲಿ ಬರೆದಿರುವ 'ಹಾದಿಕಾ–ಐ–ಶಾಹಾದಾ' ಗ್ರಂಥವನ್ನು ನೋಡಬಹುದು. ಈ ಗ್ರಂಥಗಳಲ್ಲೆಲ್ಲ ಹಿಂದೂಗಳ ಪವಿತ್ರಸ್ಥಾನಗಳ ಮೇಲೆ ಮೊಘಲರು ನಡೆಸಿದ ಘೋರ ದಾಳಿಗಳನ್ನು ಅನುಮಾನಕ್ಕೆ ಎಡೆಯಿಲ್ಲದಂತೆ ದಾಖಲಿಸಲಾಗಿದೆ.

ಅಯೋಧ್ಯೆಯಲ್ಲಿ ನಡೆದಿರುವ ಅನೇಕ ಪುರಾತತ್ತ್ವ ಅಧ್ಯಯನಗಳು ಕೂಡ ಅಲ್ಲಿದ್ದ ವಿವಾದಿತ ಬಾಬರಿ ಮಸೀದಿಯೂ ತಲೆಯೆತ್ತುವುದಕ್ಕೂ ಮೊದಲು ಆ ಸ್ಥಳದಲ್ಲಿ ಹಿಂದೂ ದೇಗುಲವಿತ್ತು ಎನ್ನುವುದನ್ನು ಸಾಬೀತು ಪಡಿಸಿವೆ. 1992ರ ಡಿಸೆಂಬರ್ 6ಕ್ಕೂ ಮೊದಲು ಅಯೋಧ್ಯೆಯ ರಾಮ ಜನ್ಮಭೂಮಿಗೆ ಭೇಟಿ ನೀಡುತ್ತಿದ್ದವರೆಲ್ಲರೂ ಎರಡು ಅಂಶಗಳನ್ನು ಕಂಡು ಚಕಿತರಾಗುತ್ತಿದ್ದರು. ಮೊದಲನೆಯದಾಗಿ, ಹಿಂದೂ ದೇಗುಲಗಳು, ಆಶ್ರಮಗಳು, ಮಠಮಂದಿರಗಳು ಮತ್ತು ಇನ್ನಿತರ ಧಾರ್ಮಿಕ ಶ್ರದ್ಧಾಕೇಂದ್ರಗಳ ನಟ್ಟನಡುವೆ, ಹಿಂದೂಗಳ ಪಾಲಿಗೆ ಪರಮಪವಿತ್ರವಾಗಿರುವ ಅಯೋಧ್ಯೆಯಲ್ಲಿ ಹೀಗೆ ಮಸೀದಿಯೊಂದು ಇರುವುದು ಪ್ರತಿಯೊಬ್ಬರಿಗೂ ಅಸಹಜವಾಗಿ ಕಾಣುತ್ತಿತ್ತು. ಎರಡನೆಯದಾಗಿ, ವಿವಾದಿತ ಬಾಬರಿ ಮಸೀದಿಯ ಒಳಭಾಗದಲ್ಲಿ ಹಿಂದೂ ಧಾರ್ಮಿಕ ನಂಬಿಕೆಗಳನ್ನು ಪ್ರಸ್ತುತಪಡಿಸುವ ಚಿಹ್ನೆಗಳು ಮತ್ತು ಹಿಂದೂ ವಾಸ್ತುಶಿಲ್ಪದ ಚಹರೆಗಳು ಢಾಳಾಗಿಯೇ ಇದ್ದವು. ಇದಲ್ಲದೆ, ಬಾಬರಿ ಮಸೀದಿಯ ಒಳಾಂಗಣದಲ್ಲಿದ್ದ

ಕೃಷ್ಣಶಿಲೆಯ ಹದಿನಾಲ್ಕು ಸ್ತಂಭಗಳ ಮೇಲೆಲ್ಲ ಹಿಂದೂ ಧಾರ್ಮಿಕ ಕೆತ್ತನೆಗಳಿದ್ದವು. ಭಾರತದ ಮಧ್ಯಕಾಲೀನ ಯುಗದಲ್ಲಿ ತಲೆಯೆತ್ತಿರುವ ನೂರಾರು ಮಸೀದಿಗಳಲ್ಲಿ ಕೂಡ ಇಂತಹುದೇ ಕಂಬಗಳನ್ನು ನೋಡಬಹುದು. 1970ರ ದಶಕದಲ್ಲಿ ಭಾರತೀಯ ಪುರಾತತ್ತ್ವ ಇಲಾಖೆಯು ಪ್ರೊ.ಬಿ.ಬಿ.ಲಾಲ್ ಅವರ ನೇತೃತ್ವದಲ್ಲಿ ನಡೆಸಿದ ಅಧ್ಯಯನ ಕೂಡ "ಬಾಬರಿ ಮಸೀದಿಯಲ್ಲಿರುವ ವಿಶಾಲವಾದ ಸ್ತಂಭಗಳ ಸಾಲುಗಳನ್ನು ನೋಡಿದರೆ ಇಲ್ಲಿ ಮಸೀದಿಯು ನಿರ್ಮಾಣವಾಗುವುದಕ್ಕಿಂತ ಮೊದಲೇ ಇಲ್ಲಿ ಇನ್ನೊಂದು ಬೃಹತ್ತಾದ ರಚನೆ ಇತ್ತು ಎನಿಸುತ್ತದೆ," ಎಂದು ಸಾರಿತು. ಇದಾದ ಬಳಿಕವೂ ರಾಮ ಜನ್ಮಭೂಮಿ ವಿವಾದಕ್ಕೆ ಸಂಬಂಧಿಸಿದಂತೆ ಅಲಹಾಬಾದ್ ಹೈಕೋರ್ಟಿನ ಆದೇಶದ ಮೇರೆಗೆ ಅತ್ಯಂತ ವೈಜ್ಞಾನಿಕ ರೀತಿಯಲ್ಲಿ ಮತ್ತಷ್ಟು ಪುರಾತತ್ತ್ವ ಸಮೀಕ್ಷೆಗಳು ನಡೆದವು. ಆ ಸಂದರ್ಭಗಳಲ್ಲಿ ರಾಮ ಜನ್ಮಭೂಮಿ ಪರಿಸರದಲ್ಲಿ ಸಿಕ್ಕಿರುವ ಹಿಂದೂ ದೇವರ ವಿಗ್ರಹಗಳು, ಸಂಸ್ಕೃತ ಶಾಸನಗಳು ಅಲ್ಲಿ ಬಾಬರಿ ಮಸೀದಿ ನಿರ್ಮಿಸುವುದಕ್ಕೂ ಮೊದಲು ಒಂದು ದೇವಸ್ಥಾನವಿತ್ತು ಎನ್ನುವುದನ್ನೇ ಹೇಳುತ್ತವೆ. ಅಯೋಧ್ಯೆಯ ಬಗ್ಗೆ ವ್ಯಾಪಕ ಅಧ್ಯಯನ ಕೈಗೊಂಡು, ಹಲವು ಆಚಾರ್ಯ ಕೃತಿಗಳನ್ನು ಬರೆದಿರುವ ಬೆಲ್ಜಿಯಂನ ವಿದ್ವಾಂಸ ಡಾ.ಕೊಯೆನ್ರಾಡ್ ಎಲ್ಸ್ಟ್ ಕೂಡ ಅಯೋಧ್ಯೆಯಲ್ಲಿ ಹಿಂದೂಗಳಿಗೆ ಆಗಿರುವ ಅನ್ಯಾಯ ಮತ್ತು ಅಲ್ಲಿ ಮುಸ್ಲಿಮರು ನಡೆಸಿರುವ ಅಟಾಟೋಪಗಳ ಬಗ್ಗೆ ದೃಢವಾಗಿ ಹೇಳುತ್ತಲೇ ಬಂದಿದ್ದಾರೆ.

****

ರಾಮ ಜನ್ಮಭೂಮಿಯನ್ನು ತಮ್ಮದನ್ನಾಗಿಸಿಕೊಳ್ಳಲು ಹಿಂದೂಗಳು ನಡೆಸುತ್ತಿರುವ ಹೋರಾಟ ಕೇವಲ ಈಗಿನದಲ್ಲ. ಇದಕ್ಕೆ ಕನಿಷ್ಠಪಕ್ಷ 400 ವರ್ಷಗಳ ದೀರ್ಘ ಇತಿಹಾಸವಿದೆ. ಹಿಂದೂಗಳ ನಿತ್ಯಜೀವನದಲ್ಲಿ ರಾಮ ಜನ್ಮಭೂಮಿಗಿರುವ ಧಾರ್ಮಿಕ ಮಹತ್ತ್ವದ ದೃಷ್ಟಿಯಿಂದ ನೋಡಿದರೆ ಈ ಹೋರಾಟವು ಅತ್ಯಂತ ಸಹಜವೇ ಆಗಿದೆ. ನಿಜ ಹೇಳಬೇಕೆಂದರೆ ಅಯೋಧ್ಯೆಯು ಮುಸ್ಲಿಮರ ಪಾಲಿಗೆ ಧಾರ್ಮಿಕವಾಗಿಯೇ ಆಗಲಿ, ಸಾಂಸ್ಕೃತಿಕವಾಗಿಯೇ ಆಗಲಿ ಮಹತ್ತ್ವದ ಸ್ಥಳವೇ ಅಲ್ಲ. ಆದರೆ ಹಿಂದೂಗಳು ಯುಗಯುಗಗಳಿಂದಲೂ ಅಯೋಧ್ಯೆಗೆ ಯಾತ್ರೆ ಹೋಗುತ್ತಿದ್ದಾರೆ. ಈ ದೇಶವನ್ನು ಮುಸ್ಲಿಮರೇ ಆಳುತ್ತಿದ್ದ ಕಾಲದಲ್ಲೂ ಹಿಂದೂಗಳ ಈ ಯಾತ್ರೆ ಅಬಾಧಿತವಾಗಿ ನಡೆದಿದೆ. ಅಯೋಧ್ಯೆಯು ಮುಸ್ಲಿಮರ ಪಾಲಿಗೇನಿದ್ದರೂ ಮಧ್ಯಕಾಲೀನ ಯುಗದಲ್ಲಿ ಒಬ್ಬ ಮುಸ್ಲಿಂ ದಾಳಿಕೋರ ನಡೆಸಿದ ಆಕ್ರಮಣದ ಒಂದು ಸಂಕೇತವಷ್ಟೆ. ಇವೆಲ್ಲವೂ ಹಿಂದೂಗಳ ವಾದಕ್ಕೆ ಪುಷ್ಟಿ ಕೊಡುತ್ತವೆ. ಹೀಗಾಗಿ, ಹಿಂದೂಗಳ ಪಾಲಿಗೆ ಪುಣ್ಯಕರವಾದ ರಾಮ ಜನ್ಮಭೂಮಿ ಪರಿಸರದಲ್ಲಿ ಬಾಬರಿ ಮಸೀದಿ ಇರುವುದನ್ನು ಒಪ್ಪುವುದು ಸಾಧ್ಯವಿಲ್ಲ. ಅಲ್ಲದೆ, ಈ ಮಸೀದಿಯು ಇನ್ನೊಂದು ದೃಷ್ಟಿಯಿಂದ ರಾಷ್ಟ್ರೀಯ ದಾಸ್ಯದ ಸಂಕೇತವೂ ಆಗಿತ್ತು. ನಿಜ ಹೇಳಬೇಕೆಂದರೆ, ಅಯೋಧ್ಯೆಯಲ್ಲಿ ಮಾತ್ರವಲ್ಲ, ಹಿಂದೂಗಳಿಗೆ ಪವಿತ್ರವೆನಿಸಿರುವ ಇನ್ನೆರಡು ಕ್ಷೇತ್ರಗಳಾದ ಮಥುರೆಯ ಕೃಷ್ಣ ಜನ್ಮಭೂಮಿ ಮತ್ತು ಕಾಶಿಯ ವಿಶ್ವನಾಥ ದೇವಸ್ಥಾನಗಳ ಮೇಲೂ ಮುಸ್ಲಿಂ ದಾಳಿಕೋರರು ನಡೆಸಿದ ದಾಳಿಗೆ ಸಾಕ್ಷ್ಯಗಳಿವೆ.

ಅಯೋಧ್ಯೆಗಾಗಿ ನಡೆದ ಆಂದೋಲನವು ಆರೆಸ್ಸೆಸ್-ವಿಎಚ್‌ಪಿ-ಬಿಜೆಪಿಗಳ ಹುನ್ನಾರ ಎಂದು ಆರೋಪಿಸುವವರು ನಮ್ಮ ದೇಶದಲ್ಲಿ ನಡೆದಿರುವ ನಿಜವಾದ ಈ ಚರಿತ್ರೆಯನ್ನು ತಿಳಿದುಕೊಳ್ಳಬೇಕು.

ಇಷ್ಟರ ಮಧ್ಯೆ 1855 ಮತ್ತು 1934ರಲ್ಲಿ ಕೂಡ ರಾಮ ಜನ್ಮಭೂಮಿಯ ವಿಚಾರವಾಗಿ ಹಿಂದೂ ಮತ್ತು ಮುಸ್ಲಿಮರ ನಡುವೆ ಎರಡು ದೊಡ್ಡ ಬಡಿದಾಟಗಳಾಗಿವೆ. "1855ರಲ್ಲಿ ರಾಮ ಜನ್ಮಭೂಮಿಯ ಮೇಲೆರಗಿ ಅದನ್ನು ವಶಪಡಿಸಿಕೊಂಡ ಮುಸ್ಲಿಮರು, ಅಲ್ಲಿನ ಹನುಮಾನ್ ಘರಿ ದೇಗುಲದ ಮೇಲೂ ದಾಳಿ ಮಾಡಿದರು. ಆದರೆ, ದೊಡ್ಡ ಮಟ್ಟದಲ್ಲಿ ತಿರುಗಿಬಿದ್ದ ಹಿಂದೂಗಳು ಮುಸ್ಲಿಮರನ್ನು ಅಲ್ಲಿಂದ ಒಡೆದೋಡಿಸಿದರು ." ಎನ್ನುತ್ತದೆ ಆ ವರ್ಷದ ಫೈಜಾಬಾದ್ ಜಿಲ್ಲಾ ಗೆಝಿಟಿಯರ್. 1934ರಲ್ಲಿ ನಡೆದ ಶಸ್ತ್ರಸಹಿತ ಸಂಘರ್ಷದ ಸಮಯದಲ್ಲಿ ರಾಮ ಜನ್ಮಭೂಮಿ ಪರಿಸರಕ್ಕೆ ತೀವ್ರ ಹಾನಿಯುಂಟಾಗಿ, ಹಲವರು ತಮ್ಮ ಪ್ರಾಣವನ್ನೇ ತೆತ್ತರು. ಇದರ ಪರಿಣಾಮವಾಗಿ 1950ರವರೆಗೂ ಅಲ್ಲಿ ಬೀಗ ಹಾಕಲಾಗಿತ್ತು. ಇಷ್ಟರ ಮಧ್ಯೆಯೂ ಹಿಂದೂಗಳು ತಮ್ಮ ಪೂಜಾಕೈಂಕರ್ಯಗಳನ್ನು ನಡೆಸಿಕೊಂಡೇ ಬರುತ್ತಿದ್ದರು.

1936ರಿಂದ 1949ರ ನಡುವೆ ಅಯೋಧ್ಯೆಯ ರಾಮ ಜನ್ಮಭೂಮಿಯು ದೇವಸ್ಥಾನದ ಮಾನ್ಯತೆಯನ್ನೇ ಪಡೆದಿತ್ತು. ಅಲ್ಲದೆ, ಇದಾದ ಬಳಿಕ ಕೆಲವು ಮುಸ್ಲಿಮರು ಅಲಹಾಬಾದ್ ಹೈಕೋರ್ಟಿನಲ್ಲಿ ರಿಟ್ ಅರ್ಜಿ ಹಾಕಿದರು. ಇದನ್ನು ವಿಚಾರಣೆಗೆ ಎತ್ತಿಕೊಂಡ ನ್ಯಾಯಾಲಯವು 1955ರ ಏಪ್ರಿಲ್‌ನಲ್ಲಿ ಜನ್ಮಭೂಮಿಯಲ್ಲಿ ಹಿಂದೂಗಳಿಗಿರುವ ಪೂಜೆಯ ಹಕ್ಕನ್ನು ಎತ್ತಿ ಹಿಡಿಯಿತು. ಇಷ್ಟರ ಮಧ್ಯೆ ದೇಶಕ್ಕೆ ಸ್ವಾತಂತ್ರ್ಯ ಬಂದ ಕೂಡಲೇ, ನೆಹರು ಅವರ ಸರಕಾರ ಅಸ್ತಿತ್ವಕ್ಕೆ ಬಂತು. ಆಗ, ಅಂದರೆ 1949ರಲ್ಲಿ ಉತ್ತರ ಪ್ರದೇಶದ ಮುಖ್ಯಮಂತ್ರಿಗಳಾಗಿದ್ದ ಗೋವಿಂದವಲ್ಲಭ ಪಂತ್ ಅವರಿಗೂ ರಾಮ ಜನ್ಮಭೂಮಿ ವಿವಾದವನ್ನು ಬಗೆಹರಿಸಬೇಕೆಂಬ ಒಲವಿತ್ತು. ಆದರೆ, ಪ್ರಧಾನಿ ನೆಹರು ಅವರು ಎಂದಿನಂತೆ ಬೇರೆ ದಾರಿಯನ್ನು ತುಳಿದರು. ಆಗ ಗೃಹ ಸಚಿವರಾಗಿದ್ದ ವಲ್ಲಭಭಾಯಿ ಪಟೇಲರು ವಿವಾದವನ್ನು ಪರಿಹರಿಸಲು ಒಂದು ಸೂತ್ರವನ್ನು ರೂಪಿಸಿ, 1950ರ ಜನವರಿ 9ರಂದು ಪತ್ರ ಬರೆದರು. ನೆಹರು ಅವರೇನಾದರೂ ಅದನ್ನು ಅನುಸರಿಸಿದ್ದಿದ್ದರೆ ಅಯೋಧ್ಯೆ ವಿವಾದ ಅಂದೇ ಬಗೆಹರಿಯುತ್ತಿತ್ತು. ಏಕೆಂದರೆ, ಪಟೇಲರು ಮುಂದಿಟ್ಟಿದ್ದ ಆ ಸೂತ್ರವು ಪರಿಪೂರ್ಣವಾಗಿತ್ತು.

*****

ರಾಮ ಜನ್ಮಭೂಮಿಗಾಗಿ ಹಿಂದೂಗಳ ನಿರ್ಣಾಯಕ ಹೋರಾಟ ಶುರುವಾಗಿದ್ದು 1980ರ ದಶಕದ ಪೂರ್ವಾರ್ಧದ ಕೊನೆಯಲ್ಲಿ. ಭಾರತೀಯ ಜನತಾ ಪಾರ್ಟಿಯು ಈ ಆಂದೋಲನಕ್ಕೆ ತನ್ನ ಬೆಂಬಲವನ್ನು ಘೋಷಿಸಲು ತೀರ್ಮಾನಿಸಿದ್ದು ಇದಾದ ಐದು ವರ್ಷಗಳ ನಂತರ, ಅಂದರೆ 1989ರಲ್ಲಿ. ಇದಕ್ಕೂ ಮೊದಲು, ಅಂದರೆ 1951ರಿಂದ 1986ರವರೆಗೆ ಜನ್ಮಭೂಮಿಯ ವಿಚಾರವು ತೀರಾ ಸ್ಥಳೀಯವಾದ

ಒಂದು ವಿಚಾರವಾಗಿತ್ತು. ಅಷ್ಟು ವರ್ಷಗಳ ಕಾಲ ಜನ್ಮಭೂಮಿ ಪರಿಸರಕ್ಕೆ ಬೀಗ ಹಾಕಲಾಗಿತ್ತು. ನಿಜ ಹೇಳಬೇಕೆಂದರೆ, ಸ್ವತಃ ನಾನು 1952ರಿಂದಲೇ ರಾಜಕೀಯ ಕಾರ್ಯಕರ್ತನಾಗಿದ್ದರೂ 1989ರವರೆಗೂ ಇದರ ಬಗ್ಗೆ ಮಾತನಾಡಲು ನನಗೂ ಸಗಿಯಾದ ಅವಕಾಶವೇ ಸಿಕ್ಕಿರಲಿಲ್ಲ. ಅಂದಂತೆ, 1952ರಿಂದ 1986ರ ನಡುವೆ ದೆಹಲಿ ಮತ್ತು ಉತ್ತರ ಪ್ರದೇಶಗಳಲ್ಲಿ ಕಾಂಗ್ರೆಸ್ ಪಕ್ಷವೇ ಅಧಿಕಾರ ನಡೆಸುತ್ತಿತ್ತು.

ಜನ್ಮಭೂಮಿಗೆ ಸಂಬಂಧಿಸಿದಂತೆ ಮೊಟ್ಟಮೊದಲ ಬಾರಿಗೆ ಸಾಮೂಹಿಕ ಆಂದೋಲನದ ವಿಚಾರ ಪ್ರಸ್ತಾಪಕ್ಕೆ ಬಂದಿದ್ದು 1983ರಲ್ಲಿ; ಉತ್ತರ ಪ್ರದೇಶದ ಮುಜಫ್ಫರ್ ನಗರದಲ್ಲಿ ನಡೆದ ರಾಜಕೀಯೇತರ ಸಾರ್ವಜನಿಕ ಸಭೆಯಲ್ಲಿ. ಈ ಸಭೆಯಲ್ಲಿ ಹಿರಿಯ ಗಾಂಧೀವಾದಿ ಮತ್ತು ನೆಹರು–ಶಾಸ್ತ್ರಿ–ಇಂದಿರಾ ಗಾಂಧಿಯವರ ಸರಕಾರಗಳಲ್ಲಿ ಸಚಿವರಾಗಿದ್ದ ಗುಲ್ಜಾರಿಲಾಲ್ ನಂದಾ, ಆರೆಸ್ಸೆಸ್‌ನ ಹಿರಿಯ ಮುಖಂಡ ಪ್ರೊ.ರಾಜೇಂದ್ರ ಸಿಂಗ್ (ರಜ್ಜು ಭಯ್ಯಾ), ಉತ್ತರ ಪ್ರದೇಶದ ಮಾಜಿ ಕಾಂಗ್ರೆಸ್ ಸಚಿವ ದೇವದಯಾಳ್ ಖನ್ನಾ ಮತ್ತು 1949ರಿಂದಲೂ ಜನ್ಮಭೂಮಿಯ ವಿಚಾರವಾಗಿ ಹೋರಾಟವನ್ನು ನಡೆಸುತ್ತಿದ್ದ ಪರಮಹಂಸ ರಾಮಚಂದ್ರದಾಸ್ ಮುಂತಾದವರು ಪಾಲ್ಗೊಂಡಿದ್ದರು.

ಇದಾದ ಬಳಿಕ 1984ರ ಏಪ್ರಿಲ್‌ನಲ್ಲಿ ದೆಹಲಿಯ ಮೊಟ್ಟಮೊದಲ ಧರ್ಮಸಂಸದ್ ನಡೆದು, ಆ ವರ್ಷದ ಜೂನ್‌ನಲ್ಲಿ 'ರಾಮಜನ್ಮಭೂಮಿ ಮುಕ್ತಿಯಜ್ಞ ಸಮಿತಿ' ಅಸ್ತಿತ್ವಕ್ಕೆ ಬಂತು. ಇದರ ಶ್ರೇಯಸ್ಸು ನಿಸ್ಸಂಶಯವಾಗಿಯೂ ವಿಶ್ವ ಹಿಂದೂ ಪರಿಷತ್ತಿಗೆ ಸಲ್ಲಬೇಕು. ಇಷ್ಟರ ಮಧ್ಯೆ ಜನ್ಮಭೂಮಿಗೆ ಸಂಬಂಧಿಸಿದಂತೆ ಪ್ರಮುಖ ನಿರ್ಧಾರಗಳನ್ನು ತೆಗೆದುಕೊಂಡಿದ್ದು ಕಾಂಗ್ರೆಸ್ ಸರಕಾರಗಳೇ! ಇನ್ನೊಂದೆಡೆ, 1984ರ ಸಾರ್ವತ್ರಿಕ ಚುನಾವಣೆಯಲ್ಲಿ ಸೋತು ಸುಣ್ಣವಾಗಿದ್ದ ಬಿಜೆಪಿ ಆ ಸೋಲಿನಿಂದ ಜರ್ಜರಿತವಾಗಿತ್ತು. ಆ ದಿನಗಳಲ್ಲಿ ರಾಮ ಜನ್ಮಭೂಮಿಯ ಸಲುವಾಗಿ ನಡೆಯುತ್ತಿದ್ದ ಯಾವ ಚಟುವಟಿಕೆ/ಹೋರಾಟಗಳಲ್ಲೂ ಬಿಜೆಪಿ ಪಾಲಿಲ್ಲ.

ಅದರಂತೆ, 1989ರ ನವೆಂಬರ್ 10ರಂದು ನಡೆಸಬೇಕೆಂದು ನಿರ್ಧರಿಸಲಾಗಿದ್ದ ರಾಮಮಂದಿರ ಶಿಲಾನ್ಯಾಸಕ್ಕೆ ಮಾಡಲು ಅನುಮತಿ ಕೊಟ್ಟಿದ್ದು ಕೂಡ ರಾಜೀವ್ ಗಾಂಧಿಯವರ ನೇತೃತ್ವದ ಕೇಂದ್ರ ಮತ್ತು ಉತ್ತರಪ್ರದೇಶದಲ್ಲಿದ್ದ ಕಾಂಗ್ರೆಸ್ ಸರಕಾರಗಳೇ! ಇದರಂತೆ ಬಿಹಾರದ ನಿವಾಸಿಯಾದ ಕಾಮೇಶ್ವರ್ ಛೋಪಾಲ್ ಅವರು ರಾಮ ಜನ್ಮಭೂಮಿಯಲ್ಲಿ ಮಂದಿರದ ಮೊದಲ ಇಟ್ಟಿಗೆಯನ್ನಿಟ್ಟರು ಎನ್ನುವುದು ಗಮನಾರ್ಹ. ಆದರೆ, ಶಿಲಾನ್ಯಾಸಕ್ಕೆ ತಾನೇ ಕೊಟ್ಟಿದ್ದ ಅನುಮತಿಯನ್ನು ಇವೇ ಸರಕಾರಗಳು ಮರುದಿನವೇ ಹಿಂತೆಗೆದುಕೊಂಡು, ಜನ್ಮಭೂಮಿಯಲ್ಲಿ ಶುರುವಾಗಿದ್ದ ಕೆಲಸಗಳನ್ನೆಲ್ಲ ನಿಲ್ಲಿಸಬೇಕೆಂದು ಆಜ್ಞಾಪಿಸಿದವು. ವಿಚಿತ್ರವೆಂದರೆ, ಇದೇ ರಾಜೀವ್ ಗಾಂಧಿಯವರು 1989ರ ಮಹಾಚುನಾವಣೆಯ ಅಂಗವಾಗಿ ತಮ್ಮ ಪಕ್ಷದ ಪ್ರಚಾರಾಂದೋಲನವನ್ನು ಅಯೋಧ್ಯೆಯಿಂದಲೇ ಪ್ರಾರಂಭಿಸಿ, ತಮ್ಮ ಪಕ್ಷವು ಅಧಿಕಾರಕ್ಕೆ

ಬಂದರೆ 'ರಾಮರಾಜ್ಯ'ವನ್ನು ಸ್ಥಾಪಿಸುವುದಾಗಿ ಘೋಷಿಸಿದರು. ಕಾಂಗ್ರೆಸ್ ಪಕ್ಷವು ಅಯೋಧ್ಯೆಗೆ ಸಂಬಂಧಿಸಿದಂತೆ ಒಂದು ನಿರ್ದಿಷ್ಟ ನಿಲುವನ್ನು ಹೊಂದಿರಲಿಲ್ಲ. ನಿಜ ಹೇಳಬೇಕೆಂದರೆ, ಅದು ಅವಕಾಶವಾದಿಯಾದ ನಿಲುವುಗಳನ್ನು ಅಳವಡಿಸಿಕೊಳ್ಳುತ್ತಿತ್ತು. ರಾಜೀವ್ ಗಾಂಧಿಯವರ ನಿಧನದ ನಂತರವೂ ಆ ಪಕ್ಷವು ಇದೇ ಧೋರಣೆಯನ್ನು ಮುಂದುವರಿಸಿತು.

ಇದರ ಮಧ್ಯೆ ರಾಜೀವ್ ಗಾಂಧಿಯವರ ಸರಕಾರವು ಶಾ ಬಾನೊ ಪ್ರಕರಣದಲ್ಲಿ ಮುಸ್ಲಿಮರ ಒತ್ತಡಕ್ಕೆ ಮಣಿದು, ಸುಪ್ರೀಂಕೋರ್ಟಿನ ತೀರ್ಪನ್ನೇ ಪಕ್ಕಕ್ಕೆ ಸರಿಸಿತು. ಅಯೋಧ್ಯೆ ವಿಚಾರವು ಅಖಿಲ ಭಾರತೀಯ ಸ್ವರೂಪವನ್ನು ಪಡೆದುಕೊಳ್ಳಲು ಇದು ಬಹುದೊಡ್ಡ ಕಾರಣವಾಯಿತು. ಶಾ ಬಾನೊ ಪ್ರಕರಣಕ್ಕೆ ಸಂಬಂಧಿಸಿದಂತೆ ಹಿಂದೂ ಸಮಾಜ ಮತ್ತು ಸುಧಾರಣಾವಾದಿ ಮುಸ್ಲಿಮರಿಂದ ಎದುರಾದ ತೀವ್ರ ಪ್ರತಿರೋಧದಿಂದ ಕಂಗೆಟ್ಟ ರಾಜೀವ್ ಗಾಂಧಿಯವರು ಅಯೋಧ್ಯೆಯಲ್ಲಿನ ದೇವಾಲಯಗಳಿಗೆ ಹಾಕಿದ್ದ ಬೀಗವನ್ನು ತೆರೆಯಲು ತೀರ್ಮಾನಿಸಿದರು. ಇದೊಂದು ರಾಜಕೀಯ ಲೆಕ್ಕಾಚಾರವಾಗಿತ್ತು. ಇದರ ಫಲವಾಗಿ ಅಸ್ತಿತ್ವಕ್ಕೆ ಬಂದಿದ್ದೇ 'ಅಖಿಲ ಭಾರತ ಬಾಬರಿ ಮಸೀದಿ ಕ್ರಿಯಾ ಸಮಿತಿ'! ಇದೇನೇ ಇರಲಿ, ಜನ್ಮಭೂಮಿ ವಿಚಾರಕ್ಕೆ ಸಂಬಂಧಿಸಿದಂತೆ ಕಾಂಗ್ರೆಸ್ ದೃಢವಾದ ನಿಲುವನ್ನು ಹೊಂದಿದ್ದರೆ, ಈ ವಿಷಯಕ್ಕೆ ಬಿಜೆಪಿ ತಲೆಹಾಕುವ ಪ್ರಮೇಯವೇ ಬರುತ್ತಿರಲಿಲ್ಲ ಎನ್ನುವುದಂತೂ ಸತ್ಯ. ಅಂದಂತೆ, ಮುಂದಿನ ದಿನಗಳಲ್ಲಿ ಅಟಲ್ ಬಿಹಾರಿ ವಾಜಪೇಯಿಯವರು ಈ ದೇಶದ ಚುಕ್ಕಾಣಿ ಹಿಡಿದ ಮೇಲೆ ಹೇಳಿದಂತೆ "ಅಯೋಧ್ಯೆಯಲ್ಲಿ ರಾಮ ಮಂದಿರ ತಲೆಯೆತ್ತಬೇಕೆನ್ನುವುದು ಒಂದು ರಾಷ್ಟ್ರೀಯ ಆಕಾಂಕ್ಷೆ," ಎನ್ನುವುದನ್ನು ನಾವ್ಯಾರೂ ಮರೆಯುವಂತಿಲ್ಲ. ಇನ್ನೊಂದೆಡೆ, ಒಂದು ಗುಂಪಿನ ಜನರು ಉದ್ದೇಶಪೂರ್ವಕವಾಗಿ "ಬಾಬರಿ ಮಸೀದಿಯ ವಿಚಾರವು ಭಾರತೀಯ ಮುಸ್ಲಿಮರ ಪಾಲಿಗೆ ನಿರ್ಣಾಯಕವಾಗಿದ್ದು, ಇದು ಅವರ ಅಳಿವು-ಉಳಿವಿನ ಸಂಗತಿಯಾಗಿದೆ," ಎನ್ನುವಂತೆ ಬಿಂಬಿಸಲು ಶುರು ಮಾಡಿದರು. ಇದು ನಮಗೆ ಆಶ್ಚರ್ಯ ಮತ್ತು ಆಘಾತಗಳನ್ನು ಉಂಟುಮಾಡಿತು. ಅಲ್ಲಿಯವರೆಗೂ ಹಿಂದೂಗಳ ನ್ಯಾಯಬದ್ಧ ಬೇಡಿಕೆಯಾಗಿದ್ದ ರಾಮ ಜನ್ಮಭೂಮಿ ವಿಚಾರವು ಕೋಮು ಬಣ್ಣವನ್ನು ಪಡೆದುಕೊಂಡಿತು. ಇದು ಮುಂದಿನ ದಿನಗಳಲ್ಲಿ ಮತ್ತಷ್ಟು ತೀವ್ರವಾಯಿತು. ಇದಕ್ಕೆ ಅಖಿಲ ಭಾರತ ಬಾಬರಿ ಮಸೀದಿ ಕ್ರಿಯಾ ಸಮಿತಿಯು ನೀಡಿದ ಕೊಡುಗೆಯೂ ಸಾಕಷ್ಟಿದೆ. ಇದು ಯಾವ ಅತಿರೇಕಕ್ಕೆ ಹೋಯಿತೆಂದರೆ, ಈ ಸಮಿತಿಯು ದೇಶದ ಮುಸ್ಲಿಮರೆಲ್ಲರೂ 1987ರ ಜನವರಿ 26ರ ಗಣರಾಜ್ಯೋತ್ಸವವನ್ನು ಬಹಿಷ್ಕರಿಸಬೇಕೆಂದು ಕರೆ ಕೊಟ್ಟಿತು! ಸ್ವತಃ ಮುಸ್ಲಿಮರ ಒಂದು ವರ್ಗವೂ ಸೇರಿದಂತೆ ದೇಶಾದ್ಯಂತ ಇದರ ವಿರುದ್ಧ ಆಕ್ರೋಶ ಭುಗಿಲೆದ್ದಿತು. ಇದರಿಂದ ಬೆಚ್ಚಿಬಿದ್ದ ಕ್ರಿಯಾಸಮಿತಿಯು ಕೊನೆಗೆ ಬೇರೆ ದಾರಿ ತೋಚದೆ ತನ್ನ ಕರೆಯನ್ನು ವಾಪಸ್ ತೆಗೆದುಕೊಂಡಿತು. ಇವೆಲ್ಲವನ್ನೂ ಗಮನಿಸಿದ ಭಾರತೀಯ ಜನತಾ ಪಾರ್ಟಿಯು ಅಯೋಧ್ಯೆ ಆಂದೋಲನವನ್ನು

ಬೆಂಬಲಿಸಲು ತೀರ್ಮಾನಿಸಿತು. ನಮ್ಮ ಪಕ್ಷವು ಈ ಮಹತ್ತ್ವದ ತೀರ್ಮಾನವನ್ನು ತೆಗೆದುಕೊಂಡಿದ್ದ 1989ರ ಜೂನ್‌ನಲ್ಲಿ ಹಿಮಾಚಲ ಪ್ರದೇಶದ ಪಾಲಂಪುರದಲ್ಲಿ ನಡೆದ ತನ್ನ ರಾಷ್ಟ್ರೀಯ ಕಾರ್ಯಕಾರಿಣಿಯಲ್ಲಿ. ಅಲ್ಲಿ ಪಕ್ಷವು ಅನುಮೋದಿಸಿದ ಈ ಸಂಬಂಧದ ನಿಲುವಳಿಯನ್ನು ಬರೆದವನು ಸ್ವತಃ ನಾನೇ!

******

ಇಷ್ಟರಲ್ಲಿ 1989ರ ಮಹಾಚುನಾವಣೆಯ ಫಲಿತಾಂಶ ಹೊರಬಿದ್ದು, ರಾಜೀವ್ ಗಾಂಧಿ ನೇತೃತ್ವದ ಕಾಂಗ್ರೆಸ್ ಸರಕಾರವು ಅಧಿಕಾರವನ್ನು ಕಳೆದುಕೊಂಡಿತು. ಕಾಂಗ್ರೆಸ್ಸಿನ ಈ ಸೋಲಿಗೆ ಮುಖ್ಯವಾಗಿ ಮೂರು ಅಂಶಗಳು ಕಾರಣವಾಗಿದ್ದವು. ಅವೆಂದರೆ– ಬೊಫೋರ್ಸ್ ಹಗರಣ, ಶಾ ಬಾನೋ ಪ್ರಕರಣ ಮತ್ತು ರಾಮ ಜನ್ಮಭೂಮಿಗೆ ಸಂಬಂಧಿಸಿದಂತೆ ಕಾಂಗ್ರೆಸ್ ಹೊಂದಿದ್ದ ಚಂಚಲ ನಿಲುವು.

ಆಗ ಅಧಿಕಾರಕ್ಕೆ ಬಂದಿದ್ದು ವಿಶ್ವನಾಥ್ ಪ್ರತಾಪ್ ಸಿಂಗ್ (ವಿ.ಪಿ.ಸಿಂಗ್) ನೇತೃತ್ವದ ರಾಷ್ಟ್ರೀಯ ರಂಗ ಸರಕಾರ. ಇದಕ್ಕೆ ಬಿಜೆಪಿ ತನ್ನ ಬಾಹ್ಯ ಬೆಂಬಲವನ್ನು ನೀಡಿತ್ತು. ಇದೇ ರೀತಿಯಲ್ಲಿ ಎಡಪಕ್ಷಗಳು ಕೂಡ ವಿ.ಪಿ.ಸಿಂಗ್ ಸರಕಾರಕ್ಕೆ ತಮ್ಮ ಬೆಂಬಲ ಘೋಷಿಸಿದ್ದವು. ಅಂದಂತೆ, 1989ರ ಚುನಾವಣೆಯಲ್ಲಿ ಬಿಜೆಪಿ ರಾಮ ಮಂದಿರ ವಿಚಾರವನ್ನು ಪ್ರಮುಖವಾಗಿ ಪ್ರಸ್ತಾಪಿಸಿತ್ತು. ಈಗ ವಿ.ಪಿ.ಸಿಂಗ್ ಅವರು ಬಿಜೆಪಿ ಬೆಂಬಲವನ್ನು ಪಡೆದುಕೊಂಡಿದ್ದರು. ಅಂದಮೇಲೆ, ಜನ್ಮಭೂಮಿ ವಿಚಾರವನ್ನು ಸೂಕ್ಷ್ಮವಾಗಿ ನಿರ್ವಹಿಸಬೇಕಾದ ನೈತಿಕ ಹೊಣೆಗಾರಿಕೆ ಅವರದಾಯಿತು. ಬೇಸರದ ಸಂಗತಿಯೆಂದರೆ, ಅವರು ನಮ್ಮ ನಿರೀಕ್ಷೆಗೆ ತಕ್ಕಂತೆ ನಡೆದುಕೊಳ್ಳದೆ ಅಪಚಾರವೆಸಗಿದರು. ನಾನು ಇಲ್ಲೊಂದು ಸಂಗತಿಯನ್ನು ದಾಖಲಿಸಬೇಕು. ಆ ದಿನಗಳಲ್ಲಿ ಮುಂಬೈನ (ಆಗಿನ್ನೂ ಬಾಂಬೆ) 'ಎಕ್ಸ್‌ಪ್ರೆಸ್ ಟವರ್'ನಲ್ಲಿ ಅಯೋಧ್ಯೆಗೆ ಸಂಬಂಧಿಸಿದಂತೆ ಒಂದು ಮಹತ್ತ್ವದ ಸಭೆ ನಡೆಯಿತು. ಅದರಲ್ಲಿ ಸ್ವತಃ ವಿ.ಪಿ.ಸಿಂಗ್ ಕೂಡ ಭಾಗವಹಿಸಿದ್ದರು. ಆ ಸಭೆಯಲ್ಲಿ ಮಾತನಾಡಿದ ಅವರು 'ಅರೆ, ಅಯೋಧ್ಯೆಯಲ್ಲಿ ಮಸೀದಿ ಎಲ್ಲಿದೆ ಸ್ವಾಮಿ? ಅಲ್ಲಿ ಈಗಾಗಲೇ ದೇವಸ್ಥಾನವಿದೆ' ಎಂದರು. ಆದರೆ, ಇದನ್ನು ಅವರು ಬಹಿರಂಗವಾಗಿ ಹೇಳುತ್ತಿರಲಿಲ್ಲ. ಇದು ನಮ್ಮ ದೇಶದ ರಾಜಕೀಯ ವ್ಯವಸ್ಥೆಗೇ ಅಂಟಿರುವ ಒಂದು ರೋಗ. ಅಯೋಧ್ಯೆಯ ನಿಜವಾದ ಇತಿಹಾಸವನ್ನು ಅರಿತಿದ್ದ ಇತರ ಪಕ್ಷಗಳ ಪ್ರಮುಖ ಮುಖಂಡರು ಕೂಡ ನೇಪಥ್ಯದಲ್ಲಿ ರಾಮ ಮಂದಿರದ ಪರವಾಗಿಯೇ ಮಾತನಾಡುತ್ತಿದ್ದರು. ಆದರೆ ಅವರು ಕೂಡ ಬಹಿರಂಗವಾಗಿ ಇದನ್ನು ಹೇಳಲು ಹಿಂದೇಟು ಹಾಕುತ್ತಿದ್ದರು. ಹೀಗಿದ್ದಾಗ 1989ರ ಆಗಸ್ಟ್ 13ರಂದು ದೆಹಲಿಯಲ್ಲಿ ಡಾ.ಕೊಯೆನ್ರಾಡ್ ಎಲ್ಸ್ಟ್ ಅವರ ಮಹತ್ತ್ವದ ಕೃತಿಗಳಲ್ಲಿ ಒಂದಾದ 'ರಾಮ ಜನ್ಮಭೂಮಿ ವರ್ಸಸ್ ಬಾಬರಿ ಮಸೀದಿ: ಎ ಕೇಸ್ ಸ್ಟಡಿ ಇನ್ ಹಿಂದೂ–ಮುಸ್ಲಿಂ ಕಾನ್ಫ್ಲಿಕ್ಟ್'ನ ಲೋಕಾರ್ಪಣೆ ಸಮಾರಂಭ ನಡೆಯಿತು. ಇದರ ಲೋಕಾರ್ಪಣೆಯನ್ನು ನೆರವೇರಿಸಿದ್ದು ಸ್ವತಃ ನಾನೇ. ಆ ಸಂದರ್ಭದಲ್ಲಿ ಮಾತನಾಡಿದ ನಾನು "ಮುಸ್ಲಿಮರು

ರಾಮ ಜನ್ಮಭೂಮಿಯ ಮೇಲಿನ ತಮ್ಮ ಆಗ್ರಹವನ್ನು ಕೈಬಿಡುವುದಾದರೆ, ಮಥುರಾ ಮತ್ತು ಕಾಶಿಗಳ ಮೇಲಿನ ಹಕ್ಕಿನ ಆಗ್ರಹವನ್ನು ಕೈಬಿಡುವಂತೆ ಸ್ವತಃ ನಾನೇ ವಿಶ್ವ ಹಿಂದೂ ಪರಿಷತ್ತಿನ ಮುಖಂಡರಿಗೆ ಮನವಿ ಮಾಡಿಕೊಳ್ಳುತ್ತೇನೆ," ಎಂದು ಭರವಸೆ ಕೊಟ್ಟೆ. ಆದರೆ, ಮುಸ್ಲಿಂ ಮುಖಂಡರು ಇದನ್ನು ತಿರಸ್ಕರಿಸಿದರು. ಆಗ ನನಗಾದ ನಿರಾಸೆ ಅಷ್ಟಿಷ್ಟಲ್ಲ. ಈ ಮೂಲಕ ಅಖಿಲ ಭಾರತ ಬಾಬರಿ ಮಸೀದಿ ಕ್ರಿಯಾ ಸಮಿತಿಯ ಮುಖಂಡರು ತಮ್ಮ ಅಸೂಕ್ಷ್ಮತೆ, ಮೂಲಭೂತವಾದಿ ಧೋರಣೆ ಮತ್ತು ಹಠಮಾರಿತನವನ್ನು ಪ್ರದರ್ಶಿಸಿದರು. ವಾಸ್ತವವಾಗಿ ನಮ್ಮ ದೇಶದ ಸಾಮಾನ್ಯ ಮುಸ್ಲಿಂ ನಾಗರಿಕರಾರಿಗೂ ವಿವಾದಿತ ಬಾಬರಿ ಮಸೀದಿಯ ಸ್ಥಳಾಂತರಿಸಿ, ಜನ್ಮಭೂಮಿಯಲ್ಲಿ ರಾಮ ಮಂದಿರವನ್ನು ಕಟ್ಟುವ ಬಗ್ಗೆ ಯಾವ ತಕರಾರೂ ಇರಲಿಲ್ಲ. ಆದರೆ, ಅಖಿಲ ಭಾರತ ಬಾಬರಿ ಮಸೀದಿ ಕ್ರಿಯಾ ಸಮಿತಿಯ ನಾಯಕರು ಈ ನಾಡಿಮಿಡಿತವನ್ನು ಅರಿಯದೆ ಹೋದರು. ಅವರ ಈ ಮೊಂಡುತನವು ನನ್ನಲ್ಲಿ ಕೋಪ ಹುಟ್ಟಿಸಿದ್ದಂತೂ ನಿಜ.

******

ಈ ದಿನಗಳಲ್ಲಿ ಕ್ಷಿಪ್ರಗತಿಯಲ್ಲಿ ಅನೇಕ ಚಟುವಟಿಕೆಗಳು ನಡೆಯತೊಡಗಿದವು. ವಿಎಚ್‌ಪಿ ನೇತೃತ್ವದಲ್ಲಿ ದೇಶದೆಲ್ಲೆಡೆ ಕರಸೇವಾ ಸಮಿತಿಗಳು ಅಸ್ತಿತ್ವಕ್ಕೆ ಬಂದವು. ಇಡೀ ದೇಶದ ಮೂಲೆಮೂಲೆಗಳಲ್ಲೆಲ್ಲ ರಾಮನ ಹೆಸರು ಅನುರಣಿಸತೊಡಗಿತು. ಇವೆಲ್ಲವನ್ನೂ ನೋಡುತ್ತಿದ್ದ ನನಗೆ, "ಓಹೋ, ಇನ್ನೇನು ಸದ್ಯದಲ್ಲೇ ಒಂದು ಹೊಸ ಇತಿಹಾಸ ಸೃಷ್ಟಿಯಾಗಲಿದೆ," ಎನ್ನುವ ಅಂಶ ಹೊಳೆಯಿತು. ಇಷ್ಟರ ಮಧ್ಯೆಯೂ ಅಯೋಧ್ಯಾ ಆಂದೋಲನದಲ್ಲಿ ಬಿಜೆಪಿ ವಹಿಸಬಹುದಾದ ಪಾತ್ರವೇನು, ಪಕ್ಷದ ಅಧ್ಯಕ್ಷನಾಗಿ ನಾನು ಇದರಲ್ಲಿ ಮಾಡಬಹುದಾದ್ದೇನು ಎಂದು ನನ್ನ ಮನಸ್ಸು ತೀವ್ರವಾಗಿ ಚಿಂತಿಸುತ್ತಿತ್ತು. ಇಷ್ಟೇ ಅಲ್ಲ, ಈ ಆಂದೋಲನವು ಕೇವಲ ಅಯೋಧ್ಯೆಗೆ ಸೀಮಿತವಲ್ಲ ಅಥವಾ ಒಂದು ವಿವಾದಿತ ನಿವೇಶನದ ಮೇಲೆ ಪುನಃ ಹಿಂದೂಗಳು ತಮ್ಮ ಹಕ್ಕನ್ನು ಸ್ಥಾಪಿಸಿಕೊಳ್ಳುವುದಷ್ಟೇ ಇದರ ಅಂತಿಮ ಉದ್ದೇಶವಾಗಬಾರದು; ಬದಲಿಗೆ, ಹುಸಿ ಜಾತ್ಯತೀತತೆಯ ಮೇಲೆ ನಿಜವಾದ ಜಾತ್ಯತೀತ ತತ್ತ್ವದ ಗೆಲುವು ಇದಾಗಲಿದೆ ಎನ್ನುವುದು ನನಗೆ ಖಚಿತವಾಯಿತು. ಹಾಗೆಯೇ, ಈ ಆಂದೋಲನವು ನಮ್ಮ ಸಾಂಸ್ಕೃತಿಕ ಪರಂಪರೆಯೇ ಈ ದೇಶದ ಅಸ್ಮಿತೆಯ ನಿಜವಾದ ಮೂಲವಾಗಬೇಕು ಎನ್ನುವುದನ್ನು ಮರುಸ್ಥಾಪಿಸಬೇಕು ಎನ್ನುವುದು ಖಚಿತವಾಯಿತು.

ಒಂದೊಂದು ಕ್ಷಣವೂ ಹೀಗೆ, ತೀವ್ರವಾದ ಆಲೋಚನಾ ತರಂಗಗಳೊಂದಿಗೆ ಉರುಳುತ್ತಿತ್ತು. ಅದು 1990ರ ಸೆಪ್ಟೆಂಬರ್ ತಿಂಗಳ ಒಂದು ದಿನ ಸಂಜೆ. ನಾನು ಮತ್ತು ನನ್ನ ಪತ್ನಿ ಕಮಲಾ ನಮ್ಮ ದೆಹಲಿ ನಿವಾಸದಲ್ಲಿ ತುಸು ಲೋಕಾಭಿರಾಮವಾಗಿ ಕೂತಿದ್ದೆವು. ಆ ಕ್ಷಣಗಳಲ್ಲಿ, ಆಗ ಬಿಜೆಪಿಯ ನಾಲ್ವರು ಪ್ರಧಾನ ಕಾರ್ಯದರ್ಶಿಗಳಲ್ಲಿ ಒಬ್ಬರಾಗಿದ್ದ ಪ್ರಮೋದ್ ಮಹಾಜನ್ ನಮ್ಮ ಮನೆಗೆ ಬಂದಿಳಿದರು. ಹಾಗೆ ನೋಡಿದರೆ ಅದೊಂದು ಮಾಮೂಲಿ ಭೇಟಿಯಾಗಿತ್ತು. ಆದರೂ ಮಹಾಜನ್ ಅವರ ಮನಸ್ಸನ್ನು

ಕೂಡ ಅಯೋಧ್ಯೆಯ ವಿಚಾರವೇ ಆಕ್ರಮಿಸಿಕೊಂಡಿತ್ತು ಎನ್ನುವುದು ಸುಳ್ಳಲ್ಲ. ಮಾತು ಶುರು ಮಾಡಿದ ಮಹಾಜನ್, ಉದ್ದೇಶಿತ ಕರಸೇವೆಯು ಇಡೀ ದೇಶದ ಆಸಕ್ತಿಯಾಗಿ ಪರಿಣಮಿಸಿ, ಎಲ್ಲೆಲ್ಲೂ ಜನರು ಇದರ ಬಗ್ಗೆಯೇ ಮಾತನಾಡುತ್ತಿರುವುದನ್ನು ಪ್ರಸ್ತಾಪಿಸಿದರು. ಸಾಮಾಜಿಕ–ರಾಜಕೀಯ ವಿಚಾರಗಳಿಗೆ ಬಂದರೆ, ಪ್ರತಿಯೊಂದು ಸಂಗತಿಯನ್ನೂ ಇತರರಿಗಿಂತ ಮೊದಲೇ ಸ್ಫುಟವಾಗಿ ಗ್ರಹಿಸುವ ಕುಶಾಗ್ರಮತಿ ಪ್ರಮೋದ್ ಮಹಾಜನ್ ಅವರಿಗಿತ್ತು.

ಮಹಾಜನ್ ಅವರ ಮಾತಿಗೆ ಉತ್ತರಿಸಿದ ನಾನು “ಮಹಾಜನ್, ಸೋಮನಾಥದಿಂದ ಅಯೋಧ್ಯೆಯವರೆಗೆ ನಾನು ಪಾದಯಾತ್ರೆ ನಡೆಸಬೇಕು ಎಂದುಕೊಂಡಿದ್ದೇನೆ. ಪ್ರಾಯಶಃ ಇದು ದೀನದಯಾಳ್ ಉಪಾಧ್ಯಾಯರ ಜನ್ಮದಿನವಾದ ಸೆಪ್ಟೆಂಬರ್ 25ರಂದು, ಇಲ್ಲದಿದ್ದರೆ ಮಹಾತ್ಮ ಗಾಂಧೀಜಿಯವರು ಹುಟ್ಟಿದ ದಿನವಾದ ಅಕ್ಟೋಬರ್ 2ರಂದು ಶುರುವಾಗಬಹುದು. ಒಟ್ಟಿನಲ್ಲಿ ಅಕ್ಟೋಬರ್ 30ರಂದು ಅಯೋಧ್ಯೆಯನ್ನು ತಲುಪಲಿದೆ,” ಎಂದೆ.

ರಾಜಕೀಯ ಕಾರ್ಯಕ್ರಮಗಳನ್ನು ಸಂಘಟಿಸುವಲ್ಲಿ ಚತುರರಾಗಿದ್ದ ಮಹಾಜನ್ ಕೂಡಲೇ, ನಾನು ಪಾದಯಾತ್ರೆಯನ್ನು ಕೈಗೊಂಡರೆ ಒಂದು ದಿನದಲ್ಲಿ ಎಷ್ಟು ದೂರವನ್ನು ಕ್ರಮಿಸಬಹುದು ಮತ್ತು ಈ ರಥಯಾತ್ರೆಯು ಯಾವ್ಯಾವ ಊರುಗಳನ್ನು ಹಾದು ಹೋಗಬೇಕು ಎಂದು ಲೆಕ್ಕ ಹಾಕತೊಡಗಿದರು. ಆದರೆ ಮರುಕ್ಷಣದಲ್ಲೇ ಅವರು “ಆಡ್ವಾಣಿಯವರೇ, ಪಾದಯಾತ್ರೆಯ ಆಲೋಚನೆಯೇನೋ ಚೆನ್ನಾಗಿದೆ. ಆದರೆ ನಿಮ್ಮ ಮನಸ್ಸಿನಲ್ಲಿರುವ ಉದ್ದೇಶಕ್ಕೆ ಇದರಿಂದ ಹೆಚ್ಚಿನ ಉಪಯೋಗವಿಲ್ಲ. ಪಾದಯಾತ್ರೆಯನ್ನು ಕೈಗೊಂಡರೆ ನೀವು ಅಬ್ಬಬ್ಬಾ ಎಂದರೆ ಗುಜರಾತಿನ ಒಂದು ಸಣ್ಣ ಭಾಗ, ಅಕ್ಕಪಕ್ಕದ ರಾಜಾಸ್ಥಾನ, ಮಧ್ಯಪ್ರದೇಶ, ದೆಹಲಿ ಮತ್ತು ಉತ್ತರ ಪ್ರದೇಶದ ಅರ್ಧಭಾಗವನ್ನು ಸಂಪರ್ಕಿಸಬಹುದಷ್ಟೆ,” ಎಂದರು.

ಕೂಡಲೇ ನಾನು, ಪಾದಯಾತ್ರೆಗೆ ಪರ್ಯಾಯವಾದ ವಿಧಾನವನ್ನು ಹೇಳುವಂತೆ ಮಹಾಜನ್ ಅವರಿಗೆ ಸೂಚಿಸಿದೆ. ಜೊತೆಗೆ “ನೋಡಿ, ನನಗೆ ಕಾರಿನಲ್ಲಿ ಪ್ರಯಾಣ ಮಾಡುವುದೆಂದರೆ ಆಗುವುದಿಲ್ಲ. ಪ್ರಾಯಶಃ ಒಂದು ಜೀಪ್‌ನಲ್ಲಿ ಕುಳಿತುಕೊಂಡು ನನ್ನ ಯಾತ್ರೆಯನ್ನು ನಡೆಸಬಹುದೇನೋ?” ಎಂದು ಹೇಳಿದೆ. ಮಹಾಜನ್ ಅವರು ಕೂಡಲೇ “ಸರ್, ಒಂದು (ಆಧುನಿಕ) ರಥಯಾತ್ರೆ ಯಾಕಾಗಬಾರದು? ನಾವು ಒಂದು ಮಿನಿಬಸ್ಸನ್ನೋ ಮಿನಿಟ್ರಕ್ಕನ್ನೋ ತೆಗೆದುಕೊಂಡು, ಅದನ್ನು ರಥದಂತೆ ವಿನ್ಯಾಸಗೊಳಿಸಿ, ಈ ಯಾತ್ರೆಯನ್ನು ನಡೆಸಬಹುದು., ಇಷ್ಟಕ್ಕೂ ಇದು ಶ್ರೀರಾಮನಿಗೊಂದು ಮಂದಿರವನ್ನು ಕಟ್ಟುವ ಉದ್ದೇಶವುಳ್ಳದ್ದಾದ್ದರಿಂದ ಇದನ್ನು ರಾಮ ರಥಯಾತ್ರೆ ಎಂದೇ ಕರೆಯಬಹುದು,” ಎಂದು ಸಲಹೆ ನೀಡಿದರು. ಇಷ್ಟೇ ಅಲ್ಲ, “ಆಡ್ವಾಣಿಯವರೇ, ನಿಮ್ಮ ಈ ರಥಯಾತ್ರೆಯು ದೇಶದ ಪಶ್ಚಿಮ, ದಕ್ಷಿಣ, ಮಧ್ಯ, ಉತ್ತರ ಮತ್ತು ಪೂರ್ವ ಭಾರತದ ಹೆಚ್ಚಿನ ರಾಜ್ಯಗಳಲ್ಲೆಲ್ಲ ಸಂಚರಿಸಬೇಕು. ಇದು ಎಲ್ಲೆಲ್ಲಿ ಹಾದು ಹೋಗಬೇಕು ಮತ್ತು ಇದಕ್ಕೆ ಬೇಕಾದ ಇತರ ಅನುಕೂಲಗಳೇನೇನು ಎನ್ನುವುದನ್ನೆಲ್ಲ ನಾನು

ತೀರ್ಮಾನಿಸುತ್ತೇನೆ. ಅವೆಲ್ಲವನ್ನೂ ನೀವು ನನಗೆ ಬಿಡಿ. ನೀವು ಈ ರಥಯಾತ್ರೆಯನ್ನು ಯಾವಾಗ ಶುರು ಮಾಡಲಿದ್ದೀರಿ ಎನ್ನುವುದನ್ನು ಮಾತ್ರ ನನಗೆ ಹೇಳಿ, ಸಾಕು," ಎಂದರು.

ನಾನು ಇದಕ್ಕೆ ಪ್ರತಿಯಾಗಿ "ಮಹಾಜನ್, ಈಗಾಗಲೇ ಸೆಪ್ಟೆಂಬರ್ ಬಂದಾಗಿದೆ. ದೀನದಯಾಳ್ ಉಪಾಧ್ಯಾಯರ ಜನ್ಮದಿನವಾದ ಸೆಪ್ಟೆಂಬರ್ 25ರಂದು ನಮ್ಮ ರಥಯಾತ್ರೆಯನ್ನು ಶುರು ಮಾಡೋಣವೆಂದರೆ, ಸಿದ್ಧತೆ ಮಾಡಿಕೊಳ್ಳಲು ಸಮಯ ಸಾಕಾಗುತ್ತದೆಯೇ?" ಎಂದೆ. ರಥಯಾತ್ರೆಯ ಚಿಂತನೆಯೂ ಅದು ಬೀರಬಹುದಾದ ಪರಿಣಾಮವೂ ನನಗೆ ಗೊತ್ತಾಗಿತ್ತು. ಆದರೂ ಇದಕ್ಕೆ ಬೇಕಾದ ಏರ್ಪಾಡು, ಸೌಲಭ್ಯ ಇತ್ಯಾದಿಗಳ ಬಗ್ಗೆ ನನಗೆ ಗೊಂದಲಗಳಿದ್ದವು. ಅಲ್ಲದೆ, ಇಂತಹ ರಥಯಾತ್ರೆಯು ನನ್ನ ಸ್ವಭಾವಕ್ಕೆ ಹಿಡಿಸುವುದಿಲ್ಲ ಎಂದೂ ಅನಿಸುತ್ತಿತ್ತು. ಆದರೂ ಇವೆಲ್ಲವನ್ನೂ ಹತ್ತಿಕ್ಕಿ ನನ್ನ ಮನಸ್ಸು ಆಳದಲ್ಲಿ ರಥಯಾತ್ರೆಗೆ ತುಡಿಯುತ್ತಿತ್ತು.

ಕೂಡಲೇ ನಾನು ಮಹಾಜನ್ ಅವರಿಗೆ ಪಕ್ಷದ ಪ್ರಧಾನ ಕಾರ್ಯದರ್ಶಿಗಳ ಮತ್ತು ಇತರ ಪ್ರಮುಖ ನಾಯಕರೆಲ್ಲರ ಸಭೆಯನ್ನು ಕರೆಯುವಂತೆ ಸೂಚಿಸಿದೆ. ಇದರಂತೆ ಅವರು ಸಭೆಯನ್ನು ಏರ್ಪಾಡು ಮಾಡಿದರು. ಅಲ್ಲಿ ನನ್ನ ರಥಯಾತ್ರೆಯ ಪ್ರಸ್ತಾವನೆಗೆ ಮಿಂಚಿನ ವೇಗದಲ್ಲಿ ಅತ್ಯಂತ ಉತ್ಸಾಹದ ಅನುಮೋದನೆ ಸಿಕ್ಕಿತು. 1990ರ ಸೆಪ್ಟೆಂಬರ್ 12ರಂದು ನಮ್ಮ ಪಕ್ಷದ ಕಚೇರಿಯಲ್ಲಿ ಪತ್ರಿಕಾಗೋಷ್ಠಿಯನ್ನು ಕರೆದ ನಾನು, ಸೆಪ್ಟೆಂಬರ್ 25ರಿಂದ ಆರಂಭಿಸಿ ಅಕ್ಟೋಬರ್ 30ರವರೆಗೆ 10,000 ಕಿಲೋಮೀಟರ್ ದೂರದ ರಥಯಾತ್ರೆಯನ್ನು ನಡೆಸುತ್ತಿರುವುದಾಗಿ ಘೋಷಿಸಿದೆ. ಅಕ್ಟೋಬರ್ 30ರಂದು ಅಯೋಧ್ಯೆಯಲ್ಲಿನ ಕರಸೇವೆಯನ್ನು ಸೇರಿಕೊಳ್ಳುವುದು ನಮ್ಮ ರಥಯಾತ್ರೆಯ ಗುರಿಯಾಗಿತ್ತು.

****

ಸೆಪ್ಟೆಂಬರ್ ತಿಂಗಳ ಕೊನೆಯ ಭಾಗವೆಂದರೆ ಗುಜರಾತಿನ ಸೌರಾಷ್ಟ್ರೀಯತೆ ಸೀಮೆಯಲ್ಲಿ ಆಗತಾನೇ ಮುಂಗಾರು ಮುಗಿದು, ಚಳಿಗಾಲ ಶುರುವಾಗುವ ಹೊತ್ತು. ನಾನು ರಥಯಾತ್ರೆಯನ್ನು ಆರಂಭಿಸಲು ಸೋಮನಾಥಕ್ಕೆ ಬಂದಿಳಿದಾಗ ಅಲ್ಲಿದ್ದ ಈ ಸಂಕ್ರಮಣಾವಸ್ಥೆಯ ವಾತಾವರಣವು ಕವಲುದಾರಿಯಲ್ಲಿದ್ದ ನನ್ನ ರಾಜಕೀಯ ಜೀವನಕ್ಕೆ ಒಂದು ಒಳ್ಳೆಯ ರೂಪಕವಾಗಿತ್ತು. ನಾನು ಹಿಂದೆಂದೂ ಇಂಥದ್ದೊಂದು ಸಾಮೂಹಿಕ ಆಂದೋಲನದಂತಹ ಕಾರ್ಯಕ್ರಮವನ್ನು –ಅದೂ ಇಷ್ಟೊಂದು ನವೀನ ವಿಧಾನದಲ್ಲಿ– ಕೈಗೊಂಡಿರಲಿಲ್ಲ. ಈ ರಥಯಾತ್ರೆಯು ನನ್ನ ರಾಜಕೀಯ ಜೀವನದಲ್ಲಿ ಅತ್ಯಂತ ಮಹತ್ತ್ವದ ಘಟನೆಯೆಂಬುದು ನನಗೆ ಗೊತ್ತಿದ್ದರೂ ಸಹ ಮುಂದೆ ಏನು ಕಾದಿದೆಯೋ ಎನ್ನುವ ಬಗ್ಗೆ ಒಂದು ಸಣ್ಣ ಕಲ್ಪನೆಯೂ ನನಗಿರಲಿಲ್ಲ. "ಏನೇ ಆಗಲಿ, ನಾನು ನನ್ನ ಕರ್ತವ್ಯವನ್ನು ಮಾಡಬೇಕು. ಇದರ ಫಲಾಫಲಗಳ ಬಗ್ಗೆ ನಾನೇನೂ ಯೋಚಿಸಬಾರದು," ಎನ್ನುವ ಭಾವನೆ ಮಾತ್ರ ಆಗ ನನ್ನಲ್ಲಿತ್ತು.

ಇದೇ ಭಾವನೆಯಲ್ಲಿ ನಾನು 1990ರ ಸೆಪ್ಟೆಂಬರ್ 25ರಂದು ಸೋಮನಾಥದ ಜ್ಯೋತಿರ್ಲಿಂಗಕ್ಕೆ ಪೂಜೆ ನೆರವೇರಿಸಿದೆ. ಆಗ ನನ್ನೊಂದಿಗೆ ಪ್ರಮೋದ್ ಮಹಾಜನ್, ನರೇಂದ್ರ ಮೋದಿ, ಭಾರತೀಯ ಜನತಾ ಪಾರ್ಟಿಯ ಗುಜರಾತ್ ಘಟಕದ ಪ್ರಮುಖ ನಾಯಕರು ಮತ್ತು ನನ್ನ ಕುಟುಂಬದ ಸದಸ್ಯರು ಇದ್ದರು. ಜೊತೆಗೆ, ನಮ್ಮ ಪಕ್ಷದ ಉಪಾಧ್ಯಕ್ಷರುಗಳಾಗಿದ್ದ ರಾಜಮಾತೆ ವಿಜಯರಾಜೇ ಸಿಂಧಿಯಾ ಮತ್ತು ಸಿಕಂದರ್ ಬಖ್ತ್ ಅವರು ರಥಯಾತ್ರೆಗೆ ಹಸಿರು ನಿಶಾನೆ ತೋರಿಸಲು ಆಗಮಿಸಿದ್ದರು. ರಥವನ್ನೊ ಏರುವ ಮೊದಲು ನಾವೆಲ್ಲರೂ ಸೋಮನಾಥದ ದೇವಸ್ಥಾನದ ಮುಂಭಾಗ ದಲ್ಲಿರುವ ಸರ್ದಾರ್ ವಲ್ಲಭಭಾಯಿ ಪಟೇಲರ ಪ್ರತಿಮೆಗೆ ಪುಷ್ಪಾರ್ಚನೆ ಸಲ್ಲಿಸಿದೆವು. ನಾನು ನನ್ನ ಮನಸ್ಸಿನಲ್ಲಿ ರಾಮ ಮಂದಿರ ನಿರ್ಮಾಣದ ಉದ್ದೇಶಕ್ಕಾಗಿ ಸಂಕಲ್ಪ ತೊಟ್ಟು, ಯೋಗದಾನ ಮಾಡಿದ ಪ್ರತಿಯೊಬ್ಬ ಮಹಾಮಹಿಮರಿಗೂ ಮನಸ್ಸಿನಲ್ಲೇ ಧನ್ಯವಾದಗಳನ್ನು ಸಮರ್ಪಿಸಿ, ಅವರೆಲ್ಲರಿಂದಲೂ ಸ್ಫೂರ್ತಿಯನ್ನು ಪಡೆದುಕೊಂಡೆ.

ಇದಾದ ಮೇಲೆ ನಾವೆಲ್ಲರೂ ಅಲ್ಲಿ ನೆರೆದಿದ್ದ ಸಾವಿರಾರು ಜನರ ಜಯಘೋಷಗಳ ನಡುವೆ ರಥವನ್ನೇರಿದೆವು. ಶಂಖನಾದ ಮತ್ತು ಜೈ ಶ್ರೀರಾಮ್ ಹಾಗೂ 'ಮಂದಿರವಲ್ಲೇ ಕಟ್ಟುವೆವು' ಎನ್ನುವ ಘೋಷಣೆಗಳ ಪ್ರಚಂಡ ಅನುರಣನದ ನಡುವೆ ಚೆಂಡುಹೂವಿನ ಮಾಲೆಗಳಿಂದ ಅಲಂಕೃತವಾಗಿದ್ದ ನಮ್ಮ ರಥವು ಮುಂದಕ್ಕೆ ಉರುಳತೊಡಗಿತು. ಜೊತೆಗೆ, ಖ್ಯಾತ ಗಾಯಕಿ ಲತಾ ಮಂಗೇಶ್ಕರ್ ಹಾಡಿದ್ದ 'ರಾಮ್ ನಾಮ್ ಜಾದೂ ಐಸಾ, ರಾಮ್ ನಾಮ್ ಮನ್ ಭಾಯೇ, ಮನ್ ಕೀ ಅಯೋಧ್ಯಾ ತಬ್ ತಕ್ ಸೂನೀ, ಜಬ್ ತಕ್ ರಾಮ್ ನಾ ಆಯೇ ರೇ' ಹಾಡು ಯಾತ್ರೆಯುದ್ದಕ್ಕೂ ಥೀಮ್‌ಸಾಂಗ್ ಆಗಿ ಮೊಳಗತೊಡಗಿತು. ಅಂದಂತೆ, ಲತಾ ಮಂಗೇಶ್ಕರ್ ಅವರು ಸುಮಧುರವಾಗಿ ಹಾಡಿದ್ದ ಈ ಹಾಡನ್ನುಳ್ಳ ಅಡಕ ಮುದ್ರಿಕೆಯನ್ನು (ಕಾಂಪ್ಯಾಕ್ಟ್ ಡಿಸ್ಕ್) ನಮ್ಮ ರಥಯಾತ್ರೆಯು ಪ್ರಾರಂಭವಾಗುವ ಮುನ್ನಾ ದಿನ ನನಗೆ ತಂದುಕೊಟ್ಟಿದ್ದು ಹೆಸರಾಂತ ಹಿಂದಿ ಸಿನಿಮಾ ನಟ ಮನೋಜ್‌ಕುಮಾರ್.

ಮುಂದಿನ ನಾಲ್ಕು ದಿನಗಳ ಕಾಲ ಗುಜರಾತಿನ ನೂರಾರು ಹಳ್ಳಿಗಳು, ಪಟ್ಟಣಗಳು ಮತ್ತು ನಗರಗಳಲ್ಲಿ ನಮ್ಮ ರಥಯಾತ್ರೆ ಸಾಗಿಬಂದಿತು. ಅಲ್ಲಿ ಸಿಕ್ಕಿದ ಸ್ವಾಗತವಂತೂ ಅದ್ಭುತವಾಗಿತ್ತು. ರಸ್ತೆಯ ಇಕ್ಕೆಲಗಳಲ್ಲೂ ಜನರು ಸಾಲುಗಟ್ಟಿ ನಿಂತು ರಥಯಾತ್ರೆಯನ್ನು ಕಣ್ತುಂಬಿಕೊಳ್ಳುತ್ತಿದ್ದರು. ದೊಡ್ಡದೊಡ್ಡ ನಗರಗಳಲ್ಲಂತೂ ಹತ್ತಾರು ಸಾವಿರ ಜನರು ಕಿಕ್ಕಿರಿದು ಸೇರುತ್ತಿದ್ದರು. ಇಲ್ಲೆಲ್ಲ ನಮ್ಮ ಯಾತ್ರೆಯು ನಿಗದಿತ ಸ್ಥಳವನ್ನು ತಲುಪುವುದಕ್ಕೇ ಗಂಟೆಗಟ್ಟಲೆ ಹಿಡಿಯುತ್ತಿತ್ತು. ಆಯಾ ದಿನದ ಕೊನೆಯ ಸಭೆಗಳು ಮುಗಿಯುವ ಹೊತ್ತಿಗಾಗಲೇ ನಡುರಾತ್ರಿ ಮೀರಿರುತ್ತಿತ್ತು.

ರಾಮ ರಥಯಾತ್ರೆಗೆ ಇಂಥದ್ದೊಂದು ಭವ್ಯವಾದ ಜನಸ್ಪಂದನ ಸಿಗಬಹುದೆಂದು ನಾನು ಖಂಡಿತವಾಗಿಯೂ ನಿರೀಕ್ಷಿಸಿರಲಿಲ್ಲ. ಪಕ್ಷದ ವತಿಯಿಂದ ನನ್ನ ಜೊತೆಗಾರನಾಗಿ ನಿಯುಕ್ತರಾಗಿದ್ದ ಪ್ರಮೋದ್ ಮಹಾಜನ್ ಸಹ "ಆಡ್ವಾಣಿಯವರೇ, ಇದು ಗುಜರಾತು.

ಇಲ್ಲಿಯ ಜನ ತುಂಬಾ ಸಂಪ್ರದಾಯನಿಷ್ಠರು ಮತ್ತು ಧರ್ಮಭೀರುಗಳು. ಹೀಗಾಗಿಯೇ ಇಲ್ಲಿ ನಮ್ಮ ರಥಯಾತ್ರೆಗೆ ಇಷ್ಟೊಂದು ಭರ್ಜರಿ ಸ್ಪಂದನ ಸಿಗುತ್ತಿದೆ. ಆದರೆ, ಮಹಾರಾಷ್ಟ್ರೀಯತೆದಲ್ಲಿಯೂ ಇಂಥದ್ದೇ ಸ್ವಾಗತ ಸಿಗುತ್ತದೆಂದು ಅಂದುಕೊಳ್ಳಬೇಡಿ," ಎಂದರು. ಆದರೆ, ಐದನೇ ದಿನ ನಮ್ಮ ರಥಯಾತ್ರೆಯು ಮಹಾರಾಷ್ಟ್ರೀಯತೆವನ್ನು ಪ್ರವೇಶಿಸಿದಾಗ ಅವರ ಈ ಭವಿಷ್ಯವಾಣಿ ಸುಳ್ಳಾಯಿತು. ಏಕೆಂದರೆ, ಗುಜರಾತಿನಲ್ಲಿ ಸೇರುತ್ತಿದ್ದುದಕ್ಕಿಂತಲೂ ಇನ್ನೂ ಹೆಚ್ಚಿನ ಜನರು ಮಹಾರಾಷ್ಟ್ರೀಯತೆದಲ್ಲಿ ಜಮಾಯಿಸತೊಡಗಿದರು.

ಅಲ್ಲಂತೂ ಎಲ್ಲೆಲ್ಲೂ ಸ್ವಾಗತ ಕಮಾನುಗಳನ್ನು ಕಟ್ಟಿ, ನಮ್ಮ ಮೇಲೆ ಪುಷ್ಪವೃಷ್ಟಿಯನ್ನು ಮಾಡಿ ಜನರು ನಮ್ಮ ರಥಯಾತ್ರೆಯನ್ನು ಬರಮಾಡಿಕೊಂಡರು. ಮಹಿಳೆಯರಂತೂ ಭಕ್ತಿ–ಶ್ರದ್ಧೆ–ಅಭಿಮಾನಗಳಿಂದ ಆರತಿ ಎತ್ತಿ ರಥಯಾತ್ರೆಯ ಭಾಗ ವಾಗುತ್ತಿದ್ದರು ಇದಕ್ಕೆಲ್ಲ ಕಾರಣವಾಗಿದ್ದರು ಶ್ರೀರಾಮನೆಂಬ ಆ ದಿವ್ಯವಾದ ಶಕ್ತಿ. ಇಲ್ಲಿ ನಾನೇನಿದ್ದೂ ಆಧುನಿಕ ವಿನ್ಯಾಸದ ರಥಕ್ಕೆ ನೆಪಮಾತ್ರಕ್ಕೆ ಸಾರಥಿಯಾಗಿದ್ದೆನಷ್ಟೆ. ಇದು ಭಾರತದಲ್ಲಿ ಯುಗಯುಗಳಿಂದಲೂ ಬೇರೂರಿರುವ ಸಗುಣ ಪೂಜೆಯ ಮಹತ್ತ್ವವನ್ನು ಸಾರುತ್ತಿತ್ತು. ಅದರಲ್ಲೂ ಪರಿಶಿಷ್ಟ ಜಾತಿ ಮತ್ತು ಬುಡಕಟ್ಟುಗಳ ಜನರೇ ಹೆಚ್ಚಾಗಿರುವ ಹಳ್ಳಿಗಳಲ್ಲಿ ರಥಯಾತ್ರೆಯು ಸಾಗಿಬರುತ್ತಿದ್ದಾಗ ಆ ಜನರೆಲ್ಲ ರಾಮನಿಗೆ ಭಕ್ತಿಭಾವದಿಂದ ನಡೆದುಕೊಳ್ಳುತ್ತಿದ್ದುದನ್ನು ನೋಡಿ ನನ್ನ ಹೃದಯ ತುಂಬಿಬರುತ್ತಿತ್ತು. ಪೇಟೆ–ಪಟ್ಟಣಗಳ ಜನರಲ್ಲಿದ್ದ ಭಕ್ತಿಭಾವಕ್ಕಿಂತಲೂ ಹಳ್ಳಿಗಾಡಿನ ಈ ಜನರಲ್ಲಿದ್ದ ಭಕ್ತಿಯು ಅಪ್ಪಟವಾಗಿತ್ತು. ಏಕೆಂದರೆ, ಮಹಾತ್ಮ ಗಾಂಧೀಜಿಯವರು ತಮ್ಮ 'ಹಿಂದ್ ಸ್ವರಾಜ್' ಕೃತಿಯಲ್ಲಿ ಹೇಳುವಂತೆ, ನಮ್ಮ ಗ್ರಾಮೀಣ ಜನರ ಮೇಲೆ ನಗರಜೀವನ, ವಾಣಿಜ್ಯೀಕರಣ ಮತ್ತು ಪರಸ್ಪರ ಸ್ಪರ್ಧೆಯ ಮನೋಭಾವಗಳು ಯಾವುದೇ ದುಷ್ಪರಿಣಾಮವನ್ನು ಬೀರಿಲ್ಲ. ಅದೆಷ್ಟೋ ಹಳ್ಳಿಗಳಲ್ಲಿ ಗ್ರಾಮಸ್ಥರು ಮೌನವಾಗಿ ಬಂದು, ನಮ್ಮ ರಥದ ಮುಂದೆ ನಿಂತು ಪೂಜೆ ಸಲ್ಲಿಸಿ, ನನ್ನನ್ನು ಅಭಿನಂದಿಸಿ, ತಮ್ಮ ಪಾಡಿಗೆ ತಾವು ತೆರಳುತ್ತಿದ್ದರು. ಇಂತಹ ಅನುಭವಗಳು ನನ್ನನ್ನು ನಿಜವಾದ ಅರ್ಥದಲ್ಲಿ ವಿನೀತನನ್ನಾಗಿಸುತ್ತಿದ್ದವು.

ಈ ರಥಯಾತ್ರೆಯನ್ನು ಕೈಗೊಳ್ಳುವವರೆಗೂ ನನಗೆ ಧಾರ್ಮಿಕತೆಯು ನಮ್ಮ ದೇಶದ ಜನಜೀವನದಲ್ಲಿ ಇಷ್ಟೊಂದು ಆಳವಾಗಿ ಬೇರುಬಿಟ್ಟಿದೆ ಎನ್ನುವುದೇ ನನಗೆ ಗೊತ್ತಿರಲಿಲ್ಲ. ಸ್ವಾಮಿ ವಿವೇಕಾನಂದರು ಒಂದೆಡೆ "ಧರ್ಮವೇ ಭಾರತದ ನಿಜವಾದ ಆತ್ಮವಾಗಿದೆ. ಯಾವುದೇ ವಿಚಾರವನ್ನಾಗಲಿ, ಧಾರ್ಮಿಕ ನುಡಿಗಟ್ಟುಗಳಲ್ಲಿ ಹೇಳಿದರೆ ಅದನ್ನು ಭಾರತೀಯರೆಲ್ಲರೂ ಚೆನ್ನಾಗಿ ಅರ್ಥ ಮಾಡಿಕೊಳ್ಳುತ್ತಾರೆ," ಎಂದಿರುವ ಮಾತಿನ ಸಾಕ್ಷಾತ್ಕಾರ ನನಗೆ ಈ ರಥಯಾತ್ರೆಯಲ್ಲಾಯಿತು. ಇದರಿಂದಾಗಿ, ರಾಷ್ಟ್ರೀಯತೆಯ ವಿಚಾರವನ್ನು ನಾನು ಹೀಗೆ ಧರ್ಮದ ಪರಿಭಾಷೆಯಲ್ಲಿ ನಮ್ಮ ಜನರಿಗೆ ಹೇಳಬೇಕೆನ್ನುವುದೂ ಆಗಮಾತ್ರವೇ ಅದು ಪರಿಣಾಮಕಾರಿಯಾಗಿರುತ್ತದೆ ಎನ್ನುವುದೂ ನನಗೆ ಮನದಟ್ಟಾಯಿತು.

ಸಾಮಾನ್ಯವಾಗಿ ರಥಯಾತ್ರೆಯು ಸಾಗಿಹೋಗುತ್ತಿದ್ದ ಊರುಗಳಲ್ಲೆಲ್ಲ ನಮ್ಮ ವಾಹನದಲ್ಲಿ ವಿನ್ಯಾಸಗೊಳಿಸಿದ್ದ ತುಸು ಎತ್ತರದ ವೇದಿಕೆಯ ಮೇಲಿಂದಲೇ ನಾನು ಜನರನ್ನು ಉದ್ದೇಶಿಸಿ ಭಾಷಣ ಮಾಡುತ್ತಿದ್ದೆ. ಈ ಭಾಷಣಗಳಲ್ಲೆಲ್ಲ ನಾನು ನಮ್ಮ ಯಾತ್ರೆಯ ಉದ್ದೇಶ ಮತ್ತು ಭಾರತೀಯ ಜನತಾ ಪಾರ್ಟಿಯು ಯಾವ ಕಾರಣಗಳಿಗಾಗಿ ಈ ಆಂದೋಲನದೊಂದಿಗೆ ಕೈಜೋಡಿಸಬೇಕಾದ ಪ್ರಮೇಯ ಸೃಷ್ಟಿಯಾಯಿತು ಎನ್ನುವುದನ್ನು ವಿವರಿಸುತ್ತಿದ್ದೆ. ರಥಯಾತ್ರೆಗೆ ಜನರ ಕಡೆಯಿಂದ ಸಿಕ್ಕುತ್ತಿದ್ದ ಸ್ಪಂದನವು ಧಾರ್ಮಿಕ ಸ್ವರೂಪದ್ದಾಗಿತ್ತು ಎನ್ನುವುದರಲ್ಲಿ ಎರಡು ಮಾತಿಲ್ಲ. ಆದರೆ, ನನ್ನ ಭಾಷಣಗಳ ಮುಖ್ಯ ಉದ್ದೇಶವು ರಾಷ್ಟ್ರೀಯತೆಯೇ ಆಗಿತ್ತು. ಜಾತ್ಯತೀತತೆಯನ್ನು ಕೆಲವು ರಾಜಕೀಯ ಪಕ್ಷಗಳು ತಮ್ಮ ಅನುಕೂಲಕ್ಕೆ ತಕ್ಕಂತೆ ವ್ಯಾಖ್ಯಾನಿಸಿಕೊಂಡು ಯಾವ ರೀತಿಯಲ್ಲಿ ಭಾರತದ ಸಾಂಸ್ಕೃತಿಕ ಪರಂಪರೆ ಮತ್ತು ನಾಗರಿಕತೆಯನ್ನು ಮರೆಮಾಚುತ್ತ ಅದನ್ನು ಹಿಂದಕ್ಕೆ ತಳ್ಳುತ್ತಿವೆ, ಇವುಗಳ ಹಿಂದೆ ಅಲ್ಪಸಂಖ್ಯಾತರ ಮತಗಳನ್ನು ಸೆಳೆಯುವ ಕುತಂತ್ರ ಹೇಗೆ ಕೆಲಸ ಮಾಡುತ್ತಿದೆ. ಎನ್ನುವುದನ್ನು ಕೂಡ ನಾನು ಭಾಷಣಗಳಲ್ಲಿ ಎತ್ತಿ ತೋರಿಸುತ್ತಿದ್ದೆ. ರಾಮನೆಡೆಗಿನ ಅಪಾರವಾದ ಭಕ್ತಿಯು ಹೇಗೆ ಜನರಲ್ಲಿ ಅಡಗಿರುವ ಶಕ್ತಿಯು ಪ್ರವಹಿಸುವಂತೆ ಮಾಡುತ್ತಿದೆ ಎನ್ನುವುದನ್ನು ಹೇಳುತ್ತಿದ್ದೆ. ಜೊತೆಗೆ, ಒಂದು ರಾಷ್ಟ್ರೀಯ ಹಿತದ ಉದ್ದೇಶಕ್ಕಾಗಿ ಜನರು ಜಾತಿಮತವೆನ್ನದೆ ಹೀಗೆ ಮುನ್ನುಗ್ಗಿ ಬರುತ್ತಿರುವುದಕ್ಕೆ ನಾನು ಎಲ್ಲೆಡೆಗಳಲ್ಲೂ ಮೆಚ್ಚುಗೆ ವ್ಯಕ್ತಪಡಿಸುತ್ತಿದ್ದೆ.

ಅಲ್ಲದೆ, ಭಾರತ ದೇಶದಲ್ಲಿರುವ ಮುಸ್ಲಿಮರು ಹೇಗೆ ಸಮಾನ ಹಕ್ಕುಗಳನ್ನು ಅನುಭವಿಸುತ್ತಿದ್ದಾರೆ, ಒಂದು ಕಾಲದಲ್ಲಿ ಭಾರತದ ಭಾಗವೇ ಆಗಿದ್ದ ಪಾಕಿಸ್ತಾನ ಮತ್ತು ಬಾಂಗ್ಲಾದೇಶಗಳು ಇಸ್ಲಾಮಿಕ್ ರಾಷ್ಟ್ರೀಯತೆಗಳೆಂದು ಘೋಷಿಸಿಕೊಂಡರೂ ಭಾರತವು ಹೇಗೆ ಜಾತ್ಯತೀತ ರಾಷ್ಟ್ರೀಯತೆವಾಗಿದೆ, ಹಿಂದೂ ಧರ್ಮದ ಆಳದಲ್ಲೇ ನಿಜವಾದ ಜಾತ್ಯತೀತ ಮೌಲ್ಯಗಳು ಹೇಗೆ ಅಂತರ್ಗತವಾಗಿವೆ ಎನ್ನುವುದನ್ನೆಲ್ಲ ನನ್ನ ಭಾಷಣಗಳಲ್ಲಿ ನಾನು ಹೇಳುತ್ತಿದ್ದೆ. ಜೊತೆಗೆ, ಅಯೋಧ್ಯೆಗೆ ಸಂಬಂಧಿಸಿದಂತೆ ಹಿಂದೂಗಳು ಹೊಂದಿರುವ ಭಾವನೆಗಳನ್ನು ಗೌರವಿಸುವಂತೆ ನಾನು ಮುಸ್ಲಿಂ ಸಮುದಾಯಕ್ಕೆ ಮನವಿ ಮಾಡಿಕೊಳ್ಳುತ್ತಿದ್ದೆ. ನನ್ನ ಈ ಮಾತುಗಳನ್ನು ಜನರು ಕರತಾಡನದೊಂದಿಗೆ ಅನುಮೋದಿಸುತ್ತಿದ್ದರು.

ಇಷ್ಟೆಲ್ಲ ವಿಚಾರಗಳನ್ನು ನಾನು ಸಾಮಾನ್ಯವಾಗಿ ಐದಾರು ನಿಮಿಷಗಳಲ್ಲಿ ಹೇಳುತ್ತಿದ್ದೆ. ಏಕೆಂದರೆ, ರಥಯಾತ್ರೆಯುದ್ದಕ್ಕೂ ನಾನು ದಿನವೊಂದಕ್ಕೆ ಏನಿಲ್ಲವೆಂದರೂ 20–25 ರೋಡ್‌ಶೋಗಳನ್ನು ಉದ್ದೇಶಿಸಿ ಮಾತನಾಡುತ್ತಿದ್ದೆ. ಯಾತ್ರೆಯು ಸಾಗುತ್ತಿದ್ದ ದೊಡ್ಡದೊಡ್ಡ ನಗರಗಳಲ್ಲಿ ನಾನು ಹತ್ತಾರು ಸಾವಿರ ಜನರು ನೆರೆದಿರುತ್ತಿದ್ದ ಬೃಹತ್ ಸಾರ್ವಜನಿಕ ಸಭೆಗಳಲ್ಲಿ ಭಾಷಣ ಮಾಡುತ್ತಿದ್ದೆ. ಇಷ್ಟು ಹೊತ್ತಿಗಾಗಲೇ ರಥಯಾತ್ರೆಗೆ ಗುಜರಾತ್ ಮತ್ತು ಮಹಾರಾಷ್ಟ್ರೀಯತೆಗಳಲ್ಲಿ ಸಾರ್ವಜನಿಕರಿಂದ ಸಿಗುತ್ತಿದ್ದ ಅಭೂತಪೂರ್ವ ಬೆಂಬಲದ ಬಗ್ಗೆ ಸುದ್ದಿ ಮಾಧ್ಯಮಗಳು ವಿಸ್ತೃತವಾಗಿ ವರದಿ ಮಾಡುತ್ತಿದ್ದವು. ಇವುಗಳ ಪರಿಣಾಮವಾಗಿ ಉಳಿದ ರಾಜ್ಯಗಳಲ್ಲಿ ನಮ್ಮ ರಥಯಾತ್ರೆಯ ಸಭೆಗಳಿಗೆ ಇನ್ನೂ ದೊಡ್ಡ

ಪ್ರಮಾಣದಲ್ಲಿ ಜನರು ಹರಿದು ಬರತೊಡಗಿದರು. ಹೆಚ್ಚಿನ ಕಡೆಗಳಲ್ಲಿ ಆಯಾ ದಿನದ ನಮ್ಮ ಕಟ್ಟಕಡೆಯ ಸಭೆ ಶುರುವಾಗುವ ಹೊತ್ತಿಗಾಗಲೇ ಬೆಳಗಿನ ಜಾವ ಎರಡು ಗಂಟೆ ದಾಟಿರುತ್ತಿತ್ತು. ನಮ್ಮ ರಥಯಾತ್ರೆಯು ಆಂಧ್ರಪ್ರದೇಶದಲ್ಲಿದ್ದಾಗಲಂತೂ ಒಂದು ದಿನ ನಮ್ಮ ಕೊನೆಯ ಸಭೆ ನಿಗದಿಯಾಗಿದ್ದ ಸ್ಥಳಕ್ಕೆ ಬಂದಾಗ ಆಗಲೇ ಬೆಳಗಿನ ಜಾವ ಐದು ಗಂಟೆ ಆಗಿಹೋಗಿತ್ತು! ಇದೇನೇ ಆದರೂ ಮರುದಿನದ ನಮ್ಮ ರಥಯಾತ್ರೆ ಮಾತ್ರ ಬೆಳಿಗ್ಗೆ ಹತ್ತು ಗಂಟೆಗೆ ಸರಿಯಾಗಿ ಹೊರಡಲೇಬೇಕಾಗಿತ್ತು.

******

ನಾನು ಕೈಗೊಂಡ ಈ ರಥಯಾತ್ರೆಯು ಮುಸ್ಲಿಂ ವಿರೋಧಿಯಾಗಿತ್ತೇ? ಪ್ರಾಮಾಣಿಕವಾಗಿ ಹೇಳಬೇಕೆಂದರೆ, ಇದರಲ್ಲಿ ಮುಸ್ಲಿಂ ವಿರೋಧಿ ಎಂದು ಕರೆಯ ಬಹುದಾದಂತಹ ಲವಲೇಶವೂ ಇರಲಿಲ್ಲ. ಆದರೆ, ರಥಯಾತ್ರೆಗೆ ಸಿಕ್ಕಿದ ಪ್ರಚಂಡ ಜನಸ್ಪಂದನದಿಂದ ಬೆಚ್ಚಿಬಿದ್ದ ನಮ್ಮ ರಾಜಕೀಯ ವಿರೋಧಿಗಳು ನನ್ನ ವಿರುದ್ಧ ಇಂಥದ್ದೊಂದು ಹುಸಿಪ್ರಚಾರವನ್ನು ಮಾಡತೊಡಗಿದರು. ಆದರೆ ಅದಕ್ಕೆ ಯಾವ ಆಧಾರವೂ ಇರಲಿಲ್ಲ. ಇದರ ಹಿಂದಿದ್ದುದು ದುರುದ್ದೇಶವಷ್ಟೆ. ಆಗ ನಾನು, ನನ್ನ ಭಾಷಣಗಳಲ್ಲಿ ತೃಣಮಾತ್ರದಷ್ಟು ಮುಸ್ಲಿಂ ವಿರೋಧಿ ಅಂಶವೇನಾದರೂ ಇದ್ದರೆ ಅದನ್ನು ತೋರಿಸಬೇಕೆಂದು ನನ್ನ ರಾಜಕೀಯ ಪ್ರತಿಸ್ಪರ್ಧಿಗಳಿಗೆ ಸವಾಲೆಸೆದೆ. ನಮ್ಮ ಸಭೆಗಳಲ್ಲೆಲ್ಲಾದರೂ ಅನುಚಿತ ಘೋಷಣೆಗಳು ಕೇಳಿಬಂದರೆ ನಾನು ಕೂಡಲೇ ಅದನ್ನು ವಿರೋಧಿಸಿ, ಭಾರತೀಯ ಜನತಾ ಪಾರ್ಟಿಯು ಭಾರತದ ಪ್ರತಿಯೊಬ್ಬ ಪ್ರಜೆಯನ್ನೂ –ಆತ ಹಿಂದೂ, ಮುಸ್ಲಿಂ, ಕ್ರೈಸ್ತ, ಪಾರ್ಸಿ ಅಥವಾ ಬೇರಾವುದೇ ಧರ್ಮಕ್ಕೆ ಸೇರಿರಲಿ– ಪ್ರತಿನಿಧಿಸುತ್ತದೆ ಎಂದು ಸ್ಪಷ್ಟಪಡಿಸುತ್ತಿದ್ದೆ. ಅದೇ ರೀತಿಯಲ್ಲಿ ಕೆಲವು ರಾಜಕೀಯ ಪಕ್ಷಗಳು ದೇಶದಲ್ಲಿರುವ ಶೇಕಡ 82ರಷ್ಟು ಹಿಂದೂಗಳಿಗೆ ಯಾವ ಬೆಲೆಯನ್ನೂ ಕೊಡದೆ ಕೇವಲ ಮಿಕ್ಕ ಶೇಕಡ 18ರಷ್ಟು ಜನರಿಗೆ ಜೋತು ಬೀಳುವ ಹುಸಿ ಜಾತ್ಯತೀತತೆಯನ್ನೂ ನಾವು ಯಾವ ಕಾರಣಕ್ಕೂ ಒಪ್ಪುವುದಿಲ್ಲ ಎಂದು ಸಾರುತ್ತಿದ್ದೆ. ಇನ್ನೊಂದೆಡೆ, ನಮ್ಮ ರಾಜಕೀಯ ವಿರೋಧಿಗಳು ರಥಯಾತ್ರೆಯು ಕೋಮುದ್ವೇಷದ ದಳ್ಳುರಿಯನ್ನು ಹಚ್ಚಿದೆ ಎಂದು ಟೀಕಿಸುತ್ತಿದ್ದರು. ಆದರೆ ನಿಜಸಂಗತಿಯೇನೆಂದರೆ, ನಮ್ಮ ರಥಯಾತ್ರೆ ಸಾಗಿಬಂದ ಒಂದೇಒಂದು ಸ್ಥಳದಲ್ಲೂ ಒಂದು ಸಣ್ಣ ಕೋಮುಗಲಭೆಯೂ ನಡೆದಿಲ್ಲ. ಬದಲಿಗೆ, ನಮ್ಮ ರಥಯಾತ್ರೆ ಸಂಪರ್ಕಿಸದ ಬೇರೆಬೇರೆ ಕಡೆಗಳಲ್ಲಿ ಕೋಮುಗಲಭೆಗಳು ಸಂಭವಿಸಿದ್ದವು. ಇವ್ಯಾವುದನ್ನೂ ಖಚಿತಪಡಿಸಿಕೊಳ್ಳದೆ ಕೆಲವು ಪತ್ರಿಕೆಗಳು ಬೇಜವಾಬ್ದಾರಿಯಿಂದ 'ಆಡ್ವಾಣಿಯವರ ರಕ್ತಸಿಕ್ತ ರಥಯಾತ್ರೆ' ಎನ್ನುವಂತಹ ಶೀರ್ಷಿಕೆಗಳೊಂದಿಗೆ ಸುದ್ದಿಗಳನ್ನು ಪ್ರಕಟಿಸತೊಡಗಿದಾಗ ನನಗೆ ತುಂಬಾ ನೋವಾಗುತ್ತಿತ್ತು. ಪತ್ರಿಕೆಗಳ ಈ ಧೋರಣೆಯನ್ನು ಡಾ.ಕೊಯೆನ್ರಾಡ್ ಎಲ್ಸ್ಟ್ ಅವರು ಎರಡು ಸಂಪುಟಗಳಲ್ಲಿ ಪ್ರಕಟವಾಗಿರುವ ತಮ್ಮ ಘನವಾದ ಕೃತಿಯಾದ 'ದಿ ಸ್ಯಾಫ್ರನ್ ಸ್ವಸ್ತಿಕ'ದಲ್ಲಿ ಸಮರ್ಥವಾಗಿ ವಿಶ್ಲೇಷಿಸಿದ್ದಾರೆ.

ನಮ್ಮ ಈ ರಥಯಾತ್ರೆಯು 1990ರ ಅಕ್ಟೋಬರ್ 24ರಂದು ಉತ್ತರ ಪ್ರದೇಶದ

ದೇವರಿಯಾ ಪಟ್ಟಣವನ್ನು ಪ್ರವೇಶಿಸಬೇಕಿತ್ತು. ಆದರೆ, ಇದಕ್ಕೆ ಒಂದು ದಿನ ಮೊದಲೇ –ಅಂದರೆ ಅಕ್ಟೋಬರ್ 23ರಂದು– ಬಿಹಾರದ ಸಮಷ್ಟಿಪುರದಲ್ಲಿ ನನ್ನನ್ನು ಬಂಧಿಸಲಾಯಿತು. ನನ್ನ ವಿರುದ್ಧ ಈ ಕ್ರಮವನ್ನು ಕೈಗೊಂಡಿದ್ದು ಆಗ ಬಿಹಾರದಲ್ಲಿ ಆಳ್ವಿಕೆ ನಡೆಸುತ್ತಿದ್ದ ಲಾಲುಪ್ರಸಾದ್ ಯಾವ್ ನೇತೃತ್ವದ ಜನತಾದಳ ಸರಕಾರ. ನನ್ನನ್ನು ಬಂಧಿಸಿದ ಲಾಲು ಸರಕಾರ, ಮಸ್ಸಂಜೋರ್ ಎಂಬಲ್ಲಿದ್ದ ನೀರಾವರಿ ಇಲಾಖೆಯ ಅತಿಥಿ ಗೃಹದಲ್ಲಿ ನನ್ನನ್ನು ಇಟ್ಟಿತು. ಲಾಲೂ ಸರಕಾರದ ಈ ಕ್ರಮದ ವಿರುದ್ಧ ದೇಶದೆಲ್ಲೆಡೆ ಆಕ್ರೋಶ ಕಟ್ಟೆಯೊಡೆಯಿತು; ಎಲ್ಲೆಲ್ಲೂ ಸ್ವಯಂಪ್ರೇರಿತ ಪ್ರತಿಭಟನೆಗಳು ನಡೆಯತೊಡಗಿದವು. ಒಟ್ಟು ಐದು ವಾರಗಳ ಕಾಲ ನನ್ನನ್ನು ಬಂಧನದಲ್ಲಿಟ್ಟಿದ್ದ ಲಾಲೂ ಸರಕಾರ, ಕೊನೆಗೆ ನನ್ನನ್ನು ಬಿಡುಗಡೆ ಮಾಡಿತು. ಇದರೊಂದಿಗೆ ನನ್ನ ರಾಜಕೀಯ ಜೀವನದಲ್ಲಿ ನನಗೆ ಬೆಲೆ ಕಟ್ಟಲಾಗದಂತಹ ಅನುಭವವನ್ನು ತಂದುಕೊಟ್ಟ ರಥಯಾತ್ರೆಗೆ ತೆರೆ ಬಿತ್ತು.

******

ರಾಮ ಜನ್ಮಭೂಮಿ ವಿವಾದವನ್ನು ಇತ್ಯರ್ಥಪಡಿಸಲು ಒಟ್ಟು ನಾಲ್ವರು ಪ್ರಧಾನಿಗಳು –ರಾಜೀವ್ ಗಾಂಧಿ, ವಿ.ಪಿ.ಸಿಂಗ್, ಚಂದ್ರಶೇಖರ್ ಮತ್ತು ಪಿ.ವಿ.ನರಸಿಂಹರಾವ್– ಅನೇಕ ಬಾರಿ ಪ್ರಯತ್ನಿಸಿದರು ಎನ್ನುವುದೇನೋ ನಿಜ. ಆದರೆ ಈ ಪೈಕಿ, ಅತ್ಯಂತ ಪ್ರಾಮಾಣಿಕವಾಗಿ ಮತ್ತು ಬದ್ಧತೆಯಿಂದ ಕೂಡಿದ ಪ್ರಯತ್ನವನ್ನು ಕೈಗೊಂಡವರೆಂದರೆ ಚಂದ್ರಶೇಖರ್ ಮಾತ್ರ. ಉಳಿದ ಮೂವರ ಪ್ರಯತ್ನಗಳಲ್ಲಿ ವಿವಾದ ಬಗೆಹರಿಯಬೇಕೆನ್ನುವ ಕಳಕಳಿಗಿಂತ ಹೆಚ್ಚಾಗಿ ಬೇರೆಬೇರೆ –ರಾಜಕೀಯ ಲಾಭದ– ಲೆಕ್ಕಾಚಾರಗಳದ್ದೇ ಮೇಲುಗೈಯಾಗಿತ್ತು.

ರಥಯಾತ್ರೆಯು ಅರ್ಧ ಹಾದಿಯನ್ನು ಕ್ರಮಿಸಿದ್ದ ಹಂತದಲ್ಲಿ ದೀಪಾವಳಿ ಹಬ್ಬವು ಬಂದಿದ್ದರಿಂದ ಯಾತ್ರೆಗೆ ತುಸು ವಿರಾಮ ಕೊಟ್ಟೆವು. ಯಾತ್ರೆಯ ಸ್ವರೂಪವನ್ನು ಅಖೈರುಗೊಳಿಸುವಾಗಲೇ ನಾವು ದೀಪಾವಳಿಯ ಆಚರಣೆಗೆ ನಮ್ಮಿಂದ ಅಡ್ಡಿಯಾಗಬಾರದು ಎಂದು ತೀರ್ಮಾನಿಸಿದ್ದೆವು. ಇದಕ್ಕೆ ತಕ್ಕಂತೆಯೇ ಅಕ್ಟೋಬರ್ 14ರಂದು –ದೀಪಾವಳಿಗೆ ಎರಡು ದಿನ ಮೊದಲು– ನಮ್ಮ ರಥಯಾತ್ರೆಯು ದೆಹಲಿಗೆ ಆಗಮಿಸಿತು. ನಾನಾಗ ಒಂದೆರಡು ದಿನಗಳ ವಿಶ್ರಾಂತಿಯನ್ನು ತೆಗೆದುಕೊಂಡೆ. ಆ ಸಂದರ್ಭದಲ್ಲಿ ಹಲವು ಧೀಮಂತರ ಪ್ರಯತ್ನಗಳಿಂದಾಗಿ ವಿ.ಪಿ.ಸಿಂಗ್ ಸರಕಾರವು ಅಯೋಧ್ಯೆ ವಿವಾದಕ್ಕೊಂದು ಪರಿಹಾರವಾಗಿ ಸುಗ್ರೀವಾಜ್ಞೆಯನ್ನು ಹೊರತರಲು ಒಪ್ಪಿಕೊಂಡಿತು. ಇದರ ಹಿಂದಿದ್ದ ಮೂರು ಅಂಶಗಳ ಪರಿಹಾರ ಸೂತ್ರವನ್ನು ಚಿಂತಕ ಎಸ್.ಗುರುಮೂರ್ತಿ ರೂಪಿಸಿದ್ದರು. ವಿ.ಪಿ.ಸಿಂಗ್ ಸರಕಾರದ ಪರವಾಗಿ ಅವರ ಸಂಪುಟದಲ್ಲಿ ಸಚಿವರಾಗಿದ್ದ ಜಾರ್ಜ್ ಫರ್ನಾಂಡಿಸ್, ಪಿ.ಉಪೇಂದ್ರ, ವಿ.ಪಿ.ಸಿಂಗ್ ಸರಕಾರದಲ್ಲಿ ಹೆಚ್ಚುವರಿ ಸಾಲಿಸಿಟರ್ ಜನರಲ್ ಆಗಿದ್ದ –ಬಳಿಕ ಬಿಜೆಪಿಯನ್ನು ಸೇರಿದ– ಅರುಣ್ ಜೇಟ್ಲಿ, ಬಿಜೆಪಿ ಪ್ರಧಾನ ಕಾರ್ಯದರ್ಶಿ ಕೆ.ಎನ್.ಗೋವಿಂದಾಚಾರ್ಯ

ಮುಂತಾದವರೆಲ್ಲ ಪಾತ್ರವಿತ್ತು. ಈ ಸುಗ್ರೀವಾಜ್ಞೆಯ ಬಗ್ಗೆ ಸ್ವತಃ ವಿ.ಪಿ.ಸಿಂಗ್ ಮತ್ತು ಪಶ್ಚಿಮ ಬಂಗಾಳದ ಆಗಿನ ಮುಖ್ಯಮಂತ್ರಿ ಜ್ಯೋತಿ ಬಸು ಅವರು ನನಗೆ ಫೋನ್ ಮಾಡಿ, ಹೇಳಿದರು. ಅವರ ಮನವಿಯ ಮೇರೆಗೆ ನಾನು ನನ್ನ ನಿಗದಿಯ ಕಲ್ಕತ್ತಾ ಪ್ರವಾಸವನ್ನು ರದ್ದುಪಡಿಸಿದೆ.

ಇನ್ನೊಂದೆಡೆ, ಸರಕಾರದ ಪ್ರತಿನಿಧಿಗಳು ಮತ್ತು ಅಯೋಧ್ಯಾ ಆಂದೋಲನದ ಪ್ರಮುಖರ ನಡುವೆ ಮಾತುಕತೆಗಳು ಮುಂದುವರಿದಿದ್ದವು. ಆದರೆ, ಕೇವಲ ಒಂದೇ ದಿನದಲ್ಲಿ –ಅಂದರೆ 1990ರ ಅಕ್ಟೋಬರ್ 19ರಂದು– ವಿ.ಪಿ.ಸಿಂಗ್ ತಮ್ಮ ನಿಲುವನ್ನು ಬದಲಿಸಿದ್ದರು. ಅಯೋಧ್ಯೆಯ ವಿವಾದಿತ ಭೂಮಿಯನ್ನು ಮಂದಿರ ನಿರ್ಮಾಣಕ್ಕೆಂದು ತಲೆಯೆತ್ತಿದ್ದ ಟ್ರಸ್ಟ್‌ಗೆ ಯಾವುದೇ ಕಾರಣಕ್ಕೂ ಹಸ್ತಾಂತರಿಸುವುದಿಲ್ಲವೆನ್ನುವ ತೀರ್ಮಾನಕ್ಕೆ ಅವರು ಬಂದಿದ್ದರು. ಈ ವಿಚಾರವನ್ನು ಗುರುಮೂರ್ತಿಯವರು ನನಗೆ ತಿಳಿಸಿದರು. ಒಟ್ಟಿನಲ್ಲಿ, ಅಯೋಧ್ಯೆಯ ವಿವಾದವನ್ನು ಸೌಹಾರ್ದದಿಂದ ಬಗೆಹರಿಸಿಕೊಳ್ಳಲು ಬಿಡಬಾರದೆಂಬ ದುಷ್ಟ ಆಸೆಯನ್ನು ಇಟ್ಟುಕೊಂಡಿದ್ದ ಶಕ್ತಿಗಳ ಒತ್ತಡಕ್ಕೆ ವಿ.ಪಿ.ಸಿಂಗ್ ಮಣಿದಿರುವ ವಾಸನೆ ನನಗೆ ಬಡಿಯಿತು. ಇಷ್ಟರ ಮಧ್ಯೆಯೂ ಗುರುಮೂರ್ತಿ ಮತ್ತು ಜೇಟ್ಲಿ ಇಬ್ಬರೂ ವಿ.ಪಿ.ಸಿಂಗ್ ಸರಕಾರಕ್ಕೆ ಅಯೋಧ್ಯೆ ವಿವಾದವನ್ನು ಇತ್ಯರ್ಥಪಡಿಸಲು ಇರುವ ನ್ಯಾಯಬದ್ಧ ದಾರಿಗಳನ್ನು ಮನದಟ್ಟು ಮಾಡಿಕೊಟ್ಟರು. ಅಂತೂ ಇಂತೂ ಇಡೀ ರಾತ್ರಿಯೆಲ್ಲ ವಿಚಾರ ವಿನಿಮಯ ನಡೆದು, ಕೊನೆಗೂ ಸುಗ್ರೀವಾಜ್ಞೆಯನ್ನು ಹೊರಡಿಸುವುದಾಗಿ ಸರಕಾರವು ದೇಶಕ್ಕೆ ತಿಳಿಸಿತು. ಆದರೆ, ತಾನೇ ಹೊರಡಿಸಿದ ಸುಗ್ರೀವಾಜ್ಞೆಯನ್ನು ವಿ.ಪಿ.ಸಿಂಗ್ ಸರಕಾರವು ಅಂದು ರಾತ್ರಿಯೇ –1990ರ ಅಕ್ಟೋಬರ್ 21ರಂದು– ವಾಪಸ್ ತೆಗೆದುಕೊಂಡಿತು. ಆಗ ಉತ್ತರಪ್ರದೇಶದ ಮುಖ್ಯಮಂತ್ರಿಯಾಗಿದ್ದ ಮುಲಯಂ ಸಿಂಗ್ ಯಾದವ್ ಒಡ್ಡಿದ ಬೆದರಿಕೆಯೇ ಇದಕ್ಕೆ ಕಾರಣ! ಇದರಿಂದ ತೀವ್ರ ನಿರಾಸೆಗೊಳಗಾದ ಮಂದಿರ ಚಳವಳಿಯ ಮುಖಂಡರು ಮತ್ತು ರಾಮಭಕ್ತರು, ಇದು ವಿ.ಪಿ.ಸಿಂಗ್ ಸರಕಾರವು ತಮಗೆ ಮಾಡಿದ ದ್ರೋಹವೆಂದು ಭಾವಿಸಿದರು. ಇದಾದ ಎರಡು ದಿನಗಳಲ್ಲಿ ನನ್ನ ಬಂಧನವಾಯಿತು. ಕೂಡಲೇ ರಾಷ್ಟ್ರೀಯತೆಪತಿ ಭವನಕ್ಕೆ ತೆರಳಿದ ವಾಜಪೇಯಿಯವರ ನೇತೃತ್ವದ ನಮ್ಮ ಪಕ್ಷದ ನಿಯೋಗವು, ಸಿಂಗ್ ಸರಕಾರಕ್ಕೆ ಕೊಟ್ಟಿರುವ ಬೆಂಬಲವನ್ನು ಹಿಂತೆಗೆದುಕೊಳ್ಳುತ್ತಿರುವುದಾಗಿ ತಿಳಿಸಿತು. ಇದರ ಪರಿಣಾಮವಾಗಿ ವಿ.ಪಿ.ಸಿಂಗ್ ನೇತೃತ್ವದ ಸರಕಾರ ಪತನಗೊಂಡಿತು.

ಚಂದ್ರಶೇಖರ್ ಅವರ ಸರಕಾರವು ಅಸ್ತಿತ್ವದಲ್ಲಿದ್ದುದು ಕೇವಲ ಏಳು ತಿಂಗಳಷ್ಟೆ. ಅಷ್ಟರಲ್ಲೇ ಅವರು ಅಯೋಧ್ಯೆ ವಿವಾದವನ್ನು ಇತ್ಯರ್ಥಪಡಿಸಲು ಪ್ರಾಮಾಣಿಕವಾಗಿ ಮುಂದಡಿ ಇಟ್ಟರು. ವಾಸ್ತವವಾಗಿ ವಿಶ್ವ ಹಿಂದೂ ಪರಿಷತ್ ಮತ್ತು ಅಖಿಲ ಭಾರತ ಬಾಬರಿ ಮಸೀದಿ ಕ್ರಿಯಾ ಸಮಿತಿಗಳ ನಡುವೆ ಮೊಟ್ಟಮೊದಲ ಅಧಿಕೃತ ಸಭೆಯನ್ನು ಏರ್ಪಡಿಸಿದ್ದೇ ಚಂದ್ರಶೇಖರ್ ಅವರು. ಶುರುವಿನಲ್ಲಿ ಕ್ರಿಯಾಸಮಿತಿಯು ಅಯೋಧ್ಯೆಯಲ್ಲಿ ದೇವಸ್ಥಾನವನ್ನು ಕೆಡವಿ, ಅದರ ಮೇಲೆ ಬಾಬರಿ ಮಸೀದಿಯನ್ನು ನಿರ್ಮಿಸಲಾಗಿದೆ ಎನ್ನುವುದನ್ನು ಸಾಬೀತು ಪಡಿಸಿದರೆ ಆ ಮಸೀದಿಯನ್ನು ಸ್ಥಳಾಂತರಿಸಲು ಯಾವ

ತಕರಾರೂ ಇಲ್ಲ ಎಂದೇ ಹೇಳಿತು. ಆದರೆ ಬಳಿಕ ಅದು "ವಿವಾದಿತ ಸ್ಥಳದಲ್ಲಿ ನಿರ್ದಿಷ್ಟವಾಗಿ ರಾಮನ ದೇಗುಲವೇ ಇತ್ತು ಎಂದಾದರೆ ಮಾತ್ರ ನಾವು ಮಸೀದಿಯನ್ನು ಸ್ಥಳಾಂತರಿಸಲು ಒಪ್ಪುತ್ತೇವೆ," ಎಂದು ತನ್ನ ನಿಲುವನ್ನು ಬದಲಿಸಿಕೊಂಡಿತು. ಆಮೇಲೆ ಅದು "ರಾಮಾಯಣವು ಒಂದು ಪೌರಾಣಿಕ ಕತೆಯೇ ವಿನಾ ಐತಿಹಾಸಿಕವಲ್ಲ. ಈಗಿರುವ ಅಯೋಧ್ಯೆ ಕೂಡ ರಾಮಾಯಣದಲ್ಲಿ ಚಿತ್ರಿಸಿರುವ ಅಯೋಧ್ಯೆಯಲ್ಲ. ಅಲ್ಲಿ ರಾಮನ ದೇಗುಲವಿತ್ತು ಎನ್ನುವುದಕ್ಕೆ ಯಾವ ಸಾಕ್ಷ್ಯಾಧಾರಗಳೂ ಇಲ್ಲ" ಎಂದು ವಾದಿಸತೊಡಗಿತು. ಹೀಗಾಗಿ, ಚಂದ್ರಶೇಖರ್ ಅವರು ಕೈಗೊಂಡ ಪ್ರಯತ್ನಗಳು ಫಲ ಕೊಡಲಿಲ್ಲ.

ಇದಾದಮೇಲೆ ಚಂದ್ರಶೇಖರ್ ಅವರ ಸರಕಾರ ಬಿದ್ದುಹೋಗಿ, ಪಿ.ವಿ.ನರಸಿಂಹರಾವ್ ಅವರ ಕಾಂಗ್ರೆಸ್ ಸರಕಾರ ಅಧಿಕಾರಕ್ಕೆ ಬಂತು. ಮೃದುಭಾಷಿಯೂ ಮೇಧಾವಿಯೂ ಆಗಿದ್ದ ನರಸಿಂಹರಾಯರ ಬಗ್ಗೆ ನನಗೆ ಅಪಾರ ನಿರೀಕ್ಷೆಗಳಿದ್ದವು. ಇದಕ್ಕೆ ತಕ್ಕಂತೆ ಅವರು ಕೂಡ ಶುರುವಿನಲ್ಲಿ ಸಕಾರಾತ್ಮಕವಾಗಿಯೇ ಹೆಜ್ಜೆಗಳನ್ನಿಟ್ಟರು. ರಾಮ ಜನ್ಮಭೂಮಿ ಚಳವಳಿಯ ನಾಯಕರಿಗೂ ರಾಯರ ಬಗ್ಗೆ ಭರವಸೆಗಳಿದ್ದವು. ನರಸಿಂಹರಾವ್ ಅವರಿಗೆ ಭಾರತದ ಇತಿಹಾಸದ ಸ್ಪಷ್ಟವಾದ ತಿಳಿವಳಿಕೆ ಇದ್ದಿದ್ದು ಮತ್ತು ರಾಮ ಜನ್ಮಭೂಮಿಗಾಗಿ ಹಿಂದೂ ಸಮುದಾಯವು ಅನುಭವಿಸಿಕೊಂಡು ಬಂದಿರುವ ಸಂಕಷ್ಟಗಳ ಅರಿವಿದ್ದಿದ್ದು ಇದಕ್ಕೆ ಕಾರಣಗಳಾಗಿದ್ದವು. ಏಕೆಂದರೆ, ರಾಜೀವ್ ಗಾಂಧಿಯವರು 1987ರಲ್ಲಿ ಅಯೋಧ್ಯೆ ವಿಚಾರಕ್ಕೆ ಸಂಬಂಧಿಸಿದಂತೆ ತಮ್ಮ ಸರಕಾರಕ್ಕೆ ಸಲಹೆ ನೀಡಲು ರಚಿಸಿದ ಸಚಿವರ ವಿಶೇಷ ತಂಡಕ್ಕೆ ಸ್ವತಃ ನರಸಿಂಹರಾಯರೇ ಮುಖ್ಯಸ್ಥರಾಗಿದ್ದರು.ಸ್ವತಃ ನರಸಿಂಹರಾಯರು ಕೂಡ ಚಂದ್ರಶೇಖರ್ ಅವರು ಕೈಗೊಂಡಿದ್ದ ಯತ್ನಗಳನ್ನು ಮುಂದುವರಿಸುವುದಾಗಿ ಹಿಂದೂ ಧಾರ್ಮಿಕ ಮುಖಂಡರೊಂದಿಗಿನ ತಮ್ಮ ಹಲವು ಖಾಸಗಿ ಸಭೆಗಳಲ್ಲಿ ಭರವಸೆ ನೀಡಿದ್ದರು. ಆದರೆ, ಅವರು ಈ ನಿಟ್ಟಿನಲ್ಲಿ ಒಂದೇ ಒಂದು ಹೆಜ್ಜೆಯನ್ನೂ ಇಡಲಿಲ್ಲ ಎನ್ನುವುದು ವಾಸ್ತವ.

ಇದರಿಂದ ಭ್ರಮನಿರಸನಗೊಂಡ ಮಂದಿರ ಪರವಾದಿಗಳು 'ವಿಶಾಲ ಹಿಂದೂ ಸಮ್ಮೇಳನ' ದಂತಹ ಕಾರ್ಯಕ್ರಮಗಳ ಮೂಲಕ ಸರಕಾರದ ಮೇಲೆ ಒತ್ತಡ ಹೇರಲು ಶುರು ಮಾಡಿದರು. ಇದಾದ ಬಳಿಕ ರಾವ್ ಅವರ ಸಂಪುಟದಲ್ಲಿ ಸಚಿವರಾಗಿದ್ದ ಕಮಲ್‌ನಾಥ್ ಮತ್ತು ಪಿ.ಆರ್. ಕುಮಾರಮಂಗಲಂ ಅವರು ಅಯೋಧ್ಯೆ ವಿಚಾರವಾಗಿ ನನ್ನನ್ನು ನಿಯಮಿತವಾಗಿ ಭೇಟಿ ಮಾಡತೊಡಗಿದರು.

ವಿಚಿತ್ರವೆಂದರೆ, ಕಮಲ್‌ನಾಥ್ ಅವರು "ಆಡ್ವಾಣಿಯವರೇ, ಅಯೋಧ್ಯೆ ವಿಚಾರವನ್ನು ನೀವು ಗ್ರಹಿಸಿರುವ ಕ್ರಮವೇ ಸರಿಯಾಗಿಲ್ಲ," ಎಂದುಬಿಟ್ಟರು! ಇದಾದ ಕೆಲವು ದಿನಗಳ ನಂತರ ನನ್ನೊಂದಿಗೆ ಮಾತನಾಡಿದ ಕುಮಾರಮಂಗಲಂ ಅವರು "ನರಸಿಂಹರಾವ್ ಅವರು ಅಯೋಧ್ಯೆ ವಿವಾದ ಕುರಿತು ಚರ್ಚಿಸುವ ಅಥವಾ ಮಧ್ಯಸ್ಥಿಕೆ ವಹಿಸಬೇಕೆಂಬ ಯಾವ ಅಧಿಕಾರವನ್ನೂ ಕಮಲ್‌ನಾಥ್‌ಗೆ ಕೊಟ್ಟಿಲ್ಲ,"

ಎಂದು ಹೇಳಿದರು. ವಿಚಿತ್ರವೆಂದರೆ, ಕಮಲ್‌ನಾಥ್ ನನ್ನ ಬಳಿಗೆ ಬಂದಾಗಲೆಲ್ಲ ತಾವು ಪ್ರಧಾನಿ ರಾಯರ ಪರವಾಗಿಯೇ ಬರುತ್ತಿದ್ದೇನೆಂದು ಹೇಳುತ್ತಿದ್ದರು. ಇದೇನೇ ಇರಲಿ, ರಾವ್ ಅವರ ಮೇಲಿದ್ದ ನಿರೀಕ್ಷೆ-ವಿಶ್ವಾಸಗಳು ಫಲಿಸಲಿಲ್ಲ.

* * * * *

ಇದರಿಂದ ಭಾರತೀಯ ಜನತಾ ಪಾರ್ಟಿಗೆ ಆದ ನಿರಾಸೆ ಅಷ್ಟಿಷ್ಟಲ್ಲ. ಆಗ ಏನಾದರೂ ಮಾಡಲೇಬೇಕೆಂದು ತೀರ್ಮಾನಿಸಿದ ನಮ್ಮ ಪಕ್ಷವು, ಕಾಂಗ್ರೆಸ್ ಸರಕಾರವು ದಪ್ಪಚರ್ಮದ ನಡವಳಿಕೆಯನ್ನು ಜನರಿಗೆ ಮನದಟ್ಟು ಮಾಡಿಕೊಟ್ಟು, ಮಂದಿರದ ಪರವಾಗಿ ಜನರು ಕರಸೇವೆಯಲ್ಲಿ ಪಾಲ್ಗೊಳ್ಳುವಂತೆ ಮಾಡಲು ನನ್ನನ್ನೂ ಆಗ ಪಕ್ಷದ ಚುಕ್ಕಾಣಿ ಹಿಡಿದಿದ್ದ ಮುರಳಿ ಮನೋಹರ ಜೋಷಿಯವರನ್ನೂ ಉತ್ತರ ಪ್ರದೇಶಕ್ಕೆ ಕಳುಹಿಸಿ, ಅಲ್ಲೊಂದು ಜಾಗೃತಿ ಯಾತ್ರೆಯನ್ನು ನಡೆಸಲು ತೀರ್ಮಾನಿಸಿತು. ಇದರಂತೆ ನಾನು ವಾರಣಾಸಿಯಿಂದಲೂ ಜೋಷಿಯವರು ಮಥುರಾದಿಂದಲೂ ಯಾತ್ರೆಯನ್ನು ಪ್ರಾರಂಭಿಸಿದೆವು. ನಮ್ಮ ಈ ಯಾತ್ರೆ ಶುರುವಾಗಿದ್ದು 1992ರ ಡಿಸೆಂಬರ್ 3ರಂದು.

ಇದಾದ ಮೂರು ದಿವಸಕ್ಕೆ ಸರಿಯಾಗಿ-1992ರ ಡಿಸೆಂಬರ್ 6ರಂದು- ದೇಶದ ಮೂಲೆಮೂಲೆಗಳಿಂದ ಬಂದಿದ್ದ ಲಕ್ಷಾಂತರ ಕರಸೇವಕರು ಅಯೋಧ್ಯೆಯಲ್ಲಿ ಜಮಾಯಿಸಿದರು. ಇವರ ಪೈಕಿ ದಕ್ಷಿಣದಲ್ಲಿರುವ ಕೇರಳದ ತುತ್ತತುದಿಯಿಂದ ಹಿಡಿದು ಈಶಾನ್ಯದಲ್ಲಿ ಅಸ್ಸಾಂಗೆ ಸೇರಿದ್ದ ಅಸಂಖ್ಯಾತ ಕರಸೇವಕರಿದ್ದರು. ಇವರಲ್ಲಿ ಬ್ರಾಹ್ಮಣ ಮತ್ತು ಇತರ ಮೇಲ್ಜಾತಿಗಳ ಜನರಿಗಿಂತ ಹೆಚ್ಚಿನ ಸಂಖ್ಯೆಯ ಪರಿಶಿಷ್ಟ ಜಾತಿ ಮತ್ತು ಬುಡಕಟ್ಟುಗಳ ಜನರು, ಹಿಂದುಳಿದ ಜಾತಿಗಳ ಕರಸೇವಕರು ಇದ್ದರು. ಅಲ್ಲದೆ, ಪಂಜಾಬಿನಿಂದ ಬಂದಿದ್ದ ಸಾವಿರಾರು ಸಿಖ್ಖರು ಕೂಡ ಕರಸೇವೆಯಲ್ಲಿ ಪಾಲ್ಗೊಂಡಿದ್ದರು. ಇವರ್‍ಯಾರನ್ನೂ ನಾವು ಈಗಿನ ರಾಜಕೀಯ ಪಕ್ಷಗಳ ರ‍್ಯಾಲಿಗಳಿಗೆ ಕರೆತರುವಂತೆ ದುಡ್ಡು ಕೊಟ್ಟು ಕರೆದುಕೊಂಡು ಬಂದಿರಲಿಲ್ಲ. ಬದಲಿಗೆ ಪ್ರತಿಯೊಬ್ಬರೂ ಸ್ವಯಂಸ್ಫೂರ್ತಿಯಿಂದ, ಧಾರ್ಮಿಕ ಭಾವನೆಯಿಂದ ಮತ್ತು ಉತ್ಸಾಹದಿಂದ ಅಯೋಧ್ಯೆಗೆ ಬಂದಿದ್ದರು. ಇಡೀ ಭಾರತದ ಇತಿಹಾಸದಲ್ಲೇ ಇಂಥದ್ದೊಂದು ಆಂದೋಲನ ಎಂದೂ ನಡೆದಿರಲಿಲ್ಲ. ಹಿಂದೂ ಸಮಾಜದಲ್ಲಿ ಒಗ್ಗಟ್ಟೆನ್ನುವುದು ಅಸಂಭವ ಎಂದುಕೊಂಡಿದ್ದ ಜನರು ಇದನ್ನೆಲ್ಲ ನೋಡುತ್ತಿದ್ದಂತೆಯೇ ಅವರ ಎದೆಯಲ್ಲಿ ಅವಲಕ್ಕಿ ಕುಟ್ಟಿದ ಅನುಭವವಾಗತೊಡಗಿತು. ಹಾಗೆಯೇ, ಯಾವ ಬೆಲೆ ತೆತ್ತಾದರೂ ಹಿಂದೂಗಳು ಒಗ್ಗೂಡಬೇಕೆಂದು ಹಂಬಲಿಸುತ್ತಿದ್ದವರಲ್ಲಿ ಇದು ಆನಂದದ ಅಲೆಯ ಉಬ್ಬರಕ್ಕೆ ಕಾರಣವಾಯಿತು.

ಇತಿಹಾಸದ ದಿಕ್ಕುದೆಸೆಯನ್ನೇ ಬದಲಿಸುವಂತಹ ವಿದ್ಯಮಾನಗಳು ಸಾಮಾನ್ಯವಾಗಿ ಮೊದಲೇ ನಿರ್ಧರಿಸಿದ್ದಂತಹ ಒಂದು ನಿರ್ದಿಷ್ಟ ಕ್ರಮದಲ್ಲೇ ಸಂಭವಿಸುತ್ತವೆ. ಆದರೆ ಕೆಲವೊಮ್ಮೆ ಅವು ಅನಿರೀಕ್ಷಿತ ತಿರುವುಗಳನ್ನು ತೆಗೆದುಕೊಳ್ಳುತ್ತವೆ; ಕೆಲವೊಮ್ಮೆ ಹಿನ್ನಡೆಯನ್ನೂ ಅನುಭವಿಸುತ್ತವೆ; ಇಂತಹ ಅರೆಕೊರೆಗಳ ನಡುವೆಯೇ ಅವು

ಇನ್ನೆಂದೂ ತಿರುವುಮುರುವು ಮಾಡಲಾಗದಂತಹ ಸಾಧನೆಗಳನ್ನೂ ಮಾಡುತ್ತವೆ. ಇಂತಹದ್ದನ್ನೆಲ್ಲ ಆಂದೋಲನಗಳ ನಾಯಕರು ಅಪೇಕ್ಷಿಸಿರುವುದಿಲ್ಲ; ಹಾಗೆಯೇ, ಆಂದೋಲನದ ಅನುಯಾಯಿಗಳು ಕೂಡ ಇದನ್ನೆಲ್ಲ ನಿರೀಕ್ಷಿಸಿರುವುದಿಲ್ಲ. 1992ರ ಡಿಸೆಂಬರ್ 6ರಂದು ಅಯೋಧ್ಯೆಯಲ್ಲಿ ನಡೆದ ವಿದ್ಯಮಾನವು ನಿಸ್ಸಂಶಯವಾಗಿಯೂ ಇತಿಹಾಸದ ಗತಿಯನ್ನೇ ಬದಲಿಸುವಂತಹ ಒಂದು ದೊಡ್ಡ ಘಟನೆಯೇ ಸರಿ!

* * * * *

ದೇಶದ ಸಮಕಾಲೀನ ರಾಜಕೀಯ ಚರಿತ್ರೆಯಲ್ಲಿ ಅದ್ವಾನಿ ಅವರನ್ನು ಹೊರತು ಪಡಿಸಿ ನೋಡುವುದು ಅಸಂಭವ. ಅವರು 1990ರಲ್ಲಿ ಮುನ್ನಡೆಸಿದ ರಾಮ ರಥಯಾತ್ರೆಯು ಭಾರತ ರಾಜಕಾರಣದ ದಿಕ್ಕುದೆಸೆಗಳನ್ನು ಸಂಪೂರ್ಣವಾಗಿ ಬದಲಾಯಿಸಿದವು. ಅದರ ಅದ್ಭುತ ಫಲಿತಾಂಶಗಳಿಗೆ ಇಡಿಯ ದೇಶವಾಸಿಗಳು ಇಂದು ಸಾಕ್ಷಿಯಾಗಿದ್ದಾರೆ. ಒಟ್ಟಿನಲ್ಲಿ ಅಯೋಧ್ಯ ಅಂದೋಲನದಲ್ಲಿ ಅದ್ವಾನಿಯವರ ಪರಿಶ್ರಮ ಬಲು ಹಿರಿದು. 2008ರಲ್ಲಿ ಹೊರಬಂದ ಅವರ ಆತ್ಮಚರಿತ್ರೆ ಮೈ ಕಂಟ್ರಿ, ಮೈ ಲೈಫ್, ನಮ್ಮ ದೇಶದಲ್ಲಿ ಇತ್ತೀಚಿನ ದಶಕಗಳಲ್ಲಿ ಪ್ರಕಟವಾಗಿರುವ ಆತ್ಮಚರಿತ್ರೆಗಳಲ್ಲೇ ಅತ್ಯಂತ ಗಮನಾರ್ಹವಾದುದು. ಅದ್ವಾನಿಯವರು ತಮ್ಮ ಆತ್ಮಚರಿತ್ರೆಯಲ್ಲಿ ಅಯೋಧ್ಯಾ ಅಂದೋಲನವನ್ನು ಕುರಿತು ಸುಮಾರು 80 ಪುಟಗಳಷ್ಟು ಧೀರ್ಘ ಅಧ್ಯಾಯವನ್ನೇ ಬರೆದಿದ್ದಾರೆ. ವಿವರಗಳು ಸ್ಥೂಲವಾಗಿಯಾದರೂ ನಮ್ಮ ಕನ್ನಡದ ಓದುಗರಿಗೆ ತಿಳಿಸುವ ದೃಷ್ಟಿಯಿಂದ, ಆ ಅಧ್ಯಾಯದ ಸಾರಸಂಗ್ರಹವನ್ನು ಮಾತ್ರ ಇಲ್ಲಿ ಕೊಡಲಾಗಿದೆ. ಅಯೋಧ್ಯಾ ಆಂದೋಲನದ ಬಗ್ಗೆ ಸವಿವರವಾಗಿ ತಿಳಿದುಕೊಳ್ಳಲು ಬಯಸುವವರು ಅದ್ವಾನಿಯವರ ಆತ್ಮಕತೆಯನ್ನು ಇಂಗ್ಲಿಷ್ ಭಾಷೆಯ ಮೂಲ ಕೃತಿಗುಲ್ಲೇ (ಪ್ರ: ರೂಪಾ ಪಬ್ಲಿಕೇಷನ್ಸ್, ನವದೆಹಲಿ) ಓದಬಹುದು.

ಉತ್ತರ ಪ್ರದೇಶದ ಮುಖ್ಯಮಂತ್ರಿಗಳಾಗಿದ್ದ ಶ್ರೀ ಕಲ್ಯಾಣ ಸಿಂಗ್ ಅವರು ಅಯೋಧ್ಯೆ ವಿವಾದ ಕಾವು ಪಡೆದ ಸಂದರ್ಭದಲ್ಲಿ ರಾಷ್ಟ್ರೀಯ ಏಕತಾ ಮಂಡಳಿಯಲ್ಲಿ ಮಾಡಿದ ಭಾಷಣದ ಸಾರಾಂಶ ಮತ್ತು ಸಭಾ ವಿವರಗಳನ್ನು ಮದರಾಸಿನ ಹಿಂದೂ ವಿದ್ಯಾಲಯ ಸಮಾರಂಭದಲ್ಲಿ ಸ್ವತಃ ತೆರೆದಿಟ್ಟರು.

ಆದರಣೀಯರೆ,

ಶ್ರೀರಾಮ ಮಂದಿರದ ಬಗ್ಗೆ ಕೆಲವು ಮೂಲಭೂತ ಅಂಶಗಳನ್ನು ನಿಮ್ಮ ಮುಂದೆ ಪ್ರಸ್ತುತಿ ಪಡಿಸುವುದು ಅಗತ್ಯವಾಗಿದೆ..

1. ಶ್ರೀರಾಮ ಮಂದಿರದ ಪ್ರಶ್ನೆ ಧರ್ಮದ ಪ್ರಶ್ನೆ ಅಲ್ಲ,ಜಾತಿಮತ ಸಂಪ್ರದಾಯಗಳ ಪ್ರಶ್ನೆ ಅಲ್ಲ, ರಾಜಕೀಯದ ಪ್ರಶ್ನೆ ಅಲ್ಲ, ಓಟಿನ ಪ್ರಶ್ನೆ ಅಲ್ಲ, ನಮ್ಮ ರಾಷ್ಟೀಯ ಅಸ್ಮಿತೆಯ ಪ್ರಶ್ನೆ, ರಾಷ್ಟ್ರೀಯತೆ ಗೌರವದ ಪ್ರಶ್ನೆ, ರಾಷ್ಟ್ರೀಯತೆ ಹಿರಿಮೆ-ಗರಿಮೆಗಳ ಪ್ರಶ್ನೆ ರಾಷ್ಟ್ರೀಯ ಸಮ್ಮಾನದ ಪ್ರಶ್ನೆ, ರಾಷ್ಟ್ರದ ಸ್ವಾಭಿಮಾನದ ಪ್ರಶ್ನೆ. ರಾಷ್ಟೀಯತೆಯನ್ನು ಪ್ರಕಟಿಸುವ ಪ್ರಶ್ನೆ, ರಾಷ್ಟ್ರೀಯತೆಯನ್ನು ಗುರುತಿಸುವ ಪ್ರಶ್ನೆ, ಶ್ರೀರಾಮ ಮಂದಿರ ವಿಷಯವಾಗಿ ಯಾರಾದರೂ ವಿಚಾರ ವಾಡಿ, ಬೇಕಾಗಿದ್ದಲ್ಲಿ ಅವರು ಈ ದಿಸೆಯಲ್ಲಿ, ಈ ಮಾರ್ಗದಲ್ಲಿ ಈ ದೃಷ್ಟಿಕೋನದಿಂದಲೇ ವಿಚಾರ ಮಾಡಬೇಕು. ಈ ಮಾರ್ಗವನ್ನು, ಈ ದೃಷ್ಟಿಕೋನವನ್ನು ಬಿಟ್ಟು ಬೇರೆ ರೀತಿಯಲ್ಲಿ ಯೋಚಿಸಿದರೆ ಅವರಿಂದ ಸಮಸ್ಯೆಯನ್ನು ಬಿಡಿಸಲು ಸಾಧ್ಯವಾಗದು. ಅವರ ಮತ್ತಾವ ಪ್ರಯತ್ನವು ಫಲಿಸು. ಸಮಾಧಾನಕರ ಪರಿಹಾರ ವರ್ಗ ಅವರಿಗೆ ತೋಚಲಾರದು. ಅವರು ನಿಶ್ಚಯವಾಗಿ ಆಸಫಲರಾಗುವರು.

2. ಶ್ರೀ ರಾಮ ಮಂದಿರ ನಿರ್ಮಾಣ ಪ್ರಶ್ನೆ ಯಾವುದೇ ಒಂದು ಸಂಸ್ಥೆ ಅಥವಾ ಪಕ್ಷದಲ್ಲಿ. ಅದು ರಾಷ್ಟೀಯ ಸಂಕಲ್ಪವೇ ಆಗಿದೆ. ಆ ಸಂಕಲ್ಪ ಪರಿಪೂರ್ಣವಾಗಿ ನೆರವೇರಲೇಬೇಕು.

3. ಅದನ್ನು ಪೂರ್ಣಗೊಳಿಸುವ ದೃಢಸಂಕಲ್ಪವನ್ನು ಜಗತ್ತಿನ ಯಾವ ಶಕ್ತಿಯಿಂದಲೂ ಕಲಿಸಲು ಖಂಡಿತವಾಗಿಯೂ ಸಾಧ್ಯವಾಗುವುದಿಲ್ಲ. ಮಂದಿರ ನಿರ್ಮಾಣ ಅಲ್ಲಿ ಆಗಿಯೇ ತೀರುತ್ತದೆ. ಈ ದೃಷ್ಟಿ ಹುಡುಕಲು ಬಹಳ ದಿನಗಳ ಸಮಯ ತೆಗೆದುಕೊಂಡ ನಿರ್ಲಕ್ಷ-ದುರ್ಲಕ್ಷ ಮಾಡುವುದಂತು ಸಾಧ್ಯವೇ ಇಲ್ಲ. ಅನಿವಾರ್ಯ ಕಾರಣದಿಂದಲೂ ತಡಮಾಡುವುದು ಅಸಾಧ್ಯ,-ಜಗತ್ತಿನ ಮುಂದೆ ಈ ನಾಲ್ಕು "ತತ್ವಗಳು" ವೇದಿಕೆಯಲ್ಲಿ ನಾವು ವಹಿಸುವ ಭೂಮಿಕೆ, ನಮ್ಮ ನಿಲುವು. ನಮ್ಮ ದೃಷ್ಟಿಕೋನ, ಅತ್ಯಂತ ಸ್ಪಷ್ಟವಾಗಿದೆ. ಶ್ರೀ ರಾಮ ಮಂದಿರ ನಿರ್ಮಾಣಕ್ಕೆ ಹಾಗೂ ಆ ದಾರಿಯಲ್ಲಿ ಬರುವ ತೊಡಕು ಗಳನ್ನು ನಿವಾರಣೆ ಮಾಡುವುದಕ್ಕೆ ನಾವು ಬದ್ಧರಾಗಿದ್ದೇವೆ.

ನನ್ನ ಆಯ್ಕೆ ಮಂದಿರ

ಹಿಂದಿನ ಚುನಾವಣೆಯಲ್ಲಿ ಉತ್ತರ ಪ್ರದೇಶದ ಜನತೆ ಶ್ರೀರಾಮ ಮಂದಿರ ನಿರ್ಮಾಣ ವರಾಡುವುದಕ್ಕೆ ಆದೇಶ ಕೊಟ್ಟಿದ್ದಾರೆ. ಆ ಜನಾದೇಶ ಕೇವಲ ನಮಗೊಬ್ಬರಿಗಲ್ಲ. ಎಲ್ಲ ಪಕ್ಷಗಳವರಿಗೂ ಕೊಟ್ಟಿದ್ದಾರೆ. ಶ್ರೀರಾಮ ಮಂದಿರದ ಸಮರ್ಥಕರು ನಮ್ಮನ್ನು ಗೆಲ್ಲಿಸಿ

ಮಂದಿರ ವಿರೋಧಿಗಳನ್ನು ಸೋಲಿಸಿ ಆದೇಶವಿತ್ತಿದ್ದಾರೆ. ಆದ್ದರಿಂದ ಈ ಸಂಕಲ್ಪಿತ ಕಾರ್ಯವನ್ನು ಕಟಿ ಬದ್ಧರಾಗಿರುವ ನಾವು ಪೂರ್ಣ ಮಾಡುತ್ತೇವೆ. ಮತದಾನದ ಮೂಲಕ ಬಂದಿರುವ ಆ ಆದೇಶವನ್ನು ಸಮ್ಮೋಹನದಿಂದ ಸ್ವೀಕರಿಸಿ ಅನುಪಾಲಿಸುತ್ತೇವೆ. ಅದರಂತೆ ನಡೆಯುತ್ತೇವೆ. ಅದಕ್ಕಾಗಿ ಯಾವುದೇ ಬೆಲೆಯನ್ನಾದರೂ, ಎಷ್ಟೇ ಬೆಲೆಯನ್ನೂ ಅಥವಾ ಸಮಸ್ತ ಬೆಲೆಯನ್ನಾದರೂ ತೆತ್ತು ಅಯೋಧ್ಯೆಯ ಶ್ರೀ ರಾಮ ಜನ್ಮಸ್ಥಾನದಲ್ಲಿಯೇ ಮಂದಿರವನ್ನು ಕಟ್ಟುತ್ತೇವೆ.

ನನ್ನೆದುರು ಸರ್ಕಾರ ಮತ್ತು ಮಂದಿರ ಈ ಎರಡನ್ನಿಟ್ಟು ನಿಮ್ಮ ಆಯ್ಕೆ ಯಾವುದು ಎಂದು ಕೇಳಿದರೆ ನನ್ನ ಉತ್ತರ "ನನ್ನ ಆಯ್ಕೆ ಮಂದಿರ. ಅಯೋಧ್ಯೆಯಲ್ಲಿ ಅದರ ನಿರ್ಮಾಣದ ಸಲುವಾಗಿ ಈ ಸರ್ಕಾರವನ್ನು ಎಷ್ಟು ದುಬಾರಿಯಾದರೂ ಕಳೆದುಕೊಳ್ಳಲು ಸಿದ್ಧ!" ನನ್ನ ಪ್ರಥಮ ಆದ್ಯತೆ ಅಯೋಧ್ಯೆಯಲ್ಲಿ ರಾಮ ಮಂದಿರ ನಿರ್ಮಾಣ, ಕೇಂದ್ರ ಸರ್ಕಾರದ ಯಾವುದೇ ಬೆದರಿಕೆಗೆ–ಅದು ನಮ್ಮ ರಾಜ್ಯ ಸರ್ಕಾರವನ್ನು ವಜಾ ಮಾಡುವುದಿರಬಹುದು, ಅಥವ ಆಗ್ಗಾಗ್ಗೆ ಕೊಡುತ್ತಿರುವ ಕಿರುಕುಳ ಮತ್ತಿತರ ಬೆದರಿಕೆಗಳಿಗೆ ನಾನು ಬಗ್ಗುವುದಿಲ್ಲ.

ನಾನಿಟ್ಟ ಹೆಜ್ಜೆಗಳು

ನಾವು ಕಟಿಬದ್ಧರಾಗಿ ಕಾರ್ಯವನ್ನು ಪೂರ್ಣಗೊಳಿಸಲು ದಿಕ್ಕಿನಲ್ಲಿ ಕೆಲಸ ಹೆಜ್ಜೆಗಳನ್ನಿಟ್ಟೆವು. ಅವು ಹೀಗಿವೆ :

1. 2–7744 ಎಕರೆ ಭೂಮಿಯನ್ನು ಸ್ವಾಧೀನ ಮಾಡಿಕೊಂಡೆವು.

2. ಆ ಜಾಗ ಮೇಲಿದ್ದ ಕೆಲವು ಶಿಥಿಲ ಕಟ್ಟಡಗಳನ್ನು, ಕೆಲವು ಮನೆಗಳನ್ನು ಕಿತ್ತು ಹಾಕಿದವು. ಆದರೆ ನಾವು ದೇವಾಲಯಗಳನ್ನು ನಾಶ ಮಾಡಿದೆವೆಂದು ಅಪಪ್ರಚಾರ ಮಾಡಿದರು. ನಾವು ಮಂದಿರವನ್ನು ಕಟ್ಟುವವರೇ ಹೊರತು ಕೆಡುಹುವವರಲ್ಲ. ಅಧಿ ರಾಮದಾಸ ಮಂಟಪವನ್ನು ತೆಗೆದುಹಾಕಿದೆವು. ಅದು ಮಂದಿರವಾಗಿರಲಿಲ್ಲ. ಲೋಮಷಾಶ್ರಮದ ಜೋಪಡಿಯನ್ನು ತೆಗೆಸಿದೆವು. ಅಲ್ಲಿ ಐದಾರು ಅಂಗಡಿಗಳಿದ್ದವು. ಅವಾವುವೂ ಮಂದಿರಗಳಾಗಿರಲಿಲ್ಲ. ಸಾಕ್ಷಿ ಗೋಪಾಲ ಮಂದಿರದಲ್ಲಿ ಮೂರ್ತಿ ಇರುವ ಕೋಣೆ, ಪಕ್ಕದ ಕೋಣೆ, ಮೇಲಿನ ಕೋಣೆ ಇವತ್ತಿಗೂ ಹಾಗೆ ಇವೆ.

ಸಂಕಟಮೋಚನ ಮಂದಿರ ಬಗ್ಗೆ ತಿಳಿಸುತ್ತೇನೆ. ಅಲ್ಲಿ ಸಂತರ ಲಿಖಿತ ಅನುಮತಿ ಪಡೆದು ವಿದ್ಯುಕ್ತ ವಿಧಿ ವಿಧಾನಗಳ ಕ್ರಮದಿಂದ ಅಲ್ಲಿದ್ದ ಹನುಮಂತನ ಮೂರ್ತಿಯನ್ನು ಅಲ್ಲಿ ಧರ್ಮಾಚಾರ್ಯರ, ಸಂತರ ನೇತೃತ್ವದಲ್ಲಿಯೇ, ಸ್ಥಳಾಂತರಿಸಿದವರು. ಅನಂತರ ಇಲ್ಲ ಕೋಣೆಗಳನ್ನು ಕಿತ್ತು ಹಾಕಿದಾಗ ಅಲ್ಲಿ ಸಂತರು ಹೇಳಿದರು. "ರಾಮ ಮಂದಿರ ನಿರ್ಮಾಣದ ಸಲುವಾಗಿ ಹನುಮಂತನ ಮೂರ್ತಿಯನ್ನು ಬೇರೆ ಜಾಗಕ್ಕೆ ಕೊಂಡೊಯ್ದು ಅಲ್ಲಿ ವಿದ್ಯುಕ್ತ ಕರ್ಮದಿಂದ ಸ್ಥಾಪಿಸುತ್ತೇವೆ. ಪೂಜಿಸುತ್ತೇವೆ. ಅಲ್ಲಿನ ಪ್ರದೇಶ ಈಗ ನಾಲ್ಕು ದಾರಿಗಳು ಕೂಡುವ ಚೌಕವಾಯಿತು.

3. ಉಬ್ಬು–ತಗ್ಗು, ಹಳ್ಳದ ದೀಕ್ಷಾ ಭೂಮಿ ಯನ್ನು ಸಮತಲ ಮಾಡಿದೆ.

4. ಶ್ರೀರಾಮ ಮಂದಿರ ಸುತ್ತಲೂ 10 ಅಡಿ ಎತ್ತರದ "ರಾಮ ದೀವಾರ್ (ರಾಮ ಗೋಡೆ) 2.7744 ಎಕರೆಯ ಎಲ್ಲೆಯಲ್ಲಿ ಕಟ್ಟಿದವು. ಈ ಗೋಡೆಯನ್ನು ಇನ್ನೂ 10 ಅಡಿ ಎತ್ತರ ಮಾಡುತ್ತೇವೆ. ಇದನ್ನು ಭಾರತ ಸರ್ಕಾರಕ್ಕೆ ಬರೆದು ತಿಳಿಸಿದ್ದೇವೆ. ಭಾರತ ಸರ್ಕಾರ ನಮ್ಮನ್ನು "ನೀವು 10 ಅಡಿ ಎತ್ತರದ ಗೋಡೆ ಕಟ್ಟಿದ್ದೀರಾ ?" ಎಂದು ಕೇಳಿತು. "ಹೌದು 10 ಅಡಿ ಎತ್ತರ ಕೊಟ್ಟಿದ್ದೇವೆ. ಇನ್ನು 10 ಅಡಿ ಎತ್ತರಿಸುವುದು ಸತ್ಯ" ಎಂದು ಉತ್ತರಿಸಿದೆವು.

5. ಈ 27744 ಎಕರೆ ಭೂಮಿಗೆ ಅಂಟಿಕೊಂಡಿರುವ 42 ಎಕರೆ ಭೂಮಿಯನ್ನು ಶ್ರೀ ರಾಮ ಜನ್ಮಭೂಮಿ ನ್ಯಾಸಕ್ಕೆ ವರ್ಷವೊಂದಕ್ಕೆ ಒಂದು ರೂಪಾಯಿ ಬಾಡಿಗೆಯಂತೆ (ರಾಮ ಕಥಾ ಪಾರ್ಕ್ ನಿರ್ಮಾಣಕ್ಕಾಗಿ) ಯುಗ ಯುಗಾಂತ್ಯ ದವರೆಗೂ ಶಾಶ್ವತವಾಗಿ ಒಪ್ಪಂದ ಮಾಡಿಕೊಂಡು ಕಾಗದ ಪತ್ರ ಮಾಡಿ ನೋಂದಾಯಿಸಿ ಕೊಟ್ಟಿದ್ದೇವೆ. ಇದರ ಒಂದು ಭಾಗದಲ್ಲಿ "ಶೇಷಾವತಾರ ಮಂದಿರ"ದ (ಲಕ್ಷಣ ಮಂದಿರ ನಿರ್ಮಾಣ ಕಾರ್ಯ ಆರಂಭವಾಗಿದೆ.)

6. ಪೊಲೀಸ್ ಚೌಕಿ ಇತ್ತು. ಅದನ್ನು ಕಿತ್ತುಹಾಕಿ ಪರಿಹಾರವಾಗಿ 42 ಲಕ್ಷ ರೂಪಾಯಿ ಕೊಟ್ಟೆವು. ಇದರಿಂದ ಪೋಲಿಸ್‌ಚೌಕಿ ಇದ್ದ ಭೂಮಿಯ ಸಹ ಮಂದಿರ ನಿರ್ಮಾಣ ಕಾರ್ಯದಲ್ಲಿ ಸಹಭಾಗಿಯಾಯಿತು. (1990ರಲ್ಲಿ ಕಾರಸೇವಕರನ್ನು ಕೊಂದವರ ಕೇಂದ್ರವಾಗಿತ್ತು ಅದು.) ಅಯೋಧ್ಯೆ ಸೌಂದರ್ಯೀಕರಣಕ್ಕೂ ಸ್ವಲ್ಪ ಹಣವನ್ನು ಮೀಸಲಿರಿಸಿದ್ದೇವೆ. ಹೇಗೆ ಇಷ್ಟು ಬಾಧಕಗಳನ್ನು ದೂರಗೊಳಿಸಿದ್ದೇವೆ.

ಏಕತಾ ಮಂಡಳಿ ಸಭೆ

ಜುಲೈ 9ರಂದು ಅಯೋಧ್ಯೆಯಲ್ಲಿ ಎಲ್ಲ ಸಾಧು–ಸಂತರೂ, ಧರ್ಮಾಚಾರ್ಯರೂ ಸರ್ವಧರ್ಮಾನುಷ್ಠಾನದ ಸಲುವಾಗಿ ಸೇರಿದ್ದರು: ಲಕ್ಷಾಂತರ ಕರಸೇವಕರು ಬಂದಿದ್ದರು. ನಿರ್ಮಾಣದ ಕೆಲಸ ಆರಂಭವಾಯಿತು, ಜುಲೈ 15ರಂದು ಸರ್ವೋಚ್ಚ ನ್ಯಾಯಾಲಯದಿಂದ ಅಲ್ಲಿನ ಕೆಲಸವನ್ನು ನಿಲ್ಲಿಸುವಂತೆ ನಮಗೆ ಆದೇಶ ಬಂತು. ಜುಲೈ 18 ರಂದು ರಾಷ್ಟ್ರೀಯ ಏಕತಾ ಮಂಡಲ ಸಭೆಯನ್ನು ಕರೆಯಲಾಯಿತು. ಅಲ್ಲಿ ನಡೆದ ಮಾತುಕಥೆಯನ್ನು, ಸಂಗತಿಯನ್ನು ನಿಮಗೆ ತಿಳಿಸಿದಲ್ಲಿ ಇವರಿಗೆ ಪ್ರಸಾರ ಮಾಧ್ಯಮಗಳು ಪ್ರಕಟಿಸಿದ್ದ ವಿಷಯಗಳು ಅರ್ಥವಾಗುತ್ತದೆ.

ಬೆಳಿಗ್ಗೆ 10 ಗಂಟೆಗೆ ಆರಂಭವಾದ ಸಭೆ ರಾತ್ರಿ 10.30 ಕ್ಕೆ ಮುಗಿಯಿತು. ನಡುವೆ ಭೋಜನ ವಿರಾಮ ಮಾತ್ರ ಇತ್ತು. ಆರಂಭದಲ್ಲಿ ಗೃಹಮಂತ್ರಿ ಸ್ವಲ್ಪ ಮಾತನಾಡಿದರು. ನಂತರ ಪ್ರಧಾನಿ ಉದ್ಘಾಟನಾ ಭಾಷಣ ವರದಿ 'ನೀವು ಈ ಚರ್ಚೆ ಪ್ರಾರಂಭಿಸಿ' ಎಂದು ಹೇಳಿದರು. ತಕ್ಷಣವೇ ಸಭೆಯಲ್ಲಿ ಎಲ್ಲ ಕಡೆಯಿಂದ 'ಮೊದಲು ಉತ್ತರ ಪ್ರದೇಶದ ಮುಖ್ಯಮಂತ್ರಿಗಳು, ಅಲ್ಲಿ ಸ್ಥಿತಿ–ಗತಿಯ ಬಗ್ಗೆ ಮಾಹಿತಿ ಕೊಡಲಿ" ಎಂಬ

ಕೂಗು ಕೇಳಿ ಬಂತು. ಅದರ ಮೇಲೆ ಚರ್ಚೆ ನಡೆಯಿತು. 'ನೀವು ಆರಂಭಿಸಿ' ಎಂದು ಪ್ರಧಾನಮಂತ್ರಿ ನನಗೆ ಹೇಳಿದರು. 'ನನಗೆ ಚರ್ಚೆಯನ್ನು ಪ್ರಾರಂಭಿಸುವುದರಲ್ಲಿ ಏನೂ ತೊಂದರೆಯಿಲ್ಲ. ಆದರೆ ನನ್ನದೊಂದು ಷರತ್ತಿದೆ. ಪ್ರಾರಂಭದಲ್ಲಿ ಮಾತನಾಡುವ ನನಗೆ, ಇಲ್ಲಿರುವವರೆಲ್ಲಾ ಮಾತನಾಡಿದ ನಂತರ ಅದಕ್ಕೆ ಉತ್ತರ ಕೊಡುವುದಕ್ಕೆ, ಮತ್ತೆ ಮಾತನಾಡುವುದಕ್ಕೆ ಅವಕಾಶ, ಅನುಮತಿ ಬೇಕು. ಇಲ್ಲಿ ಕುಳಿತಿರುವವರೆಲ್ಲಾ, ಯಾರಾರು ಏನೇನು ಮಾತಾಡಬೇಕೆಂದಿದ್ದಾರೆ ಎಂಬುದು ನನಗೆ ಚೆನ್ನಾಗಿ ಗೊತ್ತು. ಅವರೆಲ್ಲ ಒಂದು ಕಡೆ, ನಾನು ಒಂದು ಕಡೆ. ನಂತರ ಸ್ಪಷ್ಟಿಕರಣ ನೀಡಲು ನನಗೆ ಅವಕಾಶ ಕೊಡುವಿರಾ ಇಲ್ಲವೋ, ಹೇಳಿ" ಎಂದು. ಅದಕ್ಕವರು ಎರಡನೆಯ ಅವಕಾಶ ಖಂಡಿತಾ ಸಿಗುವುದೆಂದು ಹೇಳಿದರು.

ಆರೋಪ ಪ್ರತ್ಯಾರೋಪಗಳ ಏಕತಾ ಮಂಡಳಿ ಸಭೆ

ಇಪ್ಪತ್ತು ನಿಮಿಷಗಳ ಕಾಲ ನಾನು ಮಾತನಾಡಿದೆ, ನಂತರ ಚರ್ಚೆ ನಡೆಯಿತು. ಅದು ರಾಷ್ಟ್ರೀಯ ಏಕತಾ ಮಂಡಳಿ ಸಭೆ. ಆದರೆ ಲೋಕ ಸಭಾ ವೇದಿಕೆಯಂತೆ ಗೊಂದಲ ಮಯವಾಯಿತು. ಮಂಡಲ ವೇದಿಕೆಯಲ್ಲಿ ಸಮಸ್ಯೆ ಪರಿಹಾರಕ್ಕೆ ಸೂಕ್ತ ಸಮಾಧಾನ ದೊರೆಯಬೇಕೆ ವಿನಹ ಆರೋಪ-ಪ್ರತ್ಯಾರೋಪಗಳ ಆಟಾಟೋಪಕ್ಕೆ ಅವಕಾಶವಿರಬಾರದಾಗಿತ್ತು. ಅವುಗಳಿಗೆ ಲೋಕಸಭೆ, ರಾಜ್ಯಸಭೆ, ವಿದಾನಸಭೆಗಳಿವೆ. ಆದರೆ ಇಲ್ಲಿ ಮಾತನಾಡಿದವರು ಎಲ್ಲ ವರಾತ ಪರಿಹಾರ ಕಡೆಗೆ ಇರದೆ, ಅವರವರ ರಾಜನೀತಿಯ-ಓಟಿನ ಲಾಭ ಮಾಡಿಕೊಳ್ಳುವ ಧಾಟಿಯಲ್ಲಿತ್ತು. ಅನೇಕ ಪ್ರಕಾರದ ಪ್ರಶ್ನೆಗಳನ್ನು ಎತ್ತಿದರು, 'ನ್ಯಾಯಾಲಯದ ಆದೇಶ ಬಗ್ಗೆ ನೀವೇನು ಮಾಡಿದಿರಿ? ಪಾಲನೆ ಮಾಡಿದ್ದೀರಾ?' ಎಂದು ಪಾಟೀ ಸವಾಲು ಮಾಡಿದರು. 'ಜನಾದೇಶವನ್ನು ಪಾಲಿಸುವುದಕ್ಕೆ ನಾವೆಷ್ಟು ಕಟಿಬದ್ಧರಾಗಿದ್ದೇವೆಯೋ, ಅಷ್ಟೇ ಗೌರವವನ್ನು ನ್ಯಾಯಾಲಯದ ಆದೇಶಕ್ಕೆ ಕೊಡುವ ಮನಸ್ಸು ನಮಗಿದೆ. ಲೋಕತಂತ್ರದಲ್ಲಿ ನ್ಯಾಯ ಪಾಲನೆಗೆ ಒಂದು ವಿಶಿಷ್ಟ ಸ್ಥಾನವಿರುವುದು ನಮಗೆ ಗೊತ್ತಿದೆ. ಅದರ ಬಗ್ಗೆ ನಮಗೆ ಸಮ್ಮಾನವಿದೆ. ಆದರೆ ಕೆಲವು ಬಾರಿ ಕೆಲವು ವಿಷಯಗಳು ಸೂಕ್ಷ್ಮ ಸಂವೇದನಾಶೀಲವಾಗಿರುತ್ತದೆ. ಎಷ್ಟೆಂದರೆ, ಅದರ ಬಗ್ಗೆ ಜಾಗರೂಕರಾಗಿರಿ ಎಚ್ಚರಿಕೆಯಿಂದ ನಿರ್ಣಯ ತೆಗೆದುಕೊಳ್ಳಿ ಬೇಕಾಗುತ್ತದೆ. ಅದೇ ಕೆಲಸವನ್ನು ನಾವು ಮಾಡುತ್ತಿರುವುದು' ಎಂದು. ವಿ. ಪಿ. ಸಿಂಗ್ ಟೀಕೆ ಮಾಡಿದರು. ಸುಲೇಮಾನ್ ಸೇಟ್, ಚಂದ್ರಶೇಖರ್, ಡಾ॥ ಫರೂಕ್ ಅಬ್ದುಲ್ಲಾ ಟೀಕೆ ಮಾಡಿದರು.

ತಮಿಳುನಾಡು ಮುಖ್ಯಮಂತ್ರಿ ಸಭೆಯಲ್ಲಿರಲಿಲ್ಲ. ಇದ್ದಿದ್ದರೆ ಅವರ ಟೀಕೆ ಮಾಡುತ್ತಿದ್ದರು ಎಂದು ತಿಳಿಯಬೇಡಿ. ನಮ್ಮ ಪರವಾಗಿ ಹೇಳದೇ ಇರುತಿದ್ದರೂ ಟೀಕೆ ಮಾಡುತ್ತಿರಲಿಲ್ಲವೆಂಬ ವಿಶ್ವಾಸ ನನಗಿದೆ. ನಾನು ಅವರ ಪ್ರಶ್ನೆಗಳಿಗೆಲ್ಲಾ ಉತ್ತರಿಸಿದೆ. ಪ್ರತಿಮುಟ್ಟಿಸಿದೆ.

ಕೇಂದ್ರ ಸರ್ಕಾರದಿಂದ ಹದಗೆಟ್ಟಿತು

ಗೃಹ ಮಂತ್ರಿಯಿಂದ ಪ್ರಾರಂಭಿಸಿದೆ. 'ಈ ವಿಚಾರದಲ್ಲಿ ಪರಿಸ್ಥಿತಿ ಗಂಭೀರವಾಗಲು ಜವಾಬ್ದಾರಿ ಸ್ಥಾನದಲ್ಲಿರುವ ನಿಮ್ಮ ಹೇಳಿಕೆ ಕಾರಣ.ವಿವಾದಿತ ಕಟ್ಟಡದ ಸುರಕ್ಷತೆ ತೊಂದರೆಯಿದೆ ಎಂದು ನೀವು ಪದೇ ಹೇಳಿದಿರಿ, ರಾಷ್ಟ್ರೀಯ ಏಕತಾ ಮಂಡಳಿ ಹಿಂದಿನ ಮೂರು ಸಭೆಗಳಲ್ಲಿ ನಾನು ಆ ಕಟ್ಟಡ ಚ್ಯುತಿಯಾಗದಂತೆ ನೋಡಿಕೊಳ್ಳುತ್ತೇನೆಂದು ಹೇಳಿದರೂ ನೀವುಅಂತಹ ಹೇಳಿಕೆ ಕೊಟ್ಟಿರಿ. ನಿಮ್ಮ ಆಹೇಳಿಕೆಯಿಂದಲೇ ದೂರದ ಕೇರಳದಲ್ಲಿ ಹಿಂಸೆ ಭುಗಿಲೆದ್ದಿತು. ನೀವು ಎಚ್ಚರಿಕೆಯಿಂದ ಹೇಳಿಕೆ ಕೊಡದೆ ಬೇಜವಾಬ್ದಾರಿಯಿಂದ ವರ್ತಿಸಿ ನಮಗೆ ನ್ಯಾಯ ನೀತಿ, ನ್ಯಾಯಾಂಗ ನಿಂದನೆ ಬಗ್ಗೆ ತಿಳಿವಳಿಕೆ ಹೇಳುತ್ತೀರಾ? ಕಟ್ಲೆ ನ್ಯಾಯಾಲಯದಲ್ಲಿ ನಡೆದಿದೆ. ನಡೆಯುತ್ತದೆ. ತೀರ್ಪು ಬರುವ ಹಂತದಲ್ಲಿದೆ. ಆಗಲೇ ಉತ್ತರ ಪ್ರದೇಶ ಸರ್ಕಾರ ಸರ್ವೋಚ್ಚ ನ್ಯಾಯಾಲಯದ ತೀರ್ಪನ್ನು ಪಾಲಿಸುತ್ತಿಲ್ಲ, ಎಂದ ನೀವು ನ್ಯಾಯ ಮಾಡುತ್ತಿದ್ದೀರಾ? ಅದಕ್ಕೆ ಅಪಮಾನವೆಸಗುತ್ತಿಲ್ಲವೆ? ನ್ಯಾಯಾಲಯದ ತೀರ್ಮಾನ ಬರುವ ಮೊದಲೇ ನ್ಯಾಯಾಲಯದ ನಿರ್ಣಯದ ಮೇಲೆ ಪ್ರಭಾವ ಬೀರುವ ಪ್ರಯಾಸ ನಿಮ್ಮಿಂದಾಗುತ್ತಿಲ್ಲವ ? ಈ ಪ್ರಕಾರದ ಪ್ರತಿ ಪ್ರಸಾರವಾದರೆ ನಿಷ್ಪಕ್ಷಪಾತ ನ್ಯಾಯ ಹೇಗೆ ಹೊರಬರುತ್ತದೆ? ಪರಿಸ್ಥಿತಿ ನಿಮ್ಮಿಂದಲೇ ಬಿಗಡಾಯಿಸಿತು!" ಎಂದೆ.

ಪ್ರಧಾನಿಯವರ ಪ್ರಮಾದ

ಪ್ರಧಾನಿಯವರಿಗೆ ನೇರವಾಗಿ ಹೇಳಿದೆ. 'ನೀವು ತಿಳಿದೋ ತಿಳಿಯದೆಯೋ ಉಚ್ಚರಿಸಿದ ಒಂದು ಮಾತಿನಿಂದ ಆ ಒಂದೇ ಒಂದು ಶಬ್ದೋಚ್ಚಾರಣೆಯಿಂದ ಸಮಗ್ರ ಜಗತ್ತಿನೆದುರು ನಮ್ಮ ರಾಷ್ಟ್ರ ಜನ ಕೋಟಿಗೆ ಅಪಮಾನ ಮಾಡಿದಿರಿ. ನೀವು ಲೋಕಸಭೆಯಲ್ಲಿ 'ಮಸೀದಿಯನ್ನು ಬೀಳಿಸುವುದಕ್ಕೆ ನಾವು ಬಿಡುವುದಿಲ್ಲ' ಎಂದು ಹೇಳಿಕೆ ಇತ್ತು ಸಾರಿ ಬಿಟ್ಟಿರಲ್ಲ, ಪ್ರಧಾನೀಜೀ, ಏನಿದರ ಅರ್ಥ? ಆ ವಿವಾದಿತ ಕಟ್ಟಡವನ್ನು ನೋಡದ ಬಿಬಿಸಿಯವರು, ಅಮೇರಿಕಾದವರು ಜಗತ್ತಿನ ಬೇರೆ ಬೇರೆ ದೇಶದ ನಾಗರಿಕರ, ಈ ದೇಶದಲ್ಲಿ ಮುಸಲ್ಮಾನರು ಏನು ಯೋಚಿಸಬಹುದು? ಹಿಂದೂಸ್ಥಾನದವರು ಹೇಗಿದ್ದಾರೆ, ಎಂಥಾ ಜನ ಎಂದು ತಿಳಿಯುತ್ತಾರೆ? ಅಲ್ಲಿ ಮಸೀದಿ ಇದೆ ಎಂದು ತಿಳಿಯುತ್ತಾರೆ. ಅದನ್ನು ಒಡೆದು ಹಾಕಲು ಅಲ್ಲಿ ಜನ ಉತ್ತೇಜಿತರಾಗಿದ್ದಾರೆ ಎಂದು ತಿಳಿಯುತ್ತೆ ಪ್ರಧಾನಿಯವರ ಆ ಮಸೀದಿಗೆ ರಕ್ಷಣೆಯೊದಗಿಸಲು ಹೊರಟಿದ್ದಾರೆ ಎಂದು ತಿಳಿಯುತ್ತಾರೆ. ನಿಮ್ಮ ಆ 'ಮಸೀದಿ ಬೀಳಿಸುವುದಕ್ಕೆ ಬಿಡುವುದಿಲ್ಲ' ಎಂಬ ಒಂದೇ ಮಾತಿನಿಂದ (ಆ ಕಟ್ಟಡವನ್ನು ಮಸೀದಿ ಎಂದು ಕರೆದಿದ್ದರಿಂದ) ಜಗದಾದ್ಯಂತ ಎಂತಹ ತಪ್ಪು ಕಲ್ಪನೆ, ಇಂತಹ ತಪ್ಪು ಸುದ್ದಿ ಹರಡಿಹೋಯಿತು. ವಿವಾದ ನ್ಯಾಯಾಲಯದಲ್ಲಿದೆ. ನಿರ್ಣಯ ಆಗಬೇಕಾಗಿದೆ. ಎಂಥಹ ಪ್ರಮಾದವಾಗಿ ಬಿಟ್ಟಿತು ನಿಮ್ಮಿಂದ. ಎಂದು ಹೇಳಿದೆ

ಪ್ರಧಾನಿಯವರನ್ನು ಕುರಿತು ಹೀಗೆ ಹೇಳುವಾಗ ಶ್ರೀ ಎಸ್ ಆರ್.ಬೊಮ್ಮಾಯಿ ನನ್ನ ಹತ್ತಿರವೇ ಕುಳಿತಿದ್ದಾರೆ. ಅವರು ಜನತಾದಳದ ಅಧ್ಯಕ್ಷರೂ, ರಾಷ್ಟ್ರೀಯ ಏಕತಾ

ಮಂಡಲಿಯ ಸ್ಥಾಯಿ ಸಮಿತಿ ಅಧ್ಯಕ್ಷರು ಆಗಿದ್ದರು. ಸಮಿತಿಯ 18 ಮಂದಿ ಸದಸ್ಯರಲ್ಲಿ 3 ಮಂದಿ ಮಾತ್ರ ಸ್ಥಳ ಪರಿಶೀಲನೆಗೆಂದು ಅಯೋಧ್ಯೆಗೆ ಹೋಗಿದ್ದರು. ವಿ. ಪಿ. ಸಿಂಗ್, ಚಂದ್ರಶೇಖರ್, ಫಾರೂಕ್ ಅಬ್ದುಲ್ಲಾ ಯಾರೇ ಮುಖ್ಯಮಂತ್ರಿಯೂ ಅಲ್ಲಿ ಹೋಗಲಿಲ್ಲ. ಇಬ್ಬರು ಒಳ್ಳೆಯ ಪತ್ರಕರ್ತರಿದ್ದರು. ಅವರು ಹೋಗಬೇಕಿತ್ತು. ಅವರು ಹೋಗಲಿಲ್ಲ. ಉಳಿದ ಸ್ಥಾಯಿ ಸಮಿತಿ ಸದಸ್ಯರು ಹೋಗಲಿಲ್ಲ. ನನ್ನ ದೃಷ್ಟಿಯಲ್ಲಿ ಅದು ಸಂಸದೀಯ ಸಮಿತಿ ಅಲ್ಲವೇ ಅಲ್ಲ. ಸಂಸತ್ತಿನಲ್ಲಿ ಅದರ ಪ್ರಸ್ತಾಪವೂ ಆಗಿರಲಿಲ್ಲ. ಆದರೆ ಕೂಡ ನಾವು ಅವರೆಲ್ಲ ಸ್ವಾಗತಕ್ಕೆ ವ್ಯವಸ್ಥೆ ಮಾಡಿದ್ದೆವು.

ಈಗ ಇಲ್ಲಿರುವ ಬೊಮ್ಮಾಯಿಯ ಅವರಿಗೆ ಅಭಿನಂದನೆ ಹೇಳುತ್ತೇನೆ. ಏಕೆಂದರೆ ರಾಮಲಲ್ಲಾನ ಮೂರ್ತಿ ಸ್ಥಾಪಿತವಾಗಿರುವುದನ್ನು ಕಂಡು ಮಂದಿರ ಎಂದು ಅವರು ಒಪ್ಪಿಕೊಂಡರು ಎಂದರೆ. ಆಗ ರಾಷ್ಟ್ರೀಯ ಏಕತಾ ಮಂಡಲಿಯ ಆ ಸಭೆಯಲ್ಲಿ... ಅವರು ಎದ್ದು ನಿಂತು ಆಶ್ಚರ್ಯ ವ್ಯಕ್ತಪಡಿಸಿ, ಕೋಪದಿಂದ ನನ್ನನು ಕೇಳಿದರು. 'ಕಲ್ಯಾಣ ಸಿಂಗ್ ನೀವೇನು ಹೇಳುತ್ತಿದ್ದೀರಿ? ರಾಷ್ಟ್ರೀಯ ಏಕತಾ ಮಂಡಲಿಯಲ್ಲಿ ತಪ್ಪು ಹೇಳುತ್ತಿದ್ದಿರಲ್ಲ! ನಾನು ಯಾವಾಗ ಅದು ಮಂದಿರವೆಂದು ಹೇಳಿದೆ? ನನ್ನ ವರದಿಯಲ್ಲಿ ಎಲ್ಲಿದೆ ಮಂದಿರ ಎಂದು...?' ಎಂದರು. ಅದಕ್ಕೆ ನಾನು ಹೀಗೆ ಹೇಳಿದೆ. "ನಿಜ, ನಿಮ್ಮ ವರದಿಯಲ್ಲಿ ಮಂದಿರ ವೆಂದು ಇರಲಿಲ್ಲ ಅಥವಾ ನಿಮ್ಮ ಹೇಳಿಕೆಗಳಲ್ಲಿ ಹಾಗೆ ಹೇಳಲಿಲ್ಲ. ಆದರೆ ನೀವು ಮಂದಿರಕ್ಕೆ ಹೋಗಿ ಅಲ್ಲಿ ಕುಂಕುಮ ತಿಲಕವಿರಿಸಿಕೊಂಡದ್ದು, ರಾಮ ನಾಮಾಂಕಿತ ಶಲ್ಯವನ್ನು ಹೊದಿಸಿಕೊಂಡಿದ್ದು ನಿಜವಲ್ಲವೆ? ಅರ್ಚಕರಿಂದ ಹಾರ ಹಾಕಿಸಿಕೊಂಡದ್ದು ನಿಜವಲ್ಲವೆ, ಶ್ರದ್ಧೆಯಿಂದ ರಾಮಲಲ್ಲಾ ಮುಂದೆ ನಿಂತು ಪೂಜೆ ಮಾಡಲಿಲ್ಲವೆ? ನಿಮ್ಮ ಮನೆಯನ್ನು ಪವಿತ್ರಗೊಳಿಸಲು ಕ್ಕೆ, ನಿಮ್ಮ ಮನೆಯವರಿಗೆ ಅಷ್ಟು ಪುಣ್ಯ ಲಭಿಸಲಿ ಎಂದು ಅದೇ ಅರ್ಚಕರ ಕೈಯಿಂದ ಮತ್ತೊಂದು ಪ್ರಸಾದದ ಪೊಟ್ಟಣವನ್ನು ಪಡೆದಿಲ್ಲವೇ, ಅದು ನಿಜವಲ್ಲವೇ? ನೀವು ಇದನ್ನೆಲ್ಲಾ ಮಸೀದಿಯೊಳಗೆ ಇದ್ದು ಮಾಡುತ್ತಿರುವೆನೆಂದು ಭಾವಿಸಿದ್ದಿರೋ ಅಥವಾ ಹಿಂದೂ ಮಂದಿರದೊಳಗೆಂದು ತಿಳಿದಿದ್ದಿರೋ? ನಿಜ ಹೇಳಿ' ಎಂದು ಕೇಳಿದೆ.

ಮತ್ತೆ ಗೃಹಮಂತ್ರಿಗಳತ್ತ ತಿರುಗಿ ಅವರು ನಡೆದುಕೊಂಡ ಸಂಗತಿಯನ್ನು ನೆನಪು ಮಾಡಿದೆ. 'ಗೃಹಮಂತ್ರಿಗಳು, ನೀವು ಹೂಮಾಲಿಕೆ ಹಾಕಿಸಿಕೊಂಡಿರಿ. ರಾಮಲಾಲ್ ದರ್ಶನ ಮಾಡಿದಿರಿ. ಪ್ರಸಾದ ತಿಂದಿರಿ. ಯಾವುದನ್ನು ನೀವು ವಿವಾದಿತ ಕಟ್ಟಡ ಎಂದು ಬಿಟ್ಟೂ ಬಿಡದೆ ಕರೆಯುತ್ತೀರೋ ಅದು, ಇತ್ತೀಚಿನ ಉತ್ಖನನ ದಿಂದ ಹೊರಪಟ್ಟ ಸಾಕ್ಷಾಧಾರಗಳಿಂದ ಅದು ಮಂದಿರವನ್ನು ಕೆಡವಿ ಕಟ್ಟಿದ ಕಟ್ಟಡವೆಂದು ಸಾಬೀತಾಗಿದೆ. ಭೂ ಅಗೆತ ನಡೆದಂತೆಲ್ಲಾ ಕೆಳಭಾಗಗಳಿಂದ ಹಿಂದಿದ್ದ ಮಂದಿರ ಅನ್ಯಾನ್ಯ ಅವಶೇಷಗಳು ಸಿಗುತ್ತಲೇ ಇವೆ. ನೀವು ಮಂದಿರದಿಂದ ಹೊರಬಂದು ಅತ್ತಿತ್ತ ನೋಡಿ, ಪಕ್ಕದ ಅವರನ್ನು "ಜಗಳವಿರುವ ಮಸೀದಿ ಎಲ್ಲಿದೆ ? ತೋರಿಸಿ' ಎಂದು ಕೇಳಿದಿರಿ. ಪಕ್ಕದಲ್ಲಿದವರು 'ನೀವು ಯಾವ ಮಂದಿರದಿಂದ ಪೂಜೆ ಮಾಡಿ ಹೊರಬಂದಿರೋ ಅದೇ ಆ ಸ್ಥಳ' ಎಂದರೆ. ಅದಕ್ಕೆ ನಿಮ್ಮ ಮರು ಪ್ರಶ್ನೆ 'ಅಲ್ಲಿ ಮಸೀದಿ ಎಲ್ಲಿದೆ? ಅಲ್ಲಿ ರಾಮ ಲಲನ

ಮೂರ್ತಿ ಇದೆ. ಅದಕ್ಕೆ ಎಲ್ಲಾ ಪೂಜೆ ನಡೆಯುತ್ತಿದೆಯಲ್ಲ!' ಎಂದು ಬಿಟ್ಟಿರಿ! ಅ ಪ್ರಯತ್ನ ವಾಗಿ ನಿಮ್ಮ ಬಾಯಿಂದ ನಿಜಾಂಶವೇ ಹೊರಬಿತ್ತು. ನೀವು ಕಂಡ ಅದು ಮಸೀದಿಯಲ್ಲ, ಮಂದಿರ ಎಂದು ಒಪ್ಪಿಕೊಂಡಿರಿ. ನಾವು ಅದನ್ನೇ ಹೇಳುತ್ತಿದ್ದೇವೆ'. ಎನ್ನುತ್ತಾ ಹೀಗಿರುವಲ್ಲಿ ರಾಷ್ಟ್ರೀಯ ಏಕತಾ ಮಂಡಲಿಯ ಈ ಸಭೆಯಲ್ಲಿ ಇಷ್ಟೊಂದು ಗದ್ದಲವೇಕೆಂದು ಕೇಳಿದೆ.

ನೀವು ನ್ಯಾಯಾಲಯದ ಆದೇಶ ಪಾಲಕರೆ?

ಉತ್ತರ ಪ್ರದೇಶ ಸರ್ಕಾರ ನ್ಯಾಯಾಲಯ ಆಜ್ಞೆ ಪಾಲನೆ ಮಾಡುತ್ತಿಲ್ಲ ಎಂದು ಬಹುದೊಡ್ಡ ದೂರು ಮಾಡಿದರು. ಸುಪ್ರೀಂ ಕೋರ್ಟ್ ಆದೇಶ ಪ್ರಕಟವಾದದ್ದು ಜುಲೈ 15 ರಂದು. ನಾವೆಲ್ಲಾ ಅದರ ಅನುಪಾಲನೆಗೆ ಪ್ರಯಾಸ ಪಡುತ್ತಿದ್ದವು. ಆದರೆ ಜುಲೈ 18 ರೊಳಗೆ ಭೂಮಿರಿ ತಲೆಕೆಳಗಾಗಿ ಇದೆ ಎಂಬಂತೆ ಭಾರೀ ಗಲಾಟೆ ಎಬ್ಬಿಸಿದರು. ಭಾರೀ ಅಪರಾಧವರಾಡಿದ್ದೇವೆ ಎಂದು ರಂಪರಾದ್ಧಾಂತ ಮಾಡಿದರು. ಗೃಹಮಂತ್ರಿಗಳನ್ನು ಕುರಿತು ಅಲ್ಲಿದ್ದವರಿಗೆಲ್ಲಾ ತಿಳಿಯುವಂತೆ ನ್ಯಾಯಾಲಯ ತೀರ್ಪಿಗೆ ಗೌರವ ಕೊಡುವುದಿಲ್ಲವೆಂದು ಆಕ್ಷೇಪಿಸುವವರ ವರ್ತನೆಯನ್ನು ಗಮನಕ್ಕೆ ತರುವ ಮಾತನಾಡಿದೆ. ಗೃಹಮಂತ್ರಿಗಳು ಈಗ ನೀವು ಕೇಂದ್ರ ಸರ್ಕಾರದಲ್ಲಿದ್ದೀರಿ. ಹಿಂದೆ ಉತ್ತರ ಪ್ರದೇಶದಲ್ಲಿ ನಿಮ್ಮ ಪಕ್ಷದ ಸರ್ಕಾರದ್ದೇ ಶಾಸನವಿತ್ತು. ವಾರಣಾಸಿಯ ದೋಷಿಪುರದ ಎರಡು ಗೋರಿ ತೆಗೆದುಹಾಕುವಂತೆ ಸುಪ್ರೀಂ ಕೋರ್ಟು ತೀರ್ಪು ಕೊಟ್ಟಿತು. ಈಗಾಗಲೇ 9 ವರ್ಷಗಳಾಗಿವೆ. ನ್ಯಾಯಾಲಯ ಆದೇಶದ ಅನುಪಾಲನೆಯಾಗಿಲ್ಲ. ಅದು ಸೂಕ್ಷ್ಮ ಸಂವೇದನೆ ಭಾವನೆಯನ್ನು ಕೆರಳಿಸುತ್ತದೆ, ಕಾನೂನು-ಸುವ್ಯವಸ್ಥೆಗೆ ತೊಂದರೆಯಾಗುವ ಸಾಧ್ಯತೆ ಇದೆ ಎಂದು ಸ್ವತಃ ಸುಪ್ರೀಂ ಕೋರ್ಟು ತನ್ನ ತೀರ್ಪಿಗೆ ಹತ್ತು ವರ್ಷಗಳ ಕಾಲ ಅದನ್ನು ಜಾರಿ ಮಾಡಲಾಗುವುಲ್ಲವೆಂದು ತಡೆಯಾಜ್ಞೆ ಕೊಟ್ಟುಕೊಂಡಿತು. ಆದರೆ ಆ ವಿಚಾರವಾಗಿ ಹತ್ತು ವರ್ಷಗಳಲ್ಲಿ ಆಗದೇ ಇರುವುದು ಕಾರಸೇವೆಯ ವಿಷಯದಲ್ಲಿ ನಾಲ್ಕೇ ದಿನಗಳಲ್ಲಿ ಆಯಿತು. ಅಯೋಧ್ಯಾ ವಿಷಯದ ಸೂಕ್ಷ ಸಂವೇದನೆ ಭಾರತೀಯರಲ್ಲಿ ಎಷ್ಟು ಆಳವಾಗಿದೆ, ತೀವ್ರವಾಗಿದೆ ನಿಮಗೆ ಗೊತ್ತಿದೆಯೇ? ಅಂದಿನ ಪ್ರಧಾನಿ ಇಂದಿರಾ ಗಾಂಧಿಯವರ ಬಗ್ಗೆ ನ್ಯಾಯಮೂರ್ತಿ ಜಗಮೋಹನಲಾಲ್ ಸಿದ್ಧರವರ ತೀರ್ಪು ಬಂದಾಗ ಒಂದು ಗುಂಪಿನ ಜನ ಅದನ್ನು ಲೇವಡಿ ಮಾಡಿದರು. ಅದು ಜನ ಇಂದು ನ್ಯಾಯಪಾಲನೆಯ ಸಮ್ಮಾನದ ಪಾಠ ನಮಗೆ ಕಲ್ಸ ಹೊರಟಿದ್ದಾರೆ. ಬಹಳ ಬಹಳ ಮಾತಾಡುತ್ತಾರೆ. ಆಗ ನ್ಯಾಯಾಲಯದ ಆದೇಶವನ್ನು ಪಕ್ಕಕ್ಕಿರಿಸಿ, ದೇಶ ಸಂವಿಧಾನವನ್ನು ತುಂಡು ತುಂಡು ಮಾಡಿದರು. ದೇಶದಲ್ಲಿ ತುರ್ತು ಪರಿಸ್ಥಿತಿ ಹಾರಿದರು. ಅದನ್ನು ತಂದ ಕಾನೂನು ಯಾವ ನ್ಯಾಯಾಲಯದ ಚೌಕಟ್ಟಿನಲ್ಲಿ ಇರಲಿಲ್ಲ, ಅಲ್ಲವೆ ಮಹಾರಾಷ್ಟ್ರದ ಅಬ್ದುಲ್ ರೆಹಮಾನ್ ಅಂತುಳೆ ವಿರುದ್ಧ ನ್ಯಾಯಾಲಯ ತೀರ್ಪಿತ್ತಿತು, ಇದುವರೆಗೂ ಏನಾದರೂ ಅದರ ಪಾಲನೆ ಮಾಡಿದಿರಾ? ಶಾಬಾನು ಹಗರಣದಲ್ಲಿ ಸುಪ್ರೀಂ ಕೋರ್ಟ್ ಇತರ ತೀರ್ಪನ್ನು ಪಾಲಿಸುವುದಕ್ಕೆ, ಬದಲಾಗಿ ಸಂವಿಧಾನವನ್ನು ತಿರುವು-ಮುರುವು ಮಾಡಿದಿರಿ, ಏಕೆ ಬಾಯಿ ಹೊಲಿದುಕೊಂಡಿದ್ದೀರಿ?

ನಮ್ಮದು ನಾಲ್ಕು ದಿನ ವ್ಯತ್ಯಾಸವಾದ್ದರಿಂದ ಯಾವ ಭೂಮಿ ಎಲ್ಲಿ ಬಿದ್ದು ಹೋಗುತ್ತಿತ್ತು? ಸರ್ವೋಚ್ಚ ನ್ಯಾಯ ಸ್ಥಾನ ಮುಂದೆ ನಿಮ್ಮ ಜನ ಘೋಷಣೆ ಮಾಡಿದರು, ನ್ಯಾಯಾಲಯಕ್ಕೆ ಅಪಮಾನ ಮಾಡಿದರು ಎಂದು ವಿ.ಪಿ.ಸಿಂಗ್ ಆಕ್ಷೇಪಿಸುತ್ತಾರೆ. ಅದು ನಿಜ ಇದೆ. ಆ ಜನರಿಗೆ ನಾನು ತಿಳಿಸಿದ್ದೇನೆ. ಆ ಬಗ್ಗೆ ನನಗೂ ಒಪ್ಪಿಗೆ ಇದೆ. ಮಾನ್ಯ ಸಿಂಗ್‌ರವರೇ, ನಿಮ್ಮನ್ನು ಪ್ರಶ್ನೆ ಮಾಡುತ್ತೇನೆ. ಇಂದಿರಾ ಗಾಂಧಿ ವಿರುದ್ಧ ಅಲಹಾಬಾದ್ ಹೈಕೋರ್ಟ್ ನ್ಯಾಯಮೂರ್ತಿ ಜಗಮೋಹನಲಾಲ್ ಸಿನ್ಹ ತೀರ್ಪು ಕೊಟ್ಟಾಗ ನಿಮ್ಮ ಪಕ್ಷದ ಕಾರ್ಯಕರ್ತರು ಸಿದ್ಧ ಅವರ ಪ್ರತಿಕೃತಿ ಯನ್ನು ದಹನ ಮಾಡಿದರು. ಆಗ ನೀವು ಆ ಪಕ್ಷದ ಪ್ರಮುಖ ಸ್ಥಾನದಲ್ಲಿದ್ದರೆ. ಆ ಹಳೇ ಚರಿತ್ರೆ ತೆಗೆದುನೋಡಿ. ನ್ಯಾಯಾಲಯಕ್ಕೆ, ನ್ಯಾಯಾಲಯ ತೀರ್ಪಿಗೆ ಅಪಮಾನವಾಯಿತೆಂದು ಖಂಡಿಸಿದಿರಾ? ಯಾರು ನ್ಯಾಯಾಧೀಶರ ಪ್ರತಿಕೃತಿಗಳನ್ನು ಸುಟ್ಟು ಆಕೃತ್ಯಗಳನ್ನೆಸಗಿದರೂ ಅವರನ್ನು ವಹಿಸಿಕೊಂಡವರು ನಮಗೆ ನ್ಯಾಯ ಪಾಲನೆ ಬಗ್ಗೆ ಉಪದೇಶ ಮಾಡಲು ಬರುತ್ತಿದ್ದಾರೆ

ಫಾರೂಕರೆ, ಏನು ನಿಮ್ಮ ವ್ಯಾಖ್ಯೆ?

ಡಾ। ಫಾರೂಕ್ ಅಬ್ದುಲ್ಲಾ ರವರಿಗೆ ಒಂದು ದೊಡ್ಡ ಚಿಂತೆಯಾಗಿದೆ, ವಿವಾದಿತ ಕಟ್ಟಡ ಗತಿ ಏನಾಗುವುದೋ ಎಂದು ! ಆದರೆ ನಾವು ಆಶ್ವಾಸನೆ ಕೊಟ್ಟಿದ್ದೆವು, ಅದು ಸುರಕ್ಷಿತವಾಗಿರುತ್ತದೆ ಎಂದು. ಅದರ ಬಗ್ಗೆ ಭಯ ಬೇಡ, ಆತಂಕ ಬೇಡ. ಅದನ್ನು ಯಾರು ಆಕ್ರಮಿಸಿಕೊಂಡ ಇಲ್ಲ. ಆದರೆ ಫಾರೂಕ್ ಅವರೆ, ನಿಮಗೊಂದು ಪ್ರಶ್ನೆ, ಈವೇ ಮುಖ್ಯಮಂತ್ರಿ ಆಗಿದ್ದಾಗ ಅನಂತನಾಗದಲ್ಲಿ 45 ದೇವಮಂದಿರಗಳು ಧ್ವಂಸವಾದವು, ನೀವು ಕ್ರಮ ತೆಗೆದುಕೊಳ್ಳುವುದಿರಲಿ, ಒಂದು ಚಕಾರ ಶಬ್ದವನ್ನು ಎತ್ತಲಿಲ್ಲ. ಏಕೆ ? ಜಾತಿ–ಧರ್ಮ ನಿರಪೇಕ್ಷತೆ ಬಗ್ಗೆ ಇದೆ ಏನು ನಿಮ್ಮ ವ್ಯಾಖ್ಯೆ ? ನಮ್ಮ ಪ್ರಿಯ ಲಾಲೂಪ್ರಸಾದ್ ಯಾದವರು ಶಾಂತಿ ಕಾನೂನು ವ್ಯವಸ್ಥೆ, ನ್ಯಾಯ ಪಾಲನೆ ವಿಷಯವಾಗಿ ಬಹಳ ಬಹಳವಾಗಿ ಬೋಧನೆ ಮಾಡುತ್ತಿದ್ದಾರೆ. ಅವರ ರಾಜ್ಯದಲ್ಲಿ ಮತದಾನ ಎರಡನೇ ಬಾರಿ ನಡೆಯುವುದು ಅತಿ ಹೆಚ್ಚು. ಆಧಾರ ರಹಿತವಾದ, ಅತ್ಯಂತ ಹಗುರವಾದ ವಿಚಾರಗಳನ್ನು ಇಲ್ಲಿ ಅವರು ಪ್ರಸ್ತಾಪಿಸುತ್ತಿದ್ದಾರೆ. ಎಂತಹ ವಿಪರ್ಯಾಸ !

ನಿಮ್ಮ ತಲೆಯೊಳಗಿನಿಂದ ಮತದಾರರ ಪಟ್ಟಿ ತೆಗೆದೆಸೆಯಿರಿ

ಪರಿಹಾರವನ್ನು ಆಯೋಧ್ಯಾ ವಿಷಯದ ಆಳಕ್ಕೆ ಹೋಗಿ ಹುಡುಕಬೇಕು. ಆರೋಪ–ಪ್ರತ್ಯಾರೋಪ ಗಳಿಂದ ಸಮಸ್ಯೆ ಸಮಾಧಾನ ಸಿಗುವುದಿಲ್ಲ. ಯಾವ ಕೆಲಸವೂ ಆಗುವುದಿಲ್ಲವೆಂದು ಆ ಸಭೆಯಲ್ಲಿ ನಾನು ಸ್ಪಷ್ಟವಾಗಿ ಹೇಳಿದೆ. ಆಗ ಈ ಸಮಸ್ಯೆಗೆ ಪರಿಹಾರೋಪಾಯ ವಿದ್ಯೆಯೇ ಎಂದು ನನ್ನನ್ನು ಕೇಳಿದರು. ನಾನು ಇದೆ ಎಂದು ಹೇಳುತ್ತೇನೆ. ನೀವು ಅದನ್ನು ಒಪ್ಪಿಕೊಳ್ಳುತ್ತೀರಾ?

ಮೊದಲು ನಿಮ್ಮ ನಿಮ್ಮ ಕಚೇರಿಗಳಲ್ಲಿರುವ ಮತದಾರರ ಪಟ್ಟಿಗಳನ್ನು ತೆಗೆದುಹಾಕಿ, ಪರಿಹಾರ ದೊರೆಯುತ್ತದೆ. ಮತದಾರರ ಪಟ್ಟಿಯ ಕಡೆ ನಿಮ್ಮ ದೃಷ್ಟಿ ಹೋದರೆ ನಿಮ್ಮ ಬುದ್ಧಿ ಪಲ್ಲಟ ವಾಗುತ್ತದೆ. ಈ ಸಮಸ್ಯೆ ಮತದಾರರ ಪಟ್ಟಿಯಲ್ಲಿ. ಎಲ್ಲಿಯವರೆಗೆ

ನಿಮ್ಮ ದೃಷ್ಟಿ ಮತದಾರರ ಪಟ್ಟಿಯ ಮೇಲೆ ನೆಟ್ಟಿರುತ್ತದೆ, ಅಲ್ಲಿಯವರೆಗೆ ಇದನ್ನು ಪರಿಹರಿಸಲು ಸಾಧ್ಯವಿಲ್ಲ. ರಾಜಕಾರಣ ಮಾಡುವ ನೀತಿಯಿಂದ ಮೇಲೆದ್ದು ಬಂದು ರಾಷ್ಟ್ರೀಯ ದೃಷ್ಟಿಕೋನದಿಂದ ಪ್ರಯತ್ನ ಮಾಡಿದಲ್ಲಿ ಸಮಸ್ಯೆ ನಿವಾರಣೆ ಮಾಡುವುದು ಸಾಧ್ಯ! ಎಂದು ಅವರ ದೃಷ್ಟಿ ದೋಷದತ್ತ ಗಮನ ಸೆಳೆದೆ. ಸಯ್ಯದ್ ಶಹಾಬುದ್ದೀನ್, ಸುಲೇಮಾನ್ ಸೇಟ್, ಫಾರೂಕ್ ಅಬ್ದುಲ್ಲಾ ರವರಿಂದಲಂತೂ ಪರಿಹಾರ ಹೇಳಲು ಸಾಧ್ಯವೇ ಇಲ್ಲ. ವಿ. ಪಿ. ಸಿಂಗ್, ಚಂದ್ರಶೇಖರ್, ಇಂದಿನ ಗೃಹಮಂತ್ರಿ ಇದವರಿಗೂ ಈ ಸಮಸ್ಯೆ ಬಿಡಿಸಲಾಗುವುದಿಲ್ಲ. ಇಂದಿನ ಪ್ರಧಾನಮಂತ್ರಿ ಅವರ ಮನಸ್ಸಿನಲ್ಲಿ ಏನಿದೆಯೋ ಗೊತ್ತಾಗುತ್ತಿಲ್ಲ. ಅವರ ಬಗ್ಗೆ ಏನು ಹೇಳುವುದೋ ತಿಳಿಯುತ್ತಿಲ್ಲ.

ಪರಿಹಾರದ ಬೆಳ್ಳಿ ರೇಖೆ

ಪರಿಹಾರದ ಬೆಳ್ಳಿರೇಖೆ ಇಲ್ಲಿದೆ. ಅಯೋಧ್ಯೆಯ ಮುಸಲ್ಮಾನರು ಮಾರ್ಗ ತೋರಿಸಿಕೊಟ್ಟಿದ್ದಾರೆ. ತಾಗಿ 20–05–1992ರಂದು ಅಯೋಧ್ಯೆ 300 ಮುಸಲ್ಮಾನರು ಓದಿದವರು. ಓದಿದವರು ಮಧ್ಯವಯಸ್ಕರು, ತರುಣರು, ವೃದ್ಧರು, ಪುರುಷರು, ಮಹಿಳೆಯರು, ಸ್ವಾತಂತ್ರ್ಯ ಹೋರಾಟಗಾರ, ಕಾಂಗ್ರೈನ 80 ವರ್ಷದ ಜಬ್ಬಾರ್ ಹುಸೇನ್‌ರ ನೇತೃತ್ವದಲ್ಲಿ, ಲಖನೌಗೆ ಬಂದರು. ಅವರು ಭಾಷಣಗಳನ್ನು ಮಾಡಿದರು. ಅವರ ಮಾತುಗಳನ್ನು ಹೇಳುತ್ತೇನೆ, ಕೇಳಿ, ಬೇರೆ ಮುಸಲ್ಮಾನರಿಗೆ ಇದು ಗೊತ್ತಿದೆಯೋ ಇಲ್ಲವೋ ತಿಳಿಯದು. ಆದರೆ ನಿಮಗೆ ಚೆನ್ನಾಗಿ ಗೊತ್ತಿದೆ. ಇಂದು ಯಾವ ಕಟ್ಟಡದಲ್ಲಿ ಶ್ರೀ ರಾಮಲಲನ ಮೂರ್ತಿ ಸ್ಥಾಪಿತವಾಗಿದೆಯೋ, ಆ ಕಟ್ಟಡದಿಂದ ಆ ಮೂರ್ತಿಯನ್ನು ಕಲಿಸಲು ಜಗತ್ತಿನ ಯಾವ ಶಕ್ತಿಗೂ ಸಾಧ್ಯವಿಲ್ಲ. ಎಂದಿಗೂ ಸಾಧ್ಯವಾಗದು. ಕಲಿಸಲು, ತೆಗೆಯಲು ಪ್ರಯತ್ನಿಸಿದರೆ ರಕ್ತಪಾತವಾಗುವುದು ನಿಶ್ಚಯ. ಇನ್ನೂ ರಾವಲಲ್ಲಾನ ಮೂರ್ತಿ ಅಲ್ಲಿದ್ದರೆ ನಮಾಜು ಮಾಡಲು ಸಾಧ್ಯವಿಲ್ಲ. ಮೂರ್ತಿ ಇರುವ ಜಾಗದಲ್ಲಿ ನಮಾಜು ಮಾಡಿದರೆ ಖುದಾ ಕಬೂಲು ಮಾಡುವುದಿಲ್ಲ. ಎಲ್ಲಿ ನಮಾಜು ಮಾಡಲು ಸಾಧ್ಯವಿಲ್ಲವೋ, ಅದು ಮಸೀದಿಯಾಗಲು ಸಾಧ್ಯವಿಲ್ಲ. ಅದು ಮಸೀದಿ ಅಲ್ಲ ಎಂದ ಮೇಲೆ ಅದಕ್ಕೋಸ್ಕರವಾಗಿ ದೇಶದಲ್ಲಿ ರಕ್ತಪಾತ ಏಕೆ ಆಗಬೇಕು ಎಂದು ಕೇಳಿದರು ಮತ್ತು ಮುಸ್ಲಿಂ ನಾಯಕರು ಎಂದು ಮೆರೆಯುವವರ ಹೆಸರುಗಳನ್ನು ಹೇಳಿ ಈ ನೇತಾಗಳು ತಮ್ಮ ಸ್ವಾರ್ಥದ ಸಲುವಾಗಿ ಲಾಭ ಪಡೆಯಲು ಪ್ರಯತ್ನಿಸುತ್ತಿದ್ದಾರೆ. ನಾವು ಇದನ್ನು ಹೇಳುವುದಕ್ಕಾಗಿಯೇ ಇಲ್ಲಿಗೆ ಬಂದಿದ್ದೇವೆ' ಎಂದೂ ಆಪಾದಿಸಿದರು. ಹಾಗೆಯೇ ಬರೆದು ಸಹಿಮಾಡಿ ಕೊಟ್ಟಿದ್ದಾರೆ. ಅದು ನನ್ನ ಬಳಿ ಇದೆ.

ಅವರು ಮಂತ್ರ ಹೇಳಿದರು, "ರಾಮ ಜನ್ಮಭೂಮಿ ಯನ್ನು ಹಿಂದುಗಳಿಗೆ ಒಪ್ಪಿಸಬೇಕು ಮತ್ತು ಅಯೋಧ್ಯೆಯಲ್ಲಿ ರಾಮಮಂದಿರ ನಿರ್ಮಾಣವಾಗಲೇ ಬೇಕು. ರಾಮ ಕೇವಲ ಹಿಂದುಗಳಿಗೆ ಮಾತ್ರ ದೇವರಲ್ಲ, ಮುಸಲ್ಮಾನರಿಗೆ. ಪೂರ್ವಜನಾಗಿರುತ್ತಾನೆ.

ಅವರಿಗೆ ನಾನೆಂದೆ. "ಹೌದು ಇತಿಹಾಸ ನಮಗೆ ಒಳ್ಳೆಯ ಅವಕಾಶ ಕೊಟ್ಟಿದೆ. ಯಾವುದರಿಂದ ನಾವು ಸಾವಿರಾರು ವರ್ಷಗಳ ಕಾಲ ಶಾಂತ ಜೀವನ ನಡೆಸಬಹುದು,

ರಾಷ್ಟ್ರದ ಸರ್ವತೋಮುಖ ವಿಕಾಸಕ್ಕೆ ಅವಕಾಶವಾಗತ್ತದೆಯೋ, ಅದನ್ನು ಮಾಡಲು ಸದವಕಾಶ ಮತ್ತೆ ಮತ್ತೆ ಬರುವುದಿಲ್ಲ. ಶ್ರೀ ರಾಮ ಜನ್ಮಭೂಮಿ ಯನ್ನು ಹಿಂದುಗಳಿಗೆ ಒಪ್ಪಿಸುವುದು ಎಂಬುದಾಗಿ ಎಲ್ಲರೂ–ನಾವೂ ನೀವೂ ಸೇರಿ ನಿಶ್ಚಯಿಸೋಣ, ರಾಮ ಮಂದಿರ ನಿರ್ಮಾಣವಾಗುವುದು ಖಚಿತ. ಕಾರ ಸೇವೆಯಲ್ಲಿ ಮುಸ್ಲಿಮರು ಹಿಂದುಗಳ ಜೊತೆಜೊತೆಗೆ ಭಾಗವಹಿಸಬೇಕು. ಆ ಕಟ್ಟಡದಿಂದ ದೂರವಾಗಿ ಮಸೀದಿಯೊಂದನ್ನು ಕಟ್ಟಿ ನಿಲ್ಲಿಸಬಹುದು. ಅದನ್ನು ಕಟ್ಟಲು ಮುಸ್ಲಿಮರ ಜೊತೆಗೆ ಹಿಂದುಗಳು ಕೂಡ ಕಾರಸೇವೆ ಮಾಡುತ್ತಾರೆ. ನಾನು ಮೊದಲ ಕಾರಸೇವಕನಾಗುತ್ತೇನೆ. ಮೊದಲನೇ ಇಟ್ಟಿಗೆ ನಾನೇ ಇಡುತ್ತೇನೆ ಎಂದುಮೇಳಿದೆ.

ಅಲ್ಲಿ ಆಗಬಹುದಾದರೆ ಇಲ್ಲೇಕೆ ಸಾಧ್ಯವಿಲ್ಲ

ಇದನ್ನು ಕೇಳಲು ಸ್ವಲ್ಪ ವಿಚಿತ್ರ ಅನಿಸಬಹುದು. ಆದರೆ ಈ ಪ್ರಕ್ರಿಯೆಯಲ್ಲಿ ನನಗೆ ಸಂಪೂರ್ಣ ವಿಶ್ವಾಸವಿದೆ. ಇದರಿಂದ ಹಿಂದೂ ಮುಸಲ್ಮಾನರ ಸಖ್ಯ ಬೆಳೆಯುತ್ತದೆ. ಶಾಂತಿ ಸ್ಥಾಪನೆಯಾಗುತ್ತದೆ. ಈ ರೀತಿಯಾಗಿ ಕೊಡುವ ತೆಗೆದುಕೊಳ್ಳುವ ವ್ಯವಸ್ಥಿತ ಒಪ್ಪಂದವಾದರೆ ಮತ್ತೊಮ್ಮೆ ನಿಮ್ಮೆರಡೂ ಸಮಾಜ ಗಳನ್ನು ಓಟಿನ ರಾಜಕೀಯಕ್ಕೆ ದುರ್ಬಳಕೆ ಮಾಡಿಕೊಳ್ಳಲು ಸ್ವಾರ್ಥಿ ಜನರಿಗೆ ಅವಕಾಶ ಸಿಗುವುದಿಲ್ಲ, ದೇಶದ ಎಲ್ಲ ಮುಸಲ್ಮಾನರು ಈ ಸತ್ಯವನ್ನು ತಿಳಿಯಲು ಪ್ರಯತ್ನಿಸಬೇಕು. ಯಾರ ಜೊತೆಗೆ ಕೋಟಿ ಕೋಟಿ ಹಿಂದುಗಳು ಭಾವನೆ ಜೋಡಿಸಲ್ಪಟ್ಟಿದೆಯೋ ಆ ಹಿಂದುಗಳ ಭಾವನೆಯನ್ನು ಮುಸಲ್ಮಾನರು ಸಮಾನ ಮಾಡಲೇಬೇಕು. ಕಟ್ಟಡ ತೆಗೆದುಹಾಕಬೇಕು ಬೇಡವೋ ಎಂಬ ವಿಚಾರವಾಗಿ ಯೋಚಿಸಿದಾಗ, ಅರಬ್ ದೇಶಗಳಲ್ಲಿ ಮಸೀದಿಗಳನ್ನು ಒಂದು ಸಣ್ಣ ರಸ್ತೆ ಮಾರ್ಪಾಡಿಗೆ ಒಡೆದು ಹಾಕಲಾಗಿದೆ, ನಮ್ಮ ದೇಶದಲ್ಲೇ ನಾಗಾರ್ಜುನ ಆಣೆಕಟ್ಟು ಕಟ್ಟುವಾಗ ಮಸೀದಿಗಳನ್ನು ಸ್ಥಳಾಂತರಿಸಲಾಗಿದೆ, ಗುಜರಾತಿನಲ್ಲಿ ಮಂದಿರಗಳನ್ನು ಸ್ಥಳಾಂತರಿಸಲಾಗಿದೆ. ಹೀಗೆ ಅನುಕೂಲತೆಗೆ ತಕ್ಕಂತೆ ಮಂದಿರ ಮಸೀದಿಗಳೆರಡನ್ನೂ ಸ್ಥಳಾಂತರಿಸಲು ಪದ್ಧತಿ, ಪ್ರಕ್ರಿಯೆ ನಡೆಯುತ್ತಾ ಬಂದಿದೆ ಎಂಬುದನ್ನು ಮನಸ್ಸಿಗೆ ತಂದುಕೊಳ್ಳಬೇಕು. ಹೀಗಿರುವಾಗ ಅಯೋಧ್ಯೆ ಆ ಕಟ್ಟಡವನ್ನು ಒಂದು ಉದಾತ್ತ ಹಾಗೂ ರಾಷ್ಟ್ರೀಯ ಉದ್ದೇಶಕ್ಕಾಗಿ ಸ್ಥಳಾಂತರಿಸಿ ಬೇರೆ ಕಡೆ ಮಸೀದಿ ನಿರ್ಮಿಸುವುದಕ್ಕೆ ಯಾರೇಕೆ ಅಡ್ಡಿ ಬರಬೇಕು ಎಂದು ಅವರಿಗೆ ಕೇಳಿದ್ದೆ.

356ರಿಂದ 355ಕ್ಕೆ ಇಳಿದರು

ರಾಷ್ಟ್ರೀಯ ಏಕತಾ ಮಂಡಳಿ ಸಭೆಯಲ್ಲಿ ಅದನ್ನೇ ಹೇಳಿ, 'ಈ ಒಪ್ಪಂದಕ್ಕೆ ತಯಾರಿದ್ದೀರಾ?' ಎಂದು ಸವಾಲೆಸೆದ. ಪರಿಹಾರೋಪಾಯಕ್ಕೆ ನನ್ನನ್ನು ಕೇಳಿದ್ದ ಅವರು ಅದಕ್ಕೆ ಒಪ್ಪಲಿಲ್ಲ. 'ಈ ಪ್ರಶ್ನೆ ಓಟಿನದಲ್ಲ, ರಾಜಕೀಯದಲ್ಲ, ಯಾವುದೇ ಮತೀಯ ವಿಷಯದಲ್ಲಿ. ರಾಷ್ಟ್ರೀಯ ದೃಷ್ಟಿಯಿಂದ ನೋಡಿ' ಎಂದು ಮತ್ತೆ ಮತ್ತೆ ಒತ್ತಾಯಿಸಿದೆ. ಅಲ್ಲಿದ್ದವರನ್ನೆಲ್ಲಾ 'ಭಾ.ಜ.ಪ. ವಿನಹ ಒಂದೇ ಪಟ್ಟು ಉ.ಪ್ರ ಸರ್ಕಾರವನ್ನು ವಜಾ ಮಾಡಿ....ವಜಾ ಮಾಡಿ ಎಂದು ಒಂದೇ ಸಮನೇ ಹೇಳುತ್ತಿದ್ದರು.

ನಾನು ಗೃಹಮಂತ್ರಿಯವರಿಗೇ ಕೇಳಿದೆ. ಗೃಹಮಂತ್ರಿಗಳು ನೀವೇಕೆ ಪದೇಪದೇ 356ನೇ ವಿಧಿ ಬಿಂದುವಿನ ಮಾತೆತ್ತುತ್ತೀರಿ? ನನ್ನ ಸರ್ಕಾರ ವಜಾ ಮಾಡಿದರೆ ಸಮಸ್ಯೆ ಪರಿಹಾರವಾಗುವುದೆಂದು ನಿಮಗೆ ಅನ್ನಿಸಿದ್ದರೆ, ವಜಾ ಮಾಡಲು ಮುಹೂರ್ತ ಏಕೆ ನೋಡುತ್ತಿದ್ದೀರಿ? ಎಲ್ಲರಿಗೂ ಒಪ್ಪಿಗೆಯಾಗುವಂತೆ ಸಮಸ್ಯೆ ನಿವಾರಣೆಯಾಗುವುದಾದಲ್ಲಿ ಉತ್ತರ ಪ್ರದೇಶದ ಸರ್ಕಾರವನ್ನು ಇಂದು ವಜಾ ಮಾಡಿ! ಅದನ್ನು ಏಕೆ ಮುಂದೂಡುತ್ತಿರುವಿರಿ? ನಾನೇನೂ ನನ್ನ ಸರ್ಕಾರವನ್ನು ವಜಾ ಮಾಡಬೇಡಿ ಎಂದು ವಿನಂತಿಸಿದ ಅರ್ಜಿ ಹಾಕಿ "ಸಾಹೇಬ–"ಎಂದೇನೂ ಹಲ್ಲು ಕಿರಿಯುತ್ತಿಲ್ಲ ಎಂದು ಅವರ ಮುಖಕ್ಕೇ ಹೇಳಿದೆ.

ಅವರು 356 ರಿಂದ 355ಕ್ಕೆ ಇಳಿದರು. 355 ಎಂದರೆ ರಾಜ್ಯ ಸರ್ಕಾರ ಅನುಮತಿ ಪಡೆಯದೆ ಸೇನೆಯ ತುಕಡಿಗಳನ್ನು ರಾಜ್ಯದೊಳಕ್ಕೆ ನುಗ್ಗಿಸುವುದು. ಈಗಾಗಲೇ ಅವರ 12 ತುಕಡಿ ಸೈನಿಕರನ್ನು ಹೊರಡಿಸಿದ್ದರು. ನಾನು ಅವರಿಗೆ ಎಚ್ಚರಿಕೆ ಕೊಟ್ಟೆ. ರಾಜ್ಯ ಸರ್ಕಾರವನ್ನು ವಿಶ್ವಾಸಕ್ಕೆ ತೆಗೆದುಕೊಳ್ಳದೆ ನಮ್ಮನ್ನೇನೂ ಕೇಳದೆ ಸೈನಿಕರನ್ನು ಕಳಿಸಿದ್ದುದು ಸಂವಿಧಾನಬಾಹಿರ. ನಾನು ಆ ಮೊದಲೇ ಪೊಲೀಸರನ್ನು ಅಯೋಧ್ಯೆಯಲ್ಲಿರಿಸಿದ್ದೆ. 'ಸೈನಿಕರು ಅಲ್ಲಿ ಬಂದಮೇಲೆ ನಮ್ಮ ಪೋಲಿಸರ–ನಿಮ್ಮ ಸೈನಿಕರ ನಡುವೆ ಜಗಳ ಪ್ರಾರಂಭವಾಗುತ್ತದೆ. ಏನು ತಮಾಷೆ ಮಾಡುತ್ತಿದ್ದೀರಾ ತಮಾಷೆ ಮಾಡಿ ನೋಡುವ ಆಸೆಯೇ ನಿಮಗೆ ?" ಎಂದು ಗಟ್ಟಿಸಿ ಕೇಳಿದ ನಂತರ ಸೈನಿಕರು ನಮ್ಮ ರಾಜ್ಯದೊಳಕ್ಕೆ ಬರಲಿಲ್ಲ,

ಒಂದೇ ಹಗ್ಗದ ನಾಲ್ಕು ಹೋರಿಗಳು

ರಾಷ್ಟ್ರೀಯ ಮಂಡಳಿಯ ಸಭೆಯಲ್ಲಿದ್ದವರಿಗೆಲ್ಲಾ ಎಚ್ಚರಿಸಿದೆ. 'ಬಂಧುಗಳೇ, ನಾನು ಹೇಳುವ ಸಂಗತಿಯನ್ನು ಸಾವಧಾನವಾಗಿ ಪೂರ್ತಿಯಾಗಿ ಕೇಳಿ, ನೆನಪಿಟ್ಟುಕೊಳ್ಳಿ, ನಾಲ್ಕು ಹುರಿಗಳು ಪರಸ್ಪರ ಒಂದೇ ಹಗ್ಗದಲ್ಲಿ ಹೆಣೆದುಕೊಂಡಿವ. 1) ರಾಜ್ಯಸರ್ಕಾರ, 2) ಕೇಂದ್ರ ಸರ್ಕಾರ, 3) ರಾಮ ಮಂದಿರ, 4) ವಿವಾದಿತ ಕಟ್ಟಡದ ರಕ್ಷಣೆ. ಆದ್ದರಿಂದ ಒಂದನ್ನು ಮುಟ್ಟಿದರೂ ಈ ಮೂರು ಉಳಿದ ಮೂರುಅಲ್ಲಾಡಲು ಆರಂಭವಾಗುತ್ತವೆ. ಏನಾದರೂ ಮಾಡುವುದಕ್ಕೆ, ಹೇಳುವುದಕ್ಕೆ ಮೊದಲು ಈ ಕಟು ಸತ್ಯವನ್ನು ನೆನಪಿಟ್ಟುಕೊಂಡರೆ. ಉ.ಪ್ರ. ಮುಖ್ಯಮಂತ್ರಿ ಧಮಕಿ ಹಾಕುತ್ತಿದ್ದಾರೆ ಎಂದು ನೀವು ತಿಳಿಯಬಹುದು. ಆದರೆ ಅದ್ಯಾವುದನ್ನು ನಾನು ಮಾಡುತ್ತಿಲ್ಲ. ಇದು ಭೂಮಿಯು ಈ ಮೇಲಿನ ಕಟುವಾದ, ಕಠೋರವಾದ ವಾಸ್ತವಿಕತೆ, ನಾನು ಅದನ್ನು ಹೇಳುತ್ತಿದ್ದೇನೆ. ನಿಮಗೆ ಬೆದರಿಸುತ್ತಿದ್ದೇನೆ ಎನಿಸಿದರೆ ನೀವು ಪರೀಕ್ಷಿಸಿ ನೋಡಿ, ಕಠೋರ ಸತ್ಯ ನಿಮಗೇ ತಿಳಿಯುತ್ತೆ.'

ಪ್ರಧಾನಿಯವರೇ, ನಿಮ್ಮ ಕುರ್ಚಿಯ ಮೇಲೆ ಇವರಿಗೆ ಕಣ್ಣು

'ಮಾನ್ಯ ಪ್ರಧಾನಿಯವರಿಗೆ, ಈ ಎಲ್ಲಾ ತೊಡಕುಗಳನ್ನು ಕಗ್ಗಂಟು ಮಾಡುತ್ತಿರುವವರು ಯಾರು? ಏನು ಶ್ರೀರಾಮನ ಪರವಾಗಿರುವವರೆ,

ಬಲಪಂಥೀಯರು? ಸಮಾಜವಾದಿಗಳು? ನಿಮ್ಮ ಪಕ್ಷದವರು ಆದ ಅರ್ಜುನ್ ಸಿಂಗ್? ಇವರಿಗಂತೂ ಚಿಂತೆ ಇರುವುದು ನಿಜವಾದ ಸಮಸ್ಯೆ ಬಗ್ಗೆ ಯಲ್ಲ, ಮಸೀದಿ ಮಂದಿರ ವಿವಾದಿತ ಕಟ್ಟಡದ ಬಗ್ಗೆ ಇವರಿಗೆ ಏನೂ ಸಮಸ್ಯೆ ಇದೆ ಎನ್ನಿಸುವುದಿಲ್ಲ. ಇವರ ದೃಷ್ಟಿಯಲ್ಲಿ ನೀವು ಕುಳಿತಿರುವ ಕುರ್ಚಿಯ ಮಂದಿರ-ಮಸೀದಿ-ವಿವಾದಿತ ಕಟ್ಟಡ ಎಲ್ಲವೂ ಆಗಿದೆ ಪ್ರಧಾನೀಜೀ, ಇದರಲ್ಲಿ ಅತಿ ನೇರ ಅತಿ ಸರಳ ರಾಜಕೀಯ ತಂತ್ರವಿದೆ. ಅದೇನೆಂದರೆ ಸುಮ್ಮನೆ ನಿಮ್ಮನ್ನು ಪ್ರಚೋದನೆ ಮಾಡಿ ಗಲಾಟೆ, ಘರ್ಷಣೆ ಎಬ್ಬಿಸುತ್ತಾರೆ. ಆ ಮೂಲಕ ನಮ್ಮಿಬ್ಬರನ್ನೂ ಉರುಳಿಸುವ ಯೋಚನೆ, ಯೋಜನೆ ಮಾಡುತ್ತಿದ್ದಾರೆ. ಈ ರಾಜಕೀಯವನ್ನು ನೀವು ತಿಳಿದುಕೊಂಡರೆ ಎಲ್ಲವೂ ಸರಿಯಾಗುವುದು.' ನನ್ನೆಲ್ಲಾ ಮಾತು ಮುಗಿದ ನಂತರ ಅರ್ಜುನ್‌ಸಿಂಗ್ ಹೀಗೇಕೆ ಹೇಳಿದಿರಿ ಎಂದು ನನ್ನನ್ನು ಕೇಳಿದರು. ನಾನು ಸರಿಯಾಗಿ ಹೇಳಿರುವೆ ಎಂದು ಉತ್ತರಿಸಿದೆ.

ಸಂತರ ಮೇಲೆ ಗುಂಡು ಹಾರಿಸುವುದಿಲ್ಲ, ಇಲ್ಲ ಇಲ್ಲ

ಮತ್ತು ಮುಂದುವರಿದು ಅವರಿಗೆಲ್ಲಾ ಹೇಳಿದೆ. 'ನೀವೇನೇ ಹೇಳಿದರು ಎಷ್ಟೇ ಪ್ರಚೋದಕ ಮಾಡಿದರು ನನ್ನ ಕಡೆ ಎಷ್ಟೇ ಪ್ರಶ್ನೆಗಳನ್ನೆಸೆದರೂ ನಾನು ಅತ್ಯಂತ ಸ್ಪಷ್ಟವಾಗಿ ಹೇಳುತ್ತೇನೆ ಕೇಳಿ. ನಾನು ಸಾಧು-ಸಂತರ ಮೇಲೆ, ಮಹಂತರ ಮೇಲೆ, ಕರಸೇವಕರ ಮೇಲೆ ಗೆ ಒಂದು ಲಾಠಿ ಎನ್ನಿಸುವುದಿಲ್ಲ. ಒಂದೇ ಒಂದು ಗುಂಡು ಹಾರಿಸುವುದಿಲ್ಲ. ಇದನ್ನು ನಾನು ಮಾಡಿ ನಾಲ್ಕಾರು ಹಣ ಅಲ್ಲಿ ಬಿದ್ದಿದ್ದರೂ ಸಾಕಾಗಿತ್ತು, ದೇಶದ ಎಲ್ಲೆಡೆ, ಮೂಲೆಮೂಲೆಯಲ್ಲಿ ರಕ್ತಪಾತವಾಗುತ್ತಿತ್ತು, ದೇಶ ಭಸ್ಮವಾಗುತ್ತಿತ್ತು. ಹಿಂದೂಸ್ತಾನ ಭೂಮಿಯ ರಕ್ತದಿಂದ ಕೆಂಪಾಗುತ್ತಿತ್ತು. ರಾಷ್ಟ್ರ ವಿನಾಶದ ಅಂಚಿಗೆ ಹೋಗಿ ನಿಲ್ಲುತ್ತಿತ್ತು ! ಪ್ರಧಾನೀಜೀ, ಇಂದು ನಿಮಗೆ ಮತ್ತೊಂದು ಮಾತು ಹೇಳುತ್ತೇನೆ. ಈ ಬಗ್ಗೆ ನೀವು ಸಾಧು-ಸಂತರ ಜೊತೆ ಮಾತನಾಡಬೇಕು. ಇದು ಕೇವಲ ಒಂದು ರಾಜ್ಯದ ಪ್ರಶ್ನೆಯಾಗಿ ಉಳಿದಿಲ್ಲ. ರಾಷ್ಟ್ರದ ಪ್ರಶ್ನೆಯಾಗಿದೆ. ನೀವುಗಳು ಯಾರೂ ನಿಮ್ಮ ನಿಮ್ಮ ಜವಾಬ್ದಾರಿಯಿಂದ ಜಾರಿಕೊಳ್ಳಲು ಸಾಧ್ಯವಾಗುವುದಿಲ್ಲ. ನೀವು ಸಾಧು-ಸಂತರ ಇದಿರು ನಿಂತು ಮಾತನಾಡಲೇ ಬೇಕಾಗುತ್ತದೆ.' ನಂತರ ಕೆಲವು ಮಾತುಕತೆಗಳು ಪರಸ್ಪರ ಎರಚಾಡಲ್ಪಟ್ಟವು. ಈ ಪಾರ್ಶ್ವದ ಭೂಮಿಕೆ ಯನ್ನು ತ್ವರಿತವಾಗಿ ನಾವೇ ಸಿದ್ಧ ಮಾಡಿದೆ. ಆದರೆ ಪ್ರಧಾನಿ ಮಾತಿನ ಧೋರಣೆಯಲ್ಲಿ 'ಕಲ್ಯಾಣಸಿಂಗ್ ನನ್ನ ಬಳಿ ತಾವು ಅಸಮರ್ಥರಾಗಿದ್ದೇವೆ. ನೀವು ಸಹಾಯಕ್ಕೆ ಬನ್ನಿ ಎಂದು ನಮ್ಮನ್ನು ಕೇಳಿದರು' ಎಂದರು. ನಾನು ಪ್ರತಿಭಟಿಸುತ್ತಾ 'ಇದು ಬಹಳ ದೊಡ್ಡ ಸುಳ್ಳು, ಅಪ್ಪಟ ಸುಳ್ಳು ಮತ್ತು ತಪ್ಪು. ನಾನು ಅತ್ಯಂತ ಗೌರವದಿಂದ ಕಾಣುವ ಪ್ರಧಾನಿಯವರ ಬಾಯಲ್ಲಿ ಇಂತಹ ಸುಳ್ಳು ವಾತು ಬರಬಾರದಿತ್ತು' ಎಂದು ಅಲ್ಲಿ ಅದನ್ನು ಅಲ್ಲಗಳೆದೆ. ನಿಜವಾದ ಸಂಗತಿ ಎಂದರೆ, ನಾವು ದೂರ ದೃಷ್ಟಿಯಿಂದ, ಸಾವಧಾನದಿಂದ ವರ್ತಿಸಿದೆವು. ಎಚ್ಚರಿಕೆ ವಹಿಸಿ ದೇಶವನ್ನು ಬಹಳ ದೊಡ್ಡ ಅನಾಹುತದಿಂಗ ಪಾರು ಮಾಡಿದೆ. ಉದ್ರೇಕದಲ್ಲಿ ಪ್ರಚೋದನೆಗೊಳಗಾಗಿ, ಉತ್ಸಾಹದಲ್ಲಿ ನಮ್ಮಿಂದ ಸ್ವಲ್ಪ ವ್ಯತ್ಯಾಸವಾಗಿ

ತಪ್ಪು ಘಟಿಸಿದ್ದರೂ ದೇಶ ಛಿದ್ರ ಛಿದ್ರವಾಗಿರುತ್ತಿತ್ತು, ಸುಟ್ಟು ಹೋಗುತ್ತಿತ್ತು. ಇದನ್ನು ಮಹಾ ಜನತೆ ಅರ್ಥ ಮಾಡಿಕೊಳ್ಳಬೇಕು.

ಪ್ರಧಾನಿಯವರ ಈ ಸಮಸ್ಯೆ ಪರಿಹಾರಕ್ಕೆ ನಮ್ಮೊಡನೆ ಬರಲಿ. ಇಂದು ಅವರಿಗೆ ಅವಕಾಶವಿದೆ. ಸಮಯ ಬಂದಿದೆ, ಅದರ ಸದುಪಯೋಗವಾಗಲಿ, ಎಲ್ಲ ಪಕ್ಷಗಳೊಡನೆ ಮಾತು ಕಥೆಯಾಗಲಿ, ಬೇರೆ ಬೇರೆಯಾಗಿ ಮಾತಾಡಲಿ, ಒಟ್ಟಾಗಿಯೂ ಮಾತನಾಡಲಿ. ಒಟ್ಟಿನಲ್ಲಿ ಈ ಸಮಸ್ಯೆ ಬಗ್ಗೆ ಪರಿಹರಿಸಲು ದೇಶದ ಕೋಟಿ ಕೋಟಿ ಜನರ ಭಾವನೆಗಳಿಗೆ ಸಮಾಧಾನ ಸಿಗಬೇಕು. ಅಯೋಧ್ಯೆಯ ಶ್ರೀ ರಾಮ ಮಂದಿರ ನಿರ್ಮಾಣದ ವಿಷಯದಲ್ಲಿ ಯಾವ ವ್ಯತ್ಯಯ, ಅಡೆ–ತಡೆ ಆಗಬಾರದು ಮತ್ತು ಈ ಮಹತ್ವಪೂರ್ಣ ವಿವಾದದ ವಿಷಯವನ್ನು ಬಹಳ ದೂರ ಎಳೆದೊಯ್ಯಬಾರದು, ಎಳೆದಾಡಬಾರದು! ಎಂದು ಸಾರಿ ಸಾರಿ ಹೇಳುತ್ತೇನೆ,

ಅದು ನ್ಯಾಯಾಲಯದ ಪರಿಧಿಯೊಳಗೆ ಬರುವುದಿಲ್ಲ

ಇಂದು ಜನತೆ ಹೆಚ್ಚಿನ ಒತ್ತು ಕಥೆಯಿಂದ ಈ ಕಡೆ ನೋಡುತ್ತಿದ್ದಾರೆ. 2.7744 ಜಾಗ ನ್ಯಾಯಾಲಯದಲ್ಲಿದೆ. ಇದು ನಮಗೆ ಸವಾಲಾಗಿದೆ. ಆ ಬಗ್ಗೆ ನಿರ್ಣಯವಾಗುತ್ತದೆ. ಆದರೆ ರಾಮಲಾಲ್ ಮೂರ್ತಿ ಪೂಜೆಗೊಳ್ಳುತಿದ್ದಾನೆ, ಆ ಕಟ್ಟಡವಿರುವ ಸ್ಥಳ ಕೋಟಿ ಕೋಟಿ ಹಿಂದೂಗಳ ಶ್ರದ್ಧೆಯ ವಿಶ್ವಾಸ ನಂಬಿಕೆ ಸಮಾನ ಪ್ರಶ್ನೆಯಾಗಿದೆ. ಈ ನಂಬಿಕೆಯ ಪ್ರಶ್ನೆ ನ್ಯಾಯಾಲಯದ ಪರಿಧಿಯಲ್ಲಿ ಬರುವುದಿಲ್ಲ. ಅದರ ವ್ಯಾಪ್ತಿಯಿಂದ ಹೊರಗಿದೆ. ನ್ಯಾಯಾಲಯ ಆ ವಿಚಾರವಾಗಿ ನ್ಯಾಯ ಕೊಡಲು ಸಾಧ್ಯವಿಲ್ಲ ಅಥವಾ ಕೊಟ್ಟರೆ, ನ್ಯಾಯಾಲಯದ ತೀರ್ಪು ಯಾವುದಾದರೂ ಒಂದು ಪಕ್ಷಕ್ಕೆ ಅನ್ಯಾಯಕರ ಎನ್ನಿಸುವುದು ನಿಶ್ಚಿತ. ತನಗನುಕೂಲವಲ್ಲದ ನ್ಯಾಯ ನಿರ್ಣಯವಾದರೆ, ಆ ಪಕ್ಷ ಅದನ್ನು ಒಪ್ಪುವುದಿಲ್ಲ. ವಿವಾದ ಹಾಗೇ ಉಳಿಯುತ್ತದೆ. ಸಕಾರಾತ್ಮಕ ದೃಷ್ಟಿಕೋನದಿಂದ ನ್ಯಾಯಾಲಯ ಹೊರಗೆ ಓಟಿನ ರಾಜಕೀಯ, ಪುಸಲಾವಣೆ ರಾಜಕೀಯ, ಮೆಟ್ಟಿನಿಂತು ರಾಷ್ಟ್ರೀಯ ದೃಷ್ಟಿ ಇಟ್ಟು ಸಮಸ್ಯೆಯನ್ನು ಪರಿಹಾರ ಮಾಡಬೇಕು.

ಅಶಾಂತಿ ಇದ್ದಿದ್ದು ಇಲ್ಲಿ

ದೇಶದಲ್ಲಿ ಸಾಮರಸ್ಯ ಸಮನ್ವಯ ಶಾಂತಿ ಇರಬೇಕು ಎನ್ನುವ ಜನರೇ ದೇಶದೆಲ್ಲೆಡೆ ಆಶಾಂತಿಯಿದೆ ಎಂದು ಅಬ್ಬರದ ಪ್ರಚಾರವೆಬ್ಬಿಸಿದರು. ಅಯೋಧ್ಯೆಯಲ್ಲಿ ಶಾಂತಿ ಇತ್ತು. ಅಲ್ಲಿ ಯಾವುದೇ ಅಪ್ರಿಯ ಒತ್ತಡ ಇರಲಿಲ್ಲ, ವಾತಾವರಣ ಗಂಭೀರವಾಗಿರಲಿಲ್ಲ. ಏನಾದರೂ ಒತ್ತಡ, ಅಶಾಂತಿ, ಗಂಭೀರ ಸಂಕ್ಷೋಭೆ ಇದ್ದರೆ, ಅವು ಲೋಕಸಭಾ. ರಾಜ್ಯಸಭೆ ಮತ್ತು ರಾಷ್ಟ್ರೀಯ ಏಕತಾ ಮಂಡಲಿಯ ಸಭೆಗಳಲ್ಲಿ ಮಾತ್ರ ಇದ್ದವು.

ಇಂತಹ ಪರಿಸ್ಥಿತಿಯನ್ನುಂಟುಮಾಡುವ ಎಲ್ಲರಿಗೂ ಪರಮಾತ್ಮ ಸದ್ಬುದ್ಧಿ ಕೊಡಬೇಕು. ಶ್ರೀರಾಮ ಜನ್ಮ ಭೂಮಿಯಲ್ಲಿ ಶ್ರೀರಾಮ ಮಂದಿರ ನಿರ್ಮಾಣ ಮಾರ್ಗ ಸುಗಮವಾಗಲಿ, ವಿವಾದಿತ ಕಟ್ಟಡವನ್ನು ಸ್ಥಳಾಂತರ ಮಾಡಿ ದೂರದಲ್ಲಿ ಮಸೀದಿ

ನಿರ್ಮಿಸುವ ಮಾರ್ಗ ಪ್ರಶಸ್ತವಾಗಲಿ. ಅಲ್ಲಿ ಹಿಂದೂ-ಮುಸಲ್ಮಾನರಿಂದ ಕಾರಸೇವೆ ಒಟ್ಟಾಗಿ ನಡೆಯಲಿ. ಇದು ಯಾವುದೇ ಭಾವುಕತೆಯ ವಿಷಯವಲ್ಲ. ತುಂಬಾ ಯೋಚನೆ ಮಾಡಿ ಜಾಗೃತಿ ವಹಿಸಿ, ಮುಂದುವರಿಯಬೇಕಾದ ವಿಷಯ.

ಮಂದಿರ ನಿರ್ಮಾಣಕ್ಕೆ ನಾವು ಕಟಿಬದ್ಧರು

ನಮ್ಮ ಬಗ್ಗೆ (ಬಿ.ಜೆ.ಪಿ.) ಕೇಳಿದರೆ, ನಾವು ಬದ್ಧರಾಗಿದ್ದೇವೆ. ಕಟಿಬದ್ಧತೆ ವಹಿಸಿದ್ದೇವೆ, ಕಾರ್ಯವನ್ನು ಪೂರ್ತಿಗೊಳಿಸುತ್ತೇವೆ. ನ್ಯಾಯಾಲಯದ ಸಮಾನ ಗೌರವವೂ ನಮ್ಮ ದೃಷ್ಟಿಯಲ್ಲಿದೆ. ಅದಕ್ಕೆ ದೊಡ್ಡ ಬೆಲೆ ಕೊಡಬೇಕಾದ ಸಂದರ್ಭ ಬಂದರೆ ಕೊಡುತ್ತೇವೆ. ಮತ್ತೆ ಮತ್ತು ಹೇಳುತ್ತೇನೆ. ನನ್ನ ಎದುರಿಗೆ ಮಂದಿರ.ಸರ್ಕಾರ' ಎರಡು ಸಂಗತಿಗಳ ನಿಟ್ಟಾಗಿ ಸರ್ಕಾರವನ್ನು ಬಿಡುತ್ತೇನೆ. ಮಂದಿರವನ್ನು ಎತ್ತಿಕೊಳ್ಳುತ್ತೇನೆ. ಅದಕ್ಕೆ ಎಲ್ಲ ಪೂಜ್ಯರ ಆಶೀರ್ವಾದ ಬೇಕು. ಎಲ್ಲಾ ಜನರ ನೈತಿಕ ಬೆಂಬಲ ಬೇಕು. ಈ ರಾಷ್ಟ್ರೀಯ ಕಾರ್ಯಕ್ಕೆ ಸಜ್ಜನರಿಲ್ಲದ ಸಮರ್ಥನೆ ಬೇಕು. ಬೆಂಕಿ ಮೇಲೆ ನಡೆಯುವ ಕರ್ತವ್ಯ ಒಪ್ಪಿಕೊಂಡಿದ್ದೇವೆ. ಜನಕೋಟಿಯ ಇಚ್ಛಾಶಕ್ತಿ ಯಿಂದ ನಿಮಗೆ ಸಫಲತೆ ಸಿಗಲಿ, ರಾಷ್ಟ್ರ ಪ್ರತಿಷ್ಠೆ ತಲೆ ಎತ್ತಿ ನಿಲ್ಲುವಂತಾಗಲಿ. ಜೈ ಶ್ರೀರಾಮ್."

* * * *

ರಾಮ ಮಂದಿರ ನಿರ್ಮಾಣಕ್ಕಾಗಿ ಆಗ್ರಹಿಸಿ ನಡೆಸಿದ ಆಂದೋಲನವು ಕೆಲವು ಸ್ಪಷ್ಟವಾದ ಗುರಿಗಳನ್ನು ಹೊಂದಿತ್ತು.ಅವುಗಳನ್ನೆಲ್ಲ ನಾವು ಈಗ ಸಾಧಿಸಬೇಕಾಗಿದೆ. ಉತ್ತರ ಪ್ರದೇಶದಲ್ಲಿ ಯಾವುದೇ ಒಬ್ಬ ಸಾಮಾನ್ಯ ಮುಸಲ್ಮಾನನಿಗೆ ಮಂದಿರ-ಮಸೀದಿ ವಿವಾದಕ್ಕೆ ಸಂಬಂಧಿಸಿದಂತೆ ಲಭ್ಯವಿರುವ ಪುರಾತತ್ವ ಸಾಕ್ಷ್ಯಗಳನ್ನು ತೋರಿಸಿದರೆ ಷಹಾಬುದ್ದೀನ್ ತರಹದ ನಾಯಕರು ತಮ್ಮನ್ನು ಹೇಗೆ ದಾರಿ ತಪ್ಪಿಸುತ್ತಿದ್ದಾರೆ ಎನ್ನುವುದನ್ನುಅವರು ಮನದಟ್ಟು ಮಾಡಿಕೊಳ್ಳುತ್ತಾರೆ. ನಮ್ಮ ದೇಶದ ಚರಿತ್ರೆಯಲ್ಲಿ ರಾಮ ಮಂದಿರಕ್ಕಿರುವ ಸ್ಥಾನ ಅನನ್ಯವಾದುದು.

ಅರುಣ ಶೌರಿ, ಖ್ಯಾತ ಪತ್ರಕರ್ತರು,
ಮಾಜಿ ಕೇಂದ್ರ ಸಚಿವರು

ನ್ಯಾಯಾಲಯದ ವ್ಯಾಜ್ಯಗಳು

ಮೊಟ್ಟಮೊದಲ ಬಾರಿಗೆ 1885ರಲ್ಲಿ ಬ್ರಿಟಿಷ್ ನ್ಯಾಯಾಲಯದಲ್ಲಿ ಮಹಂತ ರಘುವರದಾಸ್ ಅವರು ಸ್ಥಳದ ಒಡೆತನ ಮತ್ತು ಮಂದಿರ ನಿರ್ಮಾಣಕ್ಕೆ ಸಂಬಂಧಿಸಿದಂತೆ ಆದೇಶ ಕೋರಿ ದಾವೆ ಹೂಡಿದರು. ಬ್ರಿಟಿಷ್ ನ್ಯಾಯಾಲಯದಲ್ಲಿ ಫೈಜಾಬಾದ್ ನ್ಯಾಯಾಧೀಶರಾದ ಪಂಡಿತ್ ಹರಿಕಿಶನ್ ಅವರು ವಿಚಾರಣೆ ನಡೆಸಿ ಸ್ಥಳದ ಮಾಲೀಕತ್ವದ ಬಗ್ಗೆ ಒಪ್ಪಿಗೆ ಸೂಚಿಸಿದರೂ ಸಹ, ದೇವಾಲಯ ಪುನರ್ ನಿರ್ಮಾಣಕ್ಕೆ ಅನುಮತಿ ನೀಡಿರಲಿಲ್ಲ.

ಮಹಂತರು ಜಿಲ್ಲಾ ನ್ಯಾಯಾಧೀಶರಾದ ಜೆ.ಇ.ಎ. ಚೆಂಬಿಯಾರ್ ಅವರ ಬಳಿ ಮೇಲ್ಮನವಿ ಫಿರ್ಯಾದು ತೆಗದುಕೊಂಡು ಹೋದರು. 1886 ಮಾರ್ಚ್ 17ರಂದು ಸ್ಥಳ ಪರಿಶೀಲನೆ ಮಾಡಿ ಹೀಗೆ ತೀರ್ಪಿತ್ತರು. ಬಾಬರ್ ಕಟ್ಟಸಿರುವ ಮಸೀದಿಯು ಅಯೋಧ್ಯಾ ನಗರದ ನೈಋತ್ಯ ಗಡಿಯಲ್ಲಿದ್ದು ಜನವಸತಿಯಿಂದ ದೂರವಿದೆ. ಆವಣದ ಮುಖ್ಯ ದ್ವಾರದಮೇಲೆ ಅಲ್ಲಾಹ್ ಎಂದು ಕೆತ್ತಲಾಗಿದೆ. ಆದರೆ ಎಡಭಾಗಕ್ಕೆ ಗಾರೆಯಿಂದ ಕಟ್ಟಲಾದ ವೇದಿಕೆ (ಚಬೂತರಾ) ಇದೆ. ಹಿಂದುಗಳ ವಶದಲ್ಲಿರುವ ಈ ಡೇರೆಯಂತಹ ವೇದಿಕೆಯ ಮೇಲೆ ಸಣ್ಣ ಕಟ್ಟಡವಿದೆ. ಇದು ಶ್ರೀರಾಮನ ಜನ್ಮಸ್ಥಾನವೆಂದು ಹೇಳಲಾಗಿದೆ. ಹಿಂದುಗಳಿಗೆ ಪವಿತ್ರವೆನಿಸಿ ಕ್ಷೇತ್ರದ ಮೇಲೆ ಮುಸ್ಲಿಮರು ಮಸೀದಿ ಕಟ್ಟಿಸಿರುವುದು ನಿಜ್ಕೂ ದುರದೃಷ್ಟಕರ. ಆದರೆ 350 ವರ್ಷಗಳ ಹಿಂದೆ ನಡೆದ ಘಟನೆ ಇದು. ಈಗ ಸರಿಪಡಿಸಲಾಗದಷ್ಟು ಕಾಲ ಸರಿದುಹೋಗಿದೆ. ಈಗ ಇರುವಂತೆಯೇ ಮುಂದುವರೆಸಿಕೊಂಡು ಹೋಗುವುದು ಇತ್ತಂಡಗಳಿಗೂ ಉಚಿತ. ಈಗಿರುವ ಸ್ಥಿತಿಯಿಂದ ಯಾವುದೇ ವ್ಯತ್ಯಾಸವಾದರೂ ಹಾನಿ ಆಗುವ ಸಂಭವವೇ ಅಧಿಕ ಎಂದು ತಿಳಿಸಿ ಕೆಳನ್ಯಾಯಾಲಯದ ತೀರ್ಪನ್ನು ಎತ್ತಿ ಹಿಡಿದರು.

ಅಯೋಧ್ಯೆಯ ಜುಡಿಷಿಯಲ್ ಕಮಿಷನರ್ ಡಬ್ಲ್ಯು. ಯಂಗ್ ಅವರ ಬಳಿ ಮೇಲ್ಮನವಿ ಸಲ್ಲಿಸಿದ ಮಹಂತರ ಅರ್ಜಿ ವಿಚಾರಣೆ ನಡೆಸಿ 1886ರ ನವೆಂಬರ್ 01ರಂದು ತೀರ್ಪು ನೀಡಿದರು. 'ಸುಮಾರು 350 ವರ್ಷಗಳ ಹಿಂದೆ ಓರ್ವ ಮತಾಂಧ, ಹಾಗೂ ಸರ್ವಾಧಿಕಾರಿ ಮನೋವೃತ್ತಿಯ ಚಕ್ರವರ್ತಿಯು ಹಿಂದುಗಳಿಗೆ ಪವಿತ್ರವೆನಿಸುವ ಈ ಪ್ರದೇಶವನ್ನು ದುರುದ್ದೇಶಪೂರ್ವಕವಾಗಿ ಆರಿಸಿ ಕಟ್ಟಿರುವ ಮಸೀದಿಯಿದು. ಇದರ ಆವರಣದೊಳಗೆ ಈಗ ವಿವಾದಕ್ಕೊಳಗಾಗಿರುವ ಜಾಗವೂ ಇದೆ. ಈ ಮಸೀದಿಗೆ ಹೊಂದಿಕೊಂಡಿರುವ ಆವರಣದ ಕೆಲ ಪ್ರದೇಶಗಳಿಗೆ ಹಿಂದುಗಳಿಗಿರುವ ಪ್ರವೇಶದ ಹಕ್ಕುಸೀಮಿತ.ಆ ಹಕ್ಕುಗಳನ್ನು ಹೆಚ್ಚಿಸಿಪ್ರಮುಖವಾಗಿ ಎರಡು ಸ್ಥಳಗಳನ್ನು ಪ್ರಮುಖವಾಗಿ

ನಿರ್ಮಿಸಲು ಹಠ ಹಿಡಿದಿದ್ದಾರೆ. 1. ಸೀತಾ ರಸೋಯಿ ಮತ್ತು ರಾಮಚಂದ್ರಕಿ ಜನ್ಮಭೂಮಿ. ಈ ಮನವಿಯನ್ನು ಕಾರ್ಯಾಂಗದ ಅಧಿಕಾರಿಗಳು ತಿರಸ್ಕರಿಸಿದ್ದಾರೆ. ಅವರ ಕ್ರಮಕ್ಕೆ ನನ್ನ ಅಭಿಮತವಿದೆ ಎಂದು ತೀರ್ಪಿತ್ತರು. ಆನಂತರ ಬ್ರಿಟಿಷ್ ನ್ಯಾಯಾಲಯದಲ್ಲಿ ಯಾವುದೇ ವ್ಯಾಜ್ಯಗಳು ದಾಖಲಾಗಲಿಲ್ಲ.

ದೇವಾಲಯಕ್ಕೆ ಬೀಗಮುದ್ರೆ ಹಾಕಿದ್ದರೂ ಅಲ್ಲಿನ ಪೂಜೆ ಮತ್ತು ನೈವೇದ್ಯದ ಪ್ರಕ್ರಿಯೆಯನ್ನು ಸರ್ಕಾರವೇ ನಿಯಮಿತವಾಗಿ ನಡೆಸಿಕೊಂಡು ಬರುತ್ತಿತ್ತು. ಮುಸಲ್ಮಾನರು ಅಲ್ಲಿನ ಮಸೀದಿಯಲ್ಲಿ ನಮಾಜು ಪಠಿಸುವುದನ್ನು ಬಿಟ್ಟುಕೊಟ್ಟಿದ್ದರು. ದಾಖಲೆಗಳಲ್ಲಿ ಅದು ಮಸೀದಿ ಆಗಿ ಉಳಿದಿತ್ತೆ ವಿನಹ ನಿಜಾರ್ಥದಲ್ಲಿ ಅದು ಸರ್ಕಾರವೆ ನಿರ್ವಹಿಸುತ್ತಿರುವ ರಾಮಂದಿರ ಆಗಿತ್ತು.

1950ರ ಜನವರಿ 16ರಂದು ಶ್ರೀ ಠಾಕೂರ್ ಗೋಪಾಲಸಿಂಹ ವಿಶಾರದ್ ಅವರು ಫೈಜಾಬಾದ್ ಉಪನ್ಯಾಯಾಧೀಶರ ಮುಂದೆ ಅರ್ಜಿ ಸಲ್ಲಿಸಿ ಭಾರತಕ್ಕೆ ಸ್ವಾತಂತ್ರ್ಯ ಲಭಿಸಿರುವುದರಿಂದ ಹಿಂದೂಗಳು ಭಾರತದ ಅಭ್ಯುದಯಕ್ಕಾಗಿ ನಿರಂತರ ರಾಮಾಯಣ ಪಠಣ ಆರಂಭಿಸಿದ್ದಾರೆ. ನಿತ್ಯ ಪೂಜಾವಿಧಿ ನಡೆಯುತ್ತಿದೆ. ಕಳೆದ ಹದಿನಾರು ವರ್ಷಗಳಲ್ಲಿ ಮುಸಲ್ಮಾನರು ಅಲ್ಲಿ ನಮೂಜು ಪಠಿಸಿಲ್ಲ. ಹೀಗಾಗಿ ಅವರಿಗೆ ಈ ಜಾಗದ ಮೇಲೆ ಯಾವುದೇ ಅಧಿಕಾರವು ಉಳಿದಿಲ್ಲ. ಈ ತೀರ್ಥಕ್ಷೇತ್ರವನ್ನು ಸಂಪುರ್ಣವಾಗಿ ಹಿಂದುಗಳಿಗೆ ವಹಿಸಿ, ಅಲ್ಲಿ ನಿರಾತಂಕವಾಗಿ ಮತ್ತು ನಿರಂತರವಾಗಿ ರಾಮ ಪೂಜನಕ್ಕೆ ಅವಕಾಶ ನೀಡಬೇಕು ಮತ್ತು ಪ್ರತಿವಾದಿಗಳಿಗೆ ಅಲ್ಲಿಂದ ವಿಗ್ರಹಗಳನ್ನು ತೆಗೆಯದಂತೆ ಶಾಶ್ವತ ಪ್ರತಿಬಂಧಕಾಜ್ಞೆ ನೀಡಲು ಕೋರಿದರು.

ಈ ಮೊಕದ್ದಮೆಯಲ್ಲಿ ಪ್ರತಿವಾದಿಗಳಾಗಿ ಜೋಹರ್ ಅಹಮದ್ ಮತ್ತು ಇತರ ನಾಲ್ವರು ಮುಸಲ್ಮಾನ ಪ್ರಮುಖರು. ಉತ್ತರ ಪ್ರದೇಶದ ಸರಕಾರ, ಫೈಜಾಬಾದ್‌ನ ಜಿಲ್ಲಾಧಿಕಾರಿ ಹಾಗೂ ಪೋಲಿಸ್ ಅಧಿಕಾರಿ ಇವರುಗಳನ್ನು ಒಳಪಡಿಸಲಾಗಿತ್ತು. ಈ ಅರ್ಜಿಯನ್ನು ಸ್ವೀಕರಿಸಿದ ಸಿವಿಲ್ ನ್ಯಾಯಾಧೀಶ ಶ್ರೀ ಎನ್. ಎನ್. ಛಾಡಾ ಅವರು, ಅದನ್ನು ಪೂರ್ಣ ಪ್ರಮಾಣದ ವಿಚಾರಣೆಗೆ ಎತ್ತಿ ಕೊಳ್ಳುವ ಮೊದಲು, "ವಿವಾದಕ್ಕೊಳಗಾಗಿರುವ ಪ್ರದೇಶದಲ್ಲಿನ ವಿಗ್ರಹಗಳನ್ನು ಸ್ಥಳಾಂತರಿಸಬಾರದು ಹಾಗೂ ಅಲ್ಲಿ ನಡೆಸಲಾಗುತ್ತಿರುವ ಪೂಜೆ ಇತ್ಯಾದಿಗಳಿಗೆ ಅಡ್ಡಿ ಪಡಬಾರದು" ಎಂಬ ಷರತ್ತುಗಳಿಂದ ಕೂಡಿದ ತಡೆಯಾಜ್ಞೆಯನ್ನು ನೀಡಿದರು.

ಈ ಹಂತದಲ್ಲಿ ಇಡೀ ವಿವಾದವನ್ನು ಅಲಿಗಢ ಜಿಲ್ಲಾ ನ್ಯಾಯಾಲಯಕ್ಕೆ ವರ್ಗಾಯಿಸುವಂತೆ ಮುಸಲ್ಮಾನ ನಾಯಕರು ಅಲ್ಲಾಹಾಬಾದ್ ಉಚ್ಚ ನ್ಯಾಯಾಲಯದಲ್ಲಿ ಮೇಲ್ ಮನವಿ ಸಲ್ಲಿಸಿದರು. (Cri. Misc. appl. 208 of 1950) ವರ್ಗಾವಣೆಗೆ ಈ ವಿನಂತಿ ಪತ್ರ ಸಲ್ಲಿಸಿದ ಶ್ರೀ ಅನಿಸು ರ್ ರೆಹಮಾನ್ ಅವರು ನ್ಯಾಯಾಲಯಕ್ಕೆ ಒಪ್ಪಿಸಿದ ಪ್ರಮಾಣಪತ್ರವು ಕೆಲವು ಪ್ರಮುಖ ಅಂಶಗಳ ಮೇಲೆ ಬೆಳಕು ಚೆಲ್ಲಿದೆ.

"…. ದಿನಾಂಕ 22 11–1949 ರಿಂದ ಆ ಸ್ಥಳದಲ್ಲಿ ಹಿಂದುಗಳು ಜಪವನ್ನು

ಆರಂಭಿಸಿದ್ದಾರೆ. ಭಾರೀ ಸಂಖ್ಯೆಯಲ್ಲಿ ಹಿಂದುಗಳು ಅಲ್ಲಿ ಬಂದಿರುವ ಕಾರಣ ಬಾಬ್ರಿ ಮಸೀದಿಯಲ್ಲಿ ಎಂದಿನಂತೆ ಐದು ಬಾರಿ ಪ್ರಾರ್ಥನೆ ಹೇಳುವ ಬದಲಿಗೆ ಕೇವಲ ಶುಕ್ರವಾರ ಮಾತ್ರ ಪ್ರಾರ್ಥನೆ ಹೇಳಬೇಕೆಂದು ಪೋಲಿಸರು ಸಲಹೆ ನೀಡಿದ್ದಾರೆ. ಆದರೆ ಹಿಂದುಗಳ ಜಪ ಮಾತ್ರ ಯಾವುದೇ ತಡೆಯಿಲ್ಲದೆ ನಡೆಯುತ್ತಲೇ ಇದೆ. ಕೋಮುಗಲಭೆಗೆ ಅವಕಾಶ ಆಗಬಾರದೆಂಬ ಉದ್ದೇಶದಿಂದ ಮುಸಲ್ಮಾನರು ಈ ಸಲಹೆಗೆ ಅನುಗುಣವಾಗಿ ದಿನಾಂಕ 16.12.1949ರ ವರೆಗೆ ಪ್ರತಿ ಶುಕ್ರವಾರ ಮಾತ್ರ ಅಲ್ಲಿ ನಮಾಜು ಮಾಡುತ್ತ ಬಂದಿದ್ದಾರೆ. ಶುಕ್ರವಾರ ಬಿಟ್ಟುಮಿಕ್ಕ ಎಲ್ಲ ದಿನ ಮಸೀದಿಗೆ ಬೀಗ ಹಾಕಲಾಗುತ್ತಿತ್ತು. ಆ ನಂತರ ಶುಕ್ರವಾರದ ಹಿಂದಿನ ರಾತ್ರಿ (22–23 ಡಿಸೆಂಬರ್ 1949 ರ ನಡುರಾತ್ರಿ) ಹಿಂದುಗಳು ಆಕ್ರಮವಾಗಿ ಹಾಗೂ ಕಳ್ಳತನದಿಂದ ನೇರವಾಗಿ ಮಸೀದಿಯೊಳಗೆ ಪ್ರವೇಶಿಸಿ ಅಲ್ಲಿನ ವೇದಿಕೆಯ ಮೇಲೆ ಒಂದು ವಿಗ್ರಹವನ್ನು ಸ್ಥಾಪಿಸಿ ಅದನ್ನು ಅದನ್ನು ನಾಪಾಕ್ (ಅಪವಿತ್ರ)ಗೊಳಿಸಿದ್ದಾರೆ. ಆ ಶುಕ್ರವಾರ ಅಲ್ಲಿ ಪ್ರಾರ್ಥನೆ ಹೇಳುವುದು ಬೇಡವೆಂದು ಅಲ್ಲಿ ಸುತ್ತಮುತ್ತ ಇರುವ ಮುಸಲ್ಮಾನರಿಗೆ ಪೋಲಿಸರು ಒತ್ತಾಯಿಸಿದ್ದಾರೆ. ಜನವರಿ 6, 1950ರಂದು ಮುಸಲ್ಮಾನರ ಪ್ರತಿನಿಧಿ ಮಂಡಲವೊಂದು ಪುನಃ ಭೇಟಿ ಮಾಡಿದಾಗ ಸಹ ಮುಂದೆ ತುಸುಕಾಲದವರೆಗೆ ಅಲ್ಲಿ ಪ್ರಾರ್ಥನೆ ಮಾಡುವುದು ಬೇಡ ಎಂದು ಅವರಿಗೆ ತಿಳಿಸಲಾಗಿದೆ."

ಈ ಪ್ರಮಾಣಪತ್ರದಲ್ಲಿ ತಿಳಿಸಿರುವಂತೆ ಬಾಬ್ರಿ ಮಸೀದಿಯಲ್ಲಿ ದಿನಾಂಕ 22.11.1949 ರಿಂದ ಕ್ರಮಬದ್ಧವಾಗಿ ನಿತ್ಯ ಪ್ರಾರ್ಥನೆ ಪಡೆಯುವುದಿಲ್ಲ ಹಾಗೂ 16.12.1949ರ ನಂತರ ಅಲ್ಲಿ ನಮಾಜ್ ನಿಂತು ಹೋಗಿದೆ ಎಂದು ಮುಸಲ್ಮಾನರೇ ಒಪ್ಪಿಕೊಂಡಿದ್ದಾರೆ.

ಆಲಿಘಡ ಜಿಲ್ಲಾ ನ್ಯಾಯಾಲಯಕ್ಕೆ ವಿವಾದವನ್ನು ವರ್ಗಾಯಿಸಬೇಕೆಂಬ ಮುಸಲ್ಮಾನರ ಬೇಡಿಕೆ ಇಲಾಹಾಬಾದ್ ಉಚ್ಚ ನ್ಯಾಯಾಲಯದಲ್ಲಿ ದಿನಾಂಕ 31–1 ರಂದು ತಿರಸ್ಕೃತವಾಯಿತು.

ಹೀಗಾಗಿ ಶ್ರೀ ಠಾಕೂರ ಗೋಪಾಲ ಸಿಂಹ ವಿಶಾರದರು ಫೈಜಾಬಾದ್ ನ್ಯಾಯಾಲಯದಲ್ಲಿ ಹಿಂದೆ ಸಲ್ಲಿಸಿದ್ದ ಫಿರ್ಯಾದಿ (Suit No. 2 of 1950) ವಿಚಾರಣೆಗಾಗಿ ಪುನಃ ಕೈಗೆತ್ತಿಕೊಳ್ಳಲಾಯಿತು. ಇದರಲ್ಲಿ ಪ್ರತಿವಾದಿಗಳಾಗಿದ್ದ ಮುಸಲ್ಮಾನರು ತಮ್ಮ ವಾದ ಮಂಡಿಸಿದರು. ಉಭಯ ಪಕ್ಷಗಳ ವಾದಗಳನ್ನು ಕೇಳಿದ ಮೇಲೆ ಆಗಿ ಸಿವಿಲ್ ನ್ಯಾಯಾಧೀಶರು ಮೊದಲು ನೀಡಲಾಗಿದೆ ತಡೆಯಾಜ್ಞೆಯನ್ನು ಪುನಃ ಊರ್ಜಿತ ಗೊಳಿಸಿದರು. ಜೊತೆಯಲ್ಲಿ

ಈ ಆದೇಶದೊಂದಿಗೆ ನ್ಯಾಯಪೀಠ ದಿಂದ ತಮ್ಮ ಸ್ವಂತ ಟಿಪ್ಪಣಿಯೊಂದನ್ನು ಸಹ ಅವರು ಬರೆದಿರಿಸಿದರು: ಈ ವ್ಯಾಜ್ಯವನ್ನು ಹೂಡಿದ ದಿನದಂದು ಶ್ರೀ ಭಗವಾನ್ ರಾಮಚಂದ್ರ ಹಾಗೂ ಇನ್ನಿತರ ವಿಗ್ರಹಗಳು ಆ ಸ್ಥಳದಲ್ಲಿ ಇದ್ದವು ಹಾಗೂ ವರದಿಯನ್ನು ಒಳಗೊಂಡ ಎಲ್ಲ ಹಿಂದೂಗಳೂ ಸರಕಾರ ವಿಧಿಸಿದ ನಿರ್ಬಂಧ ಕ್ಕೊಳಪಟ್ಟುಕೊಂಡೇ ಅಲ್ಲಿ ಪೂಜೆ ಇತ್ಯಾದಿ ನಡೆಸುತ್ತಿದ್ದರೆನ್ನುವುದರಲ್ಲಿ ಯಾರೂ ಭಿನ್ನಾಭಿಪ್ರಾಯ ವಿಲ್ಲ."

1950 ರಲ್ಲಿ ಅಯೋಧ್ಯೆಯ ಶ್ರೀ ಪರಮಹಂಸ ರಾಮಚಂದ್ರ ದಾಸ ಎಂಬುವವರು ಇನ್ನೊಂದು ವ್ಯಾಜ್ಯ ಹೂಡಿದರು. ಇದು ಫೈಜಾಬಾದ್‌ನ ಸಿವಿಲ್ ನ್ಯಾಯಾಧೀಶರ ನ್ಯಾಯಾಲಯದಲ್ಲಿ ದಾಖಲಾದ ಪರಮಹಂಸ ರಾಮಚಂದ್ರದಾಸ ವಿರುದ್ಧ ಜೋಹರ್ ಅಹಮದ್ ಎಂಬ (Suit No. 25 of 1950) ಎರಡನೇ ವ್ಯಾಜ್ಯವಾಯಿತು. 1959 ರಲ್ಲಿ ಮಹಾಂತ ರಘುನಾಥದಾಸರು ನಿರ್ಮೋಹಿ ಅಖಾಡ ಪರವಾಗಿ ಮೂರನೇ ವ್ಯಾಜ್ಯವನ್ನು ಹಾಡಿದರು. ಇದು ಅದೇ ನ್ಯಾಯಾಲಯದಲ್ಲಿ (Suit No. 25 of 1959) ದಾಖಲಾಯ್ತು.

1961ರ ಡಿಸೆಂಬರ್ 18ರಂದು ಸುನ್ನಿ ಕೇಂದ್ರೀಯ ವಕ್ಫ್ ಮಂಡಲಿಯವರು ಶ್ರೀ ಗೋಪಾಲ ಸಿಂಹ ವಿಶಾರದ ಹಾಗೂ ಇನ್ನಿತರರನ್ನು ಪ್ರತಿವಾದಿಯಾಗಿಸಿ ನಾಲ್ಕನೇ ವ್ಯಾಜ್ಯವೊಂದನ್ನು (Suit No. 12 of 1961) ಪುನಃ ಅದೇ ನ್ಯಾಯಾಲಯದಲ್ಲಿ ಹಾಡಿದರು. ಮುಸಲ್ಮಾನರ ಪರವಾಗಿ ಈ ನ್ಯಾಯಾಲಯದಲ್ಲಿ ಹೂಡಲಾಗಿರುವ ದಾವೆ ಇದೊಂದೇ ಕೊನೆಯದು.

ನ್ಯಾಯಾಲಯದ ವ್ಯಾಜ್ಯಗಳ ವಿಕಾಸ ಮತ್ತು ವಿಸ್ತರಣೆಯ ಹಕ್ಕಿನೋಟ

ವ್ಯಾಜ್ಯ 01	16 ಜನವರಿ 1950ರಲ್ಲಿ 02/1950 ಅನುಸಾರ ಫೈಜಾಬಾದ್ ಸಿವಿಲ್ ಕೋರ್ಟಿನಲ್ಲಿ ಹಿಂದೂಮಹಾಸಭಾ ಅಧ್ಯಕ್ಷರಾಗಿದ್ದ ಶ್ರೀ ಗೋಪಾಲ ಸಿಂಗ್ ವಿಶಾರದ ಅವರು ವಿಗ್ರಹಗಳನ್ನು ಕಟ್ಟಡದಿಂದ ತೆಗೆಯದಂತೆ ಮತ್ತು ಪೂಜೆ, ದರ್ಶನ ನಿರಾತಂಕವಾಗಿ ನಡೆಸಲು ನಿರ್ದೇಶನ ಕೋರಿ ದಾವೆ ಹೂಡಿದರು.
ತೀರ್ಪು	16,ಜನವರಿ 1950ರಂದು ವಿಗ್ರಹಗಳನ್ನು ತೆಗೆಯದಂತೆ ತಾತ್ಕಾಲಿಕ ಪ್ರತಿಬಂಧಕಾಜ್ಞೆ ನೀಡಲಾಯಿತು. ನಂತರ 03 ಮಾರ್ಚ್ 1951ರಲ್ಲಿ ಶಾಶ್ವತ ಪ್ರತಿಬಂಧಕಾಜ್ಞೆ ನೀಡಲಾಯಿತು. ಅಲಹಾಬಾದ್ ಹೈಕೋರ್ಟಿನಲ್ಲಿ ಮುಸ್ಲಿಮರು ಹೂಡಿದ ಮೇಲ್ಮನವಿಗೆ ಉಚ್ಚ ನ್ಯಾಯಾಲಯದ ಮುಖ್ಯನ್ಯಾಯಮೂರ್ತಿ ಮೂಥಮ್ ಮತ್ತು ನ್ಯಾ ರಘುವೀರ ದಯಾಳ್ ಅವರ ಪೀಠ ಮೇಲ್ಮನವಿ ತಿರಸ್ಕರಿಸಿ, ಕೋರ್ಟಿನ ಆದೇಶವನ್ನು ಎತ್ತಿ ಹಿಡಿಯಿತು. ಈ ಆದೇಶವು ಇಂದಿನವರೆಗೂ ಚಾಲ್ತಿಯಲ್ಲಿದೆ.
ವ್ಯಾಜ್ಯ 02	ಮೇಲಿನ ಪರಿಹಾರ ಮತ್ತು ಆದೇಶಗಳನ್ನೇ ಕೋರಿ ವ್ಯಾಜ್ಯ ಸಂಖ್ಯೆ 25/1950ರ ಅನುಸಾರ ಪರಮಹಂಸ ರಾಮಚಂದ್ರದಾಸ ಅವರು ಸರ್ಕಾರ ಮತ್ತು ಫೈಜಾಬಾದ್ ಜಿಲ್ಲಾಧಿಕಾರಿಗಳನ್ನು ಮತ್ತು ಹಿಂದಿನ ವ್ಯಾಜ್ಯಗ ಐವರು ಮುಸ್ಲಿಂನಾಯಕರನ್ನು ಪ್ರತಿವಾದಿಗಳಾಗಿಸಿ ಆದೇಶ ಕೋರಿದರು.

ತೀರ್ಪು	03,ಮಾರ್ಚ್ 1951ರಲ್ಲಿ ತಾತ್ಕಾಲಿಕ ಮತ್ತು 30 ಜುಲೈ 1953ರಲ್ಲಿ ಶಾಶ್ವತ ಪ್ರತಿಬಂಧಕಾಜ್ಞೆ ನೀಡಲಾಯಿತು. ನಂತರ 1898ರಸಿ.ಆರ್.ಪಿ.ಸಿ ಕಾಯಿದೆ 145ರ ಅನುಸಾರ ಕೋರ್ಟ್ ಒಬ್ಬ ರಿಸೀವರನ್ನು ನೇಮಿಸಿರಾಮಲಲ್ಲಾ ವಿರಾಜಮಾನ್ ಪೂಜೆ ಮತ್ತು ದರ್ಶನಕ್ಕೆ ವ್ಯವಸ್ಥೆಗೆ ಆದೇಶಿಸಿತು.
ವ್ಯಾಜ್ಯ 03	1959ರ ಡಿಸೆಂಬರ್ 17 ರಂದು ನಿರ್ಮೋಹಿ ಅಖಾಡದ ವತಿಯಿಂದರೆಗ್ಯುಲರ್ ಸ್ಯೂಟ್ 26/1959 ದಾವೆ ಹೂಡಿ ವಿಗ್ರಹಗಳನ್ನು ತೆಗೆಯಂತೆ ಪ್ರತಿಬಂಧಾಜ್ಞೆ ಮತ್ತು ಪೂಜಾ ಕಾರ್ಯಗಳಿಗೆತನಗೆ ಮಹಂತರ ಮೂಲಕ ಅಧಿಕಾರ ನೀಡಲು ಕೋರಿತು. ತೀರ್ಪುನಂತರ ಕೋರ್ಟ್ ರಿಸೀವರ್ ಅವರನ್ನು ನೇಮಿಸಿದೆ.
ವ್ಯಾಜ್ಯ 04	ಉತ್ತರಪ್ರದೇಶದ ಕೇಂದ್ರೀಯ ಸುನ್ನಿ ವಕ್ಫ್ ಬೋರ್ಡ್ ಮೂಲಕ 18 ಡಿಸೆಂಬರ್ 1961ರಲ್ಲಿ ಮೊದಲ ಮೂರು ದಾವೆಗಳನ್ನು ಹೂಡಿದವರನ್ನು ಪ್ರತಿವಾದಿಗಳನ್ನಾಗಿಸಿ ಬಾಬರಿ ಮಸೀದಿ ಮತ್ತು ಸ್ಮಶಾನ ಸ್ಥಳಗಳ ಡಿಕ್ರಿ ಕೋರಿತು. ವಿಗ್ರಹಗಳನ್ನು ತೆಗೆಯಲು ಕೋರಿತು. ಸ್ಮಶಾನದ ಕೋರಿಕೆಯನ್ನು 1994ರಲ್ಲಿ ಕೈಬಿಡಲಾಯಿತು.

04 ಜನವರಿ 1964ರಲ್ಲಿ ಈ ನಾಲ್ಕೂ ದಾವೆಗಳನ್ನು ಏಕತ್ರಿತಗೊಳಿಸಿ ವಿಚಾರಣೆ ನಡೆಸಲು ಫೈಜಾಬಾದ್ ಜಿಲ್ಲಾ ನ್ಯಾಯಾಧೀಶರು ತೀರ್ಮಾನಿಸಿ ಅಗತ್ಯ ಆದೇಶಗಳನ್ನು ಹೊರಡಿಸಿದರು. 1984ರಲ್ಲಿ ದೆಹಲಿಯ ವಿಜ್ಞಾನ ಭವನದಲ್ಲಿ ಧರ್ಮ ಸಂಸದ್ ಅಧಿವೇಶನ ನಡೆಯಿತು. ಈ ಸಭೆಯಲ್ಲಿ ರಾಮ ಜನ್ಮಭೂಮಿ ಆಂದೋಲನವನ್ನು ಕೈಗೆತ್ತಿಕೊಂಡು ಮುನ್ನಡೆಸಲು ಸಭೆಯು ಕರೆ ನೀಡಿತು. ಅದರಂತೆ ವಿಶ್ವಹಿಂದೂ ಪರಿಷದ್ ರಾಮ ಜನ್ಮಭೂಮಿಆಂದೋಲನದಲ್ಲಿ ವಿಧ್ಯುಕ್ತವಾಗಿ ಪ್ರವೇಶಿಸಿತು.

1950ರಲ್ಲಿ ಹಿಂದೂ ಮಹಾಸಭಾ ಮೂಲಕ ಆರಂಭವಾಗಿದ್ದ ಹೋರಾಟವು ದಿಗಂಬರ ಅಖಾಡ ಅಖಿಲ ಭಾರತ ಮುಖ್ಯಸ್ಥರಾದ ಪರಮಹಂಸ ರಾಮಚಂದ್ರ ದಾಸ್ ಅವರ ಮೂಲಕ ಇನ್ನಷ್ಟು ವಿಸ್ತಾರ ಪಡೆಯಿತು. ನಂತರ ಪರಮಹಂಸ ರಾಮಚಂದ್ರದಾಸ್ ಅವರು ರಾಮಜನ್ಮಭೂಮಿ ನ್ಯಾಸದ ಕಾರ್ಯಾಧ್ಯಕ್ಷರಾಗಿ ಸಹ ಸೇವೆ ಸಲ್ಲಿಸಿದರು. 1985ರ ಅಕ್ಟೋಬರ್ ತಿಂಗಳಿನಲ್ಲಿ ಉಡುಪಿಯಲ್ಲಿ ನಡೆದ ಧರ್ಮ ಸಂಸದ್ ಸಭೆಯಲ್ಲಿ 50ಕ್ಕೂ ಹೆಚ್ಚು ಧರ್ಮಾಚಾರ್ಯರು ಭಾಗವಹಿಸಿ ರಾಮ ಜನ್ಮಸ್ಥಾನ ಮಂದಿರಕ್ಕೆ ಹಾಕಿದ್ದ ಬೀಗಮುದ್ರೆ ತೆಗೆಸುವ ಆಂದೋಲನಕ್ಕೆ ಕರೆ ನೀಡಲಾಯಿತು.

1986ರ ಮಹಾಶಿವರಾತ್ರಿಗೆ ಮುನ್ನ ಮಂದಿರ ಬೀಗಮುದ್ರೆ ತೆರೆಸಲು **ತಾಲಾ ಖೋಲೋ ಆಂದೋಲನ** ಉತ್ತರ ಭಾರತದಾದ್ಯಂತ ವ್ಯಾಪಿಸಿತು.

1987ರಲ್ಲಿ ರಾಮ ಜಾನಕಿ ಯಾತ್ರೆಯನ್ನು ಆರಂಭಿಸಲಾಯಿತು. ಇದೇ ಸಂದರ್ಭದಲ್ಲಿ ಹಲವು ಕೇಂದ್ರಗಳಿಂದ ರಥಗಳು ದೇಶದ ಹಲವು ಭಾಗಗಳಲ್ಲಿ ಸಂಚರಿಸಿ ಅಯೋಧ್ಯೆ ತಲುಪಿದವು. ಬಾಬ್ರಿ ಮಸೀದಿ ಅಕ್ಷನ್ ಕಮಿಟಿಯನ್ನು ಸಯ್ಯದ್ ಷಹಾಬುದ್ದೀನ್ ಅವರ ನೇತೃತ್ವದಲ್ಲಿ ರಚಿಸಲಾಯಿತು. ಅವರು ಜಾನಕಿ ರಾಮ ರಥಯಾತ್ರೆಗೆ ವಿರುದ್ಧ ಯೋಜಿಸಿದ್ದ ಲಾಂಗ್ ಮಾರ್ಚ್ ನಡೆಯಲಿಲ್ಲ. ಇದೇ ಸಂದರ್ಭದಲ್ಲಿ ಭಜರಂಗದಳವು ವಿನಯ ಕಟಿಯಾರ್ ಅವರ ನೇತೃತ್ವದಲ್ಲಿ ರಚನೆಗೊಂಡಿತು.

1989ರಲ್ಲಿ ನಡೆದ ಮೂರನೆ ಧರ್ಮ ಸಂಸದ್ ಸಭೆಯಲ್ಲಿ ರಾ ಮಂದಿರದ ಪ್ರತಿಕೃತಿಯನ್ನು ಸಿದ್ದಪಡಿಸಿ ವಿಶ್ವ ಹಿಂದೂ ಪರಿಷದ್ ಪ್ರದರ್ಶಿಸಿತು. ಮಂದಿರ ನಿರ್ಮಾಣಕ್ಕಆಗಿ 09, 10 ಮತ್ತು 11 ನವೆಂಬರ್ 1989ರಲ್ಲಿ ಶಿಲಾನ್ಯಾಸ ಮಾಡುವುದಾಗಿ ಘೋಷಿಸಲಾಯಿತು.

1989ರ ಅಕ್ಟೋಬರ್, ನವೆಂಬರ್ ತಿಂಗಳುಗಳಲ್ಲಿ ಶೃಂಗೇರಿಯಿಂದ ಶಾರದಾ ರಥ, ಮಲೆ ಮಹದೇಶ್ವರ ಬೆಟ್ಟದಿಂದ ಮಹದೇಶ್ವರ ರಥ, ಆದಿಚುಂಚನಗಿರಿಯಿಂದ ಮಾರಿಕಾಂಬ ರಥ, ಧರ್ಮಸ್ಥಳದಿಂದ ಮಂಜುನಾಥ ರಥ, ಶಿರಸಿಯಿಂದ ಮಾರಿಕಾಂಬಾ ರಥ, ಉಡುಪಿಯಿಂದ ಶ್ರೀ ಕೃಷ್ಣ ರಥ, ಶ್ರವಣಬೆಳಗೊಳದಿಂದ ಬಾಹುಬಲಿ ರಥ ಹಾಗೂ ಕೂಡಲ ಸಂಗಮದಿಂದ ಬಸವೇಶ್ವರ ರಥಗಳು ಕೂಡಿ ಎಂಟು ರಥಗಳು ಬೀದರ್‌ನಲ್ಲಿ ಸಂಗಮಗೊಂಡು ಕರ್ನಾಟಕದಲ್ಲಿ ಸಹ ಚಳುವಳಿಯ ಪ್ರಭಾವ ಕಾಣಿಸತೊಡಗಿತು.

ವ್ಯಾಜ್ಯ 04 ಎ	1986 ಜನವರಿ ತಿಂಗಳಿನಲ್ಲಿ ಶ್ರೀ ಉಮೇಶ ಚಾಂದ್ ಪಾಂಡೆ ಎಂಬ ವಕೀಲರು ತಮ್ಮ ವಯಕ್ತಿಕ ನೆಲೆಯಲ್ಲಿ ಫೈಜಾಬಾದ್ ಕೋರ್ಟಿನ ಮುಂದೆ ಅರ್ಜಿ ಸಲ್ಲಿಸಿ ಬೀಗಮುದ್ರೆ ತೆಗೆಯಲು ದಾವೆ ಹೂಡಿದರು.
ತೀರ್ಪು	01,ಫೆಬ್ರವರಿ 1986 ಮಂದಿರದ ಬೀಗಮುದ್ರೆ ತೆಗೆಯಲು ನ್ಯಾ ಕೆ.ಎಂ.ಪಾಂಡೆ ಅವರು ಆದೇಶಿಸಿದರು. ಅದರಂತೆ ಬೀಗಮುದ್ರೆ ತೆರೆಯಲು ಕ್ರಮ ವಹಿಸಲಾಯಿತು.
ವ್ಯಾಜ್ಯ 05	ನಿವೃತ್ತ ನ್ಯಾಯಮೂರ್ತಿ ದೇವಕಿನಂದನ ಅಗರವಾಲ್ ಅವರು ಮೂರನೆಯ ವಾದಿಯಾಗಿ ದಾವೆ ಸಂಖ್ಯೆ 236/1989ರ ಅನುಸಾರ ಫೈಜಾಬಾದ್ ಜಿಲ್ಲಾ ನ್ಯಾಯಾಲಯದಲ್ಲಿ ರಾಮಲಲ್ಲಾ ವಿರಾಜಮಾನ್ ಮತ್ತು ಆಸ್ಥಾನ್ ಶ್ರೀ ರಾಮಜನ್ಮಭೂಮಿಗಳ ಪರವಾಗಿ ಅರ್ಜಿಸಲ್ಲಿಸಿದರು. ರಾಮಜನ್ಮಭೂಮಿಯ ಸಮಸ್ತ ಪ್ರದೇಶವನ್ನು ವಾದಿಗಳಿಗೆ ನೀಡುವುದು, ಮಂದಿರ ನಿರ್ಮಾಣಕ್ಕೆ ತೊಂದಗೆ ನೀಡದಂತೆ ಪ್ರತಿವಾದಿಗಳಿಗೆ ಶಾಶ್ವತ ಪ್ರತಿಬಂಧಕಾಜ್ಞೆ ನೀಡಲು ಕೋರಿದರು.

ಮೇಲಿನ ನಾಲ್ಕು ವ್ಯಾಜ್ಯಗಳನ್ನು ದಿನಾಂಕ: 10.07.1989 ಮತ್ತು ಐದನೆಯ ವ್ಯಾಜ್ಯವನ್ನು 05.02.1992ರಂದು ಅಲಹಾಬಾದ್ ಹೈಕೋರ್ಟಿನ ಲಖ್ನೋ ಬೆಂಚಿಗೆ ವರ್ಗಾಯಿಸಲು ಮತ್ತು ಒಟ್ಟಿಗೆ ವಿಚಾರಣೆ ನಡೆಸಲು ಆದೇಶಿಸಲಾಯಿತು.

ಪರಮಹಂಸ ರಾಮಚಂದ್ರ ದಾಸರ ದಾವೆ ಹಿಂಪಡೆಯಲು ಅನುಮತಿಸಿತು. ಸುನ್ನಿ ವಕ್ಫ್ ಬೋರ್ಡಿನ ವ್ಯಾಜ್ಯವನ್ನು ಪ್ರಧಾನ ವ್ಯಾಜ್ಯವಾಗಿ ಪರಿಗಣಿಸಿ ವಿಚಾರಣೆ ಆರಂಭಿಸಿತು.

06 ಡಿಸೆಂಬರ್ 1992ರಂದು ಏಕಾಏಕೀ ಕಟ್ಟಡ ಉಧ್ವಸ್ಥಗೊಂಡಿತು. ಅಯೋಧ್ಯೆಯಲ್ಲಿ ಉದ್ವಿಗ್ನ ಪರಿಸ್ಥಿತಿ ಉಂಟಾಗಿ ಕರ್ಫ್ಯೂ ವಿಧಿಸಲಾಯಿತು. ಪೂಜೆ, ದರ್ಶನ ನಿಲ್ಲಿಸಲಾಯಿತು. ಆಗ ವಿಶ್ವ ಹಿಂದೂ ಅಧಿವಕ್ತಾ ಸಂಘ ಎನ್ನುವ ಸಂಸ್ಥೆಯ ಪರವಾಗಿ ಹರಿಶಂಕರ್ ಜೈನ್ ಎನ್ನುವ ವಕೀಲರು 5314/1992 ರಿಟ್ ದಾವೆಯನ್ನು ಅಲಹಾಬಾದ್ ಹೈಕೋರ್ಟಿನ ಲಖ್ನೋ ಬೆಂಚಿನ ಎದುರು ಮಂಡಿಸಿದರು.

ರಾಮಲಲ್ಲಾ ದರ್ಶನಕ್ಕೆ ಅವಕಾಶ, ಪೂಜಾ, ಆರತಿ ಮತ್ತು ದರ್ಶನಕ್ಕೆ ನಿರಂತರ ಅವಕಾಶ ಕಲ್ಪಿಸಲು ಮತ್ತು ವಿಧ್ವಂಸಗೊಂಡ ಸ್ಥಳದ ಅವಶೇಷಗಳನ್ನು ಸುರಕ್ಷಿತವಾಗಿ ಇರಿಸಲು ಮತ್ತು ಸಂರಕ್ಷಿಸಲು ಕೋರಿದರು. ನ್ಯಾ ಎ.ಎನ್ ಗುಪ್ತಾ ಮತ್ತು ನ್ಯಾ ಎಚ್. ಎನ್.ತಿಲ್ಹಾರಿ ಅವರ ಪೀಠವು 01 ಜನವರಿ 1993ರಂದು ಈ ಕೆಳಕಂಡ ಅಂಶಗಳ ಬಗ್ಗೆ ತೀರ್ಪು ನೀಡಿತು.

ರಾಮಲಲ್ಲಾ ದರ್ಶನಕ್ಕೆ ಸುರಕ್ಷಿತ ದೂರದಿಂದ ದರ್ಶನಕ್ಕೆ ಅವಕಾಶ. ಪೂಜೆಯನ್ನು ನಡೆಸಲು ತಾತ್ಕಾಲಿಕ ಶಿಬಿರಕ್ಕೆ ಮಳೆ, ಗಾಳಿಮತ್ತು ಬಿಸಿಲಿನಿಂದ ರಕ್ಷಿಸಲು ಸೂಕ್ತ ವ್ಯವಸ್ಥೆ ಮಾಡಲು ಸೂಚಿಸಿತು. ಕಾನೂನು ಸುವ್ಯವಸ್ಥೆಗೆ ರಾಜ್ಯ ಸೂಕ್ತ ಕಂಡಂತೆ ಕ್ರಮ ವಹಿಸಲು ಅವಕಾಶ ಕಲ್ಪಿಸಲಾಯಿತು.

ಈ 01.01.1993ರ ತೀರ್ಪನ್ನು ಪ್ರಶ್ನಿಸಿ ಸುಪ್ರೀಂ ಕೋರ್ಟಿನಲ್ಲಿ ಪ್ರಶ್ನಿಸಿದ ಅರ್ಜಿಯು ಕಾನೂನಾತ್ಮಕ ಕಾರಣಗಳಿಗಾಗಿ 24.10.1994ರಲ್ಲಿ ವಜಾ ಆಯಿತು. ಆದ್ದರಿಂದ ಹೈಕೋರ್ಟ್ ಆದೇಶದಂತೆ ಪೂಜಾ ಕಾರ್ಯಗಳು ನಡೆಯುತ್ತಿವೆ.

ಡಿಸೆಂಬರ್ 27 1992ರಂದು ಕೇಂದ್ರ ಸರ್ಕಾರವು ಸುಗ್ರೀವಾಜ್ಞೆಯ ಮೂಲಕ ಸುಮಾರು 70 ಎಕರೆ ಪ್ರದೇಶವನ್ನು ಸುಪರ್ದಿಗೆ ತೆಗೆದುಕೊಂಡಿತು. ಮಾನ್ಯ ರಾಷ್ಟ್ರಪತಿಗಳು ಅಯೋಧ್ಯೆ ಮಸೀದಿ ಇದ್ದ ಕಟ್ಟಡದ ಸ್ಥಳದಲ್ಲಿ ಈ ಹಿಂದೆ ಹಿಂದೂ ಮಂದಿರ ಇತ್ತೆ ಎಂಬ ಅಂಶಗಳನ್ನು ಪರಿಶೀಲಿಸಿ ಅಭಿಪ್ರಾಯ ನೀಡಲು ಸುಪ್ರೀಂ ಕೋರ್ಟಿನಲ್ಲಿ ಸಂವಿಧಾನದ ವಿಧಿ 143(1)ರಂತೆ ಕೋರಿದರು. ಸುಪ್ರೀಂ ಕೋರ್ಟಿನಲ್ಲಿ ದಾವೆ ಹೂಡಿದ ಕಾರಣ ಹೈಕೋರ್ಟಿನ ವ್ಯಾಜ್ಯಗಳ ವಿಚಾರಣೆ ಸ್ಥಗಿತಗೊಂಡಿತು.

ಈ ಸುಗ್ರೀವಾಜ್ಞೆಯನ್ನು ಮತ್ತು ಸ್ಥಳವಶಕ್ಕೆ ಪಡೆದುಕೊಂಡಿರುವುದನ್ನು ಪ್ರಶ್ನಿಸಿ ಸುಪ್ರೀಂಕೋರ್ಟಿನಲ್ಲಿ ದಾವೆ ಹೂಡಲಾಯಿತು. ಮುಖ್ಯ ನ್ಯಾಯಮೂರ್ತಿ ಎಂ.ಎನ್. ವೆಂಕಟಾಚಲಯ್ಯ ಅವರ ನೇತೃತ್ವದಲ್ಲಿ ನ್ಯಾ ಜೆ.ಎಸ್.ವರ್ಮಾ, ನ್ಯಾ ಜಿ.ಎನ್.ರೇ, ನ್ಯಾ ಎ.ಎಂ.ಅಹ್ಮದಿ, ನ್ಯಾ.ಎಸ್.ಪಿ.ಭರೋಚಾ ಅವರ ಪೀಠವು ವಿಚಾರಣೆಯನ್ನು ಕೈಗೆತ್ತಿಕೊಂಡಿತು.

ಕೇಂದ್ರ ಸರ್ಕಾರವು ಶ್ವೇತಪತ್ರ ಹೊರಡಿಸಿ ಈ ಸ್ಥಳದಲ್ಲಿ ರ‌ಃ ಹಿಂದೆ ಹಿಂದೂ ದೇವಾಲಯ ಇತ್ತೆ ಇಲ್ಲವೆ ಎಂಬ ಬಗ್ಗೆ ಎರಡೂ ತಂಡಗಳು ವಿರುದ್ಧ ಅಭಿಪ್ರಾಯಗಳನ್ನು ಹೊಂದಿವೆ. ವಿಹಿಂಪ ಹಿಂದೂ ಮಂದಿರ ಇತ್ತು ಎಂದು ತಿಳಿಸಿದರೆ, ಎಐಬಿಎಂಅ ಮಸೀದಿಯನ್ನು ಸ್ವತಂತ್ರ ನೆಲದ ಮೇಲೆ ಕಟ್ಟಲಾಗಿದೆ ಎಂದು ವಾದಿಸಿತು.

24 ಅಕ್ಟೋಬರ್ 1994ರಲ್ಲಿ ಈ ಬಗ್ಗೆ ಪೀಠವು ಭಿನ್ನಮತದ ತೀರ್ಪು ನೀಡಿತು. ನ್ಯಾ ಎ.ಎಂ ಅಹ್ಮದಿ ಮತ್ತು ನ್ಯಾ ಎಸ್.ಪಿ.ಭರೂಚಾ ಅವರು ಸರ್ಕಾರವು ಸುಗ್ರೀವಾಜ್ಞೆ ಮೂಲಕ ವಶಕ್ಕೆ ಪಡೆದಿರುವುದನ್ನು ಕಾನೂನುಬಾಹಿರ ಎಂದು ಘೋಷಿಸಿದರು. ರಾಷ್ಟ್ರಪತಿಗಳ ಅಭಿಪ್ರಾಯ ಕೋರಿಕೆ ಬಗ್ಗೆ ಅದು ಜಾತ್ಯಾತೀತ ತತ್ವಗಳಿಗೆ ವಿರುದ್ಧವಾಗಿದ್ದು, ಸಾಂವಿಧಾನಾತ್ಮಕ ಅಂಶವಲ್ಲದ ಕಾರಣ ಯಾವುದೇ ತೀರ್ಮಾನ ಪ್ರಕಟಿಸುವುದಿಲ್ಲ ಎಂದು ತಿಳಿಸಿದರು.

ಬಹುಮತ ತೀರ್ಪಿನಲ್ಲಿ ಈ ಜಮೀನಿನ ಸಂಬಂಧ ಇದ್ದ ಎಲ್ಲ ಬಾಕಿ ವ್ಯಾಜ್ಯಗಳನ್ನು ಸುಗ್ರೀವಾಜ್ಞೆಯ 3(4) ರಂತೆ ಪರ್ಯಾಯ ಪರಿಹಾರಮಾರ್ಗಗಳೇ ಇಲ್ಲದೆ ಸುಗ್ರೀವಾಜ್ಞೆ ಮೂಲಕ ರದ್ದುಗೊಳಿಸಿದ್ದನ್ನು ರದ್ದುಮಾಡಿತು. ಆದರೆ ಉಳಿದ ಸುಗ್ರೀವಾಜ್ಞೆಯನ್ನು ಮಾನ್ಯ ಮಾಡಿತು. ಆದರೆ ರಾಷ್ಟ್ರಪತಿಗಳ ಕೋರಿಕೆಯನ್ನು ಹಿಂತಿರುಗಿಸಿತು.

ಆನಂತರ ಈ ಹಿಂದೆ ಇದ್ದ ವ್ಯಾಜ್ಯಗಳು ಯಥಾಸ್ಥಿತಿಯಲ್ಲಿ ಮುಂದುವರೆದವು. 1996ರ ಫೆಬ್ರವರಿ ತಿಂಗಳಿನಿಂದ ಸಾಕ್ಷಿಗಳ ವಿಚಾರಣೆ ಆರಂಭವಾಯಿತು. ಇತಿಹಾಸಕಾರರು, ಸರ್ಕಾರಿ ಅಧಿಕಾರಿಗಳು, ಪುರಾತತ್ವ ಶಾಸ್ತ್ರಜ್ಞರು, ಶಾಸನ ತಜ್ಞರು, ಲಿಪಿ ತಜ್ಞರು ಸೇರಿದಂತೆ ಹಲವು ಕ್ಷೇತ್ರಗಳ ತಜ್ಞರು ಮತ್ತು ಅಧಿಕಾರಿಗಳನ್ನು ಸಾಕ್ಷಿಗಳಾಗಿ ವಿಚಾರಣೆ ನಡೆಸಲಾಯಿತು.

ನಂತರ 01 ಆಗಸ್ಟ್ 2002ರಲ್ಲಿ ಸ್ಥಳ ಪರಿಶೀಲನೆಗೆ ತೀರ್ಮಾನಿಸಿದ ಕೋರ್ಟ್ ನಂತರ ತಂತ್ರಜ್ಞಾನ ಬಳಸಿ ಸ್ಥಳ ಪರಿಶೀಲನೆ ಮತ್ತು ಉತ್ಖನನಗಳ ಬಗ್ಗೆ ಸಹ ಪರಿಶೀಲಿಸಿತು.

30.1.2002ರಿಂದ 17.01.2003ರವರೆಗೆ ಗ್ರೌಂಡ್ ಪೆನೆಟ್ರೇಟಿಂಗ್ ರಾಡಾರ್ ಸರ್ವೆ (ಜಿ.ಪಿ.ಆರ್.ಎಸ್) ಮೂಲಕ ಸರ್ವೆ ಮಾಡಿದ ತಜ್ಞರ ತಂಡವು ಅರ್ಧ ಮೀಟರ್ ಆಳದಿಂದ 5.5 ಮೀಟರ್ ಆಳದವರೆಗೆ ಪುರಾತನ ನಿರ್ಮಾಣದ ಬಗ್ಗೆ ವರದಿ ನೀಡಿತು. ಅಡಿಪಾಯ, ಪಿಲ್ಲರ್‌ಗಳು, ಗೋಡೆಗಳು ಮತ್ತು ಸ್ಲ್ಯಾಬ್‌ಗಳು ಇರುವ ಸಾಧ್ಯತೆ ಬಗ್ಗೆ ವರದಿ ನೀಡಿ, ವಿವರವಾದ ಭೂಪರೀಕ್ಷೆ, ಉತ್ಖನನದಿಂದ ವಾಸ್ತವ ವರದಿ ಪಡೆಯಲು ಸಾಧ್ಯ ಎಂದು 17 ಫೆಬ್ರವರಿ 2003ರಂದು ವರದಿ ನೀಡಿತು.

ಸುಪ್ರೀಂ ಕೋರ್ಟಿನ ತೀರ್ಮಾನದಂತೆ ಭಾರತೀಯ ಪುರಾತತ್ವ ಇಲಾಖೆಯು 2003ರ ಮಾರ್ಚ್ ತಿಂಗಳಿನಿಂದ ಆಗಸ್ಟ್‌ವರೆಗೆ ಸ್ಥಳದಲ್ಲಿ ಇಬ್ಬರು ಜಿಲ್ಲಾ ನ್ಯಾಯಾಧೀಶರ ಮೇಲುಸ್ತುವಾರಿಯಲ್ಲಿ ಉತ್ಖನನ ಮಾಡಿ 25 ಆಗಸ್ಟ್ 2003ರಲ್ಲಿ ವರದಿಯನ್ನು ಕೋರ್ಟಿಗೆ ಸಲ್ಲಿಸಿತು.

ಪುರಾತತ್ವ ಇಲಾಖೆಯು ಹತ್ತನೆಯ ಶತಮಾನದ ಒಂದು ಕಟ್ಟಡವು ವಿವಾದಿತ ಸ್ಥಳದಲ್ಲಿ ಇದ್ದ ಬಗ್ಗೆ ಉತ್ಖನನದಲ್ಲಿ ಕಂಡ ದಾಖಲೆಗಳನ್ನು ಸಲ್ಲಿಸಿತು. ಸುಮಾರು 50 ಕಂಬಗಳ ಈ ಎಲ್ಲ ಬೃಹತ್ ನಿರ್ಮಾಣಗಳು ಸಾಮಾನ್ಯವಾಗಿ ಉತ್ತರ ಭಾರತ ಮಂದಿರಗಳ ನಿರ್ಮಾಣವನ್ನು ಹೋಲುತ್ತಿರುವ ಬಗ್ಗೆ ಸಹ ವರದಿ ಸಲ್ಲಿಸಿತು.

ಸುನ್ನಿ ವಕ್ಫ್ ಬೋರ್ಡ್ ಈ ವರದಿಯ ಬಗ್ಗೆ ತಕರಾರುಗಳನ್ನೆತ್ತಿತು. ಆದರೆ ವೈಜ್ಞಾನಿಕ ಆಧಾರಗಳಲ್ಲಿ ಉರಾತತ್ವ ಶಾಸ್ತ್ರಜ್ಞರು ಪಾಟೀಸವಾಲುಗಳನ್ನು ಎದುರಿಸಿ ಸಮಾಧಾನ ಉತ್ತರ ನೀಡಿದ ಫಲವಾಗಿ ಈವರದಿಯನ್ನು ದಾಖಲೆಗಳನ್ನಾಗಿ ಕೋರ್ಟ್ ಮಾನ್ಯ ಮಾಡಿತು.

2008ರ ನಂತರ ವಿಚಾರಣೆ ಬಿರುಸುಗೊಂಡಿತು. 1996ರಿಂದ 2009ರ ನಡುವೆ ಪೀಠವು ಹತ್ತು ಬಾರಿ ಪುನಾರಚನೆಗೊಂಡಿತ್ತು. 11 ಜನವರಿ 2010ರಲ್ಲಿ ಮುಖ್ಯ ನ್ಯಾಯಮೂರ್ತಿ ಎಸ್.ಆರ್.ಆಲಂ ಅವರ ನೇತೃತ್ವದಲ್ಲಿ ವಿಚಾರಣೆ ಅರಂಭಗೊಂಡಿತು. ಆನಂತರ ದಿನವಹಿ ವಿಚಾರಣೆ ನಡೆಸಿತು. ಪ್ರತಿದಿನ 4 ಗಂಟೆಯಂತೆ ಸರಿಸುಮಾರು ಪ್ರತಿ ತಿಂಗಳಲ್ಲಿ 20 ದಿನ ವಿಚಾರಣೆ ನಡೆಸಿತು. 27 ಜುಲೈ 2010ರಲ್ಲಿ ವಿಚಾರಣೆ ಪೂರ್ಣಗೊಳಿಸಿ 30 ಸೆಪ್ಟೆಂಬರ್ 2010ರಂದು ತೀರ್ಪು ನೀಡಿತು.

ಭಾರತದ ನಿಜವಾದ ಅಸ್ಮಿತೆ. ಈ ದೇಶದ ಭೂತಕಾಲ ಮತ್ತು ಭವಿಷ್ಯತ್ ಕಾಲಗಳಿಗೆ ರಾಮನೇ ನಿಜವಾದ ಪ್ರತಿನಿಧಿ. ಶಾಸನಬದ್ಧ ಆಳ್ವಿಕೆ ಎಂದರೆ ಅದು ರಾಮರಾಜ್ಯ.

ಭಾರತವು ಇಂದು ಜಗತ್ತಿನಲ್ಲಿ ತನ್ನ ವೈಭವವನ್ನು ಮತ್ತೆ ಗಳಿಸಿಕೊಳ್ಳಬೇಕೆಂದರೆ ಅದು ತನ್ನ ನಾಗರಿಕತೆಯ ಇತಿಹಾಸವನ್ನು ತನ್ನದಾಗಿಸಿಕೊಳ್ಳಬೇಕು. ಈ ಮೂಲಕ ಜಾಗರಿಕ ಮಟ್ಟದಲ್ಲಿ ಅದುತನ್ನ ಪ್ರಭಾವವನ್ನು ಬೀರಬೇಕು. ಭಾರತವೆಂದರೆ ಶ್ರೀರಾಮನ ನೆಲವೇ ನೆಹರೂ ಮತ್ತು ಮಾರ್ಕ್ಸ್‌ವಾದಿಗಳ ನೆಲವಲ್ಲ. ಅಯೋಧ್ಯೆಯಲ್ಲಿ ಇದನ್ನುಪುನಃ ಪ್ರದರ್ಶಿಸಬೇಕಾಗಿದೆ.

ಡೇವಿಡ್ ಫ್ರಾಲೆ, ಪ್ರಸಿದ್ಧ ಚಿಂತಕರು

ಅಯೋಧ್ಯೆ ; ಅರಿತದ್ದು, ಕೇಳಿದ್ದು ಹಾಗೂ ಚಾರಿತ್ರಿಕ ಸತ್ಯ

ಪುರಾತತ್ವ ತಜ್ಞ ಕೆ ಕೆ ಮಹಮ್ಮದ್

1990ರಲ್ಲಿ ರಾಷ್ಟ್ರೀಯ ಮಟ್ಟದಲ್ಲಿ ಅಯೋಧ್ಯೆಯ ಒಡೆತನದ ಕುರಿತಾದ ಸಮಸ್ಯೆ ಉಲ್ಬಣಗೊಂಡಿತು. ಅದಕ್ಕೂ ಹಿಂದೆ ಸುಮಾರು 1976–77ರಲ್ಲಿ ಅಯೋಧ್ಯೆಯನ್ನು ಸಂದರ್ಶಿಸಲು ಔದ್ಯೋಗಿಕವಾಗಿ, ಆರ್ಕಿಯಾಲಜಿ ಕಲಿಕೆ ಸಂಬಂಧ, ಸಂದರ್ಶಿಸಲು ನನಗೆ ಅವಕಾಶ ಸಿಕ್ಕಿತು.

ಅಯೋಧ್ಯಾ ಅಧ್ಯಯನ–ಸಂದರ್ಶನ ಸಂದರ್ಭ ಪ್ರೊ ಬಿ.ಬಿ. ಲಾಲ್ ನೇತೃತ್ವದಲ್ಲಿ ಸ್ಕೂಲ್ ಆಫ್ ಆರ್ಕಿಯಾಲಜಿ ವಿದ್ಯಾರ್ಥಿಗಳ ಗುಂಪಿನಲ್ಲಿ ನಾನು ಒಬ್ಬನಾಗಿದ್ದೆ. ಅಂದಿನ ಸಂದರ್ಶನದ ಸಂದರ್ಭ ನನಗೆ ಅಲ್ಲಿ ಈ ಹಿಂದೆ ಇದ್ದ ಹಿಂದೂ ದೇಗುಲದ ಸ್ತಂಭಗಳನ್ನು ಪ್ರತ್ಯಕ್ಷ ಕಾಣಲು ಸಾಧ್ಯವಾಯಿತು. ಇಟ್ಟಿಗೆಯಿಂದ ನಿರ್ಮಿತ ನೆಲಗಟ್ಟಿನ ಮೇಲೆ ಇವನ್ನು ಸ್ಥಾಪಿಸಲಾಗಿತ್ತು. ಇವುಗಳನ್ನು ಎಂದು ಯಾರೂ, ಗಹನವಾಗಿ, ಕುತೂಹಲಭರಿತವಾಗಿ ಪ್ರಶ್ನಿಸುವ ಮನೋಧರ್ಮ ಹೊಂದಿರಲಿಲ್ಲ. ಓರ್ವ ಇತಿಹಾಸಜ್ಞನ, ಪುರಾತನ ವಾಸ್ತುತಜ್ಞರ ಮನೋಧರ್ಮಕ್ಕನುಸರಿಸಿ ಆತನಕ ಇದನ್ನು ಅವಲೋಕಿಸುತ್ತಿದರೇ ಹೊರತು ಇನ್ನೇನೂ ಅಲ್ಲ.

ನಾನು ಸಂದರ್ಶಿಸುವಾಗ ನನಗೆ ಕಣ್ಣಿಗೆ ರಾಚಿದ್ದು ಬಾಬರಿ ಮಸೀದಿ ಗೋಡೆಯಲ್ಲಿ ಅಡಕಗೊಂಡಿದ್ದ ದೇಗುಲದ ಸ್ತಂಭಗಳು. ಈ ಸ್ತಂಭಗಳು Black Basalt ಎಂಬ ಕಲ್ಲಿನಲ್ಲಿ ಕೆತ್ತಿ ನಿರ್ಮಿಸಲಾಗಿತ್ತು. ಈ ಸ್ತಂಭಗಳು ಅಡಿ ಭಾಗದಲ್ಲಿ 11–12 ಶತಮಾನದ ದೇಗುಲಗಳಲ್ಲಿ ಕಾಣಬರುವ ಪೂರ್ಣ ಕಲಶ ಇತ್ಯಾದಿ ಶಿಲ್ಪ ಕೆತ್ತನೆಗಳನ್ನು ನಾನು ಗಮನಿಸಿದೆ. ದೇಗುಲದ ಎಂಟು ಪ್ರಧಾನ, ಪವಿತ್ರ ಚಿಹ್ನೆಗಳಲ್ಲಿ ಪೂರ್ಣ ಕಲಶ ಕೂಡ ಒಂದು. ಇಂತಹ ಒಂದೆರಡಲ್ಲ, 14 ಕಂಬಗಳು ಮಸೀದಿ ಧ್ವಂಸಗೊಂಡಾಗ ಕಾಣಬಂದವು ಮಾತ್ರವಲ್ಲ ಮಸೀದಿ ನಿರ್ಮಿಸಲು ಅವನ್ನು ಬಳಸಲಾಗಿತ್ತೆನ್ನುವುದೂ ಸತ್ಯ. ಪೋಲಿಸ್ ಪಹರೆ ಇರುವ ಕಾರಣ ಸಾರ್ವಜನಿಕರಿಗೆ ಅಲ್ಲಿಗೆ ಮುಕ್ತ ಪ್ರವೇಶ ಇರಲಿಲ್ಲ. ನಾವು ಸಂಶೋಧನಾ ವಿದ್ಯಾರ್ಥಿಗಳಿಗಿದ್ದ ಕಾರಣ ನಮಗೆ ಯಾವುದೇ ಅಡೆತಡೆಯಿರಲಿಲ್ಲ. ಹಾಗೆಂದು ಇದನ್ನೆಲ್ಲ ಅತಿ ಸಮೀಪದಿಂದ ಕಾಣಲು ಸಾಧ್ಯವಾಯಿತು.

ಪ್ರೊ ಜಿ. ಬಿ. ಲಾಲ್ ನೇತೃತ್ವದ ತಂಡದಲ್ಲಿ ಎಎಸ್ಐ ಉದ್ಯೋಗಸ್ಥರ ಜೊತೆ

ಸ್ಕೂಲ್ ಆಫ್ ಆರ್ಕಿಯಾಲಜಿಯಲ್ಲಿ ಕಲಿಯುವ 12 ವಿದ್ಯಾರ್ಥಿಗಳು ಇದ್ದರು. ಸುಮಾರು ಎರಡು ತಿಂಗಳ ಕಾಲ ನಮ್ಮ ಪ್ರತ್ಯಕ್ಷ ದರ್ಶನ ಅಧ್ಯಯನಇತ್ಯಾದಿ ನಡೆಯಿತು. ಇದನ್ನು ಬಾಬರನ ಸೇನಾಧಿಪತಿಯಾಗಿದ್ದ ಮೀರ್ ಬಾಕಿ ಧ್ವಂಸ ಮಾಡಿದ್ದೋ ಅಥವ ಅದಕ್ಕೆ ಮೊದಲೇ ಯಾರಾದರೂ ದೇವಸ್ಥಾನ ಆಕ್ರಮಿಸಿ, ನೆಲಸಮ ಮಾಡಿ ಆ ಬಳಿಕ ಅಲ್ಲಿರುವ ದೇಗುಲದ ಭಾಗಗಳನ್ನು ಅವಶೇಷಗಳನ್ನು ಬಳಸಿ ಮಸೀದಿ ನಿರ್ಮಿಸಿದ್ದಾಗಿ ಕಂಡು ಬರುತ್ತದೆ.

ನಾವು ಮಸೀದಿ ಹಿಂಭಾಗದಲ್ಲೂ, ಇಕ್ಕೆಲಗಳಲ್ಲೂ ಕೈಗೊಂಡ ಭೂಶೋಧನೆಯಲ್ಲಿ ಈ ಹಿಂದೆ ಉಲ್ಲೇಖಿಸಿದ ಸ್ತಂಭ ಗಳನ್ನು ನೋಡಲು ನಿರ್ಮಿಸಿದ ಇಟ್ಟಿಗೆ ಕಟ್ಟೆ ಕಾಣಬಂದಿತು. ಆ ಮಾಹಿತಿ ಆಧಾರದಲ್ಲಿ ನಾನು ಈ ತಾಣದಲ್ಲಿ ಹಿಂದೂ ದೇಗುಲ ವಿದ್ದಿತ್ತೆಂದು ನಿಷ್ಕರ್ಷೆಗೆ ಬಂದೆ. ಈ ಕುರಿತು ಪ್ರಸ್ತಾಪ 1990 ಡಿಸೆಂಬರ್ 15ರಂದು ಪ್ರಕಟವಾಯಿತು. ಅಷ್ಟರಲ್ಲಿ ಹಿಂದೂ ಮುಸ್ಲಿಮರಲ್ಲಿ ಪರಸ್ಪರ ಕಿತ್ತಾಟ ಶುರುವಿಟ್ಟುಕೊಂಡಿತ್ತು. ಇತ್ತಂಡದಲ್ಲಿರುವ ಮುಖಂಡರುಗಳು ಯಾವುದೇ ರಾಜಿ ಪಂಚಾಯ್ತಿಕೆಗೆ ಸಿದ್ಧರಿರಲಿಲ್ಲ. ವಿಶ್ವಹಿಂದೂ ಪರಿಷತ್‌ಗೆ ಕಾದಾಡಲು ಪ್ರಬಲ ಅಸ್ತ್ರವನ್ನು ಕೈಗೆ ನೀಡಿದಂತಾಗಿತ್ತು. ಬಾಬರಿ ಸಮಸ್ಯೆಯನ್ನು ಕೊನೆಗಾಣಿಸಲು ಆ ಸ್ಥಳವನ್ನು ಹಿಂದೂಗಳಿಗೆ ಬಿಟ್ಟು ಕೊಡಬೇಕೆಂದು ಮುಸ್ಲಿಮರಲ್ಲಿರುವ ಸೌಮ್ಯವಾದಿಗಳು ಗುಂಪು ಅಭಿಪ್ರಾಯಪಟ್ಟಿದೆ. ಇನ್ನು ಕೆಲವು ಮುಸ್ಲಿಮ್ ಮುಖಂಡರು ಬೆಂಬಲಿಸಿದರು. ಆದರೆ ಸಾರ್ವಜನಿಕವಾಗಿ ಇದನ್ನು ಬಹಿರಂಗಪಡಿಸಲು ಅವರಿಗೆ ಧೈರ್ಯವಿರಲಿಲ್ಲ. ಬಾಬ್ರಿ ಮಸೀದಿಯನ್ನು ಹಿಂದೂಗಳಿಗೆ ಬಿಟ್ಟು ಕೊಟ್ಟರೆ ಮತ್ತೆ ಯಾವುದೇ ಸಮಸ್ಯೆಗಳನ್ನು ಹಿಂದೂ ಹಿತಾಸಕ್ತಿ ಹುಟ್ಟು ಹಾಕಲಿಕ್ಕಿಲ್ಲ ಎಂಬುದು ಈ ಸೌಮ್ಯವಾದಿಗಳು ನಿಲುವು. ಇದೇ ಧೋರಣೆ ಇನ್ನೂ ಸ್ವಲ್ಪ ಮುಂದುವರೆದಿದ್ದಲ್ಲಿ ಸಮಸ್ಯೆ ಮಿತಿ ಮೀರದಂತೆ ಹತೋಟಿಗೆ ಬರುತ್ತಿತ್ತೇನೋ?

ಇದೇ ಸಂದರ್ಭದಲ್ಲಿ ಮುಸ್ಲಿಮ್ ತೀವ್ರವಾದಿಗಳಿಗೆ ಬೆಂಬಲವಾಗಿ ಮಸೀದಿ ಬಿಟ್ಟು ಕೊಡದಂತೆ ಪಟ್ಟುಹಿಡಿಯಬೇಕೆಂದು ವಾಮ ಪಂಥೀಯ ಇತಿಹಾಸ ತಜ್ಞರು ಬೆಂಕಿಗೆ ಎಣ್ಣೆ ಸುರಿಯುವ ಶ್ರಮಕ್ಕೆ ಮುಂದಾಗಿದ್ದು ದೌರ್ಭಾಗ್ಯಕರ, ಇವರೆಲ್ಲ ಮಾಡುವ ಹುನ್ನಾರಗಳು, ಕುತಂತ್ರಗಳು ಏನೆಲ್ಲ ಅನರ್ಥ, ಸಾವು–ನೋವುಗಳಿಗೆ ಕಾರಣವಾಗಬಹುದು ಎಂಬ ಸರಳವಾದ ವಿಚಾರ ಕೂಡಾ ಈ ವಾಮಪಂಥೀಯರಿಗೆ ಇರಲಿಲ್ಲ ಅನ್ನುವುದು ನಿಚ್ಚಳ, ಖೇದಕರ ಅಥವಾ ಅವರ 'ದಿವ್ಯ ಕುರುಡು' ಧೋರಣೆ ಇರಲೂ ಬಹುದು

ಜೆ.ಎನ್.ಯು.ನಲ್ಲಿ ಕೆಲವೊಬ್ಬ ವಾಮಪಂಥೀಯ ಇತಿಹಾಸಜ್ಞರು ಇದ್ದರು. ಎಸ್. ಗೋಪಾಲ್, ರೋಮಿಲಾ ಥಾಪರ್, ಬಿ.ಎಸ್. ಚಂದ್ರ ಇವರೆಲ್ಲ ಈ ಸಮಸ್ಯೆಯನ್ನು ಉಲ್ಬಣಗೊಳಿಸಲು ತಂತ್ರ ಹೆಣೆಯತೊಡಗಿದರು. ಅವರ ಐತಿಹಾಸಿಕ ಸತ್ಯಗಳನ್ನು ಪ್ರಶ್ನಿಸಿ ವಾದ ಮಂಡಿಸುತ್ತಾ, ದೇಗುಲವನ್ನು ಧ್ವಂಸ ಮಾಡಿದ ಬಗ್ಗೆ 19ನೇ

ಶತಮಾನದಲ್ಲಿ ಯಾವೊಂದು ವಿಚಾರಗಳ ಉಲ್ಲೇಖವಾಗಿಲ್ಲ, ಅಯೋಧ್ಯೆ ಬೌದ್ಧರ-ಜೈನರ ದೇಗುಲಗಳಾಗಿರಬಹುದೆಂದೂ ಮೊಂಡು ವಾದಕ್ಕೆ ಅಣಿಯಾದರು. ಇವರಷ್ಟೆ ಸಾಲದೆಂಬಂತೆ ಅಗ್ಗಿಷ್ಟಿಕೆಯಲ್ಲಿ ಚಳಿ ಕಾಯಿಸಿಕೊಳ್ಳಲು ಪ್ರೊ ಆರ್.ಎಸ್. ಶರ್ಮಾ , ಅಕರ್ ಅಲಿ, ಡಿ.ಎಸ್.ಝಾ, ಸೂರಜ್‌ಭಾನ್, ಇರ್ಫಾನ್ ಹಬೀಬ್ (ಸ್ವಾಭಾವಿಕವಾಗಿ ಇಂತಹ ಕುಹಕಗಳಲ್ಲಿ ಎತ್ತಿದ ಕೈ) ಎಂಬುವರೂ ಸೇರಿದಾಗ ಇತಿಹಾಸಜ್ಞರ ವಾದಕ್ಕೆ ಬೆಂಬಲ ಬಲಿಯಿತು, ಸೂರಜ್‌ಬಾನ್ ಮಾತ್ರ ಭೂ ಸಂಶೋಧಕರಾಗಿದ್ದವರು.

ಉಳಿದಂತೆ ಆರ್.ಎಸ್. ಶರ್ಮಾ ಜೊತೆ ಇದ್ದವರು ಬಾಬ್ರಿ ಮಸೀದ್ ಆಕ್ಷನ್ ಸಮಿತಿಯ 'ತಜ್ಞ'ರಾಗಿ ಹಲವಾರು ಯೋಜಿತ ಸಭೆಗಳಲ್ಲಿ ಭಾಗವಹಿಸಿದವರು. ಈ ಸಭೆಗಳನ್ನು ಆಯೋಜಿಸುತ್ತಿದ್ದುದು ಮುಖ್ಯವಾಗಿ ನಮ್ಮ 'ವಿಘ್ನ ಸಂತೋಷಿ' ಎನಿಸಿದ ಇರ್ಫಾನ್ ಹಬೀಬ್, ಇಂಡಿಯನ್ ಕೌನ್ಸಿಲ್ ಆಫ್ ಹಿಸ್ಟಾರಿಕಲ್ ರಿಸರ್ಚ್ ಅಧ್ಯಕ್ಷರು ಆಗಿದ್ದರು. ಇಂತಹ ಸಭೆ-ಸಮಾಲೋಚನೆಗಳನ್ನು ಇರ್ಫಾನ್ ಅವರು ತನ್ನದೇ ಕಾರ್ಯಾಲಯದಲ್ಲಿ ಆಯೋಜಿಸುವುದನ್ನು ಪ್ರೊ ಎಂ.ಜಿ.ಎಸ್. ನಾರಾಯಣನ್ ವಿರೋಧಿಸಿದರೂ. ಆದರೆ ನಾರಾಯಣ್ ಅವರ ಬೆಂಬಲಕ್ಕೆ ಯಾರು ಬರಲಿಲ್ಲ. ಪತ್ರಿಕೆಗಳಲ್ಲೂ ನಿಯತಕಾಲಿಕೆಗಳಲ್ಲೂ ಈ ಇತಿಹಾಸತಜ್ಞರು ತಮಗೆ ತೋಚಿದ್ದ, ಆದರೆ ಸತ್ಯಕ್ಕೆ ದೂರವಾದ ವಿಚಾರಗಳನ್ನೊಳಗೊಂಡ ಲೇಖನಗಳನ್ನು ಪ್ರಕಟಿಸಿ ಸಮಸ್ಯೆ ಇನ್ನೂ ಗೋಜಲಾಗುವ ಯತ್ನವನ್ನು ಮುಂದುವರಿಸಿದವರು.

ರಾಜಿಸೂತ್ರಕ್ಕೆ ಪಕ್ಕಾಗಿದ್ದ 'ಸೌಮ್ಯವಾದಿ' ಮುಸ್ಲಿಮರು ಕೂಡಾ ಈ ಕುಯುಕ್ತಿಗೆ ಬಲಿಯಾಗಿ ತಮ್ಮ ಯೋಜನೆಯನ್ನು ಬದಲಿಸತೊಡಗಿದರು. ಈ ವಾಮಪಂಥೀಯ ವಿಚಾರಧಾರೆಗೆ ನೀರೆರೆಯುತ್ತಿದ್ದುದು ಟೈಂಸ್ ಆಫ್ ಇಂಡಿಯಾ ಗುಂಪಿನ ಪತ್ರಿಕೆಗಳು. ಹೆಚ್ಚಿನ ಲೇಖನಗಳಿಗೆ ಪ್ರಕಟಣೆಗೆ ಆಸ್ಪದ ನೀಡಿದ್ದು ಕೂಡಾ ಅವರೇ, ದೌರ್ಭಾಗ್ಯವಶಾತ್ ಈ ಎಲ್ಲ ಗೊಂದಲ ಪೂರಿತ ವಿಚಾರಗಳು ಪ್ರಸಾರವಾಗುತ್ತಿದ್ದಂತೆಯೇ ಬಾಬ್ರಿ ಮಸೀದಿ ಆಕ್ಷನ್ ಸಮಿತಿಗೆ ಮನ್ನಣೆ ದೊರಕಿ, ಅವರ ಕಾದಾಟ ಇನ್ನೂ ತೀವ್ರವಾಯಿತು. ಹೆಚ್ಚಿನ ಗುಂಪುಗಳು ಕ್ರಮೇಣ ಮಸೀದಿ ಬಿಟ್ಟುಕೊಡಬಾರದು ಎಂಬ ತೀರ್ಮಾನಕ್ಕೆ ಬರಲು ಈ ವಾಮಪಂಥೀಯರ ಮೊಂಡುವಾದಗಳು, ಅದಕ್ಕೆ ಸೊಪ್ಪು ಹಾಕುತಿದ್ದ ಪ್ರಕಟಣೆಗಳು ಕಾರಣವಾದವು. ಪ್ರಾರಂಭದಲ್ಲಿ ಮುಸ್ಲಿಮರ ಒಂದು ಗುಂಪು ಏನಿದ್ದರೂ ಮಾತುಕತೆಯಿಂದ ಸಂಧಾನವೇ ಸರಿಯೆಂದು ಬಹಿರಂಗವಾಗಿ ಯಲ್ಲದಿದ್ದರೂ ಒಳಗಿಂದೊಳಗೇ ಯೋಚಿಸುತ್ತಿತ್ತು. ಈ ಇರ್ಫಾನ್ ಹಬೀಬರ ತಂಡದ ಕುಯುಕ್ತಿಪೂರ್ಣ ವಾದಸರಣಿ ಪರಸ್ಪರರಲ್ಲಿ ಶಂಕೆಗೆ, ಎಡೆಮಾಡಲು ಪ್ರೇರಕವಾದ ವಿಚಾರ ಸರಣಿ 'ಸೌಮ್ಯವಾದಿ' ಗುಂಪು ಕೂಡಾ ಬಲಿಯಾಯಿತು. ಇರ್ಫಾನ್ ಹಬೀಬ್ ತಂಡದ ಮಸ್ತಿಷ್ಕ ತೊಳೆಯುವ (Brain Washing) ಪ್ರಕ್ರಿಯೆಯಿಂದಾಗಿ ಕ್ರಮೇಣ ಮುಸ್ಲಿಮರು ಒಂದಾಗಿ ಮಸೀದಿಯನ್ನು ಹಿಂದೂಗಳಿಗೆ ಬಿಟ್ಟುಕೊಡಬಾರದೆಂದು ಹಟಕ್ಕೆ ಪಕ್ಕಾದರು. ಶಾಂತಿಯುತವಾಗಿ ಸಮಸ್ಯೆ ಬಗೆಹರಿಯುತ್ತಿದ್ದಲ್ಲಿ ಇತ್ತಂಡಗಳಲ್ಲೂ ಇರುವ ಮನಸ್ತಾಪ ಕ್ಕೆ ಚ್ಯುತಿ ಬಂದು ಪರಸ್ಪರರು ಸಂಬಂಧವನ್ನು ಬೆಳೆಸುವುದು

ಸಾಧ್ಯವಾಗುತ್ತಿತ್ತು. ಈ ಪರಸ್ಪರ ವಿರೋಧವನ್ನು ಕುದಿಯಲು ಬಿಟ್ಟ ಕಾರಣ ಅನೇಕ ಪ್ರಗತಿಪರ ಯೋಜನೆಗಳು ಮಣ್ಣುಪಾಲಾದವು. ಭಾರತದ ಮುಸ್ಲಿಂ ತೀವ್ರವಾದ ಮತ್ತು ಕಮ್ಯುನಿಷ್ಟರ ಸಂಕುಚಿತ ಸಿದ್ಧಾಂತ ಹುಟ್ಟು ಹಾಕಿದ ದ್ವೇಷ ರಾಜಕಾರಣ ಬಲಿತು, ನಿಷ್ಪಕ್ಷವಾಗಿ ಸಮಸ್ಯೆಯನ್ನು ಅವಲೋಕನಗೈದು, ಅದಕ್ಕೊಂದು ರಾಜೀಸೂತ್ರ ರೂಪಿಸಿ ಹಿಂದೂ–ಮುಸ್ಲಿಂ ಬಾಂಧವ್ಯಕ್ಕೆ ಸಿದ್ಧವಾಗಲು ತೊಡಕಾಯಿತು. ದುರದೃಷ್ಟವಶಾತ್ ಟೈಂಸ್ ಆಫ್ ಇಂಡಿಯಾದಂತಹ ಪ್ರತಿಷ್ಠಿತ ಪತ್ರಿಕೆ, ವಾಮ ದೃಷ್ಟಿಕೋನದಿಂದ ವಿಶ್ಲೇಷಿಸುವ ಇತಿಹಾಸಜ್ಞರಿಗೆ ತಮ್ಮ ನಿಲುವನ್ನು ಸಾರ್ವಜನಿಕರ ಸಮಕ್ಷಮ ಮಂಡಿಸಲು ಆಸ್ಪದ ನೀಡಿದ್ದು ಅತ್ಯಂತ ಖಂಡನೀಯ ಅಪರಾಧವೇ ಸರಿ. ಇದಕ್ಕೆ ನಮ್ಮ ದೇಶ ಭಾರೀ ಬೆಲೆ ತೆರಬೇಕಾಯಿತು. ಮುಂದಿನ ದಿನಗಳಲಿ ವೈಷಮ್ಯದ ಕಿತ್ತಾಟಗಳು ಇದಕ್ಕೆ ಪೂರಕವಾಗಿ ಸಂಭವಿಸಿದ್ದು ಈಗಲೂ ಈ ಬೆಂಕಿ ಆರದ ಹಂತಕ್ಕೆ ತಲುಪಿದೆ ಎನ್ನುವುದು ನಿಸ್ಸಂಶಯವಾಗಿ ಹೇಳಬಹುದು.

ಇರ್ಫಾನ್ ಹಬೀಬ್ ನೇತೃತ್ವದಲ್ಲಿ ಇಂಡಿಯನ್ ಹಿಸ್ಟರಿ ಕಾಂಗ್ರೆಸ್ ಮುಖೇನ ಅಯೋಧ್ಯಾ ಸಮಸ್ಯೆಯನ್ನು ಜಟಿಲತೆಗೆ ಒಯ್ಯುವ ಕುಟಿಲ ಶ್ರಮ ಅವ್ಯಾಹತವಾಗಿ ಸಾಗುತ್ತಿದೆ. ಇದಕ್ಕೆಲ್ಲ ಒಂದು ಶಾಶ್ವತ ಪರಿಹಾರ ಕಂಡುಕೊಳ್ಳಬೇಕೆಂದು ಹಿಸ್ಟರಿ ಕಾಂಗ್ರೆಸ್‌ನಲ್ಲಿ ಅಭಿಪ್ರಾಯವಿದ್ದವರು ಅನೇಕರಿದ್ದರು. ಆದರೆ ಅವರು ಬಾಯೆರೆದರೆ 'ಜಾತಿವಾದಿ' ಎಂಬ ಹಣೆಪಟ್ಟಿ ಹಚ್ಚಲು ಹಬೀಬರಾಗಲಿ, ಅವರ ಬಾಲ ಬಡುಕರಾಗಲಿ ಹಿಂದೆ–ಮುಂದೆ ನೋಡುತ್ತಿರಲಿಲ್ಲ. ಭಾರತ ತನ್ನ ಇಂದಿನ ಅಸಹಿಷ್ಣುತೆಯನ್ನು ಪಾಕಿಸ್ತಾನ ಅಸಹಿಷ್ಣುತೆಯೊಂದಿಗೆ ತಾಳೆಹಾಕಿದಾಗ ಎಎಸ್‌ಐ ನಿಷ್ಠುರವಾದ ನಿಲುವನ್ನು ತಾಳಬೇಕಾಯಿತು. ಇರ್ಫಾನ್ ಹಬೀಬ್ ನಡೆಸಿದ ಕುಟಿಲ ಪ್ರಯತ್ನವನ್ನು ಹಿಸ್ಟರಿ ಕಾಂಗ್ರೆಸ್‌ನವರೆಲ್ಲರೂ ಬೆಂಬಲಿಸಿರಲಾರರು. ಆದರೆ ಎಲ್ಲರೂ ಮೌನಕ್ಕೆ ಶರಣಾಗಿದ್ದರು. ಇರ್ಫಾನ್ ಹಬೀಬ್ ನಿಲುವನ್ನು ಟೈಂಸ್ ವಾಹಿನಿಯ ಅರ್ನಾಬ್ ಗೋಸ್ವಾಮಿ ಪ್ರಶ್ನಿಸಿದ್ದು, ಪತ್ರಕರ್ತರು ನೇರ ದಾರಿಯಲ್ಲಿ ಯೋಚಿಸುವ ಪ್ರಕ್ರಿಯೆಗೆ ತೊಡಗಿದ ಸೂಚನೆ ಎಂದು ನಾನು ಭಾವಿಸುತ್ತೇನೆ.

ಅಯೋಧ್ಯೆ, ಸಮಸ್ಯೆ ಬಗ್ಗೆ ಅನುಕೂಲಕರವಾಗಲಿ ಹಾಗೂ ಪ್ರತಿಕೂಲಕರವಾಗಲಿ ಪುರಾತತ್ವ ಸಂಶೋಧಕರು, ತರ್ಕ–ವಿತರ್ಕ–ಕುತರ್ಕಗಳಲ್ಲಿ ಎರಡು ಬಣಗಳಾಗಿ ಸೆಣಸಾಡುವ ಸಂದರ್ಭ, ಬಾಬ್ರಿ ಮಸೀದಿ ತಳದಲ್ಲಿರುವುದು ಹಿಂದೂ ದೇಗುಲ ಅವಶೇಷಗಳೆಂದೂ, ಅವಳನ್ನು ನಾನು ಸ್ವತಃ ಪರಿಶೀಲಿಸಿದ್ದಾಗಿಯೂ, 1990 ಡಿಸೆಂಬರ್ 15ರಂದು ನಾನು ಒಂದು ಪ್ರಸ್ತಾಪ ಮಾಡಿದೆ.

ಆಗ ನಾನು ಮದರಾಸಿನಲಿ ಆರ್ಕಿಯಾಲೋಜಿಕಲ್ ಸರ್ವೇ ಆಫ್ ಇಂಡಿಯಾದಲ್ಲಿ ಡೆಪ್ಯೂಟಿ ಸುಪರಿಂಟೆಂಡೆಂಟ್ ಪುರಾತತ್ವಶಾಸ್ತ್ರಜ್ಞನಾಗಿ ಕಾರ್ಯ ನಿರ್ವಹಿಸುತ್ತಿದ್ದೆ. ಸಂದರ್ಭ ಇಂಡಿಯನ್ ಎಕ್ಸ್‌ಪ್ರೆಸ್ ಪತ್ರಿಕೆಯಲ್ಲಿ ಅಯೋಧ್ಯಾ ಸಮಸ್ಯೆಯ ಕುರಿತಾದ ಪ್ರಸ್ತಾಪ ಪ್ರಕಟವಾಯಿತು. ಇದನ್ನು ಬರೆದವರು ಐರಾವತಂ ಮಹದೇವನ್ ಎಂಬ

ಒಬ್ಬ ಐಎಎಸ್ ಆಫೀಸರ್. ಸಿಂಧೂ ನಾಗರಿಕತೆಯ ಕುರಿತು ಗ್ರಂಥ ರಚಿಸಿದ ಅವರು, ಹೆಚ್ಚಿನವರು ಬಲ್ಲವರಾಗಿದ್ದು ಅವರ ಮಾತಿಗೆ ಬೆಲೆಯು ಇತ್ತು. ಕೇಂದ್ರ ಸರಕಾರದ ಒಂದು ವಿಭಾಗದಲ್ಲಿ ಕಾರ್ಯದರ್ಶಿ ಸ್ಥಾನದಿಂದ ನಿವೃತ್ತರಾದ ಬಳಿಕ ಅವರು 'ದಿನಮಣಿ' ಎಂಬ ತಮಿಳು ದೈನಿಕ ಸಂಪಾದಕರಾಗಿದ್ದರು. ಅವರ ಮಾಡಿದ ಉಲ್ಲೇಖ ಹೀಗಿತ್ತು "ಬಾಬ್ರಿ ಮಸೀದಿ ತಳಪಾಯದಲ್ಲಿ ದೇವಸ್ಥಾನದ ಪಳೆಯುಳಿಕೆಗಳು ಉಂಟೆಂದು, ಇಲ್ಲವೆಂದು ಅಭಿಪ್ರಾಯವನ್ನು ವಿವಿಧ ಬಣ್ಣದ ಇತಿಹಾಸಕಾರರು ಸಾಸಿಸುತ್ತಾರೆ. ಹಾಗಾದರೆ ಅದೇಕೆ ಇನ್ನೊಮ್ಮೆ ಅಲ್ಲಿ ಭೂಖನನ ನಡೆಸಿ ಸಮಸ್ಯೆ ಬಗೆಹರಿಸಬಾರದು? ಚಾರಿತ್ರಿಕವಾದ ಒಂದು ದುರ್ಘಟನೆ ಯಾ ತಪ್ಪು ಸಂಭವಿಸಿದ್ದನ್ನು ತಿದ್ದಲು ಒಂದು ಐತಿಹಾಸಿಕ ಸ್ಮಾರಕ (ಬಾಬ್ರಿ ಮಸೀದಿ) ಧ್ವಂಸ ಮಾಡಬೇಕಿರಲಿಲ್ಲ, ಅದು ಸರಿಯೂ ಅಲ್ಲ." ಸಮತೋಲನದಿಂದೊಡಗೂಡಿದ ಮಹಾದೇವನ್ ಅವರ ಅಭಿಪ್ರಾಯ ನನಗೆ ಮೆಚ್ಚುಗೆಯಾಯಿತು. ಅದಕ್ಕಾಗಿಯೇ ಅವರನ್ನು ಅಭಿನಂದಿಸಿ ವೈಯಕ್ತಿಕವಾಗಿ ಅವರಿಗೆ ಒಂದು ಪತ್ರ ಬರೆದೆ.

ಜೊತೆಗೆ, 1976ರಲ್ಲಿ ಕೈಗೊಂಡ ವೀಕ್ಷಣೆಯಲ್ಲಿ ನಾನು ಪಾಲ್ಗೊಂಡಿದ್ದೆ ಎಂದು ತಿಳಿಸಿದೆ. 'ಒಂದು ಐತಿಹಾಸಿಕವಾಗಿ ಘಟಿಸಿದ ತಪ್ಪನ್ನು ಸರಿಪಡಿಸಲು ಚಾರಿತ್ರಿಕ ಸ್ಮಾರಕವನ್ನು ಧ್ವಂಸ ಮಾಡುವುದು ಸರಿಯಲ್ಲ ಎಂಬ ನಿಮ್ಮ ನಿಲುವನ್ನು ನಾನು ಒಪ್ಪುತ್ತೇನೆ. ನೀವು ವಾಚಕರ ಸಮಕ್ಷಮ ತೆರೆದಿಟ್ಟದ್ದು ಒಂದು ವಿಶಾಲವಾದ ದೃಷ್ಟಿಕೋನ.' ಈ ಪತ್ರ ಅವರ ಕೈ ಸೇರಿದ ಮರುದಿನವೇ ಮಹಾದೇವನ್ ನನ್ನ ಕಾರ್ಯಾಲಯಕ್ಕೆ ಭೇಟಿ ನೀಡಿದರು. ನನ್ನ ಪತ್ರವನ್ನು ಪ್ರಕಟಿಸಲು ನನ್ನ ಒಪ್ಪಿಗೆ ಕೇಳಿದರು, 'ಒಬ್ಬ ಸರ್ಕಾರಿ ಉದ್ಯೋಗಿಯಾಗಿರುವುದರಿಂದ, ಸೂಕ್ಷ್ಮವೂ, ಭಾವುಕವೂ, ವಿವಾದಾತ್ಮಕವೂ ಆದ ವಿಚಾರವನ್ನೊಳಗೊಂಡ ಪತ್ರವನ್ನು ಔದ್ಯೋಗಿಕವಾಗಿ ಪ್ರಕಟಿಸುವುದು ಸಲ್ಲದು. ಅಲ್ಲದೆ ನನ್ನ ಮೇಲಧಿಕಾರಿಗಳು ಇದಕ್ಕೆ ಒಪ್ಪಲಾರರು. ಅದು ಒಂದು ರೀತಿಯಲ್ಲಿ ಆತ್ಮಹತ್ಯೆಗೆ ಶರಣಾದಂತೆಯೇ ಸರಿ. ಆದರೆ ಸತ್ಯವನ್ನು ಮುಚ್ಚಿಡಲು ಕೂಡದು. ಸಮಯೋಚಿತ ತೀರ್ಮಾನಗ್ಯೆದು ಸಾರ್ವಜನಿಕ ಹಂತವನ್ನು ಪರಿಗಣಿಸಿ ಇಂತಹ ವಿಚಾರವನ್ನು ಸಾರ್ವಜನಿಕ ವೇದಿಕೆಯಲ್ಲಿ ಮಾಧ್ಯಮಗಳಲ್ಲಿ ಪ್ರಕಟಿಸಬಹುದು' ಎಂದು ನನ್ನಲ್ಲಿ ಹೇಳಿದರು. ಇದೊಂದು ರೀತಿ ಎಚ್ಚರಿಕೆ ಕೂಡ ಆಗಿತ್ತು. ನಾನು ಹಾಗೂ ನನ್ನ ಸಹೋದ್ಯೋಗಿ. ಸೂಪರಿಂಟೆಂಡೆಂಟ್ ಆರ್ಕಿಯಾಲೋಜಿಸ್ಟ್ ನರಸಿಂಹಯ್ಯ ಜತೆಯಾಗಿ ಮಹದೇವನ್ ಅವರೊಂದಿಗೆ ಸಮಾಲೋಚನೆ-ವಿಚಾರ ವಿನಿಮಯ ನಡೆಸಿದೆವು. ಕೊನೆಗೂ ನಾವೊಂದು ನಿರ್ಧಾರಕ್ಕೆ ಬಂದೆವು. ಇಷ್ಟೊಂದು ನಿಚ್ಚಳವಾದ ಸತ್ಯವನ್ನು ಬಚ್ಚಿಡಬಾರದು. ಅಯೋಧ್ಯಾ ಭೂ ಸಂಶೋಧನೆ ಸಂದರ್ಭ ಕಾಣಬಂದ ಸ್ತಂಭದ ಕೆಳಗೆ ನಿರ್ಮಿಸಿದ ಇಟ್ಟಿಗೆಯ ಅಡಿಪಾಯವನ್ನು ಪತ್ತೆ ಹಚ್ಚುವಾಗ ಪ್ರೊ. ಬಿ.ಬಿ.ಲಾಲ್ ಅವರ ಜತೆ ಶ್ರೀ ನರಸಿಂಹಯ್ಯ ಕೂಡಾ ಇದ್ದರು. ತೀವ್ರ ಹಿಂದುತ್ವವಾದಿಗಳ ಕೈಗೆ ಸಿಕ್ಕಿಬಿದ್ದು ನಾವು ಚಡಪಡಿಸುವಂತಾಗಬಾರದು. ಜಾತೀಯತೆಯನ್ನೂ ಮೀರಿ ಇತ್ತಂಡಗಳೂ ಅದರ ರಾಜಕೀಯ ಲಾಭ ಗಳಿಸದಂತೆ ನೋಡಿಕೊಳ್ಳಬೇಕು. ಅಂತೆಯೇ ನನ್ನ ಪತ್ರಿಕಾ ಪ್ರಕಟಣೆ

ಇಂಡಿಯನ್ ಎಕ್ಸ್‌ಪ್ರೆಸ್ ಪತ್ರಿಕೆಯ 'ಸಂಪಾದಕರಿಗೆ ಪತ್ರ' ವಿಭಾಗದಲ್ಲಿ ಪತ್ರಿಕೆಯ ಎಲ್ಲಾ ಆವೃತ್ತಿಗಳಲ್ಲೂ ಪ್ರಕಟಗೊಂಡಿತು. ಬಳಿಕ ಇನ್ನುಳಿದ ಪತ್ರಿಕೆಗಳಲ್ಲಿ ಇದರ ಅನುವಾದ, ಪ್ರಸ್ತಾಪ ಕೂಡಾ ಪ್ರಕಟವಾಯಿತು. ಮತ್ತೆ ಕೇಳುವುದೇನು? ನನಗೆ ದೂರವಾಣಿಯಲ್ಲಿ ಬೆದರಿಕೆ ಕರೆಗಳು ಅವ್ಯಾಹತವಾಗಿ ಬರತೊಡಗಿದವು. ಕೆಲವರು ಅಭಿನಂದನೆ ಕೂಡ ಸಲ್ಲಿಸಿದ್ದುಂಟು. ಮೊದಲೇ ತಿಳಿಸಿದಂತೆ ನಾನು ಎಲ್ಲ ಗುಂಪುಗಳಿಂದಲೂ ದೂರಸರಿದು ನಿಂತೆ. ನಾನು ಯಾವುದೇ ವಿವಾದಕ್ಕೆ ಸಿಲುಕಿಕೊಳ್ಳದಂತೆ ಶ್ರಮವಹಿಸಿದೆ.

ನನ್ನ ಪ್ರಕಟಣೆ ಬಂದ ಕೆಲವೇ ದಿನಗಳಲ್ಲಿ ಕೇಂದ್ರ ಸಾಂಸ್ಕೃತಿಕ ವಿಭಾಗ ಕಾರ್ಯದರ್ಶಿ ಆರ್.ಸಿ. ತ್ರಿಪಾಠಿ ಹಾಗೂ ಆರ್ಕಿಯಾಲೋಜಿಕಲ್ ಸರ್ವೆ ಆಫ್ ಇಂಡಿಯಾ ಡೈರೆಕ್ಟರ್ ಜನರಲ್ ಎಂ.ಸಿ. ಜೋಷಿಯವರು ಯುನೆಸ್ಕೋ ಆಯೋಜಿಸಿದ ಸೆಲ್ಯೂಟ್ ಸೆಮಿನಾರ್‌ನಲ್ಲಿ ಪಾಲ್ಗೊಳ್ಳಲು ಮದ್ರಾಸಿಗೆ ಬಂದಿದ್ದರು. ಈ ವಿಚಾರಸಂಕಿರಣದ ಜವಾಬ್ದಾರಿ ಹೊರಬೇಕಾಗಿದ್ದ ಶ್ರೀ ನರಸಿಂಹಯ್ಯನವರಿಗೆ ಕಾಂಬೋಡಿಯಕ್ಕೆ ತೆರಳುವ ಒಂದು ತಂಡಕ್ಕೆ ನೇತೃತ್ವ ನೀಡಬೇಕಿತ್ತು. ಈ ಅಂತಾರಾಷ್ಟ್ರೀಯ ಸೆಮಿನಾರ್‌ನಲ್ಲಿ ಭಾಗವಹಿಸಲು ವಿವಿಧ ರಾಷ್ಟ್ರಗಳಿಂದ ಆಹ್ವಾನಿತರಾಗಿ ಬಂದವರೆಲ್ಲ, ಪ್ರತ್ಯೇಕವಾದ ಹಡಗಿನಲ್ಲಿ ಹಳೆಯ ಸಿಲ್ಕ್ ರೂಟ್ ಹಾದಿಯಲ್ಲಿ ಸಂಚರಿಸಿ ಬಂದಿದ್ದರು. ಈ ಪ್ರತಿನಿಧಿಗಳನ್ನು ಯಥೋಚಿತವಾಗಿ ಸ್ವಾಗತಿಸಿ, ಸತ್ಕರಿಸುವ ಕೆಲಸ ನನ್ನ ಪಾಲಿಗೆ ಬಂತು. ನನ್ನ ಸಹಾಯಕ್ಕೆ ಇನ್ನೊಬ್ಬ ಸಹೋದ್ಯೋಗಿ ಶ್ರೀ ಕೆ.ಟಿ. ನರಸಿಂಹನ್ ಅವರು ಇದ್ದರು. ಎಲ್ಲವೂ ಸುಸೂತ್ರವಾಗಿ, ಯಾವುದೇ ಅಡಚಣೆ ಇಲ್ಲದೆ ಕೈಗೊಂಡದ್ದಕ್ಕಾಗಿ ಈರ್ವರೂ ನನ್ನನ್ನು ಅಭಿನಂದಿಸಿದರು. ಡಾ। ಎಂ.ಸಿ. ಜೋಷಿ ನನ್ನಲ್ಲಿ ಹೇಳಿದರು "ನಿನ್ನ ಬೆಳವಣಿಗೆಗೆ ತಡೆಯೊಡ್ಡಿದ ಅಲಿಗಢ ಪ್ರೊಫೆಸರ್ (ಇರ್ಫಾನ್ ಹಬೀಬ್) ಇಲ್ಲಿದ್ದರೆ ನಾಚಿಕೆಯಿಂದ ತಲೆ ತಗ್ಗಿಸಬೇಕಾಗಿ ಬರುತ್ತಿತ್ತು. ಬಳಿಕ ನನ್ನ ಕುರಿತು ಎಲ್ಲ ಮಾಹಿತಿಗಳನ್ನು ಜೋಷಿಯವರು ಆರ್. ಸಿ. ತ್ರಿಪಾಠಿಯವರಲ್ಲಿ ಹಂಚಿಕೊಂಡರು.

ಎಲ್ಲ ಮುಕ್ತಾಯಗೊಂಡ ಬಳಿಕ ಡಾ। ಎಂ.ಸಿ. ಜೋಷಿ ನನ್ನೊಡನೆ ಮತ್ತೆ ಹೇಳಿದರು. 'ಇನ್ನುಳಿದಂತೆ ನಾವಿಬ್ಬರೂ ನಿನ್ನ ಪತ್ರಿಕಾ ಹೇಳಿಕೆ ಬಗ್ಗೆ ಸ್ಪಷ್ಟೀಕರಣ ಕೇಳಬೇಕಿದೆ. ಸರ್ಕಾರ ಅನುಮತಿ ಇಲ್ಲದೆ ಇಂತಹ ಭಾವ ಪ್ರಧಾನವಾದ, ವಿವಾದಾತ್ಮಕವಾದ ವಿಷಯದ ಕುರಿತು ಮಾಧ್ಯಮಗಳಲ್ಲಿ ಅದೇಕೆ ಹೇಳಿಕೆ ನೀಡಿದೆ? ಇದರ ಹಿನ್ನೆಲೆಯಲ್ಲಿ ಈಗಲೇ ನಿನ್ನನ್ನು ಸಸ್ಪೆಂಡ್ ಮಾಡುತ್ತೇವೆ.'

ಅದಕ್ಕೆ ನಾನೆಂದೆ "ಇದಕ್ಕೆ ಅನುಮತಿ ಕೋರಲು ಪ್ರಯತ್ನಿಸಿದರೆ ಅದು ಸಿಗಲು ವಿಳಂಬವಾಗಬಹುದು, ಇಲ್ಲವೇ ಸಿಗಲಾರದು. ಸಾರ್ವಜನಿಕ ಹಿತಾಸಕ್ತಿಯಿಂದ ಎಲ್ಲ ಕೋಮುಗಳ ಸಾಮರಸ್ಯವನ್ನು ಪರಿಗಣಿಸಿ, ಸತ್ಯವೇನೆಂಬುದನ್ನು ಬಹಿರಂಗಗೊಳಿಸುವುದೇ ನನ್ನ ಉದ್ದೇಶವಾಗಿತ್ತು. ಜತೆಗೆ ಒಂದು ಸಂಸ್ಕೃತ ಶ್ಲೋಕವನ್ನು ಉದ್ಧರಿಸಿದ, ಆದೆ, "ಲೋಕ ಸಂಗ್ರಮೇವಾಪಿ ಶಂಬಸ್ಯನ್ ಕರ್ತವ್ಯ ಮರ್ಹ' ಇದನ್ನು ಕೇಳಿ ಕುಪಿತಗೊಂಡು ತ್ರಿಪಾಠಿಯವರು ಅಲಹಾಬಾದಿನ ಬ್ರಾಹ್ಮಣನಿಗೆ ನೀನೇನು ಸಂಸ್ಕೃತ ಕಲಿಸ ಹೊರಟೆ?" ಎಂದು ಮರುಪ್ರಶ್ನೆ ಹಾಕಿದರು.

ನಾನು ಮತ್ತೆ ಸಂಸ್ಕೃತ ಶ್ಲೋಕಕ್ಕೆ ಶರಣಾದೆ "ಸ್ವಧರ್ಮೇ ನಿಧನಂ ಶ್ರೇಯಃ ಪಾಲಿಸುವುದಾದಲ್ಲಿ ಮರಣವು ಸ್ವಾಗತಾರ್ಹ. ಇದನ್ನು ಕೇಳಿ ತ್ರಿಪಾಠಿಯವರಲ್ಲಿ ಕುಡಿಯುತ್ತಿದ್ದ ಕೋಪಾಗ್ನಿ ಸ್ವಲ್ಪ ತಣ್ಣಗಾದಂತೆ ತೋಚಿತು. 'ಮಿ, ಮಹಮ್ಮದ್', ನಿನ್ನ ದೃಢವಾದ, ನಿಷ್ಠಾಪೂರ್ಣ ಧೋರಣೆಯನ್ನು ಮನ್ನಿಸುತ್ತ ಇನ್ನೊರ್ವ ಆರ್ಕಿಯಾಲೊಜಿಸ್ಟ್ ಹೇಳಬೇಕಾದದ್ದೆ. ನಿಯಮಾನುಸಾರವಾಗಿ ಕಾರ್ಯಾಚರಿಸಲು ಮೇಲಿನಿಂದ ಬಹಳಷ್ಟು ಒತ್ತಡವಿದೆ. 'ನನಗೊತ್ತು ಸರ್' ನಾನೆಂದೆ. ಎಲ್ಲವನ್ನೂ ಅವಲೋಕಿಸಿಯೇ ನಾನು ನಿರ್ಧಾರಕ್ಕೆ ಬಂದು ಇದನ್ನು ಪ್ರಕಟಿಸಲು ಮುಂದಾಗಿದ್ದು,

'ಹಾಗಿದ್ದರೆ ನೀನು ಹೆಸರು, ವಿಳಾಸ, ನಿನ್ನ ಹುದ್ದೆಯ ಸ್ಥಾನವನ್ನು ಅದೇಕೆ ನಿನ್ನ ಪತ್ರದಲ್ಲಿ ನಮೂದಿಸಿದೆ?" ಡಾಎಂ.ಸಿ. ಜೋಷಿ ಕೆರಳಿ ಕೇಳಿದರು. ಪೂರ್ತಿ ವಿಳಾಸ ಇಲ್ಲವಾದಲ್ಲಿ ಯಾರೋ ಒಬ್ಬ ಮುಹಮ್ಮದ್ ಅಂತ ಊಹಾಪೋಹ ನಡೆಸುವುದಕ್ಕೆ ಆಸ್ಪದ ಬೇಡವೆಂದು ಪೂರ್ತಿ ವಿಳಾಸ ನೀಡಿದೆ ಎನ್ನುತ್ತಾ ನಾವು ಪರಸ್ಪರ ದಿಟ್ಟಿಸಿದ್ದೂ ಆಯಿತು.

ಸುದ್ದಿ ತಿಳಿದ ಮಹಾದೇವನ್ ಮರುದಿನ ಇಬ್ಬರನ್ನೂ ಭೇಟಿಯಾದರು. ನನ್ನ ಸಸ್ಪೆನ್ಷನ್‌ಗೆ ಬದಲಾಗಿ ವರ್ಗಾವಣೆಯ ಆದೇಶ ಹೊರಡಿಸಿದರು. ಮದ್ರಾಸಿನಿಂದ ಗೋವಾಕ್ಕೆ ನನ್ನ ವರ್ಗಾವಣೆಯಾಯಿತು. ಕುಟುಂಬ ಸಮೇತ ಅಲ್ಲಿಗೆ ತೆರಳಿ ಸೈಂಟ್ ಆಸಿಸಿ ಕಾನ್ವೆಂಟ್ ಕೋಣೆಯೊಂದರಲ್ಲಿ ನಾವು ಉಳಿದುಕೊಂಡೆವು. ಗೋವಾದಲ್ಲಿ, ಸ್ವರ್ಗಸ್ಥರಾದ ಸಂತ ಕ್ಸೇವಿಯರ್ ಅವರ ಭೌತಿಕ ಶರೀರವನ್ನು ಕಾಯ್ದಿರಿಸಿ ಕೊಂಡು ಬಂದ ಬಾಮ್ ಜೀಸಸ್ ದೇವಾಲಯದ ಫಾದರ್ ರೇಗೋ ಅವರೊಂದಿಗೆ ನಾನು ಸಂಭಾಷಣೆಯಲ್ಲಿ ತೊಡಗಿದೆ. ಅದು 1992 ಡಿಸೆಂಬರ್ 6 ರ ದಿನಾಂಕ. ಬಾಬ್ರಿ ಮಸೀದಿ ಧ್ವಂಸವಾದ ಅನಿರೀಕ್ಷಿತ ಸುದ್ದಿ ವಾರ್ತಾವಾಹಿನಿಯಲ್ಲಿ ಕೇಳಿದೆ. 1993 ಡಿಸೆಂಬರ್ 06, ಅಂದು ಹಳೆಯ ಗೋವಾದ ಕ್ರೈಸ್ತ ದೇವಾಲಯಗಳಲ್ಲಿ ಹಿಂದೂ ತೀವ್ರವಾದಿಗಳ ಆಕ್ರಮಣ ಉಂಟಾಗಬಹುದು ಎಂದು ಫಾದರ್ ರೆಗೋ ಭೀತರಾಗಿದ್ದರು. ನಾವು ಎರಡು ಗುಂಪುಗಳನ್ನು ನಿಯೋಜಿಸಿದೆವು. **ಫಾದರ್ ರೇಗೋ ಅವರ ನೇತೃತ್ವದಲ್ಲಿ ಒಂದು ಗುಂಪು ಬಾಮ್ ಜೀಸಸ್‌ನಲ್ಲೂ, ನನ್ನ ನೇತೃತ್ವದಲ್ಲಿ ಇನ್ನೊಂದು ಗುಂಪು ಸೈಂಟ್ ಆಸಿಸಿಯಲ್ಲೂ ನಿದ್ರೆ ತೊರೆದು ಕೆಲವರು ತರುಣರು ಕಾವಲು ನಿಂತರು. ಹಿಂದೂಗಳು, ಮುಸ್ಲಿಮರು, ಕ್ರೈಸ್ತರು ರಾಷ್ಟೀಯ ಸ್ಮಾರಕದ ರಕ್ಷಣೆಗೆ ನಿದ್ರೆ ತೊರೆದು ಕಾವಲುಭಟರಾಗಿದ್ದ ಸನ್ನಿವೇಶ ನಿಜವಾಗಿಯೂ ಭಾರತದ ಜಾತ್ಯತೀತತೆ ಜೀವಂತ ನಿದರ್ಶನವಾಗಿತ್ತು.**

* * * * *

ಮಸೀದಿಯನ್ನು ಧ್ವಂಸ ಮಾಡಿದಾಗ ಅದರೊಳಗೆ ಕಾಣ ಬಂದ ಪುರಾತನ ವಸ್ತುಗಳಲ್ಲಿ ಅತ್ಯಂತ ಪ್ರಧಾನವಾಗಿದ್ದು ವಿಷ್ಣು ಹರ ಶಿಲಾಫಲಕ. ಅದರಲ್ಲಿ ಏಕ ಹಸ್ತವುಳ್ಳ ರಾವಣನನ್ನು ಕೊಂದ ವಿಷ್ಣು (ಶ್ರೀ ರಾಮನನ್ನು ವಿಷ್ಣುವಿನ ಅವತಾರ ಎನ್ನುತ್ತಾರೆ)ವಿಗೆ ಸಮರ್ಪಿಸಿದ್ದಾಗಿ (ಕ್ರಿ.ಶ.11, 12ನೇ ಶತಮಾನದ ನಾಗರಿ ಲಿಪಿಯಲ್ಲಿ ಸಂಸ್ಕೃತ

ಭಾಷೆಯಲ್ಲಿ ದಾಖಲಿಸಿದ್ದಾಗಿ ನನಗೆ ಕಂಡುಬಂತು. 1992ರಲ್ಲಿ ಡಾ। ವೈ.ವಿ.ಶರ್ಮ ಹಾಗೂ ಡಾ। ಕೆ. ಎನ್ ಶ್ರೀವಾಸ್ತವ ಜಂಟಿಯಾಗಿ ನಡೆಸಿದ ಪರೀಕ್ಷೆಯಲ್ಲೂ ವಿಷ್ಣುವಿನ ಅವತಾರಗಳು ಹಾಗೂ ಶಿವಪಾರ್ವತಿಯರ ಆವಿ ಮಣ್ಣಿನಲ್ಲಿ ನಿರ್ಮಿಸಿದ ಕುಶಾನರ ಕಾಲದ (ಕ್ರಿ.ಶ.100–300) ಚಿಕ್ಕ ಪ್ರತಿಮೆಗಳನ್ನು ಪತ್ತೆ ಹಚ್ಚಲಾಯಿತು. 2003ರಲ್ಲಿ ಅಲಹಾಬಾದ್ ಹೈಕೋರ್ಟ್ ಲಕ್ನೋ ಬೆಂಚಿನ ನಿರ್ದೇಶನದಂತೆ ನಡೆಸಿದ ಕಾರ್ಯಚರಣೆಯಲ್ಲಿ 50ಕ್ಕಿಂತಲೂ ಮಿಗಿಲು ದೇಗುಲದ ಸ್ತಂಭಗಳನ್ನು ಕೆಳಭಾಗದಲ್ಲಿ ಇಟ್ಟಿಗೆಯಿಂದ ಪೋಣಿಸಿದ ನೆಲಗಟ್ಟಿನ ಮೇಲೆ ಸ್ಥಾಪಿಸಿದ್ದಾಗಿ ತಿಳಿದು ಬಂತು. ಇದಕ್ಕೆ ಹೊರತಾಗಿ ದೇಗುಲ ಮೇಲೆ ಕಾಣಬರುವ ಗೂಟ ದೇಗುಲದ ಅಭಿಷೇಕ ಜಲ ಹರಿದು ಹೋಗಲು ಬೇಕಾದ ಮಕರ ಪ್ರಣಾಳಿಕೆ ಇತ್ಯಾದಿಯನ್ನು ಭೂಗರ್ಭ ಖನನದ ವೇಳೆ ಕಂಡು ಸುರಕ್ಷಿತವಾಗಿಡಲಾಯಿತು. ಬಾಬ್ರಿ ಮಸೀದಿ ಮುಂಭಾಗವನ್ನು ಶೋಭಾಯಮಾನ ವಾಗಿಸಲು ಹಿಂದೂ ದೇಗುಲಗಳೊಂದಿಗೆ ನಂಟು ಬೆಸೆದ 263 ಪುರಾತನ ವಸ್ತುಗಳು ಸಿಕ್ಕಿದಾಗ ಉತ್ತರ ಪ್ರದೇಶದ ಪುರಾತತ್ವಶಾಸ್ತ್ರ ನಿರ್ದೇಶಕ ಡಾ। ರಾಕೇಶ ತಿವಾರಿ ಸಮರ್ಪಿಸಿದ ವರದಿಯಲ್ಲಿ ಉಲ್ಲೇಖಿಸಿದ್ದಾರೆ.

ಉತ್ಖನನದ ಸಂದರ್ಭ ಕಾಣಬಂದ ಪುರಾವೆಗಳು, ಪೌರಾಣಿಕ ಅವಶೇಷಗಳನ್ನು ಸಮಗ್ರವಾಗಿ ಅವಲೋಕಿಸಿದರೆ ಬಾಬರಿ ಮಸೀದಿ ಕೆಳಗೆ ಒಂದು ದೇಗುಲವಿದು ಎಂಬ ನಿರ್ಧಾರಕ್ಕೆ ಬರಲು ಇನ್ನೇನೂ ಪುರಾವೆ ಬೇಕಾಗಿರಲಿಲ್ಲ. ಅಲಹಾಬಾದ್ ಹೈಕೋರ್ಟಿನ ಲಕ್ನೋ ಬೆಂಚ್ ಕೂಡಾ ಇದೇ ತೀರ್ಮಾನಕ್ಕೆ ಬಂದು ತಲುಪಿತು.

ಉತ್ಖನನವು ನಿಷ್ಪಕ್ಷಪಾತವಾಗಿರಬೇಕೆಂದು ನಿರ್ಧರಿಸಿದಂತೆ, ಇತರ ಕೆಲಸವನ್ನು ಕೈಗೊಂಡವರಲ್ಲಿ ಒಟ್ಟು 52 ಮುಸ್ಲಿಮರೂ ಸೇರಿದಂತೆ 131 ಕೂಲಿಯಾಳುಗಳಿದ್ದರು. ಮಾತ್ರವಲ್ಲ ಬಾಬ್ರಿ ಮಸೀದಿ ಆಕ್ಷನ್ ಕಮಿಟಿ ಪ್ರತಿನಿಧಿಗಳಿಗೆ ಪುರಾತತ್ವ ಇತಿಹಾಸ ತಜ್ಞರಾದ ಸೂರಜ್ ಭಾನ್, ಮಂಡಲ್, ಸುಪ್ರಿಯಾ ವರ್ಮಾ, ಜಯಾ ಮೆನೋನ್ ಇದ್ದು, ಜತೆಯಲ್ಲಿ ಅಲಹಾಬಾದ್ ಹೈಕೋರ್ಟ್ ಒಬ್ಬ ಮೆಜಿಸ್ಟ್ರೇಟ್ ಕೂಡಾ ನಿಯುಕ್ತರಾಗಿದ್ದರು. ಉತ್ತರವನ್ನು ಇದಕ್ಕಿಂತಲೂ ನಿಷ್ಪಕ್ಷ ರೀತಿಯಲ್ಲಿ ಮಾಡುವುದಾದರೂ ಹೇಗೆ?

ಹೈಕೋರ್ಟ್ ತೀರ್ಪು ಬಂದ ಬಳಿಕವೂ ವಾಮಪಂಥೀಯ ಇತಿಹಾಸ ತಜ್ಞರು ನೆಲದಲ್ಲಿ ಬಿದ್ದು ಉರುಳಾಡ ತೊಡಗಿದರು. ಈ ಹಿಂದೆಯೂ ಹಲವಾರು ಬಾರಿ ತಮ್ಮದೆಂದು ಬಲವಾಗಿ ಪ್ರಸ್ತಾಪಿಸುತ್ತಿದ್ದ ಅಭಿಪ್ರಾಯಗಳನ್ನು ಅವರೇ ಸ್ವತಃ ಹಲವು ಬಾರಿ ಬದಲಾಯಿಸಿದ್ದುಂಟು. ಏಕೆಂದರೆ ಬಾಬ್ರಿ ಮಸೀದಿ ಆಕ್ಷನ್ ಕಮಿಟಿ ಪ್ರತಿನಿಧಿಗಳಿಗೆ ಉತ್ಖನನದಲ್ಲಿ ಭಾಗವಹಿಸುತ್ತಿದ್ದ ಪ್ರತಿನಿಧಿಗಳಲ್ಲಿ ಹೆಚ್ಚಿನವರು ಇತಿಹಾಸಜ್ಞರಾಗಿದ್ದರು. ಇವರಲ್ಲಿ 3, 4 ಮಂದಿಗೆ ಪುರಾತತ್ವ ಶಾಸ್ತ್ರದ ಬಗ್ಗೆ ಅಲ್ಪ ಸ್ವಲ್ಪ ಅರಿವಿದ್ದರೂ ಫೀಲ್ಡ್ ಆರ್ಕಿಯಾಲೋಜಿಯಲ್ಲಿ ಪರಿಣತಿಯೋ, ಮಾಹಿತಿಯೋ ಇದ್ದಿರಲಿಲ್ಲ. ಅದರಿಂದಾಗಿಯೇ ಆರ್ಕಿಯಾಲೋಜಿಕಲ್ ಸರ್ವೆ ತಜ್ಞ ಪುರಾತತ್ವ ಸಂಶೋಧಕರಲ್ಲಿ ಡಾ. ವಿ. ಆರ್. ಮಣಿಯವರ ಮುಂದೆ ಇವರೆಲ್ಲಾ ಬರೀ ಕುಬ್ಜರು. ಫೀಲ್ಡ್ ಆರ್ಕಿಯಾಲೋಜಿಯಲ್ಲಿ ಸಾಕಷ್ಟು ಮಾಹಿತಿಯಿಲ್ಲದ ಜೆಎನ್‌ಯೂ ಮತ್ತು ಅಲೀಗಢದ ಬಾಬರಿ ಮಸ್ಜಿದ್

ಗ್ರೂಪನ್ನು ಪ್ರತಿನಿಧಿಸುವವರನ್ನು ಆರ್ಕಿಯಾಲಜಿ ಸರ್ವೆ ಮತ್ತಿತರ ಪುರಾತತ್ವ ಶಾಸ್ತ್ರಜ್ಞರು ಪರಿಗಣಿಸಿದ್ದೇ ಇಲ್ಲ. ವಾಸ್ತವಿಕತೆ ಹಾಗೂ ನಿಷ್ಪಕ್ಷತೆ ಇವು ಆರ್ಕಿಯಾಲೊಜಿಕಲ್ ಸರ್ವೆ ಮಾನದಂಡಗಳು ಎಂಬುದು ನನ್ನ ಬಲವಾದ ನಂಬಿಕೆ.

ಈ ನಡುವೆ ವಿ.ಎಚ್.ಪಿಯೊಂದಿಗೆ ನಿಕಟ ಸಂಬಂಧ ವಿರಿಸಿಕೊಂಡಿದ್ದಾಗಿ ಹೇಳಿಕೊಳ್ಳುತ್ತಿದ್ದ ಆರ್ಕಿಯಾಲೊಜಿಕಲ್ ಸರ್ವೆಯ ಒಬ್ಬ ಅಧಿಕಾರಿ, ಡಾ. ಮಣಿ ಅವರ ಸ್ಥಾನದಲ್ಲಿ ತನ್ನನ್ನು ನೇಮಿಸಿಕೊಳ್ಳಲು ವಿಫಲ ಶ್ರಮ ನಡೆಸಿದರು. ಈ ವ್ಯಕ್ತಿ ಆ ಸ್ಥಾನದಲ್ಲಿದ್ದರೆ ಮಸೀದಿ ಕೆಳಗೆ ದೇಗುಲವಿರುವ ಮಾಹಿತಿಯನ್ನು ಇನ್ನೂ ವಿಪುಲೀಕರಿಸಿ ಇನ್ನಷ್ಟು ಗೊಂದಲಕ್ಕೆ ಕಾರಣವಾಗುತ್ತಿದ್ದರು. ಈ ವ್ಯಕ್ತಿಯನ್ನು ತಾನು ಬಯಸಿದ ಸ್ಥಾನಕ್ಕೆ ನಿಯಮಿಸದೇ ಆರ್ಕಿಯಾಲೊಜಿಕಲ್ ಸರ್ವೆ ತನ್ನ ನಿಷ್ಪಕ್ಷ ನಿಲುವನ್ನು ಮತ್ತೆ ಎತ್ತಿ ಹಿಡಿಯುವಂತಾಯಿತು. ಆರ್ಕಿಯಾಲೊಜಿಕಲ್ ಸರ್ವೆಯಲ್ಲಿ ಕೆಲವೇ ಕೆಲವು ಮಂದಿಗೆ ತಿಳಿದಿರುವ ರಹಸ್ಯಗಳನ್ನು ಬಯಲಿಗೆಳೆಯಲು ಯಾವನಾದರೂ ಪತ್ರಕರ್ತ ಮುಂದೆ ಬರೆಯಬೇಕಾಗಿತ್ತು ಎಂದು ನಾನು ಬಯಸಿದ್ದು. ಆದರೆ ಹಾಗೇನೂ ಆಗಲಿಲ್ಲ.

ಗೋವಾದಲ್ಲಿ 7 ವರ್ಷ ಪರ್ಯಂತ ಕಾರ್ಯನಿರತನಾದ ನನ್ನನ್ನು ಬಡ್ತಿ ನೀಡಿ ಸೂಪರಿಂಟೆಂಡೆಂಟ್ ಆರ್ಕಿಯಾಲೊಜಿಸ್ಟ್ ಆಗಿ ಬಿಹಾರಕ್ಕೆ ವರ್ಗಾವಣೆ ಮಾಡಿದರು. ಇಲ್ಲಿಯೇ ನನಗೆ ತೀವ್ರ ಹಿಂದೂ ಜಾತೀಯವಾದಿಗಳೊಂದಿಗೆ ಹೋರಾಡಲೂ, ಅವರನ್ನು ನಿಯಂತ್ರಿಸಲು ಅವಕಾಶ ಲಭಿಸಿತು. ಈ ನನ್ನ ಕಾರ್ಯಕ್ರಮದಲ್ಲಿ ನನ್ನ ಬೆಂಬಲಕ್ಕೆ ನಿಂತವರೆಲ್ಲಾ ಹಿಂದೂ ಉದ್ಯೋಗಸ್ಥರೆ. ನನ್ನ ಹೊರತಾಗಿ ಮುಸ್ಲಿಮ್ ಸಮುದಾಯದವರು ಯಾರೂ ರಂಗದಲ್ಲಿರಲಿಲ್ಲ.

ಬಿಹಾರಿನ ಸಸಾರಾಮ್‌ನಲ್ಲಿ ಆರ್ಕಿಯಾಲೊಜಿ ವಿಭಾಗದ ಸಂರಕ್ಷಣೆಯಲ್ಲಿ ಶೇರ್ ಶಾಸೂರಿಯ ಸಮಾಧಿಯನ್ನೊಳಗೊಂಡ ಒಂದು ನಿವೇಶನವಿತ್ತು. ಆ ನಿವೇಶನದ ಜಾಗೆಯನ್ನು ಕಬಳಿಸಿ ಹದಿನಾರು ವರ್ಷ ಹಿಂದೆ ನಿರ್ಮಿಸಿದ ಹಿಂದೂ ದೇವಳವೊಂದನ್ನು ಅಭಿವೃದ್ಧಿಪಡಿಸಲು ವಿ ಎಚ್ ಪಿ ಯೊಂದಿಗೆ ನಿಕಟವರ್ತಿಯಾಗಿದ್ದ ಭಾ.ಜ.ಪ.ದ ಶಾಸಕ ಶ್ರೀ ಜವಹರ್ ಪ್ರಸಾದ್ ಪ್ರಯತ್ನ ನಡೆಸಿದರು. ಆಗ ಕೇಂದ್ರದಲ್ಲಿ ಬಿಜೆಪಿ ಆಳ್ವಿಕೆ ಇತ್ತು. ಈ ಯಾರಿಂದಲೂ ತಡೆ ಉಂಟಾಗದು, ಸಾಲದೆಂಬಂತೆ ಬಿಹಾರಿ ಆರ್ಕಿಯಾಲಜಿ ವಿಭಾಗವನ್ನು ಪ್ರತಿನಿಧಿಸುವುದು ಒಬ್ಬ ಮುಸಲ್ಮಾನ. ಇದು ಅಲ್ಪವಿದ್ಯಾ ಮಹಾಗರ್ವಿ ಎಂಬ ಜವಾಹರ್ ಪ್ರಸಾದ್‌ರ ಲೆಕ್ಕಾಚಾರ. ನಾನು ಕಾನೂನಿನಂತೆ ಕಾರ್ಯಾಚರಣೆಗೆ ಮುಂದಾದೆ. ಗೊಂದಲ, ಕೋಲಾಹಲಕ್ಕೆ ಇದು ನಾಂದಿಯಾಯಿತು. ಆಯೋಧ್ಯಾ ಸಮಸ್ಯೆ ಬೆನ್ನು ಹಿಡಿದು ಬಿಜೆಪಿಯಲ್ಲಿ ನುಗ್ಗಿದ ಜವಾಹರ್ ಪ್ರಸಾದ್ ಶೇರ್ ಶಾ ಸೂರಿ ಐತಿಹಾಸಿಕ ಸ್ಮಾರಕದ Conservation ಅಧಿಕಾರಿಯಾದ ಶ್ರವಣ್ ಕುಮಾರ್ ಅವರನ್ನು ಆಕ್ರಮಿಸಿದರು. ಪ್ರಸಾದ್ ಅವರಿಗೆ ಕಾನೂನು – ನಿಯಮಗಳು ಯಾವುದೇ ಸಮಸ್ಯೆ ಯಾಗಿರಲಿಲ್ಲ. ಅವರ ಕೃತ್ಯಕ್ಕೆ ಎದುರಾಗಿ ದೋಷಾರೋಪಣೆ ದಾಖಲಿಸಲು ಪೊಲೀಸರು ಸಿದ್ಧರಿರಲಿಲ್ಲ. ನಾನು ಪಟ್ಟುಬಿಡದೇ ಕ್ರಿಮಿನಲ್ ಅಪರಾಧಕ್ಕೆ ಪ್ರಸಾದ್ ಅವರ ಮೇಲೆ ದೂರು ದಾಖಲಿಸಿದೆ. ಶ್ರವಣ್ ಕುಮಾರ್ ಇನ್ನೂ ಕೂಡಾ

ಸಸಾರಾಮ್‌ನಲ್ಲಿ ಮುಂದುವರಿದರೆ ಗಲಾಟೆ–ದೊಂಬಿ ಆಗುವ ಸಾಧ್ಯತೆ ಇತ್ತು. ಆದುದರಿಂದ ಕೂಡಲೇ ಆತನನ್ನು ವರ್ಗಾಯಿಸಬೇಕೆಂದು ಜಿಲಾಧಿಕಾರಿ ನನಗೆ ಫೋನ್ ಮುಖಾಂತರ ನಿರ್ದೇಶಿಸಿದ್ದರು. ಆಗ ನಾನೆಂದೆ 'ಶ್ರವಣಕುಮಾರ್ ತನ್ನ ಕರ್ತವ್ಯವನ್ನಷ್ಟೆ ಮಾಡಿದ್ದಾನೆ. ಇದಕ್ಕೆದುರಾಗಿ ಸ್ಥಳೀಯ ಶಾಸಕ ಆತನ ಮೇಲೆ ದೈಹಿಕ ಆಕ್ರಮಣ ಮಾಡುತ್ತಾನೆ. ಆದುದರಿಂದ ತಪ್ಪು ಮಾಡದ ಒಬ್ಬ ಉದ್ಯೋಗಸ್ತ ನನ್ನು ವರ್ಗಾಯಿಸಲು ನಾನು ಸಿದ್ಧನಿಲ್ಲ.' ಜಿಲ್ಲಾಧಿಕಾರಿ ಹಾಗೂ ಇನ್ನಿತರ ಸರಕಾರೀ ಅಧಿಕಾರಿಗಳು ಪ್ರಸಾದ್ ಅವರೊಂದಿಗಿರುವುದನ್ನು ಅರಿತು ನಾನು ನೇರವಾಗಿ ಹೈಕೋರ್ಟನ್ನು ಸಮೀಪಿಸಿದೆ. ನನ್ನ ಫಿರ್ಯಾದಿಯನ್ನು ಸ್ವೀಕರಿಸಿ ಹೈಕೋರ್ಟ್ ಜವಾಹರ ಪ್ರಸಾದ್ ಕೈಗೊಂಡ ಎಲ್ಲಾ ನಿರ್ಮಾಣ ಪ್ರಕ್ರಿಯೆಯನ್ನು ನಿರೋಧಿಸಿ ಆಜ್ಞೆ ಹೊರಡಿಸಿತು. ಪ್ರಸಾದ್ ಹಾಗೂ ಜಿಲ್ಲಾಧಿಕಾರಿ ಯಾದವ್ ಅವರಿಗೆ ಹೈಕೋರ್ಟ್ ನಿರ್ದೇಶನ ಪ್ರಬಲವಾದ ಏಟನ್ನಂತೂ ಬಿಗಿಯಿತು. 16 ವರ್ಷದಿಂದ ಕಾನೂನು ಉಲ್ಲಂಘಿಸಿ ನಿರ್ಮಿಸಿದ ದೇಗುಲ ಅಭಿವೃದ್ಧಿ ಕಾಮಗಾರಿಗಳು ಕೊನೆಗೊಂಡವು. ಶ್ರವಣ್ ಕುಮಾರ್ ಒಬ್ಬ ಪರಿಶಿಷ್ಟ ಜಾತಿ ಉದ್ಯೋಗಿಯಾಗಿದ್ದರಿಂದ SC-ST Commissionನಲ್ಲಿ ಜವಾಹರ್ ಪ್ರಸಾದರಿಗೆದುರಾಗಿ ಫಿರ್ಯಾದು ದಾಖಲಾಯ್ತು. ಮುಂದಿನ ಅಸೆಂಬ್ಲಿ ಚುನಾವಣೆಯಲ್ಲಿ ಜವಾಹರ ಪ್ರಸಾದ್ ಸೋತರು. ನನಗೆ ಜವಾಹರ ಪ್ರಸಾದ್ ಮಾತಿನ ಚಾಟಿ ಬೀಸಿದಾಗ ನನ್ನನ್ನು ಅರಿತವರು, ಸಾರ್ವಜನಿಕರ ಗಮನಕ್ಕೆ ತಂದದು ಆರ್‌ಎಸ್‌ಎಸ್ ಮುಖವಾಣಿ 'ಪಾಂಚಜನ್ಯ' ವಾರಪತ್ರಿಕೆಯಲ್ಲಿ ಅಯೋಧ್ಯೆ ನೈಜ ಚಿತ್ರಣ ನೀಡಿದ, ಮಸೀದಿ ಅಡಿಯಲ್ಲಿ ದೇವಸ್ಥಾನದ ಅವಶೇಷಗಳಿವೆ ಎಂದು ಪ್ರತಿಪಾದಿಸಿದ ನನ್ನ ಲೇಖನದ ಪ್ರತಿಗಳನ್ನು, ಇದರಿಂದಾಗಿ ಜವಾಹರ್ ಪ್ರಸಾದ್ ಅವರ ಅವರ ಎಲ್ಲಾ ಅಕ್ರಮ ಕಾರ್ಯಾಚರಣೆಗಳು ಸೋತು ಸುಣ್ಣವಾದುವು.

ಜವಾಹರ್ ಪ್ರಸಾದ ಅವರ ದೇಗುಲ ವಿಕಸನವನ್ನು ಕೇಂದ್ರದಲ್ಲಿ ಭಾಜಪ ಸರ್ಕಾರವಿದ್ದಾಗ್ಯೂ ತಡೆ ಹಿಡಿಯಲಾಯಿತೆಂದು ಅರಿತ ಹಿರಿಯ ಕಾರ್ಯಕರ್ತ ಸಯ್ಯದ್ ಶಹಾಬುದ್ದೀನ್ ಅವರು ಕೇಂದ್ರದಲ್ಲಿ ಎಂದು ಇಂದು ಸಾಂಸ್ಕೃತಿಕ ಮಂತ್ರಿಯಾಗಿದ್ದ ಶ್ರೀ ಅನಂತಕುಮಾರ್ ಅವರಿಗೆ ಪತ್ರ ಬರೆದು ಆರ್ಕಿಯಾಲೊಜಿಕಲ್ ಸರ್ವೆ ಆಫ್ ಇಂಡಿಯಾದ ಕಾರ್ಯಾಚರಣೆಯನ್ನು ಅಭಿನಂದನೀಯವೆಂದು ಉಲ್ಲೇಖಿಸಿದರು.

ಈ ಪತ್ರವನ್ನು ಔದ್ಯೋಗಿಕ ನೆಲೆಯಲ್ಲಿ ಡೈರೆಕ್ಟರ್ ಜನರಲ್ ಕೋಮಲ್ ಆನಂದ್ ನನಗೆ ರವಾನಿಸಿದರು. ಮತ್ತೆ ಕೃತಜ್ಞತೆ ಸಲ್ಲಿಸುತ್ತಾ ನಾನು ಅವರಿಗೆ ಬರೆದ ಪತ್ರದಲ್ಲಿ ಅಯೋಧ್ಯಾ ಸಮಸ್ಯೆಯನ್ನೂ ಪ್ರಸ್ತಾಪಿಸಿದೆ. ಪ್ರೊ ಬಿ.ಬಿ. ಲಾಲ್‌ರವರ ನೇತೃತ್ವದ ಕೈಗೊಂಡ ಉತ್ಖನನದಲ್ಲಿ ಮಸೀದಿಯ ತಳಭಾಗದಲ್ಲಿ ದೇಗುಲದ ಅವಶೇಷಗಳನ್ನೂ ನಾವು ಕಂಡಿದ್ದೇನೆಂಬುದನ್ನೂ ತಿಳಿಸಿದೆ. ಮುಸ್ಲಿಮರು ಅಭಿಪ್ರಾಯವನ್ನು ಪರಿಗಣಿಸಿ ಈ ಸಮಸ್ಯೆಗೆ ಒಂದು ಯೋಗ್ಯ ಪರಿಹಾರ ಕಾಣಲು ಮುಂದಾಗಬೇಕೆಂದು ಅರಿಕೆ ಮಾಡಿದೆ. ಕೆಲ ದಿನಗಳು ಕಳೆದ ಬಳಿಕ ಅವರಿಂದ ಉತ್ತರ ಬಂತು ಮುಂದೆ ಸೇರಲಿರುವ 'ಮುಸ್ಲಿಮ್ ಪ್ರಧಾನ ಕಾರ್ಯಕರ್ತರ ಸಭೆಯಲ್ಲಿ ಈ ಸಮಸ್ಯೆಯನ್ನು ಚರ್ಚಿಸಿ

ತೀರ್ಮಾನವೇನೆಂಬುದಾಗಿ ತಿಳಿಸುತ್ತೇನೆ.' ಉತ್ತರ ಔಪಚಾರಿಕವಾಗಿತ್ತಾದರೂ ಅದರ ಒಳಾರ್ಥ ನನ್ನ ನಿರೀಕ್ಷೆ ಮೀರಿತ್ತೆಂಬುದು ನನಗೆ ಮನದಟ್ಟಾಯಿತು. ಮಸೀದಿಯನ್ನು ಹಿಂದೂಗಳಿಗೆ ಬಿಟ್ಟು ಕೊಡಬೇಕೆಂಬ ಬೇಡಿಕೆಯನ್ನು ಯಾರೂ ಒಪ್ಪಲಿಲ್ಲ.

ಅದೊಂದು ದಿನ ನನಗೆ ಫೋನ್ ಕರೆ ಮಾಡಿ ಅವರು 'ನನ್ನ ಪಾಟ್ನಾ ಕಡೆ ಬರುವ ಕಾರ್ಯಕ್ರಮ ಇದೆ. ಆಗ ಮುಖತಃ ಭೇಟಿಯಾಗಿ ಈ ಬಗ್ಗೆ ಚರ್ಚಿಸೋಣ" ಎಂದರು. ಅಂತೂ ಅವರು ಪಾಟ್ನಾಕ್ಕೆ ಬಂದಾಗ ಅವರು ಉಳಿದುಕೊಂಡಿದ್ದ ಮನೆಗೆ ತೆರಳಿ ಗಂಟೆಗಟ್ಟಲೆ ಮಾತುಕತೆ ನಡೆಸಿದೆ. ಆದರೆ ಅವರಿಂದ ನಿರೀಕ್ಷಿತ, ಧನಾತ್ಮಕ ಪ್ರತಿಕ್ರಿಯೆ ಸಿಗಲಿಲ್ಲ. ಮಸೀದಿ ಬಿಟ್ಟು ಕೊಡುವ ವಿಚಾರದಿಂದ ಅವರು ವಿಮುಖರಾಗಿದ್ದರು. ಅವರನ್ನು ಬೀಳ್ಕೊಂಡಾಗ ನಾನು ಕುಟುಕಿದೆ "ಜವಹರ್ ಪ್ರಸಾದರು ದೇಗುಲ ವಿಪುಲೀಕರಣ ಮಾಡುವ ಕಾರ್ಯಾಚರಣೆಯನ್ನು ಎದುರಿಸಿದ್ದಾಗ ನನ್ನ ಜೊತೆ ಇದ್ದವರೆಲ್ಲ ಹಿಂದೂಗಳೇ ಆಗಿದ್ದರು. ನನ್ನ ಯೋಚನಾ ಲಹರಿ ಹೀಗೆ ಸಾಗಿತ್ತು.

ಒಂದೊಮ್ಮೆ ಭಾರತ ಒಂದು ಮುಸ್ಲಿಮ್ ಬಾಹುಳ್ಯವಿದ್ದ ರಾಷ್ಟ್ರವಾಗಿದಲ್ಲಿ (ಆಗ ಇದೊಂದು ಜಾತ್ಯಾತೀತ ರಾಷ್ಟ್ರವಾಗಿರುತ್ತಿರಲಿಲ್ಲ ಎಂಬುದು ನಿಚ್ಚಳ) ರಾಷ್ಟ್ರದ ಸಾಂಸ್ಕೃತಿಕ ಸಂಪತ್ತೆನಿಸಿದ ಒಂದು ಹಿಂದೂ ದೇಗುಲ ಜಮೀನನ್ನು ಅತಿಕ್ರಮಿಸಿ ಒಂದು ಮಸೀದಿ ಕಟ್ಟುವ ಹುನ್ನಾರ ನಡೆಸಿದ್ದಾರೆ ಆದರೆ ಆಗ ಒಬ್ಬ ಹಿಂದೂ ಆಫೀಸರ್ ಬೆಂಬಲಕ್ಕೆ ಎಷ್ಟು ಮುಸ್ಲಿಮ್ ಸಹೋದ್ಯೋಗಿಗಳು ಸನ್ನದ್ಧರಾಗುತ್ತಿದ್ದರು? ಇದು ಗಹನವಾಗಿ ಯೋಚಿಸತಕ್ಕ ವಿಚಾರ. ನಮಗೆ ಭಾರತದ ಜಾತ್ಯಾತೀತತೆಯ ಮಹತ್ವವನ್ನು ತಿಳಿಯಲು ಸಾಧ್ಯವಾಗುವುದು ಇಂತಹ ಸನ್ನಿವೇಶ ಎದುರಾದಾಗಲೇ ಎನ್ನುವುದು ನನ್ನ ಅನುಭವ.

* * * *

ಇದನ್ನು ಕೇಳಿ ಸಭೆಯಲ್ಲಿ ಮೌನಮರಗಟ್ಟಿದಾಗ, ಅದು ಸ್ವಯಂ ಚಿಂತನೆಗೆ, ತಮ್ಮನ್ನು ತಾವು ಪ್ರಶ್ನಿಸಲು ಒದಗಿದ ಸಂದರ್ಭ ವಾಗಿತ್ತು ನಾನು ಮುಂದುವರೆದು ಹೇಳಿದೆ 'ಸ್ವಾತಂತ್ರಾನಂತರ ಮುಸಲ್ಮಾನರಿಗೆಂದೆ ಒಂದು ರಾಷ್ಟ್ರವನ್ನು ವಿಭಜಿಸಿ ನೀಡಲಾಯಿತು. ಆ ಬಳಿಕ ಭಾರತವು ಒಂದು ಹಿಂದೂ ರಾಷ್ಟ್ರವಾಗಿ ಘೋಷಿಸಲ್ಪಡಬೇಕಿತ್ತು. ಆದರೆ ಗಾಂಧೀಜಿ, ನೆಹರು, ಪಟೇಲ್, ಆಜಾದ್ ಇವರೆಲ್ಲ ಉನ್ನತ ಮೌಲ್ಯಗಳನ್ನು ಪ್ರತಿಪಾದಿಸಿದವರು, ತಮ್ಮ ಜೀವನದಲ್ಲಿ ಅವನು ಅಳವಡಿಸಿದ್ದೂ ಇತ್ತು.

ಅಲ್ಪಸಂಖ್ಯಾತ ಮುಸಲ್ಮಾನರಿಗೆ ಬೇರೆಯೇ ಒಂದು ರಾಷ್ಟ್ರ ನಿರ್ಮಾಣಕ್ಕೆ ಒಪ್ಪಿಕೊಂಡು, ಭಾರತವನ್ನು ಜಾತ್ಯಾತೀತ ರಾಷ್ಟ್ರವೆಂದು ಸಾರಿದರು. ಇಂತಹ ವಿಶಾಲ ಮನೋಭಾವವನ್ನು ವಿಶ್ವದಲ್ಲಿ ಬೇರೆಲ್ಲೂ ನಮಗೆ ಕಾಣಲಾಗದು. ಒಂದು ಸರಳ ಧೋತರವನಷ್ಟೆ ಉಟ್ಟು ಓಡಾಡುತ್ತಿದ್ದ ವ್ಯಕ್ತಿ ಜಾತ್ಯಾತೀತತೆಯ ಬಲಿಪೀಠದಲ್ಲಿ ತನ್ನ ಜೀವನವನ್ನು ಬಲಿ ತೆತ್ತ.' ಯೋಚಿಸಲು ಆಸ್ಪದ ಕಲ್ಪಿಸುವ ಉದ್ದೇಶದಿಂದ ನನ್ನ ಮಾತಿಗೆ ಅಲ್ಪ ವಿರಾಮ ನೀಡಿದೆ.

ಮತ್ತೆ ನಾನು ಮಾತು ಮುಂದುವರೆಸಿದೆ 'ಭಾರತ ಒಂದು ಮುಸ್ಲಿಂ ಜನ ಬಾಹುಳ್ಯದ ರಾಷ್ಟ್ರವಾಗಿದ್ದಲ್ಲಿ ಅದೊಂದು ಜಾತ್ಯಾತೀತ ರಾಷ್ಟವಾಗಿ ಇರುತ್ತಿತ್ತೆ?' ಯಾರೂ ಸ್ಪಂದಿಸದಾಗ ನಾನೆಂದೆ. ಇಲ್ಲ ಭಾರತ ಮುಸ್ಲಿಂ ಜನಬಾಹುಳ್ಯವಿದ್ದ ರಾಷ್ಟ್ರವಾಗಿದ್ದಲ್ಲಿ ಅಲ್ಪಸಂಖ್ಯಾತ ಹಿಂದೂಗಳಿಗೆ ಒಂದು ರಾಷ್ಟ್ರ ನೀಡಿ ತನ್ನನ್ನು ಜಾತ್ಯಾತೀತ ರಾಷ್ಟ್ರ ಎಂದು ಘೋಷಿಸುತ್ತಿರಲಿಲ್ಲ. ಇದೇ ಹಿಂದೂಗಳ ಹೃದಯಾಂತರಾಳದಲ್ಲಿ ಮನೆ ಮಾಡಿರುವ ಉದಾರತೆ, ಸಹಿಷ್ಣುತೆ, ವಿವಿಧ ದರ್ಮಾವಲಂಬಿಗಳನ್ನು ಗೌರವಿಸುವ ಮನೋಭಾವ. ಈ ಉದಾತ್ತ ಸತ್ಯವನ್ನು ನಾವೆಲ್ಲರೂ ಅರಿಯಬೇಕು......

* * * *

ವಿವಿಧ ಮಹತ್ವದ ಅಭಿಪ್ರಾಯಗಳು

ಭಾರತೀಯತೆ ಎನ್ನುವುದು ಸ್ಥಾಪಿತವಾಗಿರುವುದೇ ರಾಮ ಮತ್ತು ರಾಮಾಯಣ ಗಳಿಂದ. ನಮ್ಮ ದೇಶದ ಸಾಂಸ್ಕೃತಿಕ ರಾಷ್ಟ್ರೀಯತೆಯೊಂದಿಗೆ ಶ್ರೀರಾಮನು ತಳುಕು ಹಾಕಿಕೊಂಡಿದ್ದಾನೆ. ಭಾರತದ ನಾಗರಿಕತೆ ಮತ್ತು ಪರಂಪರೆಗಳೊಂದಿಗೆ ರಾಮ, ರಾಮಾಯಣಗಳು ಬೇರ್ಪಡಿಸಲಾಗದಂತಹ ಗಾಢ ಸಂಬಂಧವನ್ನು ಹೊಂದಿದೆ.

ಲಾಲಕೃಷ್ಣ ಅದ್ವಾನಿ, ಮಾಜಿ ಉಪ ಪ್ರಧಾನಮಂತ್ರಿ.

ನಾನು ರಾಮಮಂದಿರದ ವಿಷಯವಾಗಿ ಕೆಲವು ಸತ್ಯಗಳನ್ನುಹೇಳಿದಾಗ ಕೆಲವರು ನನ್ನನ್ನು ಬಲಿಪಶು ಮಾಡಲು ಪ್ರಯತ್ನಿಸಿದರು. ಆದರೆ ರಾಮಮಂದಿರದ ವಿಷಯವಾಗಿ ಸುಪ್ರೀಂಕೋರ್ಟ್ ತೀರ್ಪು ಅತ್ಯುತ್ತಮವಾಗಿದ್ದು, ಅಮತೋಲನದಿಂದ ಕೂಡಿದೆ. ಈ ಮೂಲಕ ನಾನು ಇಂದುನಿರಾಳನಾಗಿದ್ದು, ನನ್ನ ಮಾತುಗಳಿಗೆ ಬೆಲೆಲ ಸಿಕ್ಕಂತಾಗಿದೆ. ನ್ಯಾಯಾಲಯವು ತನ್ನ ತೀರ್ಪಿನಲ್ಲಿ ಭಾರತೀಯ ಪುರಾತತ್ವ ಇಲಾಖೆಯು ನೀಡಿದ ಸಾಕ್ಷ್ಯಗಳು ಸರಿಯಾಗಿವೆ ಎಂದು ಹೇಳಿದೆ. ಅಯೋಧ್ಯೆಯಲ್ಲಿ ಮೊದಲೇ ಇದ್ದ ಹಿಂದೂಗಳ ಮಂದಿರವನ್ನು ಧ್ವಂಸ ಮಾಡಿ ಅದರ ಮೇಲೆ ಬಾಬರಿ ಮಸೀದಿಯನ್ನು ಕಟ್ಟಲಾಗಿದೆ ಎಂಬುದಕ್ಕೆ ಹತ್ತಾರು ಪುರಾವೆಗಳಿವೆ. ಇಷ್ಟೇ ಅಲ್ಲ, ಧ್ವಂಸಮಾಡಿದ ಮಂದಿರದ ಸಾಮಾನು ಸರಂಜಾಮುಗಳನ್ನು ಕೂಡ ಒಂದಷ್ಟು ಪ್ರಮಾಣದಲ್ಲಿ ಮಸೀದಿಯ ನಿರ್ಮಾಣಕ್ಕೆ ಬಳಸಲಾಗಿದೆ.

ಕೆ.ಕೆ.ಮಹಮ್ಮದ್, ಭಾರತೀಯ ಪುರಾತತ್ವ ಇಲಾಖೆಯ ನಿವೃತ್ತ ಅಧಿಕಾರಿ

ರಾಮ ಮಂದಿರವಿವಾದ ತಾರಕಕ್ಕೇರಿದ ಸಂದರ್ಭದಲ್ಲಿ ನಾನು ಆಗಿನ ಪ್ರಧಾನ ಮಂತ್ರಿ ನರಸಿಂಹರಾವ್ ಅವರಿಗೆ ಏನು ಹೇಳಿದೆ ಮತ್ತು ಏನು ಹೇಳಲಿಲ್ಲ ಎನ್ನುವುದು ಅಪ್ರಸ್ತುತ. ಬಾಬರಿ ಮಸೀದಿಯು ದಾಸ್ಯದ ಸಂಕೇತವಾಗಿದ್ದು, ಅದು ನಾಮಾವಶೇಷವಾಗಿ ಹೋಗಾಲೇಬೇಕಾಗಿತ್ತು. ಇದಿಷ್ಟೇ ಸರಿ.

ಕಲ್ಯಾಣಸಿಂಗ್, ಉತ್ತರ ಪ್ರದೇಶ ಮಾಜಿ ಮುಖ್ಯಮಂತ್ರಿ

ಅಯೋಧ್ಯೆಯ ವಿವಾದಿತ ಕಟ್ಟಡವು ಬಾಬರ್ ಮತ್ತು ರಾಮ ಪ್ರತಿನಿಧಿಸಿದ ಮೌಲ್ಯಗಳ ನಡುವೆ ಒಂದು ದೊಡ್ಡ ಬಿಕ್ಕಟ್ಟಿನಂತೆ ನಿಂತಿದೆ. ಇಷ್ಟೇ ಅಲ್ಲ, ಸ್ವತಂತ್ರ ಭಾರತದ ರಾಜಕೀಯ ವ್ಯವಸ್ಥೆಯ ಗೊಂದಲ ಮತ್ತು ಯಾವ ನಿರ್ಣಯವನ್ನೂ ತೆಗೆದುಕೊಳ್ಳಲಾಗದ ದೌರ್ಬಲ್ಯಕ್ಕೆ ಕೂಡ ಸಾಕ್ಷಿಯಾಗಿದೆ. ಬಾಬರಿ ಮಸೀದಿ ಧ್ವಂಸವು ಈ ಬಿಕ್ಕಟ್ಟಿಗೆ ತೆರೆ ಎಳೆದಿದ್ದು, ಹೊಸ ಮನ್ವಂತರಕ್ಕೆ ನಾಂದಿ ಹಾಡಿದೆ.

ಗಿರಿಲಾಲ ಜೈನ್, ದಿ ಹಿಂದೂ ಫೆನಾಮಿನನ್ ಕೃತಿಯ ಲೇಖಕರು

ಮಂದಿರ ಮಸೀದಿ ವಿವಾದದಲ್ಲಿ ಮುಸ್ಲಿಮರನ್ನು ದಿಕ್ಕು ತಪ್ಪಿಸಿದವರು ಯಾರೆಂದರೆ ಎಡಪಂಥೀಯ ಇತಿಹಾಸಾರರು. ಇವರ ಆಧಾರರಹಿತ ವಾದಗಳಿಂದಾಗಿ ಹಿಂದೂ-ಮುಸ್ಲಿಮರ ನಡುವೆ ಸಂಬಂಧವೇ ಹಾಳಯಿತು. ಬಾಬರಿ ಮಸೀದಿಯಲ್ಲಿ ಮುಸ್ಲಿಮರು ದಶಕಗಳಿಂದಲೂ ನಮಾಜು ಮಾಡುತ್ತಿಲ್ಲ. ಆದರೆ ಈ ಮಂದಿರವು ಹಿಂದೂಗಳ ಪಾಲಿಗೆ ಮುಖ್ಯವಾದುದಾಗಿದೆ.

ಮೀನಾಕ್ಷಿ ಜೈನ್, ಖ್ಯಾತ ಚಿಂತಕಿ.

ಅಯೋಧ್ಯೆಯಲ್ಲಿ ನಮಗೀಗ ಜಯ ಸಿಕ್ಕಿದೆ. ಇನ್ನು ಮುಂದೆ ಮಥುರಾದ ಕೃಷ್ಣ ಜ್ನಮಭೂಮಿ ಮತ್ತು ಕಾಶಿಯ ಸಮಸ್ಯೆಗಳತ್ತ ಗಮನ ಹರಿಸಬೇಕು. ಕೇಂದ್ರ ಮತ್ತು ಉತ್ತರ ಪ್ರದೇಶಗಳಲ್ಲಿರುವ ಹಿಂದೂ ಪರ ಸರ್ಕಾರಗಳು ಮಥುರಾ ಮತ್ತುಕಾಶಿಯಲ್ಲಿರುವ ಹಿಂದೂ ಅಸ್ಮಿತೆಯ ಜಾಗಗಳನ್ನು ತಮಗಿರುವ ಅಧಿಕಾರ ಬಳಸಿಕೊಂಡು ಸಂಪೂರ್ಣವಾಗಿ ಸ್ವಾಧೀನಕ್ಕೆ ತೆಗೆದುಕೊಳ್ಳಬೇಕು.

ಸುಬ್ರಮಣಿಯನ್ ಸ್ವಾಮಿ, ರಾಜ್ಯಸಭಾ ಸದಸ್ಯ, ಮಾಜಿ ಕೇಂದ್ರ ಸಚಿವ, ಹೆಸರಾಂತ ಚಿಂತಕರು

ಸರ್ಕಾರದ ಮಹತ್ವದ ಸಂಧಾನ ಪ್ರಯತ್ನಗಳು

ಮಂದಿರ ವಿವಾದವು ಭುಗಿಲೆದ್ದ ನಂತರ 1986ರಲ್ಲಿ ರಾಜೀವ ಗಾಂಧಿ ಅವರ ಸರ್ಕಾರವು ಶಾಭಾನೋ ಪ್ರಕರಣದಲ್ಲಿ ಸುಪ್ರೀಂ ಕೋರ್ಟ್ ತೀರ್ಪಿನ ಅನುಷ್ಠಾನ ತಡೆಯಲು ವಿಶೇಷ ಕಾನೂನು ತಿದ್ದುಪಡಿ ತಂದು ಶಾಬಾನೋ ಪ್ರಕರಣದಲ್ಲಿ ತಲಾಖ್ ನಂತರ ಪಿಂಚಣಿ ನೀಡಬೇಕಾಗಿಲ್ಲ ಎಂದು ಮುಸ್ಲಿಂ ತುಷ್ಟೀಕರಣದ ಬಗ್ಗೆ ದೇಶಾದ್ಯಂತ ಅಸಹನೆಯ ಅಲೆ ಎದ್ದಿತು.

ಇದೇ ಕಾಲಘಟ್ಟದಲ್ಲಿ ಅಯೋಧ್ಯೆ ಜಿಲ್ಲಾ ನ್ಯಾಯಾಲಯವು ರಾಮಲಲ್ಲಾ ಮಂದಿರದ ಬೀಗಮುದ್ರೆ ತೆರವುಗೊಳಿಸಲು ಆದೇಶ ನೀಡಿದರು. ಅಸಹನೆಯನ್ನು ತಹಬಂದಿಗೆ ತರುವ ಸಲುವಾಗಿ ರಾಜೀವ ಗಾಂಧಿ ಸರ್ಕಾರವು ಆದ್ಯತೆಯ ಮೇರೆಗೆ ಈ ಪ್ರಕರಣದಲ್ಲಿ ಆಸ್ಥೆ ವಹಿಸಿ ಬೀಗಮುದ್ರೆ ತೆರೆಯಲು ಕ್ರಮವಹಿಸಿತು.

ಜುಲೈ 1988ರಿಂದ 1989 ನವೆಂಬರ್‌ವರೆಗೆ ರಾಜೀವ್‌ಗಾಂಧಿ ಸರ್ಕಾರದ ಗೃಹ ಸಚಿವ ಬೂಟಾಸಿಂಗ್ ಈ ವಿವಾದಕ್ಕೆ ಅಂತ್ಯ ಹಾಡಲು ವಿವಿಧ ಧಾರ್ಮಿಕ ಮತ್ತು ರಾಜಕೀಯ ನಾಯಕ ಜೊತೆಯಲ್ಲಿ ನಿರಂಥರ ಸಂಧಾನ ಸಭೆಗಳನ್ನು ಮಾಡಿದರು. ಯಾವುದೇ ನಿರ್ದಿಷ್ಟ ಫಲಶೃತಿ ಹೊರಹೊಮ್ಮಲಿಲ್ಲ.

ಜುಲೈ–ಅಕ್ಟೋಬರ್ 1990ರ ನಡುವೆ ವಿ.ಪಿ.ಸಿಂಗ್ ಸರ್ಕಾರದಲ್ಲಿ ರಾಮ ಜನ್ಮ ಭೂಮಿ ವಿವಾದವನ್ನು ಪರಿಹರಿಸಲು ಮಾತುಕತೆಯ ಮೂಲಕ ಪಯ್ರತ್ನಿಸಲಾಯಿತು. ಸರ್ಕಾರದಲ್ಲಿ ಎಡಪಕ್ಷಗಳು, ಬಿಜೆಪಿ ಮತ್ತು ಹಲವು ಅಂಗಪಕ್ಷಗಳ ಭಿನ್ನ ನಿಲುವುಗಳಿಂದಾಗಿ ಯಾವುದೇ ಫಲಶೃತಿ ಹೊರಹೊಮ್ಮಲಿಲ್ಲ.

ಮಂಡಲ ವರದಿ ಜಾರಿಯ ಕಾರಣ ದೇಶಾದ್ಯಂತ ಗಲಭೆಗಳೆದ್ದವು. ಬಿಜೆಪಿಯು ಸಹ ಅದೇ ಸಮಯದಲ್ಲಿ ರಾಮರಥಯಾತ್ರೆ ಆರಂಭಿಸಿತು. ಬಿಹಾರದಲ್ಲಿ ರಥವನ್ನು ತಡೆದು ಲಾಲೂ ಪ್ರಸಾದ್ ಯಾದವ್ ಅಧ್ವಾನಿ ಅವರನ್ನು ಬಂಧಿಸುವುದರೊಂದಿಗೆ ವಿ.ಪಿ.ಸಿಂಗ್ ಸರ್ಕಾರ ಪತನಗೊಂಡಿತು.

1990 ಡಿಸೆಂಬರ್ ತಿಂಗಳಿನಿಂದ ಸುಮಾರು ಎರಡು ಮೂರು ತಿಂಗಳ ಕಾಲದಲ್ಲಿ ಚಂದ್ರಶೇಖರ್ ಅವರ ಸರ್ಕಾರ ಮಾತುಕತೆ ಮೂಲಕ ಪರಿಹಾರ ಕಂಡು ಹಿಡಿಯುವ ಧನಾತ್ಮಕ ಮಾರ್ಗವನ್ನು ರೂಪಿಸಲು ತೊಡಗಿದ್ದರು. ಕಾಂಗ್ರೆಸ್ ಬೆಂಬಲ ಹಿಂತೆಗೆತದಿಂದ ಸರ್ಕಾರ ಬಿದ್ದು ಹೋಯಿತು.

1991ರಲ್ಲಿ ಅಧಿಕಾರಕ್ಕೆ ಬಂದ ಪಿ.ವಿ.ನರಸಿಂಹರಾವ್ ಸರ್ಕಾರ ಅಯೋಧ್ಯೆಯ ವಿಷಯದಲ್ಲಿ ಮಾತುಕತೆಯ ಮಂತ್ರವನ್ನು ಜಪಿಸುತ್ತ ರಾಷ್ಟ್ರೀಯ ಏಕತಾ ಮಂಡಳಿ ಮೂಲಕ ವಿವಾದ ತಣ್ಣಗಾಗಿಸಲು ಯತ್ನಿಸಿತು.

1992ರಲ್ಲಿ ಮಸೀದಿ ಪತನದ ಕಾಲದಲ್ಲಿ ಮೂಕ ಸಾಕ್ಷಿಯಾಗಿತ್ತು. ನಂತರ ಉತ್ತರಪ್ರದೇಶ ಸರ್ಕಾರ ವಜಾಗೊಳಿಸಿ ಅರೆಮಿಲಿಟರಿ ಸೇನಾಪಡೆ ಕಳುಹಿಸಿ ಸ್ಥಳವನ್ನು ವಶಕ್ಕೆ ತೆಗೆದುಕೊಂಡಿತು. ನಂತರ ಪಿವಿ ನರಸಿಂಹರಾವ್ ಅವರು ತಮ್ಮ ನಂಬುಗೆಯ ಅಧಿಕಾರಿಗಳನ್ನು ವಿವಿಧ ಧಾರ್ಮಿಕ ಮುಖಂಡರು, ಸಾಧು ಸಂತರ ಬಳಿ ಕಳುಹಿಸಿ ಮಾತುಕತೆಯ ಸಾಧ್ಯತೆಗಳನ್ನು ಪರಿಶೀಲಿಸಿತು. ಒಂದು ಹಂತದಲ್ಲಿ ವಿ.ಎಚ್.ಪಿ ಮತ್ತು ಬಿಜೆಪಿಯನ್ನು ಹೊರಗಿಟ್ಟು ಸರ್ಕಾರದಿಂದಲೇ ರಾಮ ಮಂದಿರವನ್ನು ನಿರ್ಮಿಸಲು ಮಠಾಧಿತಿಗಳನ್ನು ಒಲಿಸುವ ಹಂತದವರೆಗೆ ಮಾತುಕತೆ ನಡೆಸಿತು ಎಂದು ಅವರ ಆಪ್ತ ಕಾರ್ಯದರ್ಶಿ ವಿವರಿಸಿದ್ದಾರೆ.

2019ರ ತೀರ್ಪಿಗೆ ಮುನ್ನ ಸುಪ್ರೀಂ ಕೋರ್ಟ್ ಸಂಧಾನದ ಸಾಧ್ಯತೆಗಳನ್ನು ಪರಿಶೀಲಿಸಲು ನ್ಯಾ ಇಬ್ರಾಹಿಂ ಖಲೀಫುಲ್ಲಾ, ಶ್ರೀ ಶ್ರೀ ರವಿಶಂಕರ್ ಮತ್ತು ಹಿರಿಯ ವಕೀಲ್ ಶ್ರೀರಾಮ ಪಂಚೂ ಅವರನ್ನೊಳಗೊಂಡ ಸಂಧಾನ ಸಮಿತಿಯನ್ನು ರಚಿಸಿತು. ಈ ಮಾತುಕತೆಯು ಯಾವುದೇ ಫಲಶೃತಿಯನ್ನು ತರುವಲ್ಲಿ ಸಫಲವಾಗಲಿಲ್ಲ.

ರಾಮ ಜನ್ಮಸ್ಥಾನ ಕಾಲಯಾನ

ತ್ರೇತಾಯುಗ ಅಂತ್ಯ	ರಾಮಾವತಾರ, ಅಯೋಧ್ಯೆಯಲ್ಲಿ ದಶರಥ ಸುಮಿತ್ರೆಯ ಮನಗನಾಗಿ ಜನನ
ಕ್ರಿ.ಪೂ 185	ಪುಷ್ಯಮಿತ್ರ ಶುಂಗನಿಂದ ಅಯೋಧ್ಯೆಯಲ್ಲಿ ಅಶ್ವಮೇಧಯಾಗ
ಕ್ರಿ.ಪೂ 57	ಉಜ್ಜಯಿನಿಯ ವಿಕ್ರಮಾದಿತ್ಯನಿಂದ ರಾಮಮಂದಿರ ಸೇರಿದಂತೆ 360 ದೇವಾಲಯಗಳ ನಿರ್ಮಾಣ,
ಕ್ರಿ.ಶ 02ನೆ ಶತಮಾನ	ಭಾಸನ ಪ್ರತಿಮಾ ನಾಟಕದಲ್ಲಿ ಅಯೋಧ್ಯೆಯ ಮಂದಿರಗಳ ಉಲ್ಲೇಖ
ಕ್ರಿ.ಶ 4ನೆ ಶತಮಾನ	ಕಾಳಿದಾಸನಿಂದ ರಘುವಂಶ ಕೃತಿರಚನೆ
ಕ್ರಿ ಶ 7ನೆ ಶತಮಾನ	ಚೈನೀಸ್ ಯಾತ್ರಿಕ ಯುಆನ್ ಚಾಂಗ್ ಅಯೋಧ್ಯೆ ದೇವಾಲಯಕ್ಕೆ ಭೇಟಿ
ಕ್ರಿಶ. 1030	ಮಹ್ಮದ್ ಘಜ್ನಿ ಜೊತೆ ಬಂದಿದ್ದ ಇತಹಾಸಜ್ಞ ಅಲಬೆರೂನಿ ಅವರಿಂದ ಕಿತಾಬ್-ಉಲ್-ಹಿಂದ್ ಕೃತಿಯಲ್ಲಿ ರಾಮನ ಮಹತ್ವದ ಬಗ್ಗೆ ಉಲ್ಲೇಖ
ಕ್ರಿ.ಶ 1050	ಧಾರಾನಗರದ ಭೋಜರಾಜನಿಂದ ಚಂಪೂ ರಾಮಾಯಣ ರಚನೆ.
ಕ್ರಿ.ಶ. 1340	ಮಹ್ಮದ್ ಬಿನ್ ತುಘಲಕ್‌ನಿಂದ ಅಯೋಧ್ಯೆಗೆ ಕಿಶನ್ ಎಂಬ ರಾಜ್ಯಪಾಲರ ನೇಮಕ
ಕ್ರಿ.ಶ 1515	ಚೈತನ್ಯ ಮಹಾಪ್ರಭುಗಳಿಂದ ಅಯೋಧ್ಯೆಯ ಜನ್ಮಭೂಮಿಗೆ ಭೇಟಿ.
ಕ್ರಿ.ಶ 1489	ಇಬ್ರಾಹಿಂ ಲೋಧಿಯ ರಾಜಧಾನಿ ಜೌನಪುರದಿಂದ ಅಯೋಧ್ಯೆಗೆ ಸ್ಥಳಾಂತರ

ಕ್ರಿ.ಶ 1528	15 ಸೆಪ್ಟೆಂಬರ್ 1528ರಲ್ಲಿ ಮಂದಿರ ಒಡೆದ ಜಾಗದಲ್ಲಿ ಮೀರ್ ಬಾಕಿಯಿಂದ ಮಸೀದಿ ನಿರ್ಮಾಣ ಆರಂಭ
ಕ್ರಿ.ಶ 1574	ಸಂತ ತುಲಸೀದಾಸರಿಂದ ರಾಮಚರಿತಮಾನಸ ಕೃತಿ ರಚನೆ.
ಕ್ರಿ.ಶ 1590	ಅಬು ಫಜಲ್ ಅವರಿಂದ ಐನ್–ಎ–ಅಕ್‌ಬರೀ ರಚನೆ, ಅಯೋಧ್ಯೆಯ ಪುರಾತನತೆ ಮತ್ತು ಆಧ್ಯಾತ್ಮಿಕ ಮಹತ್ತಿನ ಬಗ್ಗೆ ಉಲ್ಲೇಖ
ಕ್ರಿ.ಶ 1610	ವಿಲಿಯಂ ಫಿಂಚ್ ಎಂಬ ಪ್ರವಾಸಿಗ ಭಗ್ನಗೊಂಡ ರಾಮಮಂದಿರ ಮತ್ತು ಅವತಾರಿ ಪುರುಷ ರಾಮಚಂದ್ರನ ಲೀಲೆಗಳ ಬಗ್ಗೆ ಉಲ್ಲೇಖ.
ಕ್ರಿ.ಶ 1634	ಥಾಮಸ್ ಹರ್ಬರ್ಟ್ ಎಂಬ ಪ್ರವಾಸಿ ಅಯೋಧ್ಯೆ ನಗರದ ಪುರಾತನ ಮಹತ್ವ ಮತ್ತು 9,94,500 ವರ್ಷಗಳ ಹಿಂದೆ ರಾಮ ನಿರ್ಮಿಸಿದ ಕೋಟೆಯನ್ನು ದಾಖಲಿಸುತ್ತಾನೆ.
ಕ್ರಿ.ಶ 1660	ಔರಂಗಜೇಬನ ಮಲಸೋದರ ಅಯೋಧ್ಯೆಯ ರಾಜ್ಯಪಾಲ ಫಿದಾಯಿ ಖಾನ್ ರಾಮ ಜನ್ಮಸ್ಥಾನದ ಮಂದಿರವೂ ಸೇರಿದಂತೆ ಹಲವು ಮಂದಿರಗಳನ್ನು ನಾಶಪಡಿಸಿದ.
23 ಫೆಬ್ರವರಿ	1759ರಲ್ಲಿ ಪೇಶ್ವಾ ಬಾಲಾಜಿ ಬಾಜೀರಾವ್ ಅವರಿಂದ ಔಧ್ ನವಾಬ ಶೂಜಾ ಉದ್ ದೌಲಾರಿಗೆ ಅಯೋಧ್ಯೆ, ಕಾಶಿ ಮಥುರಾ ಹಸ್ತಾಂತರಿಸಲು ಪ್ರಸ್ತಾಪ.
ಕ್ರಿ.ಶ 1767	ಆಸ್ಟ್ರಿಯನ್ ಪಾದ್ರಿ ಜೋಸೆಫ್ ಟಿಫನ್‌ಹೇಲರ್ ಅವರು ತಮ್ಮ ಲ್ಯಾಟಿನ ಪುಸ್ತಕ 'ಡಿಸ್ಕ್ರಿಪಿಟೋ ಇಂಡಿಯೇ'ದಲ್ಲಿ ಮಂದಿರ ಒಡೆದು ಮಸೀದಿ ಕಟ್ಟಿರುವ ಬಗ್ಗೆ ಸೂಕ್ಷ್ಮ ವಿವರಗಳನ್ನು ದಾಖಲಿಸಿದ್ದಾರೆ.
ಕ್ರಿ.ಶ 1781	ಬ್ರಿಟಿಷ್ ಪಾರ್ಲಿಮೆಂಟ್ ಡೈರಿಯಲ್ಲಿ ಅಯೋಧ್ಯೆಗೆ ನಿರಂತರ ಪ್ರವಾಸಿಗಳ ಭೇಟಿ ಸರಯೂ ನದಿಯಲ್ಲಿ ಮಿಂದು ಮಂದಿರ ದರ್ಶನ, ಬಡ ಪ್ರವಾಸಿಗರಿಗೆ ನವಾಬ ಆರ್ಥಿಕ ಸಹಾಯ ನೀಡುತ್ತಿದ್ದ ಬಗ್ಗೆ ಉಲ್ಲೇಖ

ಕ್ರಿ.ಶ 1813	ಬುಕಾನನ್ ಭೇಟಿ. ಅಯೋಧ್ಯೆಯಲ್ಲಿ ಔರಂಗಜೇಬ ಮಂದಿರ ಕೆಡವಿದ್ದನೆಂಬ ಸಾರ್ವಜನಿ ಅಭಿಪ್ರಾಯ ದಾಖಲು. ನಂತರ ಶಾಸನಗಳ ಮೂಲಕ ಬಾಬರನ ಸೇನಾಪತಿ ಮೀರ್ ಬಾಕಿ ತಾಷ್ಕೆಂಡಿ ಮಂಡಿರ ಒಡೆದು ಮಸೀದಿ ಕಟ್ಟಿದ ಬಗ್ಗೆ ಶಾಸನ ಪತ್ತೆ.
15 ಮಾರ್ಚ್ 1858	ಬ್ರಿಟಿಷ್ ಗವರ್ನರ್ ಜನರಲ್ ಜನ್ಮಸ್ಥಾನವೂ ಸೇರಿದಂತೆ ಅವಧ್ ಪ್ರಾಂತ್ಯವನ್ನು ಸಂಪೂರ್ಣ ವಶಕ್ಕೆ ತೆಗೆದುಕೊಂಡರು.
ಆಗಸ್ಟ್ 1858	ಬ್ರಿಟಿಷರಿಂದ ಮಸೀದಿಯೊಳಗೆ ಮುಸಲ್ಮಾನರಿಗೆ ನಮಾಜು ಮತ್ತು ಮಂದಿರ ಪ್ರದೇಶದಲ್ಲಿ ಹಿಂದೂಗಳಿಗೆ ಪೂಜೆಯ ಅನುಮತಿ ನೀಡಲಾಯಿತು.
ಕ್ರಿ.ಶ. 1885	ನಿರ್ಮೋಹಿ ಅಖಾಡದ ಮಹಂತ ರಘುವರ ದಾಸ್ ಅವರಿಂದ ಮಂದಿರ ನಿವೇಶನ ಸ್ವತ್ತಿನ ಹಕ್ಕಿಗಾಗಿ ಬ್ರಿಟಿಷ್ ಅಧಿಕಾರಿಗಳ ಎದುರು ದಾವೆ.
ಕ್ರಿ.ಶ. 1902	ಜಿಲ್ಲಾಡಳಿತದಿಂದ ಸ್ಥಳ ಮಾರ್ಗಸೂಚಿ ಫಲಕಗಳ ಅಳವಡಿಕೆ. ಫಲಕಗಳಲ್ಲಿ ಮಸೀದಿಯ ಉಲ್ಲೇಖವಿಲ್ಲ, ಬದಲಿಗೆ ನಂ.1, ರಾಮ ಜನ್ಮಭೂಮಿ ಎಂದು ಶಿಲಾಫಲಕದಲ್ಲಿ ನಮೂದು.
ಕ್ರಿ.ಶ.1934	ವಿವಾದದಲ್ಲಿ ಮಸೀದಿ ಕಟ್ಟಡಕ್ಕೆ ಧಕ್ಕೆ. ನಲವತ್ತೆಂಟು ದಿನಗಳ ನಂತರ ಪ್ರಾರ್ಥನೆಗೆ ಮುಸಲ್ಮಾನರಿಗೆ ಅವಕಾಶ ನಂತರ ವಾರಕ್ಕೊಮ್ಮೆ ಶುಕ್ರವಾರದ ನಮಾಜು ಆರಂಭ.
23 ಡಿಸೆಂಬರ್ 1949	ಜನ್ಮಭೂಮಿ ಮಸೀದಿ ಕಟ್ಟಡದ ಒಳಗೆ ಮೂರ್ತಿಗಳ ಪ್ರತ್ಯಕ್ಷ. ಸ್ಥಾಪನೆ ಎಂದು ಘೋಷಿಸಿ ಜಿಲ್ಲಾಧಿಕಾರಿಗಳಿಂದ ಸಿಆರ್‌ಪಿಸಿ 145ರ ಅನುಸಾರ ಬೀಗಮುದ್ರೆ ಆದೇಶ.
ಜನವರಿ 1950	ಗೋಪಾಲದಾಸ ವಿಶಾರದ ಅವರಿಂದ ಸಿವಿಲ್ ವ್ಯಾಜ್ಯ ಹೂಡಿಕೆ, ನಿರಂತರ ಪೂಜೆಗೆ ಅನುಮತಿ ಮತ್ತು ವಿಗ್ರಹಗಳನ್ನು ಸ್ಥಳಾಂತರಿಸದಂತೆ ಪ್ರತಿಬಂಧಕಾಜ್ಞೆ.

03. ಮಾರ್ಚ್ 1951	ಜಿಲ್ಲಾ ನ್ಯಾಯಾಧೀಶರಿಂದ ತೀರ್ಪು ಅಂಗೀಕಾರ
26 ಏಪ್ರಿಲ್ 1955	ಉಚ್ಚ ನ್ಯಾಯಾಲಯದಿಂದ ಸಿವಿಲ್ ನ್ಯಾಯಾಲಯದ ತೀರ್ಪಿಗೆ ಮನ್ನಣೆ.
1959	ನಿರ್ಮೋಹಿ ಅಖಾಡದಿಂದ ಸಿವಿಲ್ ವ್ಯಾಜ್ಯ ದಾಖಲು 1961 ಸುನ್ನಿ ವಕ್ಫ್ ಬೋರ್ಡ್ ವತಿಯಿಂದ ವ್ಯಾಜ್ಯ ದಾಖಲು
07 ಅಕ್ಟೋಬರ್ 1984	ವಿಶ್ವ ಹಿಂದು ಪರಿಷದ್ ವತಿಯಿಂದ ಸಾಧು ಸಂತರ ಆಂದೋಲನಕ್ಕೆ ಬೆಂಬಲ. ರಾಮ ಜಾನಕಿ ರಥಯತ್ರೆ. ಸರಯೂ ನದಿದಡದಲ್ಲಿ ಜನ್ಮಸ್ಥಾನ ಮುಕ್ತಿಗೆ ಪ್ರತಿಜ್ಞೆ ಸ್ವೀಕಾರ.
01 ಫೆಬ್ರವರಿ 1986	ಜಿಲ್ಲಾ ನ್ಯಾಯಾಧೀಶರಿಂದ ಮಂದಿರದ ಬೀಗಮುದ್ರೆ ತೆರವುಗೊಳಿಸಲು ಆದೇಶ
03 ಫೆಬ್ರವರಿ 1986	ಬಾಬರಿ ಮಸೀದಿ ಅಕ್ಷನ್ ಕಮಿಟಿ ರಚನೆ
1986	ರಾಮ ಮಂದಿರದ ಬೀಗಮುದ್ರೆ ತೆರವು
ಜುಲೈ 1989	ಅಯೋಧ್ಯೆಯ ಎಲ್ಲ ಪ್ರಕರಣಗಳನ್ನು ಅಲಹಾಬಾದ್ ಹೈಕೋರ್ಟಿನಲ್ಲಿ ಏಕತ್ರಿತವಾಗಿ ವಿಚಾರಣೆ ನಡೆಸಲು ತೀರ್ಮಾನ.
ಅಕ್ಟೋಬರ್– 1989	ದೇಶಾದ್ಯಂತ ರಾಮಶಿಲಾಪೂಜನ ಆಂದೋಲನ, ದೇಶದ 3,00,000 ಹಳ್ಳಿಗಳಿಂದ ರಾಮಮಂದಿರಕ್ಕೆ ಶಿಲಾಪೂಜನ.
09 ನವೆಂಬರ್ 1989	ದಲಿತ ಕಾರ್ಯಕರ್ತ ಕಾಮೇಶ್ವರ್ ಚೌಪಾಲ್ ಅವರಿಂದ ರಾಮಂದಿರ ನಿರ್ಮಾಣಕ್ಕಾಗಿ ಶಿಲಾನ್ಯಾಸ
ಫೆಬ್ರವರಿ 1990	ಮುಲಾಯಂ ಸರ್ಕಾರದಲ್ಲಿ ಅಯೋಧ್ಯೆಯಲ್ಲಿ ಕಾರಸೇವೆ.
ಸೆಪ್ಟೆಂಬರ್ 1990	ಅದ್ವಾನಿಯವರ ರಾಮ ರಥಯಾತ್ರೆ.
30 ಅಕ್ಟೋಬರ್ 1990	ಕಾರಸೇವಾ, ಕೆಲವು ಕಾರಸೇವಕರು, ಗುಂಬಸ್ ಮೇಲೇರಿ ಕೇಸರಿ ಧ್ವಜಾರೋಹಣ ಮಾಡಿದರು. ಮುಲಾಯಂ ಸರ್ಕಾರದಿಂದ ಗೋಲಿಬಾರ್.

2 ನವೆಂಬರ್ 1990	ದೇಶಾದ್ಯಂತ ಹಲವು ಸೂಕ್ಷ್ಮ ಪ್ರದೇಶಗಳಲ್ಲಿ ಗಲಭೆ.
9 ಡಿಸೆಂಬರ್ 1990	ಮಸೀದಿ ಕಟ್ಟಡ ಉಡಾಯಿಸಲು ವಿಫಲ ಯತ್ನ.
10 ಅಕ್ಟೋಬರ್ 1991	ವಿವಾದಿತ ಸ್ಥಳ ಸ್ವಾಧೀನತೆಗೆ ಕಲ್ಯಾಣಸಿಂಗ್ ಸರಕಾರ ಆದೇಶ.
2 ನವೆಂಬರ್ 1991	ರಾಷ್ಟ್ರೀಯ ಏಕತಾಮಂಡಲಿ ಸಭೆ
ಮಾರ್ಚ್ 1992	ರಾಮಜನ್ಮಭೂಮಿ ನ್ಯಾಸಕ್ಕೆ 42.09 ರಾಮಕಥಾಪಾರ್ಕ್ ನಿರ್ಮಿಸಲು ಹಸ್ತಾಂತರ
23 ಜುಲೈ 1992	ನಿರ್ಮಾಣ ಕಾಮಗಾರಿ ಕೈಗೊಳ್ಳದಂತೆ ಸುಪ್ರೀಂ ಕೋರ್ಟ್ ತಡೆಯಾಜ್ಞೆ.
24 ನವೆಂಬರ್ 1992	ಕೇಂದ್ರ ಪ್ಯಾರಾಮಿಲಿಟರ್ ಪಡೆ ಅಯೋಧ್ಯೆ ಬಳಿ ರವಾನೆ
6 ಡಿಸೆಂಬರ್ 1992	ಕರಸೇವಕರಿಂದ ಮಸೀದಿ ಕಟ್ಟಡ ಧ್ವಂಸ. ತಾತ್ಕಾಲಿಕ ಶಿಬಿರದಲ್ಲಿ ರಾಮಲಲ್ಲಾ ಮೂರ್ತಿ ಸ್ಥಾಪನೆ. ಉತ್ತರ ಪ್ರದೇಶ ವಿಧಾನಸಭೆ ವಿಸರ್ಜನೆ.
7–8 ಡಿಸೆಂಬರ್ 1992	ಕೇಂದ್ರ ಪ್ಯಾರಾಮಿಲಿಟರಿ ಪಡೆಯಿಂದ ಅಯೋಧ್ಯೆ ನಿಯಂತ್ರಣ.
27 ಡಿಸೆಂಬರ್ 1992	ಕೇಂದ್ರ ಸರ್ಕಾರದಿಂದ ವಿವಾದಿತ ಜಮೀನಿನ ಸ್ವಾಧೀನ.
	ಜನವರಿ 1993 ಮುಂಬೈ ಮೇಲೆ ಉಗ್ರರ ದಾಳಿ
2002	ದೇಶಾದ್ಯಂತ ಆಗಮಿಸಿದ್ದ ಕಾರಸೇವಕರು ಅಯೋಧ್ಯೆಯಿಂದ ಮರಳಿ ವಾಪಸಾಗುವಾಗ, ಗುಜರಾತಿನ ಗೋಧ್ರಾ ಬಳಿ ಕಾರಸೇವಕರಿದ್ದ ರೈಲುಬೋಗಿಗೆ ಬೆಂಕಿ ಹಚ್ಚಿ ಸಜೀವ ದಹನ. ತತ್ಪರಿಣಾಮ ಕೋಮುಗಲಭೆ.
2003	ಪುರಾತತ್ವ ಇಲಾಖೆಯಿಂದ ಮಸೀದಿ ಕಟ್ಟಡದ ಕೆಳಗೆ ಮಂದಿರ ಇತ್ತೆಂದು ವರದಿ. 1992 ಕಟ್ಟಡ ಧ್ವಂಸ ಪ್ರಕರಣದಲ್ಲಿ ಏಳು ಜನ ಹಿಂದು ಸಂತರು ಮತ್ತು ರಾಜಕೀಯ ನಾಯಕರ ಮೇಲೆ ಪ್ರಕರಣ ದಾಖಲಿಸಲು ಕೋರ್ಟ್ ಆದೇಶ.

13 ಮಾರ್ಚ್ 2003	ಅಸ್ಲಂ ಆಲಿಯಾಸ್ ಭುರೆ ಪ್ರಕರಣದಲ್ಲಿ ಸ್ವಾಧೀನಪಡಿಸಿಕೊಂಡ ಭೂಮಿಯಲ್ಲಿ ಯಾವುದೇ ಧಾರ್ಮಿಕ ಚಟುವಟಿಕೆಗೆ ಅವಕಾಶ ಇಲ್ಲ ಎಂದು ಸುಪ್ರೀಂ ಕೋರ್ಟ್ ಆದೇಶ.
5 ಜುಲೈ 2005	ಶಸ್ತ್ರಾಸ್ತ್ರ ಸಹಿತ ಉಗ್ರರಿಂದ ರಾಮ ಮಂದಿರ ಪ್ರವೇಶಿಸಲು ವಿಫಲ ಪ್ರಯತ್ನ.
ಜೂನ್ 2009	17 ವರ್ಷಗಳ ಸುಧೀರ್ಘ ವಿಚಾರಣೆಯ ನಂತರ ಲಿಬರ್ಹಾನ್ ಸಮಿತಿ ವರದಿ ಸಲ್ಲಿಕೆ.
30 ಸೆಪ್ಟೆಂಬರ್ 2010	ಅಲಹಾಬಾದ್ ಹೈಕೋರ್ಟ್ 2:1 ಬಹುಮತ ತೀರ್ಪಿನಲ್ಲಿ ನಿರ್ಮೋಹಿ ಅಖಾಡ, ಸುನ್ನಿ ವಕ್ಫ್ ಬೋರ್ಡ್ ಮತ್ತು ರಮಲಲ್ಲಾ ನಡುವೆ ಹಂಚಿಕೆ.
09 ಮೇ 2011	ಅಲಹಾಬಾದ್ ಹೈಕೋರ್ಟ್ ತೀರ್ಪಿಗೆ ಸುಪ್ರೀಂಕೋರ್ಟ್ ತಡೆ.
21 ಮಾರ್ಚ್ 2017	ಕೋರ್ಟ್ ಹೊರಗೆ ಸಂಧಾನದ ಮೂಲಕ ವಿವಾದ ಇತ್ಯರ್ಥಕ್ಕೆ ನ್ಯಾ ಖೇಹರ್ ಕರೆ
07 ಆಗಸ್ಟ್ 2017	ಅಲಹಾಬಾದ್ ಹೈಕೋರ್ಟ್ ತೀರ್ಪು ಪರಿಶೀಲನೆಗೆ 3 ನ್ಯಾಯಾಧೀಶರ ಪೀಠರಚನೆ.
01 ಡಿಸೆಂಬರ್ 2017	ಅಯೋಧ್ಯೆ ತೀರ್ಪು ಪ್ರಶ್ನಿಸಿ ಮುವ್ವತ್ತೆರಡು ನಾಗರಿಕ ಹಕ್ಕು ಕಾರ್ಯಕರ್ತರಿಂದ ದಾವೆ
27 ಸೆಪ್ಟೆಂಬರ್ 2018	ಈ ಪ್ರಕರಣಗಳನ್ನು ಐವರು ನ್ಯಾಯಾಧೀಶರ ಪೀಠಕ್ಕೆ ಉಲ್ಲೇಖಿಸಲು ನ್ಯಾ ದೀಪಕ್ ಮಿಶ್ರಾ ಪೀಠ ನಕಾರ.
ಅಕ್ಟೋಬರ್ 29ರಿಂದ	ಹೊಸದಾಗಿ ಮೂವರು ನ್ಯಾಯಾಧೀಶರ ಪೀಠದಿಂದ ವಿಚಾರಣೆಗೆ ತೀರ್ಮಾನ.
08 ಜನವರಿ 2019	ಮುಖ್ಯ ನ್ಯಾ ರಂಜನ್ ಗೊಗೊಯ್, ನ್ಯಾ. ಶರತ್ ಅರವಿಂದ ಬೊಬ್ಡೆ, ನ್ಯಾ. ಎನ್.ವಿ.ರಮಣ, ನ್ಯಾ. ಡಿ.ವೈ. ಚಂದ್ರಚೂಡ್ ಮತ್ತು ಯುಯು.ಲಲಿತ್ ಅವರನ್ನೊಳಗೊಂಡ ಪೀಠ ರಚನೆ.
26 ಫೆಬ್ರವರಿ 2019	ಮಧ್ಯಸ್ಥಿಕೆ ಮೂಲಕ ವಿವಾದ ಪರಿಹಾರಕ್ಕೆ ಸುಪ್ರೀಂ ಕೋರ್ಟ್ ಒಲವು.

06 ಆಗಸ್ಟ್ 2019	ದಿನವಹಿ ವಿಚಾರಣೆ ಆರಂಭ
16 ಅಕ್ಟೋಬರ್ 2019	ಪ್ರಕರಣದ ವಿಚಾರಣೆ ಮುಕ್ತಾಯ.
09 ನವೆಂಬರ್ 2019	ಸುಪ್ರೀಂಕೋರ್ಟ್ ಪಂಚಪೀಠದ ಸರ್ವಾನುಮತದ ತೀರ್ಪು. ರಾಮ ಜನ್ಮಭೂಮಿ ನಿವೇಶನ ಸಂಪೂರ್ಣವಾಗಿ ರಾಮಲಲ್ಲಾನ ಹೆಸರಿಗೆ. ಮಂದಿರ ನಿರ್ಮಿಸಲು 90 ದಿನಗಳ ಒಳಗಾಗಿ ಟ್ರಸ್ಟ್ ರಚನೆಗೆ ಸುಪ್ರೀಂ ಕೋರ್ಟ್ ಆದೇಶ. ಸುನ್ನಿ ವಕ್ಫ್ ಬೋರ್ಡಿಗೆ ಮಸೀದಿ ನಿರ್ಮಾಣಕ್ಕೆ ವಿಶೇಷಾಧಿಕಾರ ಬಳಸಿ ಐದು ಎಕರೆ ಬದಲಿ ನಿವೇಶನ ನೀಡಲು ಆದೇಶ.

* * * *

1885ರಲ್ಲಿ ರಚಿಸಲಾದ ಜನ್ಮಭೂಮಿಯ ನಕಾಶೆ

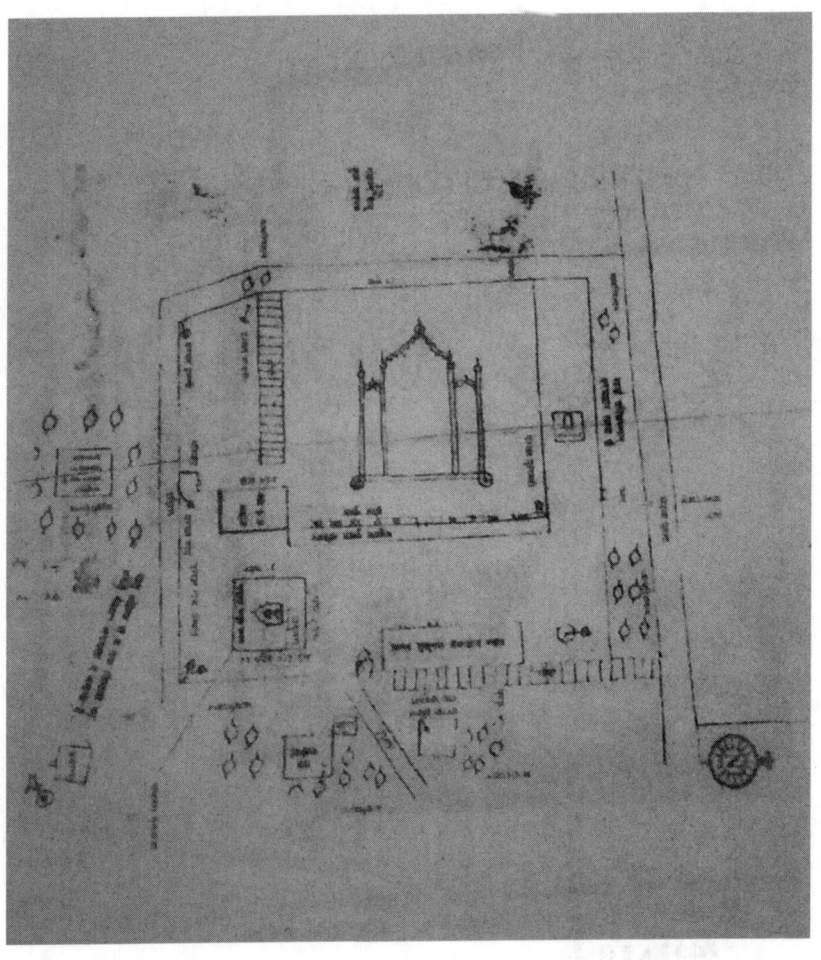

A GAZETTEER

BEING

VOLUME XLIII

OF THE

DISTRICT GAZETTEERS OF THE UNITED PROVINCES OF AGRA AND OUDH,

BY

H. R. NEVILL, I. C. S.

ALLAHABAD:

PRINTED BY F. LUKER, SUPDT., GOVT. PRESS, UNITED PROVINCES.

1905.

Price Rs. 3 (4s.).

the total receipts for successive years will be found in the appendix.[*]

The Government properties in this district are unusually large and important. Those administered as nazul by the deputy commissioner include the whole of the revenue mauzas of Fyzabad and Ajodhya, Ramkot, Bagh Bijesi, and that part of Manjha Jamthara which lies within municipal limits, as well as small portions of the Raiganj bazar and Katra Yakut Khan, and a few detached plots. All these lie within the boundaries of the municipality except part of Bagh Bijesi. Beyond those limits nazul lands under the same management include the old forts at Akbarpur and Raunahi, the income from the former having been since 1903 credited to the Act XX town fund of that place. Moreover, the whole revenue mauza of Tanda is nazul, the management and income being made over to the municipal board. The estates under the control of the Board of Revenue include the rest of Manjha Jamthara, small plots at Shahzadpur, Ibrahimpur, Deohi, and Darabganj, a grove at Aurangabad and the old fort at Bandipur. These were managed as nazul till October 1900. From 1872 up to the same date four alluvial villages in the Gonda district on the north of the Ghagra were managed conjointly with the Fyzabad nazul, but were then handed back to the Gonda district. The village of Ibrahimpur Charaman near Tanda was decreed to Government in 1869 and has always been managed as an estate under the Board of Revenue, and a share in Asapur near Ajodhya railway station, which in 1902 was decreed to Government on failure of heirs, has been held in the same way. A number of other properties have from time to time been owned by Government, but have been alienated. The estates administered by the Board of Revenue are managed in the usual method and the scattered nazul plots outside the municipalities are of no importance.

It is otherwise with the nazul at Fyzabad and Tanda. Ajodhya has been Crown property ever since the establishment of a Musalman governor. Fyzabad was treated in the same manner by Shuja-ud-daula, who enclosed in his outer fortifications the lands of eighteen villages. With the decay of the city the unoccupied

[*] Appendix, Table XV.

lands were resettled with zamindars, and at the death of the Bahu Begam all that remained nazul was Ajodhya, Fyzabad city and the Jamthara Maujha. At annexation the old nazul office was continued and the only important change was that of imposing annual rents instead of taking initial dues on lands newly occupied or reoccupied for building purposes. At the summary settlement little attention was paid to nazul property, and portions were settled with persons who had been merely farmers; but at the regular assessment the question was fully examined, and at the survey Fyzabad and Ajodhya were demarcated as two mauzas; the cantonment also was separately defined, and villages outside the city and cantonment were excluded from the city nazul area. Numerous suits were brought forward at the settlement with regard to property in the cities; but no complete registers of nazul property were prepared for a long time, in spite of orders in 1869 and the following year. The necessity for such registers was increased by a number of alienations of portions that were made from time to time, and also by the absence of complete revenue records for most of the property. Ramkot and Bagh Bijesi had been formally decreed to be Government property, and these villages with Jamthara had been assessed to revenue, only surplus profits being retained as nazul receipts; but this had not been done in the case of Fyzabad and Ajodhya, and consequently the full settlement records of these villages were not prepared, in spite of the fact that they contained most complex tenures, including about 100 specific holdings in under-proprietary right and more than a dozen mauzas. The result has been an almost endless series of suits and decrees. Confusion also existed as to the relation of the municipality to the property. From 1859 to 1875 both municipal and nazul work was in the hands of a committee, which at first was called the "local fund committee," and afterwards, for one purpose, "the municipal committee" and for the other "the local agency." The accounts had not been kept separate and even the settlement officer and other authorities referred to the municipality as if it were the owner of the nazul property. In 1873 this mistake was pointed out, but the separation of funds was not carried out till April, 1875. The municipality attempted to obtain control of the nazul property in 1878, 1882 and

ಜನ್ಮಭೂಮಿಯ ವಿವಾದಿತ ಮಸೀದಿ ಕಟ್ಟಡದ ಕಂಬಗಳು

ಉತ್ಖನನದಲ್ಲಿ ಕಂಡ ಹಳೆಯ ನಿರ್ಮಾಣ

ವಿವಾದಿತ ಕಟ್ಟಡದ ಚಿತ್ರಗಳು

ಉಪಸಂಹಾರ

ಮೊಬೈಲ್ ಒಳಗೆ ತಲೆ ತೂರಿಸಿಕೊಂಡೇ ಬಂದ ಚಿರಂಜೀವಿ ತಾತನ ಕಡೆಗೆ ನೋಡಿದ. ಕೆಂಪನಂಜೇಗೌಡರು ಇನ್ನೂ ಹೊರಟಿರಲಿಲ್ಲ. ಅಜ್ಜನ ಆರಾಮ ಕುರ್ಚಿಯ ಎದುರು ವ್ಯಾಸಪೀಠದ ಮೇಲೆ ರಾಮಾಯಣ ಗ್ರಂಥ ಇತ್ತು. ಅದು ಎಷ್ಟನೆಯ ಬಾರಿಯೋ ಅವರು ಅದನ್ನು ಓದುತ್ತಿರುವುದು.

ಮನಸಿಗೆ ಸಂತಸವಾದಾಗ, ಬೇಸರವಾದಾಗ, ಗೊಂದಲ ಆದಾಗಲೆಲ್ಲ ಅವರಿಗೆ ರಾಮಾಯಣ ಆಧಾರ ಗ್ರಂಥ. ಅದರೊಳಗೆ ತಲೆ ತೂರಿಸಿ ಧ್ಯಾನಸ್ಥರಾಗಿ ಬಿಡುತ್ತಿದ್ದರು. ಬದುಕಿನ ಎಲ್ಲ ತಪ್ಪು ಒಪ್ಪುಗಳಿಗೂ ಅವರಿಗೆ ರಾಮಾಯಣದ ಕಥೆಯದ್ದೇ ಆದರ್ಶ. ಬದುಕಿನ ಮೌಲ್ಯಗಳಿಗೂ ಅವರಿಗೆ ರಾಮಾಯಣವೇ ರೆಫರೆನ್ಸ್.

ಮುನ್ನೂರು ರಾಮಾಯಣ ಬಂದಿದೆ ಅಜ್ಜ, ನಿಮ್ಮ ರಾಮಾಯಣ ಯಾವುದು ಎಂದು ಅಜ್ಜನನ್ನು ಛೇಡಿಸಿದಾಗಲೆಲ್ಲ ಅಜ್ಜನದು ಅದೇ ಮುಗುಳ್ನಗೆ. ವಾಲ್ಮೀಕಿ ಬರೆದ ರಾಮಾಯಣ ಕಾಲಕಾಲಕ್ಕೆ ಪ್ರತಿ ವ್ಯಕ್ತಿ ತನ್ನ ನಿಲುವಿಗೆ ತಕ್ಕಂತೆ ದಕ್ಕಿಸಿಕೊಂಡಿದ್ದಾರೆ.

ಕನ್ನಡದಲ್ಲಿ ಇಪ್ಪತ್ತು ಇಪ್ಪತ್ತೊಂದನೆಯ ಶತಮಾನದಲ್ಲಿ ರಚನೆಯಾದ ಮಹಾಕಾವ್ಯಗಳೆ ಶ್ರೀ ರಾಮಾಯಣ ದರ್ಶನಂ ಮತ್ತು ಶ್ರೀ ರಾಮಾಯಣ ಮಹಾನ್ವೇಷಣಂ. ಅಂದರೆ, ಇಂದಿಗೂ ರಾಮಾಯಣವನ್ನು ಹೊಕ್ಕು ನೋಡಬೇಕೆಂಬ ಜಿಜ್ಞಾಸೆಗೆ ಮುಪ್ಪಿಲ್ಲ ನೋಡು ಅಂದರು ಅಜ್ಜ.

ರಾಮಾಯಣದ ಕವಿಗಳ ಭಾರದಲಿ ತಿಣುಕಿದನು ಫಣಿರಾಯ ಅಂತ ಕವಿಯೇ ಬರೆದಿಲ್ವಾ ಅಂದ ಚಿರಂಜೀವಿ. ಆದರೆ ಪ್ರತಿ ರಾಮಾಯಣದಲ್ಲಿಯೂ ಕವಿ ತನಗೆ ಬೇಕಾದಂತೆ ರಾಮನನ್ನೇ ಪುನರ್ ರೂಪಿಸಿಕೊಂಡು ಆರಾಧಿಸಿದ್ದಾನೆ. ಉಳಿದಂತೆ ಕಾಲಕಾಲಕ್ಕೂ ರಾವಣರು ಇದ್ದೇ ಇರುತ್ತಾರೆ. ಮನೆಯಲ್ಲಿ ಕಸ ಧೂಳು ಸೇರಿದಂತೆ. ಆಗಾಗ ಕಸ ಗುಡಿಸುತಿರಬೇಕು. ಅತ್ಯಾಚಾರ ಅನಾಚಾರಗಳು ರಾವಣನೊಂದಿಗೆ ಕೊನೆಯಾಗಿಲ್ಲ. ಮಹಾಭಾರತವೇ ನಡೆದು ಹೋಗಿದೆ. ಆನಂತರ ಆದರೂ ರಾಮನ ಮೌಲ್ಯಗಳನ್ನು ಮರೆಸಲಾಗಿಲ್ಲ ಈ ಬದುಕಿಗೆ.

ಈ ಪುಸ್ತಕವನ್ನು ನನ್ನ ಅಜ್ಜ ನನಗಾಗಿ ತೆಗೆದುಕೊಟ್ಟದ್ದು. ಈಗಲೂ ನನಗೆ ಇದೇ ರೆಫರೆನ್ಸ್ ಬುಕ್ ಬದುಕಿನ ಮೌಲ್ಯಗಳ ಬಗ್ಗೆ ಗೊಂದಲ ಉಂಟಾದಾಗ. ನೆನಪಿರಲಿ ನಾಳೆ ನಿನಗೂ ಇದೇ ರೆಫರೆನ್ಸ್ ಬುಕ್ ಆಗಿರುತ್ತದೆ. ಅಲ್ಲದ ದಿನ ನೀನು ಸೈಕ್ರಿಯಾಟಿಸ್ಟ್‌ಗಳ ಬಳಿ ಓಡಾಡಬೇಕಾಗುತ್ತದೆ.

ಈಗ ನನ್ನ ಬದುಕಿನ ಕಾಲಘಟ್ಟದಲ್ಲಿ ಇಂತಹ ವಿವಾದ ಸುಖಾಂತ್ಯವಾಗಿ ಮತ್ತು ಇಷ್ಟು ಶಾಂತ ರೀತಿಯಲ್ಲಿ ನ್ಯಾಯಯುತವಾಗಿ ಮುಕ್ತಾಯ ಆದಿತೆಂದು ನಾನು ಭಾವಿಸಿರಲಿಲ್ಲ. ಅಂತೂ ವಿವಾದಕ್ಕೊಂದು ಮಂಗಳ ಹಾಡಲಾಗಿದೆ.

ಇನ್ನು ರಾಮ ಜನ್ಮಸ್ಥಾನದಲ್ಲಿ ಸರ್ವರ ನೆಲೆಯಾಗಿ ಭವ್ಯ ಮಂದಿರವೊಂದು ನಿರ್ಮಾಣವಾಗಲಿ. ರಾಮನು ಕೂಡ ರಾಮಾಯಣದಂತೆಯೇ ಮುಂದಿನ ತಲೆಮಾರುಗಳನ್ನು ಪೊರೆಯುತ್ತ ಸಾಗಲಿ ಎಂದು ಹಾರೈಸಿದರು.

ಚಿರಂಜೀವಿ ನಕ್ಕ. ಅಜ್ಜ ವ್ಯಾಸಪೀಠ ಇಲ್ಲದಿದ್ದರೂ, ಮೊಬೈಲಿನಲ್ಲೂ ಈಗ ರಾಮಾಯಣ ಪಠ್ಯ, ಧ್ವನಿ ದೃಶ್ಯ ಎಲ್ಲವೂ ಲಭ್ಯ. ಅವರವರ ಆದ್ಯತೆಯಂತೆ ಅವರವರು ಹುಡುಕಾಟ ನಡೆಸುತ್ತಾರೆ. ರಾಮಾಯಣ ನಿನ್ನ ದೇಹ ಮನಸ್ಸನ್ನು ಸುಸ್ಥಿತಿಯಲ್ಲಿ ಇಟ್ಟಿದೆ ಎಂಬುದರಲ್ಲಿ ನನಗೆ ಯಾವುದೇ ಸಂಶಯವಿಲ್ಲ.

ನನಗೆ ಟ್ರೆಡ್‌ಮಿಲ್ ಮತ್ತು ಮೊಬೈಲಿನಂತೆಯೇ ಈ ರಾಮಾಯಣವೂ ಬದುಕಿನ ಅವಿಭಾಜ್ಯ ಅಂಗವೇ. ಜಿಮ್‌ಗೆ ಹೋದರೆ ಅಲ್ಲಿಯೂ ಹನುಮನೇ. ಆ ಹನುಮನ ಎದೆಯಲ್ಲಿಯೂ ಸೀತಾರಾಮರೇ. ಹಾಗಾಗಿ ರಾಮ ನಮ್ಮಿಂದ ದೂರವಾಗುವ ಸಾಧ್ಯತೆ ಇಲ್ಲ.

ಇನ್ನು ಗೊಂದಲಗಳಿಲ್ಲ. ಎಲ್ಲವೂ ನಿಚ್ಚಳ. ಸ್ಪಷ್ಟ. ನಮಗೂ ಇನ್ನುಮುಂದೆ ಟೂರ್ ಪ್ಲಾನ್ ಮಾಡುವಾಗ ಅಯೋಧ್ಯೆ ರಾಮಮಂದಿರ ಇರುತ್ತದೆ. ನಿನ್ನ ತೀರ್ಥಯಾತ್ರೆಗೂ ನೋವಿಲ್ಲದ ದಿವ್ಯ ಭವ್ಯ ಮಂದಿರ ಇರಲಿದೆ. ಜೈಶ್ರೀರಾಮ್ ಎಂದ. ಅಜ್ಜ

ನಸುನಗುತ್ತಾ ವ್ಯಾಸಪೀಠ ಮಡಚಿ ರಾಮಾಯಣದ ಹಾಳೆಗಳನ್ನು ಸರಿಪಡಿಸಿ, ದೇವರ ಕೋಣೆಯಲ್ಲಿ ಇರಿಸಿದರು. ಅವರ ಮನಸ್ಸಿನಲ್ಲಿ ನಿರಾಳತೆ ಆವರಿಸಿತ್ತು.

ಬಾಲ್ಯದ ಭಜನೆ ಮತ್ತೆ ಮತ್ತೆ ಮನಸ್ಸನ್ನು ಆವರಿಸುತ್ತಿತ್ತು. ರಘುಪತಿ ರಾಘವ ರಾಜಾರಾಮ್, ಪತಿತ ಪಾವನ ಸೀತಾರಾಮ್.....

ಈ ಸಂಬಂಧ ಆಸಕ್ತರು ಓದಬಹುದಾದ ನನ್ನ ಗಮನಕ್ಕೆ ಬಂದ ಇತರ ಕೆಲವು ಪುಸ್ತಕಗಳನ್ನು ಈ ಕೆಳಕಂಡಂತೆ ನಮೂದಿಸಿರುವೆ. ಆಸಕ್ತರು ಗಮನ ಹರಿಸಬಹುದು.

1. Ayodhya Case against the Temple — koenard elst
2. My Country My Life — L K Advani
3. Ayodhya Revisited — Kishore Kunal
4. Ayodhya City fFaith & Discord — ValaySingh
5. Ayodhya Case Archealogical evidences — A K Sharma
6. Portraits of Hindutwa — Rajesh Singh
7. Mandir Bhavy Banayenge(Hindi) — Narendra Sehgal
8. Ayodhya the DarkNight — Krishna Jha
9. ನಾನೆಂಬ ಭಾರತೀಯ — ಕೆಕೆ ಮಹಮ್ಮದ್ ತ್ಮಚರಿತ್ರೆ ಬಿ ಬರಸಿಂಗರಾವ್ (ಕನ್ನಡಾನುವಾದ)
10. ಶ್ರೀರಾಮಾ ಜನ್ಮಭೂಮಿ — ಡಾ॥ ಪಿ.ಅನಂತಕೃಷ್ಣಭಟ್
11. ವಾಸ್ತವ ರಾಮಾಯಣ — ಡಾ.ಪದ್ಮಾಕರ ವರ್ತಕ ಹೇಮಂತರಾಜ ಕುಲಕರ್ಣಿ (ಕನ್ನಡಾನುವಾದ)
12. Ayodhya 6th December 1992 — P V Narasimha Rao
13. Ayodhya Beyond Adduced Evidence — Kishore Kunal